அகதா கிறிஸ்டி

உயிருக்கு உலை வைத்தக் கள்ளக்காதல்

மர்மக் கதைகளின் மகாராணியிடமிருந்து
திகைப்பூட்டும் காதல் கதைகள்

தமிழில்:

PSV குமாரசாமி

MANJUL

மஞ்சுள் பப்ளிஷிங் ஹவுஸ்

First published in India by

MANJUL

Manjul Publishing House
Corporate and Editorial Office
•2nd Floor, Usha Preet Complex, 42 Malviya Nagar, Bhopal 462 003 – India
Sales and Marketing Office
•C-16, Sector 3, Noida, Uttar Pradesh 201301 – India
Website: www.manjulindia.com
Distribution Centres
Ahmedabad, Bengaluru, Bhopal, Kolkata, Chennai,
Hyderabad, Mumbai, New Delhi, Pune

Tamil edition first published in 2024

ISBN 978-93-5543495-1

Translated by: PSV Kumarasamy
Editing by: Nagalakshmi Shanmugam
Layout by: Manoranjan Kumar

Printed and bound in India by Gopsons Papers Pvt. Ltd.

உள்ளடக்கம்

சீட்டுக்கட்டு இராஜா

1

'டெய்லி நியூஸ்மாங்கர்' நாளிதழை ஓரமாக வைத்துவிட்டு, "கற்பனைக் கதைகளைவிட உண்மை அதிக விநோதமாக இருக்கிறது!" என்று நான் கூறினேன்.

என்னுடைய அவதானிப்பு என்னுடைய சொந்தச் சரக்கு அல்ல என்பதால், அது என் நண்பருக்குக் கடும் எரிச்சலைத் தோற்றுவித்திருந்ததுபோல எனக்குத் தோன்றியது. புவாரோ தன்னுடைய முட்டை-வடிவத் தலையை ஒரு பக்கமாகத் திருப்பி, தான் உடுத்தியிருந்த மிக நேர்த்தியான உடையில், இல்லாத தூசியைச் சுண்டிவிட்டுவிட்டு இவ்வாறு கூறினார்: "ஆகா! என்னவொரு செறிவான அவதானிப்பு! என் நண்பர் ஹேஸ்டிங்ஸ் எப்பேற்பட்டச் சிந்தனையாளர்!"

தேவையில்லாமல் என்மீது ஏவப்பட்ட அவருடைய இந்த நக்கல் அம்பை அசட்டை செய்துவிட்டு, நான் ஓரமாக வைத்திருந்த நாளிதழை அவருக்குச் சுட்டிக்காட்டி இவ்வாறு கூறினேன்:

"இன்றைய காலை நாளிதழைப் படித்துவிட்டீர்களா?"

"படித்துவிட்டேன். படித்து முடித்துவிட்டு, அதைச் சீராக மடித்து மேசைமீது வைத்தேன். ஆனால், நீங்களோ, உங்களுடைய வழக்கமான ஒழுங்கின்மையின்படி அதைத் தூக்கித் தரையில் கடாசியிருக்கிறீர்கள்!"

(இதுதான் புவாரோவிடம் இருந்த மோசமான அம்சம். ஒழுங்கையும் திட்டவட்டமான அமைப்புமுறையையும்தான் அவர் வழிபட்டு வந்தார். தன்னுடைய வெற்றிக்கு அவைதாம் காரணம் என்று சொல்லக்கூடிய அளவுக்கு அவர் செல்வார்.)

“நீங்கள் அந்தப் பத்திரிகையைப் புரட்டியிருந்தீர்கள் என்றால், இசை, நடனம், நாடகம் ஆகியவற்றின் புரவலரான ஹென்ரி ரீட்பர்னின் கொலையைப் பற்றி நீங்கள் படித்திருப்பீர்கள். அதுதான் என்னை அப்படிக் கூற வைத்தது. கற்பனைக் கதைகளைவிட உண்மை அதிக விநோதமாக இருப்பதோடு மட்டுமல்லாமல், அவற்றைவிட அதிகத் திருப்பங்கள் நிறைந்ததாகவும் இருக்கிறது. ஆக்லேண்டர் குடும்பத்தை எடுத்துக் கொள்ளுங்கள். அவர்கள் இந்த நாட்டிலுள்ள ஆயிரக்கணக்கான பிற குடும்பங்களைப்போல ஒரு சராசரி ஆங்கிலேய நடுத்தரக் குடும்பத்தினர். அப்பா, அம்மா, ஒரு பையன், ஒரு பெண் என்ற ஒரு கையடக்கமான குடும்பம். அப்பாவும் பையனும் சம்பாதிப்பதற்காகத் தங்களுடைய கிராமத்திலிருந்து அன்றாடம் நகரத்திற்குச் செல்வர்; பெண்கள் வீட்டில் இருந்து கொண்டு வீட்டைப் பார்த்துக் கொள்வர். அவர்களுடைய வாழ்க்கை ஒரு கச்சிதமான அமைதியுடனும் முழுமையான சலிப்புடனும் இருந்து வந்திருக்கிறது. நேற்று இரவு, அவர்கள் ஸ்ட்ரீட்ஹாம் என்ற பகுதியிலுள்ள டெய்சிமீடு என்ற தங்களுடைய வீட்டின் அழகான வரவேற்பறையில் அமர்ந்து சீட்டு விளையாடிக் கொண்டிருந்தனர். திடீரென்று, அவர்களுடைய வீட்டின் பிரெஞ்சுப் பலகணிக் கதவு டமாலென்று திறக்கிறது. அந்த அறைக்குள் ஒரு பெண் தள்ளாடியபடி நுழைகிறாள். அவளுடைய சாம்பல் நிற கவுனில் ஒரு கருஞ்சிவப்புக் கறை தென்படுகிறது. ‘கொலை!’ என்ற ஒற்றை வார்த்தையை மட்டும் உதிர்த்துவிட்டு அவள் மயங்கித் தரையில் சாய்கிறாள். அவளுடைய புகைப்படங்களிலிருந்து, அவள் லண்டனைக் கலக்கிக் கொண்டிருந்த பிரபல நாட்டியக்காரி வலேரி செயின்ட்கிளேர் என்பதை அக்குடும்பத்தினர் கண்டுகொள்கின்றனர்.”

“இப்போது நீங்கள் உதிர்த்திருந்த வார்த்தைகள் உங்களுடைய நாவன்மையா? அல்லது பத்திரிகைச் செய்தியை அப்படியே நீங்கள் வாந்தியெடுக்கிறீர்களா?”

“நேற்று இரவு நடந்த சம்பவத்தை இன்று காலைக்குள் வெளியிட வேண்டிய அவசரத்தில் இருந்ததால், ‘டெய்லி நியூஸ்மாங்கர்’ நாளிதழ் அடிப்படைத் தகவல்களை மட்டுமே பிரசுரித்துள்ளது. ஆனால், இக்கதை விளைவிக்கக்கூடிய தாக்கத்தை என்னால் உடனடியாகப் புரிந்து கொள்ள முடிந்தது.”

புவாரோ யோசனையுடன் தலையாட்டினார். “மனித இயல்பை உள்ளடக்கியிருக்கின்ற அனைத்திலும் நாடகத்தனம் இல்லாமல் இருக்காது. ஆனால், நீங்கள் பொதுவாக நினைத்துக்

கொண்டிருக்கும் இடத்தில் அது இருப்பதில்லை. அதை நினைவில் வைத்துக் கொள்ளுங்கள். எது எப்படியோ, நானும் இந்த விவகாரத்தில் ஆர்வம் கொண்டுள்ளேன். ஏனெனில், இதில் நானும் தொடர்பு கொண்டிருப்பதற்கு வாய்ப்புள்ளது."

"உண்மையாகவா?"

"ஆமாம். இன்று காலையில் மௌரானியாவின் இளவரசர் பால் சார்பாக ஒருவர் என்னைத் தொலைபேசியில் அழைத்தார். இளவரசர் என்னைச் சந்திக்க நான் அவருக்கு நேரம் கொடுத்துள்ளேன்."

"அதற்கும் இதற்கும் என்ன தொடர்பு?"

"ஹேஸ்டிங்ஸ், நீங்கள் பத்திரிகைகளில் வெளிவருகின்ற கிசுகிசுச் செய்திகளை ஒழுங்காகப் படிப்பதில்லை என்று நான் நினைக்கிறேன். 'ஒரு குட்டிப் பறவை எட்டி நின்று சொன்ன செய்தி!', 'மூஞ்சூறுவிடமிருந்து கேட்ட முக்கிய விஷயம்!' போன்றவை அவற்றுக்கான எடுத்துக்காட்டுகள்."

புவாரோ சுட்டிக்காட்டிய ஒரு பத்தியை நான் படித்தேன்: "அந்த அந்நிய இளவரசரும் அந்த நாட்டியத் தாரகையும் படுநெருக்கமாமே! அந்த நடன மாது பெற்றுள்ள வைர மோதிரம் சும்மா தகதகவென்று ஜொலிக்கிறதாமே!"

"இப்போது நாம் உங்களுடைய நாடகத்தனமான விவரிப்புக்கு வரலாம். மயங்கிச் சாய்ந்த அந்த மங்கைக்கு அப்புறம் என்னவாயிற்று?" என்று புவாரோ கேட்டார்.

நான் தொடர்ந்தேன்: "கண்விழித்ததும் வலேரி முதலில் உதிர்த்த வார்த்தைகளின் காரணமாக, திரு ஆக்லேன்டர் ஒரு மருத்துவரை அழைத்து வரச் சென்றார். ஏனெனில், வலேரி கடும் அதிர்ச்சியில் இருந்தது வெளிப்படை. ஆக்லேன்டரின் மகன் காவல்நிலையத்திற்குச் சென்று, நடந்த விஷயத்தை அவர்களிடம் எடுத்துரைத்து, அவர்களை அழைத்துக் கொண்டு, ஸ்ட்ரீதம் பகுதியிலிருந்த ரீட்பர்னின் 'மோன் டெசிர்' மாளிகைக்குச் சென்றான். அங்கு ரீட்பர்ன் அவருடைய பின்மண்டை பிளக்கப்பட்ட நிலையில் அவருடைய படிப்பறையில் இறந்து கிடந்ததை அவர்கள் கண்டனர்."

"நான் உங்களுடைய–" என்று ஆரம்பித்தப் புவாரோ, அதைப் பாதியில் நிறுத்திக் கொண்டார். "ஹேஸ்டிங்ஸ், நம்முடைய இளவரசர் வந்துவிட்டார் என்று நான் நினைக்கிறேன்."

அறைக்குள் நுழைந்த அந்த இளவரசர், தன்னை ஃபியோடர் பிரபு என்று அறிமுகப்படுத்திக் கொண்டார். அவர் வயதில் இளையவராகவும் உயரமாகவும் இருந்தார். அவருடைய கருமையான கண்களில் ஒருவிதமான வெறித்தனம் வெளிப்பட்டது.

“திரு புவாரோ?”

புவாரோ தன் உடலை வளைத்து வணக்கம் போட்டார்.

“புவாரோ, நான் ஒரு பயங்கரமான பிரச்சனையில் மாட்டிக் கொண்டுள்ளேன். அதை என்னால் வாய்விட்டுச் சொல்ல–”

புவாரோ இடைமறித்து, “எனக்கு உங்களுடைய பதற்றம் புரிகிறது. வலேரி உங்களுடைய நெருங்கிய தோழி, சரிதானே?” என்று கேட்டார்.

அந்த இளவரசர் வெறுமனே, “நான் அவளைத் திருமணம் செய்து கொள்ள உத்தேசித்துள்ளேன்,” என்றார்.

புவாரோ தன் இருக்கையில் அமர்ந்தார். அவருடைய கண்கள் அகலமாக விரிந்தன.

அந்த இளவரசர் தொடர்ந்து பேசினார்: “எங்கள் குடும்பத்தில், இராஜ குடும்பத்தைச் சேராத ஒரு நபரைத் திருமணம் செய்து கொள்ள விரும்புகின்ற முதல் நபர் நானல்லன். என் சகோதரன் அலெக்சான்டரும் இப்படித்தான் நடந்து கொண்டான். நாம் இப்போது விழிப்புணர்வுமிக்க ஒரு காலகட்டத்தில் வாழ்ந்து கொண்டிருக்கிறோம். பழைய வகுப்புவாதப் பாரபட்சங்களிலிருந்து நாம் விடுபட்டுக் கொண்டிருக்கிறோம். உண்மையில், வலேரி எனக்குச் சமமான அந்தஸ்தில் உள்ளவள்தான். அவளுடைய பரம்பரைப் பின்புலம் பற்றி உங்களுக்குத் தெரியுமா?”

“வலேரியின் பரம்பரையைப் பற்றிய பல கதைகள் வலம் வந்து கொண்டிருக்கின்றன. வீடுகளைச் சுத்தம் செய்கின்ற ஓர் அயர்லாந்துப் பெண்மணியின் மகள்தான் வலேரி என்று ஒரு வதந்தி சுற்றிக் கொண்டிருக்கிறது. இல்லையில்லை, அவள் இரஷ்யாவைச் சேர்ந்த ஒரு பிரபுத்துவக் குடும்பத்தைச் சேர்ந்தவள் என்று இன்னொரு கதை உலா வந்து கொண்டிருக்கிறது.”

“முதல் கதை அபத்தமானது,” என்று அந்த இளவரசர் பதிலளித்தார். “இரண்டாவது கதை சரியானது. அது தொடர்பான இரகசியத்தைக் காக்க வேண்டிய நிலையில் வலேரி இருந்தாலும், அதை அவள் என்னிடம் பகிர்ந்து கொண்டுள்ளாள். அதோடு, அவள் தன்னையும் அறியாமல் எண்ணற்ற விதங்களில் தொடர்ந்து அதை வெளிப்படுத்திக் கொண்டே இருக்கிறாள். நான் வம்சாவளியில் மிகுந்த நம்பிக்கை கொண்டுள்ளவன்.”

“எனக்கும் வம்சாவளியில் நம்பிக்கை உண்டு,” என்று புவாரோ யோசனையுடன் கூறினார். “சரி. இப்போது விஷயத்திற்கு வரலாம். என்னிடமிருந்து நீங்கள் என்ன எதிர்பார்க்கிறீர்கள்? நீங்கள் எது குறித்து அஞ்சுகிறீர்கள்? நான்

ஒளிவுமறைவின்றிப் பேசப் போகிறேன். ரீட்பர்ன் கொலையை வலேரியுடன் தொடர்புபடுத்துவதற்கு ஏதேனும் காரணங்கள் இருக்கின்றனவா? ரீட்பர்னை வலேரிக்கு நன்றாகத் தெரியும் என்பதை நான் அறிவேன்."

"ஆமாம். ரீட்பர்ன் அவளிடம் தன் காதலை வெளிப்படுத்தியிருந்தார்."

"வலேரி அதற்கு என்ன சொன்னார்?"

"அவள் எதுவும் சொல்லவில்லை."

"ரீட்பர்ன் குறித்து பயப்படுவதற்கு வலேரிக்கு ஏதாவது காரணம் இருந்ததா?"

அந்த இளவரசர் ஒரு கணம் தயங்கினார். "ஒரு சம்பவத்தைப் பற்றி நான் இங்குக் குறிப்பிட்டாக வேண்டும். புலன் கடந்த விஷயங்களைப் பார்க்கின்ற சக்தி படைத்த சாரா என்பவளை உங்களுக்குத் தெரியுமா?"

"தெரியாது."

"சாரா அற்புதமானவர். என்றாவது ஒரு நாள் நீங்கள் அவசியம் அவரைச் சந்திக்க வேண்டும். கடந்த வாரம் நானும் வலேரியும் அவரைப் பார்க்கச் சென்றிருந்தோம். அவர் சீட்டுகளைப் பார்த்து வலேரிக்குக் குறி சொன்னார். முதலில் வந்த சீட்டில், மேகங்கள் சூழ்ந்திருந்த ஒரு காட்சி இருந்தது. அதைப் பார்த்தவுடன், வலேரியைப் பிரச்சனைகள் சூழ்ந்திருந்ததாக அவர் தெரிவித்தார். கடைசியாக வந்த சீட்டு 'கிளப்ஸ் இராஜா.' சாரா அதைப் பார்த்தவுடன், வலேரியிடம், 'நீ எச்சரிக்கையாக இருக்க வேண்டும். தன்னுடைய கட்டுக்குள் உன்னை வைத்திருக்கும் ஒருவன் இருக்கிறான். அவனால் உனக்குப் பெரும் ஆபத்து வரவிருக்கிறது. நான் யாரைச் சொல்கிறேன் என்பது உனக்குப் புரிந்திருக்கும் என்று நான் நினைக்கிறேன்,' என்று கூறினாள். வலேரியின் முகம் அப்படியே வெளிறிவிட்டது. 'ஆமாம். எனக்கு அவரைத் தெரியும்,' என்று அவள் பதிலுரைத்தாள். நாங்கள் அங்கிருந்து கிளம்புவதற்கு முன், சாரா, வலேரியிடம் கடைசியாக மீண்டும், 'கிளப்ஸ் இராஜா குறித்து எச்சரிக்கையாக இரு! உன்னை ஆபத்து சூழ்ந்துள்ளது!" என்று கூறினார். நாங்கள் அங்கிருந்து வந்த பிறகு அது பற்றி நான் வலேரியிடம் கேட்டதற்கு அவள் எதுவும் கூற மறுத்துவிட்டாள். எல்லாம் சரியாக இருந்ததாக அவள் என்னிடம் தெரிவித்தாள். ஆனால், நேற்று இரவு நிகழ்ந்த சம்பவத்திற்குப் பிறகு, ரீட்பர்ன்தான் அந்தக் கிளப்ஸ் இராஜாவாக இருக்க வேண்டும் என்ற ஓர் உறுதியான எண்ணம் எனக்குத் தோன்றியது. வலேரிக்கு அச்சுறுத்தலாக இருந்தவர் ரீட்பர்னாகத்தான் இருக்க வேண்டும்."

அதுவரை கடகடவென்று பேசிக் கொண்டிருந்த இளவரசர் பால், திடீரென்று ஒரு சில கணங்கள் மௌனமானார். பிறகு அவர் தொடர்ந்தார். "இன்று காலையில் செய்தித்தாளில் இடம் பெற்றிருந்த தலைப்புச் செய்தி என்னை உலுக்கிவிட்டது. ஒருவேளை வலேரி ஏதோ ஒரு பைத்தியக்காரத்தனமான வெறியில் இக்கொலையைச் செய்திருந்தால்? இல்லை... அது சாத்தியமில்லை!"

புவாரோ தன் இருக்கையிலிருந்து எழுந்து அந்த இளவரசரின் அருகே சென்று அவருடைய தோளின்மீது அன்புடன் தட்டிக் கொடுத்தார். "நீங்கள் தேவையில்லாமல் பதற்றமடைய வேண்டாம். இதை நான் பார்த்துக் கொள்கிறேன்."

"அதிர்ச்சியிலிருந்து இன்னும் மீண்டிராத வலேரி இன்னும் டெய்சிமீடில்தான் இருக்கிறாள் என்று நான் அறிகிறேன். உங்களால் அங்குச் செல்ல முடியுமா?"

"நான் இப்போதே கிளம்புகிறேன்."

"நான் தூதரகத்தின் மூலமாக அனைத்து ஏற்பாடுகளையும் செய்துவிட்டேன். உங்களுக்கு எல்லா இடங்களின் கதவுகளும் திறந்துவிடப்படும்."

"அப்படியானால், நான் உங்களிடமிருந்து இப்போதைக்கு விடைபெற்றுக் கொள்கிறேன்," என்று கூறிய புவாரோ, "ஹேஸ்டிங்ஸ், நீங்கள் என்னுடன் வருகிறீர்களா?" என்று என்னிடம் கேட்டார்.

2

மோன் டெசிர் ஓர் அற்புதமான மாளிகை. அது நவீனமாகவும் இருந்தது, சௌகரியமாகவும் இருந்தது. சாலையிலிருந்து ஒரு குதிரை வண்டியில் நாங்கள் அங்குச் சென்றோம். அந்த மாளிகையின் பின்புறம் அமைந்திருந்த தோட்டம் பல ஏக்கர்களுக்கு வியாபித்திருந்தது.

எங்களுக்குக் கதவைத் திறந்துவிட்ட பட்லர், நாங்கள் இளவரசர் பாலின் பெயரைச் சொன்னதும், உடனடியாக எங்களைக் கொலை நடந்த இடத்திற்கு அழைத்துச் சென்றான். அந்தப் படிப்பறை பிரமாதமாக இருந்தது. அந்தக் கட்டடத்தின் நீளத்திற்குச் சமமாக இருந்த அந்த அறையின் முன்பக்கத்தில் ஒரு சன்னலும் பின்பக்கத்தில் ஒரு சன்னலும் இருந்தன. முன்னாலிருந்த சன்னல் அந்த மாளிகைக்கு வண்டி வருகின்ற பாதையைப் பார்த்தவாறு இருந்தது. பின்பகுதியிலிருந்த சன்னல் தோட்டத்தைப்

பார்த்தபடி அமைந்திருந்தது. பின்னாலிருந்த சன்னலுக்கு அருகேதான் ரீட்பர்னின் உடல் கண்டுபிடிக்கப்பட்டிருந்தது. காவல்துறையினர் தங்களுடைய சோதனைகளை முடித்தப் பிறகு அந்த உடல் அப்புறப்படுத்தப்பட்டிருந்தது.

“இப்படி உடல் அப்புறப்படுத்தப்பட்டிருப்பது எனக்கு எரிச்சல் ஏற்படுத்துகிறது,” என்று நான் புவாரோவிடம் முணுமுணுத்தேன். “அவர்கள் எந்தெந்தத் துப்புகளை அழித்துவிட்டுள்ளார்களோ, யார் கண்டது?”

புவாரோ புன்னகைத்தார். “ஹேஸ்டிங்ஸ், உங்களிடம் நான் எத்தனை முறை சொல்வது? துப்புகள் அனைத்தும் நமக்கு உள்ளாகத்தான் இருக்கின்றன என்று? அனைத்துப் புதிர்களுக்குமான விடை நம்முடைய மூளைக்குள்தான் இருக்கிறது.”

பின் அவர் அந்த பட்லரின் பக்கம் திரும்பி, “உடலை எடுத்துச் சென்றதைத் தவிர இந்த அறையில் வேறு எதுவும் தொடப்பட்டிருக்கவில்லை, சரிதானே?” என்று கேட்டார்.

“இல்லை, சார். இந்த அறையிலுள்ள பொருட்கள், காவல்துறையினர் நேற்று விட்டுச் சென்றபோது எப்படி இருந்தனவோ, அப்படியேதான் இருக்கின்றன.”

“இந்த இரண்டு சன்னல்களின் திரைச்சீலைகளும் திறந்துவிடப்பட்ட நிலையில் இருக்கின்றனவே? நேற்று இரவு இவற்றை நீ இழுத்து மூடினாயா?”

“ஆமாம். தினமும் இரவு நான் திரைச்சீலைகளை இழுத்து மூடிவிடுவேன்.”

“அப்படியானால், அவற்றை உன்னுடைய எஜமான்தான் திறந்திருக்க வேண்டும், இல்லையா?”

“அப்படித்தான் தோன்றுகிறது.”

“நேற்று இரவு உன் எஜமான் ஒரு விருந்தினரை எதிர்பார்த்திருந்தது உனக்குத் தெரியுமா?”

“அவர் என்னிடம் அப்படி எதுவும் சொல்லவில்லை. ஆனால், இரவு உணவுக்குப் பிறகு தன்னைத் தொந்தரவு செய்ய வேண்டாம் என்று மட்டும் அவர் கூறினார். இந்தப் படிப்பறையிலிருந்து வெளியே தாழ்வாரத்திற்குச் செல்வதற்கு ஒரு கதவு இருக்கிறது. அதன் வழியாக அவர் யாரையாவது உள்ளே அனுமதித்திருந்திருக்கலாம்.”

“அவர் அடிக்கடி அப்படிச் செய்வதுண்டா?”

அந்த பட்லர் இலேசாகச் செருமிவிட்டு, “நான் அப்படித்தான் நினைக்கிறேன்,” என்றான்.

அவன் குறிப்பிட்டிருந்த கதவை நோக்கிப் புவாரோ நடந்தார். அது பூட்டப்பட்டிருக்கவில்லை. அதன் வழியாக

அவர் அந்தத் தாழ்வாரத்திற்குச் சென்றார். அதன் வலதுபுறம், வண்டிகள் வருவதற்கான பாதைக்கு இட்டுச் சென்றது. அதன் இடதுபுறம் ஒரு செங்கற்சுவரில் போய் முடிவடைந்தது.

"அந்தச் சுவரை ஒட்டியிருப்பது பழத்தோட்டம். அதற்குள் நுழைவதற்கு ஒரு கதவு இருக்கிறது. ஆனால், தினமும் மாலை ஆறு மணிக்கு அது பூட்டப்பட்டுவிடும்."

புவாரோ அதைக் கேட்டுத் தலையாட்டிவிட்டு மீண்டும் படிப்பறைக்குள் நுழைந்தார். அந்த பட்லரும் அவரைத் தொடர்ந்து உள்ளே வந்தான்.

"நேற்று இரவு உனக்கு எந்தச் சத்தமும் கேட்கவில்லையா?"

"ஒன்பது மணிக்குச் சற்று முன்பு படிப்பறையிலிருந்து சில குரல்கள் எங்களுக்குக் கேட்டன. அது ஒன்றும் வழக்கத்திற்கு மாறானது அல்ல. குறிப்பாக, அது ஒரு பெண் குரலாக இருந்ததுதான் அதற்குக் காரணம். ஆனால், இந்த வீட்டின் மறுபுறம் இருக்கின்ற பணியாட்களின் கூடத்திற்கு நாங்கள் சென்றுவிட்டப் பிறகு, எங்களுக்கு எதுவும் கேட்கவில்லை. இரவு பதினொரு மணியளவில் காவல்துறையினர் வந்தனர்."

"நீ முதலில் எத்தனைக் குரல்களைக் கேட்டாய்?"

"சரியாகத் தெரியவில்லை. ஆனால், நான் அவதானித்தது ஒரு பெண்ணின் குரலை மட்டும்தான்!"

"ஓ!"

"சார், டாக்டர் ரயன் இன்னும் இங்கேதான் இருக்கிறார். நீங்கள் அவரைச் சந்திக்க விரும்புகிறீர்களா?"

நாங்கள் உடனே மகிழ்ச்சியுடன் அதற்குச் சம்மதித்தோம். ஒரு சில நிமிடங்களில் அந்த மருத்துவர் வந்தார். நடுத்தர வயதிலிருந்த அந்த உற்சாகமான மருத்துவர், புவாரோ கேட்ட அனைத்துக் கேள்விகளுக்கும் பதிலளித்தார். ரீட்பர்ன் சன்னலோரமாக விழுந்து கிடந்தார். அவருடைய தலை சன்னலின் மேடைமீது சாய்ந்து கிடந்தது. அவருடைய உடலில் இரண்டு காயங்கள் இருந்தன. ஒன்று, அவருடைய இரண்டு கண்களுக்கு இடையில் இருந்தது, மற்றொன்று அவருடைய தலையின் பின்புறத்தில் இருந்தது.

"அவர் மல்லாக்க விழுந்து கிடந்தாரா?"

"ஆமாம்," என்று கூறிய அந்த மருத்துவர், தரையில் படிந்திருந்த கறையைச் சுட்டிக்காட்டினார்.

"அவர் கீழே விழுந்தபோது பின்னந்தலையில் அடிபட்டிருக்கலாம், இல்லையா?"

"அது சாத்தியமில்லை. அந்தக் காயத்தை உருவாக்கியிருந்த ஆயுதம், மண்டையோட்டுக்குள் சிறிதளவு துளைத்திருந்தது."

புவாரோ அந்த அறையிலிருந்த சன்னல்களை உற்றுப்

பார்த்தார். அவற்றின் சலவைக்கல் மேடையில் சிங்கத்தின் தலை உருவம் செதுக்கப்பட்டிருந்தது. அதைப் பார்த்ததும், புவாரோவின் கண்களில் ஒரு மின்னல் வெட்டியது. அவர் அந்த மருத்துவரிடம், "ரீட்பர்ன் மல்லாந்து கீழே விழுந்தபோது அவருடைய பின்மண்டை இந்தச் சிங்கத்தலையின்மீது பட்டிருந்தால், நீங்கள் இப்போது வர்ணித்திருந்ததைப் போன்ற ஒரு காயம் ஏற்பட்டிருக்க வாய்ப்புள்ளதா?"

"அப்படி ஏற்பட்டிருக்கலாம். ஆனால், அவர் விழுந்திருந்த கோணம் அதைச் சாத்தியமற்றதாக ஆக்குகிறது. நீங்கள் சொல்கின்றபடி நடந்திருந்தால், அந்தச் சிங்கத்தலையில் இரத்தக் கறை படிந்திருந்திருக்க வேண்டும்."

"அது கழுவிச் சுத்தப்படுத்தப்பட்டிருக்காதவரை!"

அந்த மருத்துவர் தன் தோள்களைக் குலுக்கினார். "அதற்கான வாய்ப்பு மிகவும் குறைவு. மேலும், ஒரு விபத்தை ஒரு கொலையாகச் சித்தரிப்பதில் யாருக்கு என்ன இலாபம்?"

"நீங்கள் சொல்வது உண்மைதான்," என்று புவாரோ அதை ஏற்றுக் கொண்டார். "இந்த இரண்டு அடிகளையும் ஒரு பெண்ணால் ஏற்படுத்தியிருக்க முடியுமென்று நீங்கள் நினைக்கிறீர்களா?"

"அது சாத்தியமேயில்லை. நீங்கள் வலேரியை மனத்தில் வைத்து இந்தக் கேள்வியைக் கேட்கிறீர்கள் என்று நான் நினைக்கிறேன்."

"எனக்கு உறுதியாகத் தெரிந்தாலொழிய நான் யாரையும் சந்தேகிக்க மாட்டேன்."

அடுத்துப் புவாரோ தன் கவனத்தைப் பிரெஞ்சுப் பலகணிக் கதவின்மீது திருப்பினார்.

அந்த மருத்துவர் தொடர்ந்து பேசினார்: "இந்தப் பலகணிக் கதவின் வழியாகத்தான் வலேரி தப்பியோடியிருக்க வேண்டும். இங்கிருந்து பார்த்தால், அந்த மரங்களுக்கு இடையே டெய்சிமீடு வீடு தெரியும். இந்த மாளிகையின் முன்புறமாக உள்ள தெருவிலுள்ள பல வீடுகளோடு ஒப்பிடுகையில், டெய்சிமீடு சற்றுத் தள்ளி இருக்கிறது என்பது உண்மைதான். ஆனால், இந்தப் பக்கமிருந்து பார்த்தால் நேராக டெய்சிமீடுதான் கண்களில் படும்."

"உங்களுடைய இணக்கமான ஒத்துழைப்பிற்கு நன்றி," என்று அந்த மருத்துவரைப் பார்த்துக் கூறிய புவாரோ, "வாருங்கள், ஹேஸ்டிங்ஸ். நாம் வலேரியின் காலடித்தடத்தைப் பின்பற்றிச் செல்லலாம்," என்று என்னிடம் கூறினார்.

3

நாங்கள் அந்தத் தோட்டத்தின் வழியாக நடந்து சென்று, அதன் முனையிலிருந்த ஒரு கதவின் வழியாக வெளியேறினோம். புவாரோ முன்னால் நடந்தார். நான் அவருக்குப் பின்னால் சென்றேன். பசுமையாக இருந்த வனாந்திரப் பகுதி வழியாகச் சிறிது தூரம் நடந்து சென்று டெய்சிமீடு வீட்டின் தோட்டக் கதவை நாங்கள் அடைந்தோம். அந்த வீடு சுமார் அரை ஏக்கர் நிலத்தில் கட்டப்பட்டிருந்தது. அவ்வீட்டின் பின்புறத்திலிருந்த சில படிக்கட்டுகள் ஒரு பிரெஞ்சுப் பலகணிக் கதவுக்கு இட்டுச் சென்றன. புவாரோ அந்தத் திசையை நோக்கித் தலையை அசைத்தார்.

"அந்த வழியில்தான் வலேரி சென்றிருக்க வேண்டும். அவளுக்கு இருந்த அவசரம் நமக்கு இப்போது இல்லை என்பதால், நாம் முன்வாசல் வழியாகச் செல்லலாம்."

நாங்கள் முன்வாசலுக்குச் சென்றபோது, ஒரு பணிப்பெண் எங்களுக்கு வாசற்கதவைத் திறந்துவிட்டு எங்களை அந்த வீட்டின் வரவேற்பறையில் அமரச் செய்தாள். பின் அவள் ஆக்லேன்டரின் மனைவியை அழைக்கச் சென்றுவிட்டாள். அந்த அறை, முந்தைய இரவிற்குப் பிறகு பயன்படுத்தப்பட்டிருக்கவில்லை என்பது தெரிந்தது. கணப்படுப்பில் சாம்பல் அப்படியே இருந்தது. சீட்டாட்ட மேசை அந்த அறையின் நடுவே இருந்தது. அதில் சீட்டுகள் போடப்பட்டிருந்தன. அந்த அறை பயனற்றப் பகட்டுப் பொருட்களால் நிறைந்திருந்தது. ஏராளமான குடும்பப் புகைப்படங்கள் அதன் சுவர்களை அலங்கரித்திருந்தன.

சற்றுச் சாய்ந்து கோணலாகத் தொங்கிக் கொண்டிருந்த ஓரிரு புகைப்படங்களைப் புவாரோ நேர் செய்தார். "குடும்பப் பிணைப்பு வலுவானது, இல்லையா? பாச உணர்வு அழகியலின் இடத்தை எடுத்துக் கொள்கிறது."

நான் அதை ஏற்றுக் கொண்டேன். பின் என் பார்வை ஒரு குடும்பப் புகைப்படத்தில் இலயித்தது. அதில், மீசையுடன் இருந்த ஒரு நபர், ஒரு பெரிய கொண்டையுடன் இருந்த ஒரு பெண்மணி, வாட்டசாட்டமான ஒரு சிறுவன், பல ரிப்பன்கள் முடியப்பட்டிருந்த சிகையலங்காரத்துடன்கூடிய இரண்டு சிறுமியர் ஆகியோர் இடம்பெற்றிருந்தனர். அது ஆக்லேன்டர் குடும்பத்தின் பழைய புகைப்படமாக இருக்க வேண்டும் என்று நான் அனுமானித்துக் கொண்டேன். நான் அதைக் கூர்ந்து கவனித்தேன்.

அந்த அறையின் கதவு திறந்தது. ஓர் இளம்பெண்

உள்ளே வந்தாள். அவளுடைய கருங்கூந்தல் நேர்த்தியாக அலங்கரிக்கப்பட்டிருந்தது. அவள் ஒரு ஸ்போர்ட்ஸ் கோட்டும் ஒரு டுவீடு ஜாக்கெட்டும் அணிந்திருந்தாள்.

அவள் எங்களை ஒரு கேள்விக்குறியுடன் நோக்கினாள். புவாரோ முன்னால் வந்தார். "நீங்கள் ஆக்லேன்டரின் மகள்தானே? உங்களைத் தொந்தரவு செய்வதற்கு மன்னிக்கவும். இந்த மொத்த விவகாரமும் உங்களுக்குக் கஷ்டமாக இருப்பதை நான் அறிவேன்."

"ஆமாம். இது சிரமமாகத்தான் இருக்கிறது," என்று அந்த இளம்பெண் கூறினாள். "இந்த இடம் இப்படி அலங்கோலமாக இருப்பது குறித்து நான் உங்களிடம் மன்னிப்புக் கேட்டுக் கொள்கிறேன். நேற்று நடந்த சம்பவம் குறித்துப் பணியாட்கள் முட்டாள்தனமாக உற்சாகமடைந்துள்ளனர்."

"நேற்று நீங்கள் இங்கு உட்கார்ந்துதான் சீட்டாடிக் கொண்டிருந்தீர்களா?"

"ஆமாம். நேற்று இரவு நாங்கள் சாப்பிட்டு முடித்தப் பிறகு இங்கே சீட்டு விளையாடிக் கொண்டிருந்தோம். அப்போது–"

புவாரோ இடைமறித்து, "நீங்கள் எவ்வளவு நேரம் விளையாடிக் கொண்டிருந்தீர்கள்?" என்று கேட்டார்.

"வந்து–" என்று அவள் யோசித்தாள். "என்னால் சரியாகச் சொல்ல முடியவில்லை. பத்து மணியை ஒட்டி இருக்கலாம் என்று நான் நினைக்கிறேன். ஆட்டம் பல சுற்றுகள் தொடர்ந்தது."

"நீங்கள் எங்கு உட்கார்ந்திருந்தீர்கள்?"

"நான் பிரெஞ்சுப் பலகணிக் கதவைப் பார்த்தபடி அமர்ந்திருந்தேன். நானும் அம்மாவும் ஆட்டத்தில் ஜோடி. அப்போதுதான் திடீரென்று அந்தப் பலகணிக் கதவு பெரும் சத்தத்துடன் திறந்தது. வலேரி இந்த அறைக்குள் தள்ளாடியபடி நுழைந்தார்."

"நீங்கள் அவரை அடையாளம் கண்டு கொண்டீர்களா?"

"அவருடைய முகம் பரிச்சயமானதாக இருந்ததுபோலத் தோன்றியது."

"வலேரி இன்னும் இங்கேதானே இருக்கிறார்?"

"ஆனால், அவர் யாரையும் பார்க்க மறுக்கிறார். அவர் இன்னும் பலவீனமாகவே காணப்படுகிறார்."

"அவர் என்னைப் பார்க்க ஒத்துக் கொள்வார். மௌரானியாவின் இளவரசர் பால் தனிப்பட்ட முறையில் என்னைக் கேட்டுக் கொண்டதற்கு இணங்கவே நான் இங்கு வந்துள்ளேன் என்ற தகவலை அவரிடம் கூறுங்கள்."

ஒரு நாட்டின் இளவரசரைப் பற்றிப் புவாரோ குறிப்பிட்டதும்

அது அவளை அதிர்ச்சிக்குள்ளாக்கியது. அதுவரை அவள் வெளிக்காட்டிக் கொண்டிருந்த அமைதி அவளிடமிருந்து விடைபெற்றுக் கொண்டது. அதற்கு மேல் எதுவும் பேசாமல் அந்த அறையைவிட்டு அவள் வெளியேறினாள். போன வேகத்தில் அவள் திரும்பி வந்து, தான் இருந்த அறைக்கு வலேரி எங்களை வரச் சொன்னதாக என்னிடம் கூறினாள்.

நாங்கள் அவளைப் பின்தொடர்ந்தோம். அந்த வீட்டின் மாடியிலிருந்த ஒரு படுக்கையறைக்கு அவள் எங்களை அழைத்துச் சென்றாள். அதன் சன்னலின் ஓரமாகப் போடப்பட்டிருந்த ஒரு சோபாவில் படுத்திருந்த ஒரு பெண், தன் தலையை எங்களை நோக்கித் திருப்பினார். அந்த இரண்டு பெண்களுக்கும் இடையேயிருந்த வேற்றுமை என்னைச் சட்டென்று தாக்கியது. ஆனால் உருவத்திலும் நிறத்திலும் மட்டும் அவர்கள் ஒரே மாதிரி இருந்தனர். வலேரி மூச்சை வெளியேற்றியபோது அது காதல் காற்றை வெளியேற்றியதுபோல இருந்தது. அவர் ஒரு செந்நிற அங்கி அணிந்திருந்தார். அது அவருடைய பாதம்வரை நீண்டிருந்தது. அது வீட்டில் இருக்கின்றபோது அணியப்படுகின்ற ஓர் ஆடையாக இருந்தபோதிலும், வலேரியின் ஆளுமை அதற்கு ஒரு கவர்ச்சியான சுவையை அளித்துக் கொண்டிருந்தது. அது கிழக்கு ஐரோப்பாவைச் சேர்ந்ததாக இருக்கலாம் என்பதுபோலத் தோன்றியது.

வலேரியின் பெரிய கருவிழிகள் புவாரோவின்மீது படிந்தன.

“இளவரசர் உங்களை அனுப்பி வைத்துள்ளாரா?” என்று வலேரி கேட்டார். அவருடைய குரலும் அவருடைய தோற்றத்தைப்போலவே தளர்ச்சியாக இருந்தது.

“ஆமாம். அவருக்குச் சேவை செய்யவே நான் இங்கு வந்துள்ளேன். உங்களுக்கும்தான்!”

“நீங்கள் என்ன தெரிந்து கொள்ள விரும்புகிறீர்கள்?”

“நேற்று இரவு நடந்த அனைத்தையும்,” என்று கூறிய புவாரோ, மீண்டும் “அனைத்தையும்,” என்று அழுத்திக் கூறினார்.

அதைக் கேட்டு வலேரி பலவீனமாகப் புன்னகைத்தார்.

“நான் பொய் சொல்வேன் என்று நீங்கள் நினைக்கிறீர்களா? நான் அந்த அளவு முட்டாள் அல்லள். நான் எதையும் மறைக்கக்கூடாது என்பதை என்னால் புரிந்து கொள்ள முடிகிறது. ரீட்பர்ன் என்னைப் பற்றிய இரகசியம் ஒன்றை வைத்திருந்தார். அதை வைத்து அவர் என்னை மிரட்டினார். இளவரசருக்காக நான் பொறுத்துக் கொண்டேன். இளவரசரை இழக்க நான் தயாராக இல்லை. இப்போது ரீட்பர்ன்

இறந்துவிட்டதால் நான் பாதுகாப்பாக உள்ளேன். ஆனால், நான் அவரைக் கொல்லவில்லை."

புவாரோ தலையாட்டிவிட்டுப் புன்னகை புரிந்தார். "இதை நீங்கள் என்னிடம் சொல்ல வேண்டிய தேவையில்லை. நேற்று இரவு என்ன நிகழ்ந்தது என்று கூறுங்கள்."

"இரகசியத்தை வெளியிடாமல் இருப்பதற்காக நான் அவருக்குப் பணம் கொடுக்க முன்வந்தேன். அவர் அது தொடர்பான பேச்சுவார்த்தைக்குத் தயாராக இருந்ததாக என்னிடம் கூறினார். நேற்று இரவு ஒன்பது மணிக்கு அவர் அதற்காக நேரமும் குறித்திருந்தார். மோன் டெசிருக்கு அவர் என்னை வரச் சொன்னார். அந்த இடம் எனக்குத் தெரியும். முன்பு ஒரு முறை நான் அங்குச் சென்றிருந்தேன். அங்குள்ள படிப்பறையின் பக்கக்கதவு வழியாக நான் நுழைய வேண்டும் என்று ஏற்பாடு. ஏனெனில், அப்போதுதான் பணியாட்களின் கண்களில் நான் படாதிருப்பேன்."

"எனக்கு ஒன்று சொல்லுங்கள். இரவு நேரத்தில் அப்படித் தனியாக அங்குச் செல்வது குறித்து உங்களுக்கு பயமாக இருக்கவில்லையா?"

இதற்கு பதிலளிக்க வலேரி ஒரு கணம் தயங்கியதுபோல எனக்குத் தோன்றியது. அது என்னுடைய கற்பனையாக இருக்குமோ என்றுகூட நான் சந்தேகித்தேன்.

"எனக்கு பயமாகத்தான் இருந்தது. ஆனால் எனக்குத் துணையாக வருவதற்கு எனக்கு யாருமே இருக்கவில்லை. நான் பெரும் பதற்றத்தில் இருந்தேன். ரீட்பர்ன் என்னைத் தன்னுடைய படிப்பறைக்குள் அனுமதித்தார். ஐயோ! அவர் செத்துத் தொலைத்தது எனக்கு எவ்வளவு சந்தோஷமாக இருக்கிறது தெரியுமா? எலியிடம் விளையாடுகின்ற பூனையைப்போல அவர் என்னிடம் ஆட்டம் காட்டினார். அவர் என்னைப் பரிகாசம் செய்தார். நான் அவரிடம் மன்றாடினேன். என் நகைகள் அனைத்தையும் அவருக்குத் தருவதற்கு நான் தயாராக இருந்ததாக நான் அவரிடம் கூறினேன். ஆனால் அதனால் எந்தப் பயனும் விளையவில்லை. நான் அவருக்கு என்ன கொடுக்க வேண்டும் என்று அவர் என்னிடம் கூறினார். அது என்ன என்று உங்களால் எளிதில் ஊகிக்க முடியும். நான் அதற்கு மறுத்துவிட்டேன். நான் அவரைப் பற்றி என்ன நினைத்துக் கொண்டிருந்தேன் என்பதை அவரிடமே நான் கூறினேன். நான் வெறித்தனமாக அவரைத் திட்டினேன். அவர் அலட்டிக் கொள்ளாமல் வெறுமனே புன்னகைத்துக் கொண்டிருந்தார். இறுதியில், நான் திட்டுவதை நிறுத்திவிட்டு ஒருவழியாக அமைதியானதும், சன்னலின்

திரைச்சீலைகளுக்குப் பின்னாலிருந்து ஒரு சத்தம் வந்தது. அதை அவரும் கேட்டார். அவர் நேராக அந்தச் சன்னலுக்கு அருகே சென்று அந்தத் திரைச்சீலைகளை விலக்கினார். அங்கு ஒருவன் மறைந்திருந்தான். அவனுடைய தோற்றம் பயங்கரமாக இருந்தது. அவன் வீடுவாசலற்ற ஒரு பரதேசியைப்போல இருந்தான். அவன் ரீட்பர்னைத் தாக்கினான். அவன் மீண்டும் ஒரு முறை அவரைத் தாக்கினான். இரத்தக்கறை படிந்த தன்னுடைய கைகளால் அவன் என்னை இறுக்கமாகப் பிடித்தான். நான் அவனுடைய பிடியை உதறித் தள்ளிவிட்டு அவனிடமிருந்து தப்பி, பிரெஞ்சுப் பலகணிக் கதவைத் திறந்து கொண்டு, உயிரைக் கையில் பிடித்துக் கொண்டு ஓடினேன். பின்னர் இந்த வீட்டில் விளக்குகள் எரிந்து கொண்டிருந்ததைக் கண்டு நான் நேராக இதை நோக்கி ஓடி வந்தேன். இந்த வீட்டின் பிரெஞ்சுப் பலகணிக் கதவில் திரைச்சீலைகள் இழுத்துவிடப்பட்டிருந்தன. உள்ளே சிலர் சீட்டாடிக் கொண்டிருந்ததை நான் பார்த்தேன். நான் அந்தப் பலகணிக் கதவைத் திறந்து கிட்டத்தட்ட அந்த அறைக்குள் விழுந்தேன். எனக்குள் எல்லாம் இருள்வதற்குள், 'கொலை' என்ற ஒற்றை வார்த்தையை மட்டுமே என்னால் உதிர்க்க முடிந்தது."

"நன்றி, வலேரி. இது உங்களுக்குக் கடுமையாக அதிர்ச்சியளித்திருந்த ஓர் அனுபவமாக இருந்திருக்கும் என்பதில் சந்தேகமில்லை. உங்களால் அந்தப் பரதேசியை விவரிக்க முடியுமா? அவன் என்ன அணிந்திருந்தான் என்று உங்களால் கூற முடியுமா?"

"இல்லை, அது என்னால் முடியாது. எல்லாம் படுவிரைவாக நடந்து முடிந்துவிட்டது. ஆனால், அவனைப் பார்த்தால் என்னால் அடையாளம் காட்ட முடியும். அவனுடைய முகம் என் மனத்தில் ஆழமாகப் பதிந்துவிட்டது."

"வலேரி, உங்களிடம் கடைசியாக ஒரே ஒரு கேள்வி. ரீட்பர்னின் மாளிகையின் முன்வாசலுக்கு வருவதற்கான பாதையைப் பார்த்தபடி அமைந்துள்ள அந்த மற்றொரு சன்னலின் திரைச்சீலைகள் மூடப்பட்டிருந்தனவா அல்லது விலக்கப்பட்டிருந்தனவா?"

முதன்முறையாக அந்த நாட்டியப் பேரொளியின் முகத்தின்மீது குழப்ப ரேகைகள் படர்ந்தன. அவர் அதை நினைவுகூர முயன்றதைப்போல இருந்தது.

"சொல்லுங்கள், வலேரி."

"அவை மூடப்பட்டிருக்கவில்லை என்று நான் நினைக்கிறேன்; இல்லை, நான் உறுதியாக நம்புகிறேன்."

"இது விநோதமாக இருக்கிறது. ஏனெனில், அந்த

அறையிலிருந்த மற்றொரு சன்னலின் திரைச்சீலைகள் மூடப்பட்டிருந்தன. சரி, பரவாயில்லை. அது ஒன்றும் முக்கியமான விஷயமல்ல. நீங்கள் இங்கு நீண்ட நாட்கள் தங்கத் திட்டமிட்டிருக்கிறீர்களா?"

"நாளை நான் இங்கிருந்து கிளம்பும் அளவுக்குத் தேறிவிடுவேன் என்று மருத்துவர் கூறியுள்ளார்," என்று கூறிய வலேரி, அந்த அறையைச் சுற்றுமுற்றும் பார்த்தார். அங்கு ஆக்லேன்டரின் மகள் இல்லை என்பதை உறுதி செய்து கொண்ட பிறகு, "இக்குடும்பத்தினர் என்னை அன்பாக நடத்துகின்றனர் என்பது உண்மைதான். ஆனால், இவர்கள் என்னுடைய உலகத்தைச் சேர்ந்தவர்கள் அல்லர். நான் அவர்களை அதிர்ச்சிக்கு உள்ளாக்குகிறேன். எனக்கு – எனக்கு நடுத்தர வர்க்க மக்களைப் பிடிக்காது!" என்று கூறினார்.

அந்த வார்த்தைகளுக்குப் பின்னால் ஒருவிதமான கசப்பு இழையோடியது.

புவாரோ தன் தலையை ஆட்டினார். "எனக்குப் புரிகிறது. என்னுடைய கேள்விகள் மூலம் நான் உங்களை மேலும் களைப்பாக்கியிருக்கவில்லையே?"

"அப்படியெல்லாம் இல்லை. இவை அனைத்தையும் எவ்வளவு விரைவாக முடியுமோ அவ்வளவு விரைவாக இளவரசர் அறிந்து கொள்ள வேண்டும் என்ற பதற்றம் மட்டும்தான் எனக்கு இருக்கிறது."

"சரி. அப்படியானால் நான் உங்களிடமிருந்து விடைபெற்றுக் கொள்கிறேன்."

புவாரோ அந்த அறையிலிருந்து வெளியேறிக் கொண்டிருந்தபோது, அங்குக் கிடந்த, பிரத்யேகமாகத் தயாரிக்கப்பட்டிருந்த தோல் செருப்புகளைப் பார்த்துவிட்டு, வலேரியிடம் திரும்பி, "இவை உங்களுடையவையா?" என்று கேட்டார்.

"ஆமாம். அவை சுத்தம் செய்யப்பட்டு இங்குக் கொண்டு வரப்பட்டன."

நாங்கள் படியிறங்கிக் கொண்டிருந்தபோது, புவாரோ என்னிடம், "இவருடைய செருப்புகளைச் சுத்தம் செய்வதில் ஆர்வம் காட்டியிருந்த பணியாட்கள், கணப்படுப்பிலுள்ள சாம்பலைச் சுத்தம் செய்ய ஆர்வம் காட்டியிருக்கவில்லை," என்று கூறினார். பின்னர் அவர் யோசனையுடன் தொடர்ந்தார். "ஓரிரு சிறு விஷயங்கள் மட்டுமே தெளிவுபடுத்தப்பட வேண்டியிருக்கின்றன. ஆனால், என்னைப் பொறுத்தவரை இந்த விவகாரம் முடிந்துவிட்டது என்றுதான் நான் நினைக்கிறேன்."

"அப்படியானால், கொலைகாரன்?"

"ஹெர்கியூல் புவாரோ ஒருபோதும் பரதேசிகளை வேட்டையாடுவதில்லை," என்று புவாரோ 'அடக்கமாகக்' கூறினார்.

4

ஆக்லேன்டரின் மகள் மாடிப்படிக்கு அருகே எங்களைச் சந்தித்தாள். "நீங்கள் ஒரு நிமிடம் வரவேற்பறையில் காத்துக் கொண்டிருங்கள். அம்மா உங்களிடம் பேச வேண்டும் என்று கூறினார்."

வரவேற்பறை இன்னும் தொடப்படாத நிலையில் அப்படியே இருந்தது. புவாரோ அங்கிருந்த மேசைமீது கிடந்த சீட்டுகளைச் சேகரித்து அவற்றைத் தன் கைகளில் வைத்துக் கலைத்துக் கொண்டிருந்தார்.

"ஹேஸ்டிங்ஸ், நான் என்ன நினைத்துக் கொண்டிருக்கிறேன் என்பதை உங்களால் ஊகிக்க முடிகிறதா?"

"இல்லை."

"ஆக்லேன்டரின் மகள் துருப்புச் சீட்டுகள் இல்லாமல் விளையாடியிருந்திருக்கக்கூடாது."

"புவாரோ! நாம் தீவிரமாகப் பேசிக் கொண்டிருக்கின்றபோது, சீட்டு விளையாட்டைப் பற்றி எதற்காகப் பேசுகிறீர்கள்?"

"அதற்காக நான் எப்போதும் இரத்தத்தையும் கொலைகளையும் பற்றி மட்டுமே பேசிக் கொண்டிருக்க வேண்டுமா?"

திடீரென்று புவாரோவின் உடல் விறைப்பானது. "ஹேஸ்டிங்ஸ், இந்தச் சீட்டுக்கட்டில் கிளப்ஸ் இராஜாவைக் காணவில்லை."

"சாரா!" என்று நான் அலறினேன்.

ஆனால், புவாரோ என் சங்கேதக் குறிப்பை அலட்சியம் செய்தார். அவர் அந்தச் சீட்டுகளை ஒழுங்காக அடுக்கி அவற்றுக்குரிய டப்பாவிற்குள் வைத்தார். அவருடைய முகம் இறுக்கமடைந்திருந்தது.

"ஹேஸ்டிங்ஸ், ஹெர்கியூல் புவாரோவாகிய நான், கிட்டத்தட்ட ஒரு பெரும் தவறு செய்யவிருந்தேன்," என்று அவர் கூறினார்.

நான் அவரைப் புரிந்து கொள்ள முடியாமல் பார்த்தேன்.

"நாம் மீண்டும் முதலிலிருந்து துவக்க வேண்டும். ஆனால், இம்முறை நாம் எந்தத் தவறும் செய்துவிடக்கூடாது."

அவருடைய பேச்சு அந்த அறைக்குள் நுழைந்த ஆக்லேன்டரின் மனைவியின் வருகையால் தடைபட்டது. அந்த நடுத்தர வயதுப் பெண்மணி அழகாக இருந்தார். அவர் தன் கைகளில் சில புத்தகங்களை வைத்திருந்தார். புவாரோ நன்றாகக் குனிந்து அவருக்கு வணக்கம் செலுத்தினார்.

"நீங்கள் வலேரியின் நண்பரா?"

"இல்லை. வலேரியின் நண்பர் என்னை இங்கு அனுப்பி வைத்துள்ளார்."

"ஓ, நான் வந்து... நீங்கள்–"

புவாரோ அவருடைய பேச்சை இடைமறித்து அந்த அறையிலிருந்த பிரெஞ்சுப் பலகணிக் கதவைச் சுட்டிக்காட்டினார்.

"நேற்று இரவு இதன் திரைச்சீலைகள் மூடப்பட்டிருக்கவில்லை, அப்படித்தானே?" என்று புவாரோ கேட்டார்.

"ஆமாம். அதனால்தான் வலேரியால் இந்த வீட்டில் எரிந்து கொண்டிருந்த விளக்கைப் பார்க்க முடிந்திருந்தது என்று நான் நினைக்கிறேன்."

"நேற்று இரவு நிலா வெளிச்சம் நன்றாக இருந்தது. அந்தப் பலகணிக் கதவுக்கு நேர் எதிரே இருந்த உங்களால் வலேரியை எப்படிப் பார்க்க முடியாமல் போனது?"

"நாங்கள் எங்களுடைய சீட்டு விளையாட்டில் மூழ்கியிருந்தோம். இதற்கு முன்பு இதுபோன்ற ஒரு சம்பவம் எங்களுக்கு நிகழ்ந்ததில்லை."

"அதை நான் நம்புகிறேன். நான் உங்களுடைய மனத்தை அமைதிப்படுத்துகின்ற மற்றொரு விஷயத்தையும் உங்களிடம் கூறிக் கொள்ள விரும்புகிறேன். வலேரி நாளை இங்கிருந்து கிளம்பிவிடுவார்."

"ஓ!" என்று கூறியபோது, ஆக்லேன்டரின் மனைவியின் முகத்தில் ஒரு நிம்மதி தோன்றியது.

"சரி, நான் உங்களிடமிருந்து விடைபெற்றுக் கொள்கிறேன்."

நாங்கள் அந்த வீட்டின் வாசற்படிகளில் இறங்கிக் கொண்டிருந்தபோது, ஒரு பணிப்பெண் அந்தப் படிகளைச் சுத்தம் செய்து கொண்டிருந்தாள்.

புவாரோ அவளிடம், "மாடியிலுள்ள பெண்ணின் செருப்புகளை நீதான் கழுவி வைத்தாயா?" என்று கேட்டார்.

"இல்லை, சார். அவை கழுவப்பட்டுள்ளதாக எனக்குத் தோன்றவில்லை."

நாங்கள் சாலையில் இறங்கி நடந்து கொண்டிருந்தபோது, நான் புவாரோவிடம், "அப்படியானால், அந்தச் செருப்புகளை

யார்தான் கழுவினார்கள்?" என்று கேட்டேன்.

"எவரும் கழுவவில்லை. ஏனெனில், கழுவுவதற்கான தேவை அவற்றுக்கு இருக்கவில்லை."

"ஒழுங்கான சாலையில் நடந்து வந்திருந்தால் அவற்றைக் கழுவுவதற்கான தேவை இருந்திருக்காது. ஆனால், தோட்டத்தின் ஊடாக ஓடி வந்திருந்தால், அவற்றில் சேறும் சகதியும் படிந்திருந்திருக்குமே?"

"ஆமாம்," என்று புவாரோ ஒரு மர்மப் புன்னகையுடன் கூறினார். "அதை நான் ஒப்புக் கொள்கிறேன்."

"ஆனால்–"

"இன்னும் அரை மணிநேரம் பொறுமையாக இருங்கள், ஹேஸ்டிங்ஸ். நாம் மீண்டும் மோன் டெசிருக்குப் போக வேண்டியுள்ளது."

5

நாங்கள் மீண்டும் வந்தது குறித்து அந்தப் பட்லர் வியப்படைந்தபோதிலும், அவன் எங்களை நேராக அந்தப் படிப்பறைக்கு அழைத்துச் சென்றான்.

அந்த அறைக்குள் நுழைந்ததும் புவாரோ நேராக அந்த வீட்டின் முன்பக்கமிருந்த வண்டிப் பாதையை ஒட்டியிருந்த சன்னலை நோக்கிச் சென்றதை நான் கண்டேன். "புவாரோ, இது தவறான சன்னல்."

"ஹேஸ்டிங்ஸ், நான் அப்படி நினைக்கவில்லை," என்று புவாரோ கூறினார். பின் அவர் என்னிடம், "இங்கே வந்து பாருங்கள்," என்று அந்தச் சன்னலில் இடம் பெற்றிருந்த, சலவைக்கல்லால் ஆன சிங்கத்தலையைச் சுட்டிக்காட்டினார். அதில் ஒரு இலேசான கறை படிந்திருந்தது. அதேபோன்ற ஒரு கறை, தரையிலும் படிந்திருந்ததைப் புவாரோ என்னிடம் சுட்டிக்காட்டினார்.

"யாரோ ஒருவர் ரீட்பர்னின் இரண்டு கண்களுக்கு இடையில் தன்னுடைய முஷ்டியால் குத்தியிருக்கிறார். ரீட்பர்ன் பின்னோக்கிச் சாய்ந்ததில் அந்தச் சிலையில் அவருடைய தலை இடித்திருக்கிறது. அதனால் அவர் கீழே விழுந்திருக்கிறார். அதற்குப் பிறகு அவர் இங்கிருந்து இழுத்துச் செல்லப்பட்டு அந்த இன்னொரு சன்னலுக்கு அருகே வேறொரு கோணத்தில் கிடத்தப்பட்டிருக்கிறார். அதை அந்த மருத்துவரும் உறுதிப்படுத்தியிருக்கிறார்."

"ஆனால், ஒருவர் எதற்காக இந்த வெட்டி வேலையில்

ஈடுபட வேண்டும்?”

“அது வெட்டி வேலை அல்ல. அது தேவையான ஒன்று. அதோடு, கொலைகாரனின் அடையாளத்திற்கான துப்பும் அதில் இருக்கிறது. அந்த நபரைக் கொலைகாரன் என்று கூறுவது பொருத்தமானதாக இருக்காது. ஏனெனில், அவரைக் கொல்ல வேண்டும் என்பது அவனுடைய நோக்கமல்ல. ஆனால், அவன் ஒரு வலுவான நபராக இருக்க வேண்டும்.”

“அவன் ரீட்பர்னின் உடலைத் தரையில் இழுத்துச் சென்றதை வைத்து அப்படிச் சொல்கிறீர்களா?”

“அதுவும் ஒரு காரணம். ஆனால் ஒட்டுமொத்தத்தில் இது ஒரு சுவாரசியமான விவகாரம். என்னை நானே கிட்டத்தட்ட முட்டாளாக்கிக் கொள்ளவிருந்தேன்.”

“அப்படியானால், இது முடிந்துவிட்டது, உங்களுக்கு எல்லாம் தெரியும் என்று நீங்கள் கூற வருகிறீர்களா?”

“ஆமாம்.”

திடீரென்று எனக்கு ஒரு விஷயம் ஞாபகம் வந்தது. “இல்லை. உங்களுக்கு ஒரு விஷயம் கண்டிப்பாகத் தெரியாது.”

“அது என்ன?”

“காணாமல் போன கிளப்ஸ் இராஜா எங்கே என்று உங்களுக்குத் தெரியாது!”

“ஓ! நீங்கள் சொல்வது வேடிக்கையாக இருக்கிறது. மிகவும் வேடிக்கையாக இருக்கிறது.”

“ஏன் அப்படிச் சொல்கிறீர்கள்?”

“ஏனெனில், அது என் பாக்கெட்டில் இருக்கிறது!” என்று கூறிய புவாரோ, அந்தச் சீட்டைத் தன் பாக்கெட்டிலிருந்து வெளியே உருவினார்.

அதைப் பார்த்து நான் நொறுங்கிப் போனேன். “இதை நீங்கள் எங்கே கண்டுபிடித்தீர்கள்?”

“இதில் மர்மமோ அல்லது புதிரோ ஒளிந்திருக்கவில்லை. அந்தச் சீட்டு மட்டும் அந்த டப்பாவிற்குள்ளேயே தங்கிவிட்டது.”

“உம். ஆனாலும், அது உங்களுக்கு ஒரு யோசனையைக் கொடுத்திருக்கிறது, அப்படித்தானே?”

“ஆமாம். அதைப் பற்றி நான் பிறகு கூறுகிறேன்.”

“இப்போது நாம் என்ன செய்யப் போகிறோம்?”

“நாம் லண்டனுக்குத் திரும்பிச் செல்லப் போகிறோம். அதற்கு முன், நாம் மீண்டும் டெய்சிமீடுக்குச் செல்லப் போகிறோம். அங்கு நான் ஒரு பெண்ணைச் சந்திக்க வேண்டியிருக்கிறது.”

அதே பணிப்பெண் எங்களுக்குக் கதவைத் திறந்துவிட்டாள்.

“அவர்கள் எல்லோரும் சாப்பிட்டுக் கொண்டிருக்கின்றனர்.

வலேரி மேடம் ஓய்வெடுத்துக் கொண்டிருக்கிறார்.”

“உன்னுடைய எஜமானியம்மாவை நான் ஒரு சில நிமிடங்கள் பார்க்க விரும்புவதாக அவரிடம் சென்று கூறு.”

நாங்கள் வரவேற்பறையில் உட்கார வைக்கப்பட்டோம். நாங்கள் அந்த அறையை நோக்கிச் சென்று கொண்டிருந்தபோது, அக்குடும்ப உறுப்பினர்கள் அனைவரும் உணவறையில் அமர்ந்து சாப்பிட்டுக் கொண்டிருந்தது என் கண்ணில் பட்டது. அவர்களில் வாட்டசாட்டமான இரண்டு நபர்களும் இருந்தனர். அவர்களில் ஒருவர் மீசை வைத்திருந்தார், மற்றொருவர் தாடி வைத்திருந்தார்.

ஒரு சில நிமிடங்களில் ஆக்லேன்டரின் மனைவி எங்களை நோக்கி வந்தார். அவருடைய முகத்தின்மீது ஒரு கேள்விக்குறி தென்பட்டது. புவாரோ குனிந்து அவருக்கு வணக்கம் தெரிவித்தார்.

“மேடம், எங்கள் நாட்டில் நாங்கள் அன்னையரைப் பெரிதாக மதிக்கிறோம், நேசிக்கிறோம். எங்களைப் பொறுத்தவரை, குடும்பத் தலைவிகள்தாம் எல்லாமே.”

எடுத்த எடுப்பிலேயே புவாரோ இப்படிக் கூறியதைக் கேட்டு அவர் அதிர்ந்து போனார்.

“நான் இங்கு வந்தது ஓர் அன்னையின் பதற்றத்தைக் குறைப்பதற்காகத்தான். ரீட்பர்னின் கொலைகாரன் ஒருக்காலும் கண்டுபிடிக்கப்பட மாட்டான். பயப்படாதீர்கள். ஹெர்கியூல் புவாரோவாகிய நான் உங்களுக்கு வாக்குக் கொடுக்கிறேன். நான் சொல்வது சரிதானே? அல்லது, நான் ஒரு மனைவிக்கு உத்தரவாதமளிக்க வேண்டுமா?”

அப்பெண்மணி ஒரு கணம் தயங்கினார். அவர் புவாரோவின் கண்களை உற்றுப் பார்த்தார். இறுதியில், அவர் அமைதியாக, “உங்களுக்கு எப்படித் தெரியும் என்று எனக்குத் தெரியாது. ஆனால், நீங்கள் கூறுவது சரிதான்,” என்று கூறினார்.

புவாரோ ஏதோ தீவிர யோசனையுடன் தலையசைத்தார். “அவ்வளவுதான், மேடம். நீங்கள் இதற்கு மேல் கவலைப்படத் தேவையில்லை. உங்களுடைய ஆங்கிலேயக் காவல்துறை அதிகாரிகளுக்கு ஹெர்கியூல் புவாரோவின் பார்வை கிடையாது.” பின்னர் அவர் அந்த அறையில் மாட்டப்பட்டிருந்த குடும்பப் புகைப்படத்தைத் தன்னுடைய விரலால் இலேசாகத் தட்டிக் காட்டினார்.

“உங்களுக்கு இன்னொரு மகளும் இருந்தாள். ஆனால், அவள் இறந்துவிட்டாள், அப்படித்தானே?”

அப்பெண்மணி மீண்டும் ஒரு கணம் தயங்கினார். பிறகு அவர் புவாரோவின் கண்களை உற்றுப் பார்த்துவிட்டு,

"ஆமாம். அவள் இறந்துவிட்டாள்," என்று பதிலளித்தார்.

"ஓ! அப்படியானால், நாங்கள் விடைபெற்றுக் கொள்கிறோம். அதற்கு முன்பாக, கிளப்ஸ் இராஜா சீட்டை உங்களிடம் திருப்பிக் கொடுக்க என்னை அனுமதியுங்கள். அந்த ஓரிடத்தில்தான் நீங்கள் தவறு செய்திருந்தீர்கள். நீங்கள் வெறும் ஐம்பத்தொரு சீட்டுகளை மட்டும் வைத்துக் கொண்டு ஒரு மணிநேரத்திற்கும் மேலாகச் சீட்டாடிக் கொண்டிருந்திருக்கிறீர்கள். இந்த விளையாட்டைப் பற்றித் தெரிந்திராதவர்கள் இதைக் கவனித்திருக்க மாட்டார்கள். நாங்கள் போய்வருகிறோம்!"

நாங்கள் இரயில் நிலையத்தை நோக்கி நடந்து கொண்டிருந்தபோது, புவாரோ என்னிடம், "இப்போது உங்களுக்கு எல்லாம் புரிந்திருக்கும் என்று நான் நினைக்கிறேன்," என்று கூறினார்.

"எனக்கு எல்லாம் புரிந்திருக்கவில்லை. ரீட்பர்னைக் கொன்றது யார்?"

"ஆக்லேன்டரின் மகன். அது ஆக்லேன்டராகவும் இருக்கலாம். ஆனால், அவர்கள் இருவரில் மகன் அதிக வலுவானராக இருப்பதால், கொலையாளி அவனாகத்தான் இருக்க வேண்டும் என்று நான் கருதுகிறேன். நிச்சயமாக அவர்கள் இருவரில் ஒருவர்தான் அந்தக் கொலையைச் செய்திருக்க வேண்டும்."

"எதை வைத்து அப்படிச் சொல்கிறீர்கள்?"

"ரீட்பர்ன் வீட்டுப் படிப்பறையில், உள்ளே நுழைவதற்கான ஒரு வாசலும், ஒரு பிரெஞ்சுப் பலகணி வாசலும், இரண்டு சன்னல்களும் இருந்தன. வலேரி அங்கிருந்து தப்பித்து டெய்சிமீடை நோக்கி ஓடினாள் என்று காட்ட வேண்டும் என்றால், அந்தச் சம்பவம், பின்பக்கச் சன்னலுக்கு அருகே நடந்ததாகக் காட்டப்பட வேண்டும். ஆனால், உண்மையில் வலேரி அந்தப் படிப்பறையில் மயங்கி விழுந்திருக்க வேண்டும். அவளைத் தூக்கிக் கொண்டு ஆக்லேன்டரின் மகன் டெய்சிமீடுக்கு வந்திருக்க வேண்டும். அதனால்தான், அவன் மிகவும் வலுவானவனாக இருக்க வேண்டும் என்று நான் கூறினேன்."

"அப்படியானால், வலேரியும் ஆக்லேன்டரின் மகனும் ஒன்றாகத்தான் ரீட்பர்னின் வீட்டுக்குச் சென்றனரா?"

"ஆமாம். நான் வலேரியிடம், 'இரவு நேரத்தில் அப்படித் தனியாக அங்குச் செல்வது குறித்து உங்களுக்கு பயமாக இருக்கவில்லையா?' என்று கேட்டபோது, வலேரி ஒரு கணம் தயங்கியதை நீங்கள் கவனித்திருந்திருக்கலாம். வலேரி

தன்னுடன் ஆக்லேன்டரின் மகனை அழைத்து வந்திருந்ததை ரீட்பர்ன் இரசிக்கவில்லை என்று நான் நினைக்கிறேன். அவர்கள் கடும் வாக்குவாதத்தில் ஈடுபட்டிருந்திருக்க வேண்டும். வலேரியை ரீட்பர்ன் மோசமான வார்த்தைகளால் திட்டியிருந்திருக்க வேண்டும். அதனால் கோபமடைந்து ஆக்லேன்டரின் மகன் ரீட்பர்னைத் தாக்கியிருந்திருக்க வேண்டும். மற்றவற்றை நீங்கள் அறிவீர்கள்."

"எதற்காகச் சீட்டாட்டம்?"

"அவர்கள் விளையாடிய சீட்டாட்டத்திற்கு நான்கு ஆட்டக்காரர்கள் தேவை. இது போன்ற எளிய பொய்கள், உண்மையை மறைக்கச் சிறப்பாக உதவும். அந்த இரவு நேரம் முழுவதும் அங்கு மூன்று பேர் மட்டுமே சேர்ந்து அமர்ந்து சீட்டாடிக் கொண்டிருந்தனர் என்று யார்தான் கற்பனை செய்வர்?"

ஆனால் எனக்கு இன்னும் குழப்பமாக இருந்தது.

"எனக்கு ஒரு விஷயம் மட்டும் புரியவில்லை. ஆக்லேன்டரின் குடும்பத்திற்கும் நாட்டியக்காரி வலேரிக்கும் என்ன தொடர்பு?"

"அதை நீங்கள் எப்படி கவனிக்காமல் விட்டீர்கள்? இவ்வளவுக்கும், ஆக்லேன்டரின் வீட்டுச் சுவரில் மாட்டப்பட்டிருந்த குடும்பப் புகைப்படத்தை என்னைவிட நீங்கள்தான் அதிக நேரம் உற்று நோக்கிக் கொண்டிருந்தீர்கள்! ஆக்லேன்டரின் மற்றொரு மகள் அவர்களுடைய குடும்பத்தைப் பொறுத்தவரை இறந்து போயிருக்கலாம். ஆனால், இந்த உலகம் அவளை வலேரி செயின்ட்கிளேர் என்றுதான் அறிந்து வைத்திருக்கிறது!"

"என்ன சொல்கிறீர்கள்?"

"அந்த இரண்டு சகோதரிகளையும் ஒன்றாகப் பார்த்தபோது அவர்களுக்கிடையே சாடை ஒற்றுமை இருந்ததை நீங்கள் கவனிக்கவில்லையா?

"இல்லை," என்று நான் ஒப்புக் கொண்டேன். "மாறாக, அவர்களுக்கு இடையேயிருந்த வேறுபாடுகளைத்தான் நான் பார்த்துக் கொண்டிருந்தேன்."

"அதற்குக் காரணம் வலேரியின் அழகு உங்களுடைய கண்களை மறைத்திருந்தது. அவர்கள் இருவருக்கும் இடையே உருவ ஒற்றுமை கிட்டத்தட்டக் கச்சிதமாக இருந்தது. நிறம்கூட ஒன்றுபோல இருந்தது. இதில் சுவாரசியமான விஷயம் என்னவென்றால், வலேரி தன் குடும்பம் குறித்து அவமான உணர்வு கொண்டிருந்தார். அவருடைய குடும்பத்தார் அவரைப் பற்றி அவமான உணர்வு கொண்டிருந்தனர். ஆனாலும், ஓர் இக்கட்டான சமயத்தில் வலேரி தன் சகோதரனின்

உதவியை நாடியிருந்திருக்கிறார். எதிர்பாராத விதமாக விஷயங்கள் தடம் புரண்டபோது, அவர்கள் அனைவரும் ஒன்றாகச் சேர்ந்து கொண்டனர். குடும்பப் பிணைப்பு என்பது வலுவானது. அவர்களுடைய குடும்பத்தில் எல்லோருமே சிறந்த நடிகர்களாக இருந்தனர். அங்கிருந்துதான் வலேரிக்கு அத்திறமை கிடைத்திருக்கிறது. இளவரசர் பாலைப்போல நானும் வம்சாவளியில் நம்பிக்கை கொண்டவன். அவர்கள் என்னைத் தந்திரமாக ஏமாற்றியிருந்தனர். அதிர்ஷ்டவசமாக, இரண்டு விஷயங்கள் எனக்குச் சாதகமாக அமைந்திருந்தன. ஒன்று, அவர்கள் ஒரு சீட்டை அந்த டப்பாவுக்குள்ளேயே விட்டிருந்தது. மற்றொன்று, நான் ஆக்லேன்டரின் மனைவியிடம் கேட்டச் சோதனைக் கேள்வி. அவரும் அவருடைய பெண்ணும் அந்த அறையில் எங்கு உட்கார்ந்திருந்தனர் என்பது குறித்தக் கேள்விக்கு அவர்கள் இருவரும் முரண்பட்ட பதில்களைக் கொடுத்திருந்தனர். இந்த இரண்டும் இல்லையெனில், ஆக்லேன்டர் குடும்பம் ஹெர்கியூல் புவாரோவைத் தோற்கடித்திருந்திருக்கும்."

"இப்போது இளவரசரிடம் நீங்கள் என்ன சொல்லப் போகிறீர்கள்?"

"வலேரி அந்தக் கொலையைச் செய்திருக்க வாய்ப்பில்லை என்றும், அந்தப் பரதேசி ஒருபோதும் பிடிபட மாட்டான் என்றும் நான் கூறப் போகிறேன். அதோடு, சாராவிற்கு என் பாராட்டுகளைத் தெரிவிக்குமாறும் அவரிடம் நான் கேட்டுக் கொள்ளப் போகிறேன். அது வியப்பூட்டும் எதேச்சையான ஒரு நிகழ்வு. நான் இதை 'கிளப்ஸ் இராஜாவின் சாகச விவகாரம்' என்று அழைக்கப் போகிறேன். நீங்கள் என்ன சொல்கிறீர்கள், ஹேஸ்டிங்ஸ்?"

ஹெலனின் முகம்

அந்த ஓப்பெரா இசை நிகழ்ச்சிக்கு வந்திருந்த சட்டர்துவைத், முதல் தளத்தில் அமைந்திருந்த தன்னுடைய உப்பரிகை அறையில் தனியாக அமர்ந்திருந்தார். அந்த அறையின் கதவில் அவருடைய பெயர் அச்சிடப்பட்டப் பெயரட்டை ஒட்டப்பட்டிருந்தது. அனைத்துக் கலைகளின் கலாரசிகரான சட்டர்துவைத்துக்கு இசை மிகவும் பிடிக்கும். கோவன்ட் கார்டன் பகுதியில் ஆண்டுதோறும் நடைபெற்ற நிகழ்ச்சிகளில் அவர் தவறாமல் கலந்து கொள்வார். அந்தப் பருவகாலம் முழுவதும் செவ்வாய் மற்றும் வெள்ளிக்கிழமைகளில் அவர் உப்பரிகை அறை ஒன்றைத் தன் பெயரில் பதிவு செய்து வைத்துவிடுவார்.

ஆனால், அவற்றில் அவர் தனியாக அமர்ந்திருப்பது அபூர்வம். அவருக்குப் பொதுவாகப் பிறரோடு சேர்ந்து இருப்பது பிடிக்கும். குறிப்பாக, மேட்டுக்குடியினரைக் கொண்டு அந்த அறையை நிரப்புவதில் அவர் அதிக ஆர்வம் கொண்டிருந்தார். ஏனெனில், அதுதான் அவர் சார்ந்திருந்த உலகம். அவ்வுலகில், கலையுலகின் சீமான்களும் பிரபுக்களும் அடங்குவர். இன்று அவர் அங்குத் தனியாக உட்கார்ந்திருந்ததற்குக் காரணம், ஒரு சீமாட்டி அவருக்கு ஏமாற்றமளித்திருந்ததுதான். அழகானவராகவும் பலரால் கொண்டாடப்பட்ட ஒரு பெண்மணியாகவும் விளங்கிய அந்தச் சீமாட்டி, ஒரு நல்ல தாயாகவும் திகழ்ந்தார். அவருடைய குழந்தைகளுக்குப் 'பொன்னுக்கு வீங்கி' வந்திருந்ததால், வீட்டிலிருந்து அவர் அவர்களைக் கவனித்துக் கொள்ள வேண்டியதாயிற்று. அவருக்கு அந்தக் குழந்தைகளையும் 'சீமாட்டி' என்ற பட்டத்தையும் கொடுத்திருந்த அவருடைய

கணவர், மற்ற விஷயங்களில் எதற்கும் இலாயக்கற்றவராக இருந்தார். அவருக்கு இசை என்றால் வேப்பங்காயாகக் கசந்தது. அதனால், இதுதான் சாக்கென்று அவரும் அந்த இசை நிகழ்ச்சிக்கு வருவதிலிருந்து தப்பித்துவிட்டார்.

அன்றைய தினம் இரண்டு இசை நாடகங்கள் நடைபெறவிருந்தன. ஒன்று, கேவல்லேரியா ரஸ்டிகானா. மற்றொன்று பக்லியாச்சி. கேவல்லேரியா ரஸ்டிகானா நாடகம் சட்டர்துவைத்தை ஒருபோதும் கவர்ந்ததில்லை என்பதால், இடைவேளையை ஒட்டித்தான் அவர் அங்கு வந்தார். அவர் தன் கையில் வைத்திருந்த தூரக்கண்ணாடியால் பார்த்து ஒருவரைத் தேர்ந்தெடுத்து, அவரிடம் பேசுவதற்காக அவரை நோக்கிப் போகத் திட்டமிட்டார். ஆனால், அவருடைய திட்டம் நிறைவேறவில்லை. ஏனெனில், அவர் தன் அறையைவிட்டு வெளியே வந்தவுடனேயே, தனக்குப் பரிச்சயமான ஒரு நபரை அவர் எதிர்கொண்டார். சட்டர்துவைத்திடம் ஓர் இனிமையான ஆர்வம் தொற்றிக் கொண்டது.

"குயின்!" என்று சட்டர்துவைத் உற்சாகமாகக் கத்தினார்.

குயின் எந்த நேரத்திலும் மாயமாக மறைந்துவிடக்கூடும் என்று அஞ்சியதுபோல, சட்டர்துவைத் குயினின் கையை இறுகப் பற்றிக் கொண்டார்.

"நீங்கள் என்னோடு என் அறைக்கு வர வேண்டும்," என்று கேட்டுக் கொண்ட சட்டர்துவைத், "நீங்கள் தனியாகத்தானே வந்திருக்கிறீர்கள்?" என்று வினவினார்.

"ஆமாம். நான் தனியாகத்தான் வந்திருக்கிறேன்."

சட்டர்துவைத் ஒரு நிம்மதிப் பெருமூச்செறிந்துவிட்டு, "அப்படியானால், நீங்கள் என் அறைக்கு வந்து என்னுடன் அமர்ந்து இந்த நாடகத்தைக் கண்டுகளிக்க வேண்டும்," என்று கூறினார்.

"உங்களுக்கு என்மீது அதீத அன்பு," என்று குயின் கூறினார்.

"இது எனக்குக் கிடைத்த பாக்கியம். உங்களுக்கு இசை பிடிக்கும் என்று எனக்குத் தெரியாது," என்று சட்டர்துவைத் அவரிடம் கூறினார்.

"நான் பக்லியாச்சி இசை நாடகத்தின்பால் ஈர்க்கப்பட்டதற்கு வலுவான காரணங்கள் இருக்கின்றன."

"ஓ! அப்படியா?"

நாடகம் துவங்குவதற்கான முதல் அழைப்பு மணி ஒலித்தவுடன் அவர்கள் சட்டர்துவைத்தின் அறைக்குள் நுழைந்தனர். அவர்கள் லேசாக முன்னோக்கிக் குனிந்து, அந்த அரங்கின் கீழ்த்தளத்திற்கு வந்து கொண்டிருந்தவர்களைத் தங்களுடைய கைகளில் இருந்த தூரக்கண்ணாடிகள் வழியாகப்

பார்த்துக் கொண்டிருந்தனர்.

அப்போது குயின், "ஆ! எவ்வளவு அழகான தலை!" என்று விமர்சித்தார்.

அவர் தன் தூரக்கண்ணாடியை ஆட்டி, அவர்களுக்கு நேர் கீழே அமர்ந்திருந்த ஒரு பெண்ணைச் சுட்டிக்காட்டினார். அவள் முன்னோக்கிப் பார்த்து அமர்ந்திருந்ததால் அவர்களால் அவளுடைய முகத்தைப் பார்க்க முடியவில்லை. அவளுடைய பொன்னிறக் கூந்தலையும் அது தொட்டுக் கொண்டிருந்த வெண்கழுத்தையும் மட்டுமே அவர்களால் பார்க்க முடிந்தது.

"ஒரு கிரேக்கத் தலை," என்று சட்டர்துவைத் வியந்தார். "மிகக் குறைவான நபர்களே தங்களுக்குக் கச்சிதமாகப் பொருந்துகின்ற தலைமுடியைப் பெற்றிருக்கின்றனர் என்பது ஆச்சரியகரமானது."

"நீங்கள் விஷயங்களை நன்றாக அவதானிக்கிறீர்கள்," என்றார் குயின்.

"என்னால் விஷயங்களைப் பார்க்க முடியும் என்பது உண்மைதான். எடுத்துக்காட்டாக, நீங்கள் காட்டிய அந்தத் தலையை நான் உடனடியாகத் தேர்ந்தெடுத்தேன். விரைவில் அவளுடைய முகத்தை நாம் பார்ப்போம். ஆனால், அது அவளுடைய தலைக்கு ஏற்ற விதத்தில் இருக்காது. அதற்கான வாய்ப்பு ஆயிரத்தில் ஒன்றாகத்தான் இருக்கும்."

அந்த வார்த்தைகள் அவருடைய வாயிலிருந்து வெளியேறிய அதே கணத்தில், விளக்குகள் ஒரு முறை சிமிட்டிவிட்டு அணைந்துவிட்டன. இசைத் தொகுப்பாளர் தன் பிரம்பை அசைத்த ஒலி கேட்டது. உடனே நாடகம் தொடங்கிவிட்டது. அன்று இரவு யோஷ்பிம் என்ற ஒரு புதிய இசைக் கலைஞர் பாடவிருந்தார். அவர் உலகப் புகழ்பெற்ற 'என்ரிகோ கரூசோ' என்ற இசைக் கலைஞரைப்போலப் பாடியதால், இரண்டாவது 'கரூசோ' என்று அழைக்கப்பட்டார். அவர் செக் நாட்டுக் குடிமகன், யூகோஸ்லேவியர், அல்பேனியர், பல்கேரியர் என்று பத்திரிகைகள் அவரைப் பல்வேறு விதங்களில் அழைத்தன. அவர் சமீபத்தில் ஒரு கிராமியப் பாடலை மிகப் பிரபலமான 'ஆல்பர்ட் ஹாலில்' பாடியிருந்தார். ஆனால் இன்றிரவு அவர் சாதாரணமான இத்தாலிய மொழியில் பாடவிருந்தார்.

இந்த இரண்டாவது நாடகத்தின் முதல் பகுதி முடிவடைந்து திரைச்சீலை கீழே இறக்கப்பட்டபோது, கைதட்டல்களால் அரங்கம் அதிர்ந்தது. சட்டர்துவைத் குயினின் பக்கம் திரும்பியபோது, அந்த முதல் பகுதி பற்றிய தன்னுடைய கருத்தைக் கேட்க அவர் ஆவலுடன் காத்துக் கொண்டிருந்ததை சட்டர்துவைத் கவனித்தார். தான் ஒரு சிறந்த விமர்சகர்

என்பதை சட்டர்துவைத் அறிந்து வைத்திருந்தார்.

சட்டர்துவைத் மிக மெதுவாகத் தன் தலையை ஆட்டினார்.

"இது நிஜமாகவே நன்றாக இருந்தது," என்று குயின் கூறினார்.

"என்ரிகோ கரூசோவின் குரலைப்போலவே இது ஒரு பிரமாதமான குரலாக இருக்கிறது. இதை மக்களால் உடனடியாகக் கிரகித்துக் கொள்ள முடியாது. ஏனெனில், இவருடைய உத்திகள் இன்னும் கச்சிதம் அடைந்திருக்கவில்லை. சில கரடுமுரடான முனைகள் இருக்கின்றன. சில இடங்களில் உறுதியின்மை நிலவுகிறது. ஆனால், குரல் அருமையாக இருக்கிறது," என்றார் சட்டர்துவைத்.

"ஆல்பர்ட் ஹாலில் நடைபெற்ற அவருடைய நிகழ்ச்சிக்கு நான் சென்றிருந்தேன்," என்று குயின் கூறினார்.

"ஓ, என்னால் அன்று செல்ல முடியவில்லை."

"அங்கு அவர் 'ஷெப்பர்ட்ஸ் சாங்' என்ற பாடலை மிக அற்புதமாகப் பாடினார்."

"நான் அதைப் பற்றிப் படித்தேன்."

மேடையில் நின்ற யோஷ்பிம் ஒரு புன்னகையுடன் பார்வையாளர்களைப் பணிந்து வணங்கினார். விளக்குகள் மீண்டும் எரியத் துவங்கின. மக்கள் வெளியேறத் துவங்கினர். சட்டர்துவைத் அந்தப் பொன்னிறத் தலைமுடிக்காரியைத் தன் கையிலிருந்த தூரக்கண்ணாடி வழியாகப் பார்க்கத் துவங்கினார். அவளும் எழுந்தாள். அவள் தன் தலையில் கட்டியிருந்த ஸ்கார்ஃபைச் சரி செய்துவிட்டுத் திரும்பினாள்.

சட்டர்துவைத்திற்கு மூச்சே நின்றுவிடும்போல இருந்தது. அப்படிப்பட்ட முகங்கள் உலகில் இருந்ததை அவர் அறிவார். வரலாற்றை நிர்ணயித்த முகங்கள் அவை.

அந்தப் பெண் மெல்ல நகர்ந்து சென்றாள். அவளுடன் இருந்த ஓர் இளைஞனும் கூடவே வந்தான். அவர்களைச் சுற்றிலும் இருந்த ஆண்களில் ஒவ்வொருவரின் பார்வையும் அவளை நோக்கியே சென்றது. தொடர்ந்து இரகசியமாக அவை அவளைப் பின்தொடர்ந்தன.

'அழகு!' என்று சட்டர்துவைத் தனக்குள் கூறிக் கொண்டார். 'வசீகரத்தைக் கடந்த, கவர்ச்சியை மீறிய, ஈர்ப்புக்கு அப்பாற்பட்ட, அப்பழுக்கற்ற அழகு அது. அந்த முகத்தின் வடிவம், புருவங்களின் அமைப்பு, தாடையின் வளைவு என்று அடுக்கிக் கொண்டே போகலாம்.' 'ஆயிரம் கப்பல்களைப் போருக்குத் தூண்டிய முகம்' என்று டிராய் நகரத்து ஹெலன் வர்ணிக்கப்பட்டிருந்ததை அவர் அறிவார். ஆனால், வாழ்க்கையில் முதன்முறையாக அந்த வார்த்தைகளின்

உண்மையான அர்த்தம் அப்போதுதான் அவருக்குப் புரிந்தது.

சட்டர்துவைத் தன் பார்வையைக் குயினின் பக்கம் திருப்பினார். குயின் தன்னைக் கவனித்துக் கொண்டிருந்ததைக் கண்ட அவர், குயினின் பார்வையில் ஆயிரம் அர்த்தங்கள் புதைந்திருந்ததை உணர்ந்தார். அங்கு வார்த்தைகளுக்கு வேலையில்லை என்று அவருக்குத் தோன்றியது.

“இப்படிப்பட்டப் பெண்கள் உண்மையில் எத்தகையவர்களாக இருப்பார்கள் என்று நான் எப்போதும் யோசித்து வந்துள்ளேன்,” என்று சட்டர்துவைத் கூறினார்.

“எந்தப் பெண்கள்?”

“ஹெலன்கள், கிளியோபாட்ராக்கள், மற்றும் மேரி ஸ்டூவர்ட்டுகள்!”

குயின் யோசனையுடன் தலையாட்டினார்.

“நாம் வெளியே சென்றால், அதை நம்மால் பார்க்க முடியக்கூடும்.”

அவர்கள் இருவரும் ஒன்றாக வெளியே சென்றனர். அவர்களுடைய தேடல் வெற்றியில் முடிந்தது. அவர்கள் தேடிக் கொண்டிருந்த ஜோடி மாடிப்படிக்கு அருகே ஓரிடத்தில் உட்கார்ந்திருந்தது. சட்டர்துவைத் முதன்முறையாக, அந்தப் பெண்ணுடன் இருந்த நபரைப் பார்த்தார். அவன் கருப்பாகவும் இளமையாகவும் இருந்தான். அவனுக்குள் ஏதோ ஒருவிதமான அடங்கா தவிப்பு எரிந்து கொண்டிருந்ததுபோல அவருக்குத் தோன்றியது. அவனுடைய கன்னக் கதுப்புகள் இலேசாகத் துருத்திக் கொண்டிருந்தன. தாடை சிறிது வளைந்திருந்தது. புருவங்கள் அடர்த்தியாக இருந்தன. அவனுடைய கண்கள் அந்த இருட்டிலும் ஒளிர்ந்து கொண்டிருந்தன.

‘சுவாரசியமான முகம்,’ என்று சட்டர்துவைத் தனக்குத் தானே கூறிக் கொண்டார்.

அந்த இளைஞன் முன்னால் சாய்ந்தபடி ஆர்வமாகப் பேசிக் கொண்டிருந்தான். அந்தப் பெண் அவன் பேசியதைக் கேட்டுக் கொண்டிருந்தாள். அவர்கள் இருவருமே சட்டர்துவைத்தின் உலகில் பொருந்த மாட்டார்கள். சட்டர்துவைத் அவர்களைக் கலைஞர்களின் வர்க்கத்தில் சேர்த்தார். அந்தப் பெண், வடிவமற்ற, மலிவான ஆடை அணிந்திருந்தாள். அவளுடைய காலணிகள் அழுக்காக இருந்தன. அந்த இளைஞன் தான் அணிந்திருந்த மாலைநேர உடையில் அசௌகரியமாக உணர்ந்ததுபோலத் தெரிந்தான்.

சட்டர்துவைத்தும் குயினும் பல முறை அந்த இடத்தை வலம் வந்தனர். நான்காவது முறை அவர்கள் அந்த ஜோடியைக் கடந்து சென்றபோது, மாநிறத்தில் இருந்த மற்றோர் இளைஞன்

அவர்களோடு சேர்ந்து கொண்டான். அவன் ஓர் எழுத்தராக இருக்க வேண்டும் என்று சட்டர்துவைத்துக்குத் தோன்றியது. அவனுடைய வருகை அங்கு ஒரு பதற்றத்தை உருவாக்கியது. புதிதாக அவர்களோடு இணைந்து கொண்டிருந்த அவன், தன் 'டை'யோடு விளையாடிக் கொண்டிருந்தான். அதோடு, அவன் அசௌகரியமாகவும் காணப்பட்டான். அந்தப் பெண்ணின் அழகான முகம் ஒருவிதமான வருத்தத்துடன் அவனை ஏறிட்டுப் பார்த்துக் கொண்டிருந்தது. அவளுடன் முதலில் இருந்த இளைஞனின் முகத்தில் கடுகடுப்பு தென்பட்டது.

"வழக்கமான கதைதான்," என்று குயின் கூறினார்.

"தவிர்க்கப்பட முடியாதது," என்று சட்டர்துவைத் கூறினார். "இரண்டு நாய்கள் ஓர் எலும்புத் துண்டுக்கு அடித்துக் கொள்வதுபோல. அது எப்போதும் இப்படித்தான் நடந்து கொண்டிருந்தது. இப்படித்தான் அது எப்போதும் நடந்து கொண்டிருக்கும். ஆனாலும், ஒருவர் வேறு ஒன்றுக்காக ஏங்கிக் கொண்டிருப்பார். அழகு–" என்று கூறியவர் அப்படியே பாதியில் நிறுத்திக் கொண்டார். சட்டர்துவைத்தைப் பொறுத்தவரை அழகு அற்புதமானது. அதைப் பற்றிப் பேசுவது அவருக்குக் கடினமாக இருந்தது. அவர் குயினைப் பார்த்தார். குயின் அதைப் புரிந்து கொண்டதுபோலத் தலையாட்டினார்.

அவர்கள் நாடகத்தின் இரண்டாவது பகுதிக்காக உள்ளே சென்றனர்.

நாடகத்தின் முடிவில் சட்டர்துவைத் ஆவலுடன் குயினின் பக்கம் தன் தலையைத் திருப்பினார்.

"வெளியே மழை பெய்து கொண்டிருக்கிறது. நீங்கள் என்னுடைய காரில் வாருங்கள். உங்களை எங்காவது அழைத்துச் செல்வதற்கு நீங்கள் என்னை அனுமதிக்க வேண்டும்," என்று சட்டர்துவைத் குயினிடம் கூறினார்.

சட்டர்துவைத் வேண்டுமென்றே 'எங்காவது' என்று கூறினார். 'உங்களுடைய வீட்டுக்கு' என்று அவர் கூறவில்லை. ஏனெனில், குயினைப் பற்றி சட்டர்துவைத்துக்குப் பெரிதாக எதுவும் தெரியாது. குயின் எங்கு வசித்தார் என்பதுகூட அவருக்குத் தெரியாது. குயின் ஒருபோதும் வளவளவென்று பேசாதவர்.

சட்டர்துவைத் தொடர்ந்தார். "குயின், உங்களுடைய சொந்தக் கார் உங்களுக்காகக் காத்துக் கொண்டிருக்கிறதா?"

"இல்லை. எனக்காக எந்தக் காரும் காத்துக் கொண்டிருக்கவில்லை."

"அப்படியானால்–"

ஆனால் குயின் அதை மறுப்பதுபோலத் தலையசைத்தார்.

“உங்களுடைய அழைப்புக்கு நன்றி. ஆனால், நான் என் வழியில் போகவே விரும்புகிறேன்,” என்று கூறிய அவர், ஒரு மர்மப் புன்னகையை உதிர்த்துவிட்டு, “ஏதாவது அசம்பாவிதம் நடந்தால், நீங்கள் அது தொடர்பான செயல்நடவடிக்கையில் இறங்கத் தயாராக இருக்க வேண்டும். நான் விடைபெற்றுக் கொள்கிறேன். மீண்டும் ஒரு முறை ஒரு நாடகத்தின் அரங்கேற்றத்தை நாம் ஒன்றாகச் சேர்ந்து பார்த்துள்ளோம்,” என்று முழங்கினார்.

அவர் அப்படிக் கூறிவிட்டு வேகமாக அங்கிருந்து சென்றுவிட்டார். அதற்கு எதிர்ப்புத் தெரிவிப்பதற்குக்கூட சட்டர்துவைத்துக்கு நேரம் இருக்கவில்லை. ஆனால், அவருடைய மனத்தில் இலேசான சஞ்சலம் புகுந்திருந்தது. குயின் எந்த நாடகத்தைப் பற்றிக் குறிப்பிட்டார்? பக்லியாச்சியைப் பற்றியா அல்லது வேறு ஏதாவது ஒன்றைப் பற்றியா?

சட்டர்துவைத்தின் கார் ஓட்டுநர் தன் எஜமானருக்காக, அந்த அரங்கிற்கு அருகேயிருந்த ஒரு சிறிய தெருவில் காரை நிறுத்திவிட்டுக் காத்துக் கொண்டிருந்தான். ஓப்பெரா முடிவடைந்ததும் அரங்க வளாகத்திலிருந்து காரை வெளியே கொண்டுவருவதற்கு நிறைய நேரம் பிடிக்கும் என்பதால் சட்டர்துவைத் இந்த ஏற்பாட்டைச் செய்திருந்தார். தன் ஓட்டுநர் தன்னுடைய காரை எங்கு நிறுத்தி வைத்திருப்பான் என்பது சட்டர்துவைத்திற்குத் தெரியும் என்பதால், அவர் அந்த இடத்திற்குச் சென்று கொண்டிருந்தார். அவர் அத்தெருவில் நுழைந்தபோது, தன் முன்னே அந்தப் பெண்ணும் அவளுடன் வந்திருந்த இளைஞனும் நின்று கொண்டிருந்ததை அவர் பார்த்தார். அதே நேரத்தில், அந்த மூன்றாவது நபரும் அவர்களை அணுகினான்.

அந்த இடத்தில் திடீரென்று ஒரு களேபரம் உருவானது. முதலில் ஒருவனின் கோபக் குரல் உயர்ந்து ஒலித்தது. மற்றொரு நபரின் எதிர்க்குரல் கேட்டது. அடுத்து அங்கு ஒரு கைகலப்பு நிகழ்ந்தது. குத்துகள் பரிமாறிக் கொள்ளப்பட்டன. திடீரென்று அங்கு எப்படியோ ஒரு காவலரின் உருவம் தோன்றியது. அடுத்த நிமிடம், சுவரோரம் ஒடுங்கி நின்று கொண்டிருந்த அந்தப் பெண்ணின் அருகே சட்டர்துவைத் சென்றார்.

“இங்கு நீ இல்லாமலிருப்பது நல்லது,” என்று அவர் அந்தப் பெண்ணிடம் கூறினார்.

பின் அவர் அந்தப் பெண்ணின் கையைப் பிடித்துக் கொண்டு வேகமாக நடந்து செல்லத் துவங்கினார். அந்தப் பெண் ஒரு முறை பின்னால் திரும்பிப் பார்த்தாள்.

"நான் அங்குச் செல்ல–" என்று அவள் சந்தேகத்துடன் துவங்கினாள்.

வேண்டாமென்று சட்டர்துவைத் தலையாட்டினார்.

"இதில் நீ தலையிடுவது உனக்கு இனிமையற்றப் பிரச்சனைகளை ஏற்படுத்தக்கூடும். அவர்களோடு சேர்ந்து நீயும் காவல் நிலையத்திற்குச் செல்ல வேண்டியிருக்கலாம். உன்னுடைய நண்பர்கள் இருவருமே அதை விரும்ப மாட்டார்கள் என்று நான் நினைக்கிறேன்."

பின் சட்டர்துவைத் தன் காரின் அருகே வந்ததும் நின்றார்.

"இது என்னுடைய கார். நீ அனுமதித்தால், நான் உன்னை உன் வீட்டில் இறக்கிவிடுகிறேன்," என்று அவர் அவளிடம் கூறினார்.

அந்தப் பெண் அவரை ஆராய்வதுபோல உற்று நோக்கினாள். சட்டர்துவைத்தின் மரியாதையான தோற்றம், அவருடைய அழைப்பை அவள் ஏற்றுக் கொள்ளும்படி செய்தது.

சட்டர்துவைத்தின் ஓட்டுநர் அவளுக்காகக் காரின் கதவைத் திறந்து வைத்துக் கொண்டு காத்துக் கொண்டிருந்தான். அவள் சட்டர்துவைத்திடம், "நன்றி," என்று கூறிவிட்டுக் காரில் ஏறிக் கொண்டாள்.

அவள் எங்கு வசித்தாள் என்று சட்டர்துவைத் கேட்டக் கேள்விக்கு, செல்சியா என்ற பகுதியில் இருந்த ஒரு முகவரியை அவள் தெரிவித்தாள். பிறகு சட்டர்துவைத்தும் காருக்குள் ஏறி அவளுக்கு அருகே அமர்ந்தார்.

அந்தப் பெண் மனவேதனை அடைந்திருந்ததால், உரையாடுகின்ற மனநிலையில் அவள் இருக்கவில்லை. எனவே, சட்டர்துவைத் அவளுடைய சிந்தனையைக் கலைக்காமல் சாதுரியமாக அமைதி காத்தார். சிறிது நேரத்திற்குப் பின்னர் அவளே அவரிடம் பேசத் துவங்கினாள்.

"மக்கள் இந்த அளவு முட்டாள்தனமாக நடந்து கொள்ளாமல் இருந்தால் நன்றாக இருக்கும் என்று நான் ஆசைப்படுகிறேன்."

"இது ஒரு தொந்தரவுதான்," என்று சட்டர்துவைத் அதை ஆமோதித்தார்.

தோண்டித் துருவ விரும்பாத பாணியில் அமைந்திருந்த அவருடைய இயல்பான பதில் அவளை சௌகரியமாக உணரச் செய்தது. யாரிடமாவது தன்னுடைய மனச்சுமையை இறக்கி வைக்க வேண்டும் என்பதுபோல அவள் தொடர்ந்து பேசினாள்.

"நான் லண்டனுக்கு வந்ததிலிருந்து, பிலிப் ஈஸ்ட்னியும் நானும் நீண்டகாலமாக நண்பர்களாக இருந்து வந்துள்ளோம்.

என்னுடைய குரல் நன்றாக இருப்பதாகக் கருதிய அவன், என்னைப் பலரிடம் அறிமுகம் செய்து வைத்தான். அவன் என்மீது வைத்திருக்கும் அளப்பரிய கரிசனத்தை என்னால் வார்த்தைகளில் வர்ணிக்க முடியாது. அவன் ஓர் இசைப் பைத்தியம். இன்று அவன்தான் என்னை இங்கு அழைத்து வந்தான். அது குறித்து எனக்கு மிகவும் மகிழ்ச்சி என்றாலும், இது அவனுக்குக் கட்டுப்படியாகாது என்பது எனக்குத் தெரியும். பின்னர்தான் சார்லி பர்ன்ஸ் அங்கு வந்தான். முதலில் அவன் நன்றாகத்தான் பேசிக் கொண்டிருந்தான். ஆனால், அது பிலிப்புக்குப் பிடிக்கவில்லை. அது குறித்து அவன் ஏன் முனகினான் என்பதை என்னால் புரிந்து கொள்ள முடியவில்லை. இது ஒரு சுதந்திர நாடு. சார்லி எப்போதும் இனிமையாகப் பழகுபவன், இங்கிதமானவன். நாடகம் முடிந்து நானும் பிலிப்பும் சுரங்க இரயிலுக்குச் சென்று கொண்டிருந்தபோது, சார்லி திடீரென்று அங்கு வந்து எங்களோடு சேர்ந்து கொண்டான். அவன் இரண்டு வார்த்தைகள்கூடப் பேசியிருந்திருக்க மாட்டான். அதற்குள் பிலிப் ஒரு பைத்தியக்காரனைப்போல அவன்மீது பாய்ந்துவிட்டான். இது எனக்குப் பிடிக்கவேயில்லை."

"உனக்கு உண்மையிலேயே பிடிக்கவில்லையா?" என்று சட்டர்துவைத் மென்மையாகக் கேட்டார்.

அவள் லேசாக வெட்கப்பட்டாள். அது குறித்தப் பிரக்ஞை அவருக்கு இருந்தது. ஆனால் அதற்காக அவள் அலட்டிக் கொள்ளவில்லை. தனக்காக இரண்டு பேர் அடித்துக் கொண்டிருந்தது குறித்து அவள் அகமகிழ்ந்திருந்தது தெரிந்தது. அது இயல்புதான் என்றாலும், அதைத் தாண்டி ஒரு கவலை அவளிடம் குடிகொண்டிருந்தது. அவள் அடுத்துப் பேசிய வார்த்தைகளிலிருந்து அது என்ன என்பதை சட்டர்துவைத் தெரிந்து கொண்டார்.

"அவன் அவனைக் காயப்படுத்தி இருந்திருக்க மாட்டான் என்று நான் நம்புகிறேன்."

' "அவனை" என்பது யாரைக் குறிக்கிறது?' என்று சட்டர்துவைத் யோசித்தார். இருட்டுக்குள் அவர் தனக்குத் தானே புன்னகைத்துக் கொண்டார்.

"அதாவது, பிலிப்பால் சார்லி காயப்பட்டிருக்காமல் இருக்க வேண்டும் என்று சொல்ல வருகிறாயா?"

அதற்கு அவள் ஆமாமென்று தலையசைத்தாள்.

"ஆமாம். நான் சொல்ல வந்தது அதுதான். அவர்கள் சண்டையிட்டுக் கொண்டது பயங்கரமாக இருந்தது. அவன் எப்படி இருக்கிறான் என்பது எனக்குத் தெரிந்தால் நான்

நிம்மதியடைவேன்.”

கார் அவளுடைய வசிப்பிடத்தை நெருங்கிக் கொண்டிருந்தது.

“உன்னுடைய வீட்டில் தொலைபேசி இருக்கிறதா?” என்று சட்டர்துவைத் கேட்டார்.

“இருக்கிறது.”

“உனக்கு ஆட்சேபனை இல்லையென்றால், என்ன நடந்தது என்று கண்டறிந்து நான் உனக்குத் தகவல் தெரிவிக்கிறேன்.”

அப்பெண்ணின் முகம் பிரகாசமடைந்தது.

“உங்களுக்கு மிக்க நன்றி. இது ஒன்றும் உங்களுக்குப் பிரச்சனை இல்லையே?”

“ஒன்றும் பிரச்சனை இல்லை.”

அவள் மீண்டும் நன்றி சொல்லிவிட்டு, தன்னுடைய தொலைபேசி எண்ணை சட்டர்துவைத்திடம் கொடுத்தாள். அவள் கொஞ்சம் வெட்கத்துடன், “என் பெயர் கில்லியன் வெஸ்ட்,” என்று சொன்னாள்.

தான் ஏற்றுக் கொண்டிருந்த வேலையை முடிப்பதற்காக சட்டர்துவைத் தன் காரில் அந்த இரவில் பயணம் செய்து கொண்டிருந்தபோது, அவருடைய முகத்தில் ஒரு புன்னகை முளைத்தது.

அவர் தன் மனத்தில் இவ்வாறு நினைத்துக் கொண்டார்: ‘இதற்காகத்தான் இவ்வளவுமா…? அந்த முகத்தின் வடிவம், தாடையின் வளைவு!’

ஆனால், தான் கொடுத்திருந்த வாக்குறுதியை அவர் நிறைவேற்றினார்.

* * *

அதற்கு அடுத்த ஞாயிற்றுக்கிழமை மதியம், சட்டர்துவைத், கீவ் கார்டன்ஸிலிருந்த ரோடோடென்ட்ரான் மலர்களைப் பார்ப்பதற்குச் சென்றார். மிக நீண்டகாலத்திற்கு முன்பு ஒரு முறை, அந்தத் தோட்டத்தில் மலர்ந்திருந்த ‘புளூபெல்’ மலர்களைப் பார்ப்பதற்காக அவர் ஓர் இளம் பெண்ணுடன் சென்றிருந்தார். தன்னைத் திருமணம் செய்து கொள்ள விருப்பமா என்று அந்த அழகான இடத்தில் அவளிடம் கேட்க அவர் திட்டமிட்டிருந்தார். அதற்கான வசனங்களைப் பல முறை அவர் தன் மனத்தில் ஒத்திகை பார்த்திருந்தார். அதனால், அப்பெண் அங்கு மலர்ந்திருந்த மலர்களைப் பார்த்துப் பரவசமடைந்து அது குறித்துச் சொல்லிக் கொண்டிருந்த விஷயங்களில் பாதியை அவர் காதில் வாங்கிக் கொள்ளவே இல்லை. அப்போதுதான் ஒரு பேரிடியை அந்தப்

பெண் அவருடைய தலையில் இறக்கினாள். அவள் புளூபெல் மலரைப் பற்றிச் சிலாகித்துப் பேசுவதை நிறுத்திவிட்டு, திடீரென்று, தான் வேறு ஒருவரைக் காதலித்துக் கொண்டிருந்த செய்தியை சட்டர்துவைத்திடம் (ஒரு ஆத்மார்த்தமான நண்பர் என்ற முறையில்) போட்டுடைத்தாள். சட்டர்துவைத் தான் ஒத்திகை பார்த்து வைத்திருந்த வசனங்களை ஒதுக்கித் தள்ளிவிட்டு, தன் மனத்தின் கீழ் இழுப்பறையில் துழாவி, அனுதாபம் மற்றும் நட்பு தொடர்பான வார்த்தைகளைத் தேடத் துவங்கினார்.

இதுதான் சட்டர்துவைத்தின் காதல் கதை. ஆனாலும், கீவ் கார்டன்ஸ்மீது ஒருவிதமான காதல் பிணைப்பை அது அவரிடத்தில் உருவாக்கியிருந்தது. அதனால் அவர் ஆண்டுதோறும் அங்குப் பூத்திருக்கும் புளூபெல் மலர்களைப் பார்க்கச் செல்வார். அந்த மலர்கள் பூக்கின்ற பருவத்தில் அவர் வெளிநாட்டில் இருந்தால், பின்னர் அங்குப் பூத்துக் குலுங்குகின்ற ரோடோடென்ட்ரான் மலர்களைப் பார்க்க வந்துவிடுவார். அவர் ஓர் ஏக்கப் பெருமூச்சை விட்டுக் கொண்டே அந்த மலர்களை இரசிப்பார்.

இன்று அவர் அங்கிருந்த தேநீர் கடைகள் வழியாக ஆசுவாசமாக நடந்து கொண்டிருந்தபோது, அங்கிருந்த புல்வெளியில் ஒரு ஜோடி அமர்ந்திருந்ததைப் பார்த்தார். அது கில்லியனும் சார்லியும். அதே கணத்தில் அவர்களும் அவரை அடையாளம் கண்டு கொண்டனர். கில்லியன் இலேசாக வெட்கப்பட்டுக் கொண்டு, சார்லியிடம் ஆர்வத்துடன் ஏதோ கிசுகிசுத்தாள். அடுத்த நிமிடம், சட்டர்துவைத் அவர்கள் இருவருடனும் கைகுலுக்கிக் கொண்டிருந்தார். தங்களுடன் சேர்ந்து தேநீர் அருந்துமாறு அவர்கள் விடுத்த அழைப்பை அவர் ஏற்றுக் கொண்டார்.

“அன்று இரவு கில்லியனைக் கவனித்துக் கொண்டதற்கு நன்றி. அன்று என்ன நடந்தது என்று இவள் என்னிடம் சொன்னாள்,” என்று சார்லி கூறினான்.

“ஆமாம். உண்மையிலேயே அது நீங்கள் மேற்கொண்ட ஒரு கனிவான செயல்,” என்று கில்லியனும் பாராட்டுரையில் இணைந்து கொண்டாள்.

அதைக் கேட்டு சட்டர்துவைத் அகமகிழ்ந்து போனார். அந்த ஜோடியின்மீது அவருக்கு சுவாரசியம் ஏற்பட்டது. அவர்களுடைய நேர்மையும் வெகுளித்தனமும் அவருடைய மனத்தைத் தொட்டன. அவருக்குப் பரிச்சயமற்ற ஓர் உலகை அது அவருக்கு லேசாகத் திரைவிலக்கிக் காட்டியது.

அனுதாபத்துடன் பிறருடைய கூற்றைச் செவிமடுக்கின்ற

குணம் சட்டர்துவைத்திற்கு வாய்த்திருந்தது. விரைவில் அவர்கள் தங்களைப் பற்றிய அனைத்து விஷயங்களையும் அவரிடம் கொட்டிவிட்டனர். அவர்கள் இருவருக்கும் நிச்சயதார்த்தம் ஆகிவிட்டிருந்த செய்தியை அவர்கள் பகிர்ந்து கொண்டபோது, அது அவரை வியப்பில் ஆழ்த்தியது. அன்றைய மதியம்தான் அவர்களுடைய நிச்சயதார்த்தம் நடந்திருந்தது.

சார்லி ஒரு கப்பல் நிறுவனத்தில் ஓர் எழுத்தராகப் பணியாற்றிக் கொண்டிருந்தான். அந்த வேலையில் அவன் நல்ல சம்பளம் பெற்றுக் கொண்டிருந்தான். அதோடு, அவன் ஓரளவு பணமும் சேர்த்து வைத்திருந்தான். அவனும் கில்லியனும் விரைவில் திருமணம் செய்து கொள்ளத் திட்டமிட்டிருந்தனர்.

தலையாட்டியபடி அதைப் பொறுமையாகக் கேட்டுக் கொண்டிருந்த சட்டர்துவைத், அவர்களுக்குத் தன்னுடைய வாழ்த்துகளைத் தெரிவித்தார்.

அவர் தனக்குள் இவ்வாறு நினைத்துக் கொண்டார்: ‘சார்லி ஒரு சாதாரணமான இளைஞன். அவன் நேரடியாகப் பேசுகின்றவன், இனிமையானவன், தன்னைப் பற்றி ஆரோக்கியமான எண்ணம் கொண்டவன், வசீகரமாக இல்லாவிட்டாலும்கூட வடிவானவன். அவனிடம் பிரத்யேகமாகக் குறிப்பிட்டுச் சொல்வதற்கு எதுவும் கிடையாது. பொதுவாகச் சொல்லப்படுவதுபோல, அவனால் ‘தேம்ஸ் நதியை நெருப்பாறாக ஆக்க முடியாது.’ ஆனாலும் இந்தப் பெண் அவனைக் காதலிக்கிறாள்.’

சட்டர்துவைத் சத்தமாக, “அப்புறம், பிலிப்புக்கு–” என்று இழுத்தார்.

அவர் வேண்டுமென்றே அந்த வாக்கியத்தை முடிக்காமல் விட்டார். ஆனாலும் அது அவர்களிடம் ஒரு தாக்கம் ஏற்படுத்தப் போதுமானதாக இருந்தது. அதை அவர் எதிர்பார்த்திருக்கவில்லை என்று சொல்லிவிட முடியாது. சார்லியின் முகம் இருளடைந்தது. கில்லியன் மனக்கலக்கம் அடைந்ததுபோலக் காணப்பட்டாள். அது மனக்கலக்கத்தையும் தாண்டிய ஒன்றாக இருந்ததாக சட்டர்துவைத்திற்குத் தோன்றியது. கில்லியன் பயந்திருந்ததுபோலவும் காணப்பட்டாள்.

“அது எனக்குப் பிடிக்கவில்லை,” என்று கில்லியன் கூறினாள். அதை அவள் சட்டர்துவைத்தைப் பார்த்துக் கூறினாள். தன்னுடைய காதலனைவிட அவரால் அதைச் சரியாகப் புரிந்து கொள்ள முடியும் என்று உள்ளுணர்வுரீதியாக அதை அவள் அறிந்திருந்ததுபோல இருந்தது அவளுடைய பார்வை.

“பிலிப் எனக்கு நிறையவே செய்துள்ளான். பாடுவதை நான் ஒரு தொழிலாக எடுத்துக் கொள்ள அவன் என்னை ஊக்குவித்தான், எனக்கு உதவினான். ஆனால், என் குரல் அவ்வளவு சிறப்பானதல்ல என்பதை நான் எப்போதுமே அறிந்திருந்தேன். எனக்குப் பல நிகழ்ச்சிகளில் பாடுவதற்கு வாய்ப்புக் கிடைத்தது என்பது உண்மைதான்–”

அவள் பாதியிலேயே நிறுத்தினாள்.

“அதில் உனக்குச் சில பிரச்சனைகளும் முளைத்தன,” என்று சார்லி அவளைப் பார்த்துச் சொன்னான். பின் அவன் சட்டர்துவைத்தைப் பார்த்து, “தன்னைக் கவனித்துக் கொள்ள ஒருவன் வேண்டுமென்று ஒரு பெண் விரும்புகிறாள். கில்லியன் ஏராளமான இனிமையற்ற நிகழ்வுகளை எதிர்கொண்டுள்ளாள். மொத்தத்தில், அவளுக்கு இனிமையற்ற சம்பவங்கள்தாம் அதிகமாக நிகழ்ந்துள்ளன. இவள் அழகே உருவானவள் என்பது பார்த்தாலே தெரியும். பெரும்பாலான நேரங்களில், பெண்களுக்கு அவர்களுடைய அழகே பிரச்சனையாகிவிடுகிறது," என்றான்.

‘இனிமையற்ற சம்பவங்கள்’ என்று தான் குறிப்பிட்டிருந்த விஷயங்களில் என்னென்ன அடங்கும் என்பதைச் சார்லியே பட்டியலிட்டான். தன்னைத் தானே துப்பாக்கியால் சுட்டுக் கொண்ட ஓர் இளைஞன்; ஏற்கனவே திருமணமாகியிருந்த ஒரு வங்கி மேலாளரின் அசாதாரணமான நடத்தை; வன்முறைத்தனமாக நடந்து கொண்ட ஓர் அந்நியன்; ஒரு முதிய ஓவியனின் இடக்குமடக்கான நடத்தை. மொத்தத்தில், அவை கில்லியன் கடந்து வந்த பாதையில் அவள் விட்டுச் சென்றிருந்த வன்முறை மற்றும் சோகச் சுவடுகள். இறுதியில் சார்லி இவ்வாறு கூறி முடித்தான்: “இந்தப் பிலிப் ஒரு பித்தன். நான் மட்டும் வந்து கில்லியனைப் பார்த்துக் கொள்ளாமல் இருந்திருந்தால், அவனால் கில்லியனுக்குப் பிரச்சனை ஏற்பட்டிருந்திருக்கும்.”

அதைத் தொடர்ந்து சார்லி வெளிப்படுத்திய சிரிப்பு முட்டாள்தனமானதாகவும் அர்த்தமற்றதாகவும் சட்டர்துவைத்திற்குத் தோன்றியது. சார்லியின் கூற்றை அங்கீகரிக்கும் விதமான புன்னகை எதுவும் கில்லியனின் முகத்தில் மலரவில்லை. அவள் சட்டர்துவைத்தை ஒருவிதமான எதிர்பார்ப்புடன் நோக்கிக் கொண்டிருந்தாள்.

பின் அவள் மெதுவாக இவ்வாறு கூறினாள்: “பிலிப் பிரச்சனைக்குரியவன் அல்லன். அவன் என்மீது அக்கறை கொண்டிருந்தான். ஒரு தோழி என்ற முறையில் நானும் அவன்மீது அக்கறை கொண்டிருந்தேன். அதைத் தாண்டி

எதுவும் எங்களுக்குள் இருக்கவில்லை. சார்லியின் விஷயத்தை அவன் எப்படி எடுத்துக் கொள்வான் என்று எனக்கு உறுதியாகத் தெரியவில்லை. அவன் ஒருவேளை—"

அவள் பாதி வாக்கியத்தில் நிறுத்திக் கொண்டாள். தன் வார்த்தைகள் உண்டாக்கக்கூடிய ஆபத்தான சாத்தியக்கூறுகளை நினைத்து அவள் பயந்தாள்.

"உனக்கு ஏதேனும் ஒரு விதத்தில் என்னால் உதவ முடியும் என்று நீ நினைத்தால், என்னிடம் தயங்காமல் கேட்கலாம்," என்று சட்டர்துவைத் இதமாகக் கூறினார்.

அதற்குச் சார்லியிடம் ஒருவிதமான எதிர்ப்புணர்வு தோன்றியிருந்ததை அவரால் உணர முடிந்தது. ஆனால், கில்லியன் மறுகணமே, "நன்றி," என்று கூறினாள்.

வரவிருந்த வியாழனன்று தன் வீட்டுக்குத் தேநீர் அருந்த வருமாறு கில்லியன் சட்டர்துவைத்தைக் கேட்டுக் கொண்டாள். அவர் அதற்கு ஒப்புக் கொண்டுவிட்டு அவர்களிடமிருந்து விடைபெற்றார்.

வியாழக்கிழமை வந்தபோது, சட்டர்துவைத்திடம் ஒருவிதமான இனிமை நிறைந்த எதிர்பார்ப்பு உருவாகியிருந்தது. அவர் தனக்குள் இவ்வாறு நினைத்துக் கொண்டார்: 'நான் முதியவன்தான் என்றாலும், ஓர் அழகான முகத்தால் உற்சாகம் கொள்ள முடியாத அளவுக்கு வயதானவன் அல்லன்.' பின்னர் அதை உதறித் தள்ளுவதுபோல அவர் தன் தலையை உலுக்கினார்.

அவர் கில்லியனின் வீட்டுக்குச் சென்றபோது, கில்லியன் அங்கே தனியாக அமர்ந்திருந்தாள். சார்லி பின்னர் அவளுடன் சேர்ந்து கொள்வதாக ஏற்பாடாகியிருந்தது. அவள் முன்னைவிட அதிக மகிழ்ச்சியாக இருந்ததுபோலத் தோன்றினாள். ஏதோ ஒரு பாரம் அவளுடைய மனத்திலிருந்து இறக்கி வைக்கப்பட்டிருந்ததுபோல அவள் காணப்பட்டாள். அதை அவளே ஒப்புக் கொண்டாள்.

"நான் சார்லியைப் பற்றி பிலிப்பிடம் கூறுவதற்கு பயந்து கொண்டிருந்தேன். அது என்னுடைய முட்டாள்தனம்தான். நான் பிலிப்பைச் சரியாக எடை போட்டிருக்கவில்லை. திடீரென்று இச்செய்தியைக் கேட்டு அவன் நிலைகுலைந்து போனான் என்பது உண்மைதான். ஆனால், அதை அவன் இனிமையாகவே ஏற்றுக் கொண்டான். இன்று காலையில் அவன் எனக்கு என்ன அனுப்பி வைத்திருந்தான் தெரியுமா? திருமணப் பரிசு! இது மெச்சத் தகுந்த ஒரு செயலல்லவா?"

பிலிப்பின் நிலையில் இருந்த ஒருவன் செய்யக்கூடிய சிறப்பான செயல்களில் ஒன்று அது என்பதில் சந்தேகமில்லை.

அது ஒரு நவீன வானொலிப் பெட்டி.

"எங்கள் இருவருக்கும் இசை என்றால் மிகவும் பிடிக்கும்," என்று கில்லியன் தொடர்ந்தாள். "இதில் நான் ஏதாவது இசையைக் கேட்கின்றபோது நான் அவனை நினைத்துக் கொள்ள வேண்டும் என்பது பிலிப் என்னிடம் விடுத்த ஒரு வேண்டுகோள். என்னால் அப்படிச் செய்ய முடியும். ஏனெனில், நாங்கள் நல்ல நண்பர்களாக இருந்து வந்துள்ளோம்."

"நீ உன்னுடைய நண்பனைப் பற்றிப் பெருமை கொண்டுள்ளதுபோலத் தோன்றுகிறது," என்று சட்டர்துவைத் கனிவாகக் கூறினார். "ஒரு நல்ல விளையாட்டு வீரன்போல அவன் தன்மீது விழுந்த அடியைத் தாங்கிக் கொண்டுள்ளான்."

கில்லியன் அதை ஆமோதித்துத் தலையசைத்தாள். அவளுடைய கண்களில் நீர் ததும்பியதை சட்டர்துவைத் கண்டார்.

"தனக்காக நான் ஒரு காரியம் செய்ய வேண்டும் என்று பிலிப் என்னிடம் கேட்டுக் கொண்டான். நானும் பிலிப்பும் சந்தித்து இன்றோடு ஓராண்டு நிறைவடைகிறது. இன்று மாலையில் நான் சார்லியுடன் வெளியே எங்கும் செல்லாமல், தான் பரிசளித்திருந்த வானொலியில் அமைதியாக இசையைக் கேட்டுக் கொண்டிருக்க வேண்டும் என்று அவன் என்னிடம் கேட்டுக் கொண்டான். அதற்கு நான் உடனே ஒப்புக் கொண்டேன். அவனுடைய வேண்டுகோள் என் மனத்தை வெகுவாகத் தொட்டுவிட்டது. நான் அவனைப் பற்றி நினைக்கின்றபோது, நன்றியுணர்வுடனும் அன்புடனும் அவனை நான் நினைவுகூர்வேன்."

சட்டர்துவைத் தலையசைத்தார். ஆனால் பிலிப்பின் கோரிக்கை புதிராக இருந்ததாக அவருக்குத் தோன்றியது. பிறருடைய குணநலன்களை எடைபோடுவதில் தான் வல்லவன் என்று நினைப்பு சட்டர்துவைத்துக்கு எப்போதுமே உண்டு. அவருடைய கணிப்பில், பிலிப் இப்படிப்பட்ட உணர்ச்சிமயமான வேண்டுகோளை விடுக்கின்ற குணம் படைத்தவன் அல்லன். தான் நிராகரித்திருந்த ஓர் இளைஞனின் குணத்தோடு அந்த வேண்டுகோள் பொருந்திப் போனதாக கில்லியன் நினைத்திருந்தாள் என்பது வெளிப்படை. இது சட்டர்துவைத்திற்குச் சிறிதளவு – மிகச் சிறிதளவு – ஏமாற்றத்தைக் கொடுத்தது. அவரே ஓர் உணர்ச்சிமயமான ஆசாமிதான். அதை அவரும் அறிவார். ஆனால், மாறுபட்ட, மேம்பட்ட விஷயங்களை இந்த உலகிடமிருந்து அவர் எதிர்பார்த்தார். அதோடு, உணர்ச்சிமயமான வெளிப்பாடுகள் அவருடைய காலகட்டத்தைச் சேர்ந்தவை. இந்த நவீன உலகில்

அது போன்ற விஷயங்களுக்கு இடமே கிடையாது.

கில்லியனை அவர் ஒரு பாடல் பாடச் சொன்னார். அதற்கு அவளும் இசைந்தாள். அவளுடைய குரல் வசீகரமாக இருந்ததாக அவர் தெரிவித்தார். ஆனால், அது முதல்தரமான குரல் அல்ல என்பதை அவர் நன்றாகவே அறிந்திருந்தார். அவளுக்கு இசைத் துறையில் ஏதாவது வெற்றி கிட்டக்கூடிய சாத்தியம் இருந்தால், அது அவளுடைய குரலுக்காக அன்றி, அவளுடைய அழகுக்காகத்தான் கிடைக்கும் என்று அவர் நினைத்தார்.

அவருக்கு மீண்டும் சார்லியைச் சந்திப்பதில் பெரிதாக விருப்பம் எதுவும் இருக்கவில்லை என்பதால் அங்கிருந்து கிளம்புவதற்காக அவர் எழுந்தார். அப்போது அவருடைய பார்வை அங்கிருந்த சிறு மேடை ஒன்றில் வைக்கப்பட்டிருந்த ஒரு பொருள்மீது விழுந்தது. அது அவருடைய கவனத்தைக் கவர்ந்தது. அதைச் சுற்றியிருந்த மற்றப் பொருட்களிலிருந்து, தூசுகளுக்கு நடுவேயிருந்து ஒளிவீசிக் கொண்டிருந்த ஒரு மாணிக்கத்தைப்போல அது தனித்து நின்றது.

அது பச்சைக் கண்ணாடியில் செய்யப்பட்டிருந்த ஒரு குவளை. அது ஒரு நீண்ட கழுத்துடன் நேர்த்தியாகவும் அழகாகவும் செய்யப்பட்டிருந்தது. அதன் முனையில் ஒரு பெரிய சோப்புக் குமிழியைப்போல ஒரு கண்ணாடிப் பந்து இடம் பெற்றிருந்தது.

அவருடைய பார்வை அங்குச் சென்றதைக் கவனித்த கில்லியன், "இது பிலிப் கொடுத்த இன்னொரு திருமணப் பரிசு. இது மிகவும் அழகாக இருப்பதாக நான் நினைக்கிறேன். பிலிப் ஒரு கண்ணாடித் தொழிற்சாலையில் வேலை பார்க்கிறான்," என்று கூறினாள்.

"இது மிகவும் அழகாக இருக்கிறது," என்று சட்டர்துவைத் பயபக்தியுடன் கூறினார். "இத்தாலிய முரானோ கண்ணாடி ஊதுபவர்கள் இதைக் கண்டு பொறாமைப்படுவார்கள்."

பிலிப்மீதான ஆர்வம் சற்றுக் கிளறப்பட்ட நிலையில் சட்டர்துவைத் அங்கிருந்து கிளம்பினார். பிலிப் அசாதாரணமான விதங்களில் சுவாரசியமானவனாக இருந்ததாக அவர் நினைத்தார். ஆனால், அந்த அழகிய முகத்திற்குச் சொந்தக்காரி சார்லியையே தேர்ந்தெடுத்திருந்தாள். என்னவொரு விநோதமான, புரிந்து கொள்ளப்பட முடியாத உலகம் இது!

அன்று அந்த நாடக அரங்கில் அவர் குயினைச் சந்தித்தபோது கில்லியனின் அழகினால் அவருடைய கவனம் சிதறியிருந்ததால், அவரால் வழக்கமான முறையில்

குயினுடன் கலந்துறவாட முடியவில்லை. இதற்கு முன்பு குயினுடனான அவருடைய அனைத்துச் சந்திப்புகளும் விநோதமான, எதிர்பாராத நிகழ்வுகளில்தான் முடிந்திருந்தன. அந்த மர்ம மனிதரை மீண்டும் சந்திக்க வேண்டும் என்ற ஆவலில், சட்டர்துவைத், அர்லெச்சினோ உணவகத்தின் படிகளில் ஏறிக் கொண்டிருந்தார். முன்பு ஒரு முறை குயினை அவர் அங்கே சந்தித்திருந்தார். அந்த உணவகத்திற்குத் தான் அடிக்கடி வருகை புரிந்ததாகக் குயின் அப்போது அவரிடம் கூறியிருந்தார்.

அங்குச் சென்ற சட்டர்துவைத், அதன் பல அறைகளில் குயினைத் தேடினார். ஆனால் அவரை எங்கும் அவரால் கண்டுபிடிக்க முடியவில்லை. ஆனால், அவர் சிறிதும் எதிர்பார்த்திராத இன்னோர் ஆசாமி அங்கு இருந்தான். ஒரு மேசையில் பிலிப் தனியாக உட்கார்ந்து கொண்டிருந்தான்.

அந்த இடம் கூட்டமாக இருந்ததால், சட்டர்துவைத் அதே மேசையில் அவனுக்கு எதிரேயிருந்த நாற்காலியில் அமர்ந்தார். திடீரென்று அவரிடம் ஒரு களிப்புணர்வு ஏற்பட்டது. தான் ஏதோ ஒரு நிகழ்வின் ஓர் அம்சமாக ஆகியிருந்ததைப்போல அவருக்குத் தோன்றியது. என்னவோ நடந்து கொண்டிருந்தது. அது என்னவென்று அவருக்குத் தெரியவில்லை. ஆனால், தான் அதன் அங்கம் என்ற உணர்வு அவருக்கு ஏற்பட்டிருந்தது. ஓப்பெரா நிகழ்ச்சியின்போது குயின் கூறியிருந்த ‘நாடகம்’ என்ற வார்த்தைக்கான பொருள் இப்போது அவருக்கு விளங்கியது. இப்போது நடந்து கொண்டிருந்த ஒரு நாடகத்தில் சட்டர்துவைத் ஒரு முக்கியமான பாத்திரம் வகித்துக் கொண்டிருந்தார். அவருடைய நேரம் வரும்போது, அவருக்குக் கிடைக்கின்ற நினைவூட்டலைக் கவனித்து அவர் தன்னுடைய வசனங்களைப் பேச வேண்டும். அதில் அவர் தவறிவிடக்கூடாது.

தவிர்க்கப்பட முடியாத ஒன்றைத் தான் சாதிக்கவிருந்தோம் என்ற உணர்வோடு சட்டர்துவைத் பிலிப்புக்கு எதிரே அமர்ந்தார். அவனுடன் ஓர் உரையாடலைத் துவக்குவது எளிதாக இருந்தது. ஏனெனில், அவன் யாருடனாவது பேசுவதற்குத் தவித்துக் கொண்டிருந்தான். சட்டர்துவைத் எப்போதுமே அனுதாபத்துடன் காது கொடுத்துக் கேட்கின்ற ஒரு நபராகவே இருந்து வந்திருந்தார். அவரும் பிலிப்பும் போரைப் பற்றியும், வெடிகுண்டுகளைப் பற்றியும், நச்சு வாயுக்களைப் பற்றியும் பேசினர். கடைசி அம்சத்தைப் பற்றிப் பேசுவதற்குப் பிலிப்பிடம் ஏராளமான சரக்கு இருந்தது. ஏனெனில், போரின்போது அவன் அவற்றின் உற்பத்தியில்

ஈடுபட்டிருந்தான். அவனுடைய பேச்சு சுவாரசியமாக இருந்ததாக சட்டர்துவைத்துக்குத் தோன்றியது.

அந்த நச்சு வாயுக்களில் ஒரே ஒரு வாயு மட்டும் சோதிக்கப்பட்டிருக்கவில்லை என்று பிலிப் கூறினான். ஏனெனில், அதற்கு முன்பாகவே போர் முடிந்துவிட்டிருந்தது. அந்த வாயுவை ஒரே ஒரு முறை முகர்ந்து பார்த்தாலே நேராக மோட்சம்தான். அவன் அவ்வாறு கூறியபோது அவனுடைய முகமும் கைகளும் பல பாவங்களை வெளிப்படுத்தின.

சட்டர்துவைத் ஒரு சுமூகமான உரையாடலுக்கான பாதையை ஏற்படுத்திக் கொண்ட பிறகு, பேச்சை மெதுவாக இசையின் பக்கம் திருப்பினார். அதைக் கேட்டதும் பிலிப்பின் முகம் பிரகாசமடைந்தது. அவன் பேரார்வத்துடனும் ஓர் உண்மையான இசைப் பிரியனின் அதீத உத்வேகத்துடனும் பேசினான். அவர்களுடைய பேச்சு யோஷபிம் குறித்துத் திரும்பியபோது அவனுடைய உற்சாகம் கரை புரண்டு ஓடத் தொடங்கியது. ஒரு நல்ல இசைக் குரலைவிட இந்த உலகில் சிறந்தது வேறு எதுவும் இருக்க முடியாது என்று அவர்கள் இருவருமே ஒப்புக் கொண்டனர். பிலிப் ஒரு சிறுவனாக இருந்தபோது கரூசோவின் பாடல்களை அவன் கேட்டிருந்தான். அதற்குப் பிறகு அவன் அதை ஒருபோதும் மறக்கவேயில்லை.

"தன்னுடைய குரலைக் கொண்டு அவரால் ஓர் ஒயின் கோப்பையை உடைத்து நொறுக்கிவிட முடியும் என்பது உங்களுக்குத் தெரியுமா?" என்று அவன் கேட்டான்.

"அது ஒரு கட்டுக்கதை என்றே நான் எப்போதும் நினைத்து வந்திருக்கிறேன்," என்று சட்டர்துவைத் ஒரு புன்னகையுடன் கூறினார்.

"அதை ஒரு வேதவாக்காக நான் நம்புகிறேன். அது சாத்தியம்தான். கச்சிதமான அதிர்வு அதற்குத் தேவைப்படும், அவ்வளவுதான்."

அவன் அது தொடர்பான தொழில்நுட்ப விபரங்களுக்குள் நுழைந்தான். அவனுடைய முகம் ஒளிவீசத் துவங்கியது, அவனுடைய கண்கள் பிரகாசிக்கத் துவங்கின. அந்த விஷயம் அவனைப் பெருமளவுக்கு வசீகரித்திருந்ததைப்போல இருந்தது. அவன் பேசிக் கொண்டிருந்த விஷயத்தில் அவனுக்கு ஆழ்ந்த அறிவு இருந்தது. அவனிடம் பேசப் பேச, தான் ஓர் அசாதாரணமான மேதை ஒருவனுடன் பேசிக் கொண்டிருந்தோம் என்ற உணர்வு சட்டர்துவைத்துக்கு ஏற்பட்டது. அபாரமான அந்த மேதைமையை எந்த வழியில் மடைமாற்ற வேண்டும் என்பது குறித்தத் தெளிவு அவரிடம்

இருக்கவில்லை.

அக்கணத்தில் அவர் கில்லியனையும் சார்லியையும் நினைத்துக் கொண்டார்.

திடீரென்று, வெகுநேரம் ஆகியிருந்ததை சட்டர்துவைத் உணர்ந்தார். உணவு பரிமாறுபவரைக் கூப்பிட்டு, தன்னுடைய பில்லைக் கொண்டுவருமாறு அவர் கூறினார்.

பிலிப் கிட்டத்தட்ட மன்னிப்புக் கேட்கும் தொனியில் அவரிடம், "நான் என்னைப் பற்றியே அதிகம் பேசிக் கொண்டிருந்துவிட்டேன். அதிர்ஷ்டம்தான் உங்களை இன்று என்னிடம் கொண்டுவந்து சேர்த்திருக்கிறது. ஏனெனில், இன்று இரவு நான் யாரிடமாவது பேசியே ஆக வேண்டியிருந்தது," என்று கூறினான்.

அவன் தன் பேச்சை ஒரு விநோதமான சிரிப்போடு நிறைவு செய்தான். அவனுடைய கண்கள் அப்போதும் பிரகாசமாக இருந்தன. ஆனால், அவனிடம் ஏதோ ஒருவிதமான சோகம் இழையோடிக் கொண்டிருந்தது.

"உன்னிடம் பேசிக் கொண்டிருந்தது குறித்து எனக்கும் மகிழ்ச்சியே," என்றார் சட்டர்துவைத்.

"நம்முடைய உரையாடல் எனக்கு சுவாரசியமானதாகவும் அறிவுறுத்தல் நிறைந்ததாகவும் இருந்தது," என்று பிலிப் கூறினான்.

பின் சட்டர்துவைத் அவனுக்கு ஒரு வணக்கம் போட்டுவிட்டு அங்கிருந்து கிளம்பினார். வெளியே இரவு சூடாக இருந்தது. அவர் தெருவில் இறங்கி மெதுவாக நடந்தார். ஆனால், தனக்கு அருகே யாரோ நடந்து வந்து கொண்டிருந்தது போன்ற ஓர் உணர்வு அவருக்கு ஏற்பட்டது. உடனே, அது ஒரு பைத்தியக்காரத்தனமான நினைப்பு என்று அவர் தனக்குத் தானே சமாதானம் கூறிக் கொண்டார். ஆனாலும், அவரால் அந்த உணர்வை உதறித் தள்ள முடியவில்லை. அந்த இருண்ட, அமைதியான தெருவில் அவரோடு சேர்ந்து யாரோ நடந்து வந்து கொண்டிருந்தார். ஆனால், அந்த நபர் சட்டர்துவைத்தின் கண்களுக்குப் புலப்படவில்லை. ஏனோ திடீரென்று குயினின் நினைப்பு அவருக்கு வந்தது. தன்னுடன் வந்து கொண்டிருந்தது குயின்தான் என்ற உணர்வு அவருக்கு ஏற்பட்டது. ஆனால், குயினை அவரால் பார்க்க முடியவில்லை.

குயினின் நினைப்பு அவரிடமிருந்து விலக மறுத்தது. அதே நேரத்தில், ஏதோ மோசமான ஒரு காரியம் நிகழவிருந்தது என்ற வலுவான எண்ணமும் அவருக்குள் தோன்றியது. தான் செயல்நடவடிக்கையில் இறங்கியாக வேண்டும் என்று

அவருக்குத் தோன்றியது. அதை உடனடியாகச் செயல்படுத்த வேண்டும் என்ற அவசரமும் அவரிடம் முளைத்தது. ஏதோ ஒன்று சரியாக இல்லை. அதைச் சரி செய்ய வேண்டிய பொறுப்பு அவருடைய தலைமீது விழுந்திருந்தது.

அந்த எண்ணம் வலுவானதாக இருந்ததால், அதை எதிர்கொள்ள முடியாமல் அவர் தவித்தார். மாறாக, அவர் தன் கண்களை இறுக மூடிக் கொண்டு, குயினின் உருவத்தைத் தன் மனத்திற்குள் கொண்டுவர முயற்சித்தார். தான் இப்போது என்ன செய்ய வேண்டும் என்று குயினிடம் கேட்டால் நன்றாக இருக்கும் என்ற எண்ணம் அவரிடம் தோன்றிய அதே கணத்தில், அது வீண் முயற்சி என்பது அவருக்கு தெரிந்தது. ஏனெனில், குயினிடம் எதைக் கேட்பதும் பயனற்றது, அவரிடமிருந்து ஒருபோதும் பதிலேதும் வராது என்பதை அவர் அறிந்திருந்தார். 'நூலிழைகள் உங்கள் கைகளில்தான் இருக்கின்றன' என்ற பதில் அவரிடமிருந்து வரக்கூடும்.

நூலிழைகளா? எவற்றின் நூலிழைகள்? சட்டர்துவைத் தன்னுடைய உணர்வுகளையும் தனக்கு ஏற்பட்டிருந்த தாக்கங்களையும் கவனமாக ஆராய்ந்தார். ஓர் ஆபத்திற்கான முன்னறிவிப்பு அது. யார் ஆபத்துக்கு ஆளாகியிருந்தார்கள்?

உடனே அவருடைய மனத்தில் ஒரு காட்சி தோன்றியது. அதில் கில்லியன் தனியாக உட்கார்ந்து கொண்டு வானொலியில் பாட்டு கேட்டுக் கொண்டிருந்தார்.

அந்த வழியே வந்த செய்தித்தாள் விற்பனை செய்த பையனிடம் அவர் ஒரு பென்னி நாணயத்தைக் கொடுத்து ஒரு தினசரியை வாங்கினார். அவர் உடனே லண்டன் வானொலி நிகழ்ச்சியின் அட்டவணைப் பக்கத்தைப் புரட்டினார். யோஷ்மின்னின் இசை நிகழ்ச்சி அதில் ஒலிபரப்பாக இருந்தது. யோஷ்மின் சில பிரபலமான பாடல்களையும் சில கிராமியப் பாடல்களையும் பாடவிருந்தார். ஃபாஸ்ட்டின் 'சால்வே டைமோரா' என்ற ஓப்பெரா பாடல், 'த ஷெப்பர்ட்ஸ் சாங்,' 'த ஃபிஷ்,' 'த லிட்டில் டீர்' போன்றவை அவற்றில் சில.

கில்லியன் தனியாக உட்கார்ந்து வானொலியில் பாடல்களைக் கேட்க வேண்டும் என்ற பிலிப்பின் வேண்டுகோள் அவனுடைய இயல்புக்குப் பொருந்தாத ஒன்றாக இருந்தது. உணர்ச்சிகளுக்கு ஆட்படுகின்ற இரகமில்லை அவன். அவன் வன்முறையான உணர்வுகளைக் கொண்டிருந்த அபாயகரமான ஒரு மனிதன். அவன் ஒருவேளை–

இந்தச் சிந்தனை அவருக்கு உதறல் ஏற்படுத்தியது. அபாயகரமான மனிதன்! இதற்கு ஏதோ அர்த்தம் இருக்க வேண்டும். 'நூலிழைகள் உங்கள் கைகளில்தான்

இருக்கின்றன!' பிலிப்புடனான அவருடைய அன்றைய சந்திப்பு விநோதமானது. அது ஒரு தற்செயல் நிகழ்வு என்று பிலிப் கூறினான். அது உண்மையிலேயே ஒரு தற்செயலான நிகழ்வா? அல்லது அன்றைய மாலைப் பொழுதில் அவர் ஓரிரு முறை உணர்ந்திருந்ததைப்போல, திட்டமிட்ட முறையில் அரங்கேறிக் கொண்டிருந்த, ஒன்றுக்கொன்று பிணைக்கப்பட்ட நிகழ்வுகளின் ஒரு பகுதியா?

அவர் தன் மனத்தைப் பின்னோக்கித் திருப்பினார்: 'பிலிப்பின் உரையாடலில் ஏதாவது ஒரு துப்பு ஒளிந்து கொண்டிருக்க வேண்டும். இல்லையெனில் என்னை ஏன் இந்த அவசர உணர்வு வதைத்துக் கொண்டிருக்கிறது? பிலிப் எவற்றைப் பற்றியெல்லாம் பேசினான்? பாடுதல், போர்ச் செயல்பாடுகள், கரூசோ...'

கரூசோ! சட்டர்துவைத்தின் எண்ணங்கள் ஒரு நூலிழையைப் பிடித்துச் செல்வதுபோல அங்கிருந்து செல்லத் துவங்கின. யோஷபிம்மின் குரல் கிட்டத்தட்டக் கரூசோவின் குரலுக்கு இணையானதாக இருந்தது. வானொலியில் ஒலிபரப்பாகிக் கொண்டிருக்கும் யோஷபிம்மின் பாடல்களை கில்லியன் தன் வீட்டில் தனியாக அமர்ந்து கேட்டுக் கொண்டிருப்பாள். அந்த இசை அவளுடைய அறையெங்கும் எதிரொலிக்கும். அங்கிருக்கின்ற கண்ணாடிச் சாமான்கள் குலுங்கும்–

இந்த இடத்தில் அவருடைய மூச்சு ஒரு கணம் நின்றது. கண்ணாடிச் சாமான்கள் குலுங்கும்! அப்படியானால், யோஷபிம்மின் இசையின் அதிர்வுகள், ஒரு மைல் தூரம் தள்ளியிருக்கின்ற ஓர் அறையிலுள்ள கண்ணாடிச் சாமானை வெடித்துச் சிதறடிக்கவிருந்தது. ஆனால், வெடிக்கப் போவது ஒரு கண்ணாடிக் கோப்பையாக இருக்காது. அது, ஒரு நீண்ட கழுத்துடன் நேர்த்தியாகவும் அழகாகவும் செய்யப்பட்டிருந்த ஒரு பச்சைக் கண்ணாடிக் குவளையாக இருக்கும். அதன் முனையில் ஒரு பெரிய சோப்புக் குமிழியைப்போல இருக்கின்ற கண்ணாடிப் பந்து உடைந்து நொறுங்கும். அந்தப் பந்து ஒரு வெற்றுப் பந்தாக இருக்காது–

உடனே சட்டர்துவைத் தன் கையிலிருந்த செய்திப் பத்திரிகையை எடுத்து அந்த வானொலி நிகழ்ச்சி நடைபெறவிருந்த நேரத்தை மீண்டும் பார்த்தார். மறுகணம், அந்த அமைதியான தெருவின் ஊடாக அவர் வேகமாக ஓடத் தொடங்கினார். அதன் முனையில் அவர் கண்ட ஒரு வாடகைக்காரில் அவர் தாவி ஏறி, அதன் ஓட்டுநரிடம் ஒரு முகவரியைக் கூறினார். அது ஒரு வாழ்வா-சாவா பிரச்சனை என்றும், அதனால் அவனால் முடிந்த அளவு

வேகமாக அங்கே தன்னை அழைத்துச் செல்ல வேண்டும் என்றும் அவர் அவனிடம் இரைந்தார். அவரைத் திரும்பிப் பார்த்த அந்த ஓட்டுநர், அவருக்கு மறை கழன்றிருக்குமோ என்று யோசித்தான். ஆனால், அவர் ஒரு பணக்காரராகத் தோன்றியதால், அவன் தன்னால் முடிந்த அளவு வேகமாகச் சென்றான்.

சட்டர்துவைத் அந்தக் காரின் பின்னிருக்கையில் சாய்ந்து கொண்டார். அவருடைய மனத்தில் எண்ணங்கள் தாறுமாறாக ஓடிக் கொண்டிருந்தன. பள்ளியில் தான் படித்திருந்த சில பாடங்களை அவர் நினைவுபடுத்திக் கொள்ள முயன்றார். குறிப்பாக, அன்று பிலிப் பயன்படுத்தியிருந்த சில வாக்கியங்கள் தொடர்பானவற்றை அவர் தன் நினைவுகளில் தேடினார். அதிர்வுகள்! இதைப் பற்றி பிலிப் ஆழமாகக் கற்றிருந்தான்.

10.45 மணிக்கு யோஷபிம்மின் இசை ஒலிபரப்பாகும். அது இப்போதுதான். முதலில் ஃபாஸ்டின் பாடல் வரும். அடுத்து, 'த ஷெப்பர்ட்ஸ் சாங்.' அதில் 'கோரஸுக்கு' அடுத்து உச்சஸ்தாயியில் ஒரு குரல் எழும். அது என்ன செய்யும்?

அவருடைய மனம் மீண்டும் தட்டாமாலைபோலச் சுழன்றது. தொனி! அரைத் தொனி! உச்சத் தொனி! இவற்றைப் பற்றி அவருக்குப் பெரிதாகத் தெரியாது. ஆனால், பிலிப்புக்கு நன்றாகத் தெரிந்திருந்தது. தான் சரியான நேரத்திற்குள் அப்பெண்ணின் வீட்டிற்குப் போய்ச் சேர வேண்டும் என்று அவர் வேண்டிக் கொண்டார்.

வாடகைக்கார் அந்த வீட்டின் முன்னால் போய் நின்றது. அவர் அதன் கதவைத் திறந்து கொண்டு வெளியே குதித்து, ஓர் இளம் விளையாட்டு வீரனைப்போல அந்த வீட்டின் இரண்டாவது மாடிக்கு விரைந்து ஓடினார். அதன் வாசற்கதவு இலேசாகத் திறந்திருந்தது. அவர் அதைத் தள்ளித் திறந்தார். அங்கு மிதந்து கொண்டிருந்த இசை அவரை வரவேற்றது. 'த ஷெப்பர்ட்ஸ் சாங்' பாட்டின் வரிகள் அவருக்குப் பரிச்சயமானவைதாம்.

அந்தப் பாடல்தான் அப்போது ஒலித்துக் கொண்டிருந்தது.

அப்படியானால் அவர் சரியான நேரத்திற்கு வந்துவிட்டாரா? அவர் அடுத்த அறையின் கதவை வேகமாகத் திறந்தார். அங்கிருந்த கணப்படுப்பின் அருகே உயரமான ஒரு நாற்காலியில் கில்லியன் உட்கார்ந்திருந்தாள்.

வானொலி அடுத்த வரிகளைப் பாடிக் கொண்டிருந்தது.

அவருக்குப் பைத்தியம் பிடித்திருந்ததாக அவள் நினைத்திருக்க வேண்டும். சட்டர்துவைத் பாய்ந்து சென்று, அவளிடம் ஏதோ அரற்றி, அவளை இறுக்கமாகப் பிடித்து,

பாதி இழுத்து, பாதித் தள்ளி, மாடிப்படிக்கு அருகே கொண்டு வந்தார்.

பாட்டின் அடுத்த வரிகள் ஒலித்துக் கொண்டிருந்தன.

அக்குரல் உச்சஸ்தாயியில் ஒலித்தது. தொண்டையின் அடியிலிருந்து சக்தியுடன் அது ஒலித்துக் கொண்டிருந்தது. அப்படிப் பாடுகின்ற எந்தவொரு பாடகனும் அது குறித்துக் கண்டிப்பாகப் பெருமை கொள்வான். அதோடு சேர்த்து மற்றொரு சிறு சத்தமும் கேட்டது. கண்ணாடிச் சாமான் ஒன்று உடைந்து நொறுங்கிய சத்தம்.

தெருவோரப் பூனை ஒன்று அவர்களை வேகமாகக் கடந்து சென்று, கில்லியனின் திறந்து கிடந்த வீட்டுக்குள் ஓடியது. கில்லியன் அதன் பின்னால் ஓட முயற்சித்தாள். ஆனால், சட்டர்துவைத் அவளை நகரவிடாமல் இறுக்கமாகப் பிடித்துக் கொண்டார்.

பின், அவர் கோர்வையில்லாமல் அவளிடம் பேசினார். “உள்ளே போகாதே! அது நச்சு வாயு! அதற்கு வாசனை கிடையாது. உன்னை எச்சரிப்பதற்கு எதுவும் இருக்காது. ஒரே ஒரு முறை முகர்ந்தால், கதை முடிந்துவிடும். அது எந்த அளவுக்கு நச்சானது என்று எவருக்கும் தெரியாது. இதுவரை எவரும் முயற்சி செய்திராத ஒன்று அது.”

பிலிப் அன்று உணவகத்தில் வைத்து அவரிடம் கூறியதை அவர் அப்படியே ஒப்பித்துக் கொண்டிருந்தார்.

அவர் கூறிய எதுவும் புரியாமல் கில்லியன் அவரைப் பார்த்துக் கொண்டிருந்தாள்.

* * *

பிலிப் தன் கைக்கடிகாரத்தில் மணி பார்த்தான். மணி 11.30. கடந்த கால் மணிநேரமாக அவன் தேம்ஸ் நதிக் கரையோரம் குறுக்கும் நெடுக்குமாக நடந்து கொண்டிருந்தான். பின் அவன் அந்த நதியை உற்றுப் பார்த்துவிட்டுத் திரும்பியபோது, அவன் அரண்டு போனான். ஏனெனில், அன்று மாலையில் உணவகத்தில் அவனுடன் சேர்ந்து சாப்பிட்ட அதே நபர் அவன் முன்னால் நின்று கொண்டிருந்தார்.

“இது விநோதமாக இருக்கிறது,” என்று கூறி அவன் சிரித்தான். “இன்று நாம் மீண்டும் மீண்டும் சந்திக்க வேண்டும் என்பது விதிபோலும்!”

“அதை நீ விதி என்று அழைக்க விரும்பினால்!–”

பிலிப் அவரைக் கவனமாக உற்று நோக்கினான். அவனுடைய முகபாவங்கள் மாறின.

"சரி," என்று அவன் அமைதியாகக் கூறினான்.

சட்டர்துவைத் நேரடியாக விஷயத்திற்கு வந்தார்.

"நான் இப்போது கில்லியனின் வீட்டிலிருந்து இங்கு நேராக வருகிறேன்."

"சரி."

இப்போதும் அவனுடைய குரல் அதே அமைதியை வெளிப்படுத்தியது.

"நாங்கள் அவளுடைய வீட்டிலிருந்து ஒரு செத்தப் பூனையை வெளியே எடுத்தோம்."

சிறிது நேர அமைதி நிலவியது.

பின் அவன் சட்டர்துவைத்திடம், "நீங்கள் யார்?" என்று கேட்டான்.

சட்டர்துவைத் சிறிது நேரம் தொடர்ந்து பேசினார். நடந்த விஷயங்களைப் பற்றி அவர் விரிவாகக் கூறினார்.

இறுதியில், "சரியான நேரத்தில் நான் அங்கே போய்ச் சேர்ந்தேன்," என்று கூறிவிட்டு அவர் சிறிது இடைவெளி விட்டார்.

பின்னர் அவர் அவனிடம், "இது குறித்துச் சொல்வதற்கு உனக்கு ஏதாவது இருக்கிறதா?" என்று மெதுவாகவும் மென்மையாகவும் கேட்டார்.

அவனிடமிருந்து சீற்றத்துடன் வார்த்தைகள் வெளிப்படும் அல்லது இடக்குமடக்கான நியாயப்படுத்தல்கள் வரும் என்று சட்டர்துவைத் எதிர்பார்த்தார். ஆனால், அப்படி எதுவும் நிகழவில்லை.

அவன் வெறுமனே, "இல்லை," என்று கூறிவிட்டு அங்கிருந்து நகர்ந்துவிட்டான். அவனுடைய உருவம் அந்த இருட்டில் முழுவதுமாக மறையும்வரை சட்டர்துவைத் அவனையே பார்த்துக் கொண்டிருந்தார். அவரையும் மீறி, பிலிப் குறித்து அவரிடம் ஒருவிதமான தோழமையுணர்வு ஏற்பட்டது. ஒரு கலைஞனுக்கு மற்றொரு கலைஞன்மீது ஏற்படுகின்ற உணர்வு அது; உணர்ச்சிமயமாகச் செயல்படுகின்ற ஒருவனுக்கு ஓர் உண்மையான காதலன்மீது ஏற்படுகின்ற உணர்வு அது; ஒரு சராசரி மனிதனுக்கு ஒரு மேதையின்மீது ஏற்படுகின்ற ஓர் உணர்வு அது.

இறுதியில், பிலிப் சென்ற அதை திசையில் அவர் நடக்கத் துவங்கினார். அந்த இடத்தை ஒரு பனிமூட்டம் சூழத் தொடங்கியிருந்தது. அப்போது சட்டர்துவைத் ஒரு காவலரை எதிர்கொண்டார். அவர் சட்டர்துவைத்தை சந்தேகத்துடன் பார்த்தார்.

பின் அந்தக் காவலர், சட்டர்துவைத்திடம், "நீரில் யாராவது

குதித்தச் சத்தம் உங்களுக்குக் கேட்டதா?” என்று வினவினார்.

“இல்லையே,” என்று சட்டர்துவைத் பதிலளித்தார்.

அந்தக் காவலர் தேம்ஸ் நதிக்குள் எட்டிப் பார்த்தார்.

“மற்றொரு தற்கொலை!” என்று அவர் முணுமுணுத்தார்.

“தற்கொலை செய்து கொள்பவர்களிடம் அதை நியாயப்படுத்துவதற்கான காரணங்கள் இருக்கத்தான் செய்யும்,” என்று சட்டர்துவைத் கூறினார்.

அதற்கு அந்தக் காவலர், “பெரும்பாலும் பணம்தான் அதற்குக் காரணமாக இருக்கும்,” என்று கூறிவிட்டு அங்கிருந்து நகரலானார். “இல்லையெனில் பெண்கள் அதற்குக் காரணமாக இருப்பர். சில நேரங்களில் அது அவர்களுடைய தவறாக இருக்காது. சில பெண்கள் ஏராளமான பிரச்சனைகளை உருவாக்குகின்றனர்.”

அதை ஆமோதிக்கும் விதமாக, “சில பெண்கள்!” என்று சட்டர்துவைத் கூறினார்.

அந்தக் காவலர் அங்கிருந்து சென்றதும், சட்டர்துவைத் அங்கிருந்த இருக்கை ஒன்றில் அமர்ந்தார். அவரைச் சுற்றிப் பனிமூட்டம் சூழ்ந்தது. அவர் ‘டிராய் நகரத்து ஹெலனை’ நினைத்துக் கொண்டார். ‘இனிமையான, ஒரு சராசரியான பெண்ணான அவளுக்கு வாய்த்திருந்த அழகான முகம் அவளுக்குக் கிடைத்திருந்த ஆசீர்வாதமா அல்லது சாபமா?’ என்று அவர் யோசித்தார்.

நைல் நதியில் மரணம்

சீமாட்டி அரியாட்னே கிரேல் பதற்றமாக இருந்தார். எஸ். எஸ். ஃபாயூம் என்ற அந்தப் பெரிய உல்லாசப் படகில் ஏறியதிலிருந்தே அவர் எல்லாவற்றையும் குறித்துக் குறை கூறிக் கொண்டே இருந்தார். அவருக்கு ஒதுக்கப்பட்டிருந்த அறை அவருக்குப் பிடிக்கவில்லை. மாலைச் சூரியனை அவரால் தாங்கிக் கொள்ள முடியவில்லை. அதனால், அந்தப் படகில் அவருடன் பயணித்த அவருடைய கணவரின் சகோதரரின் மகள் பமீலா, படகின் மறுபக்கத்திலிருந்த தன்னுடைய அறையை அவருக்காக விட்டுக்கொடுத்தாள். அதை அரியாட்னே முனகிக் கொண்டே ஏற்றுக் கொண்டார்.

அரியாட்னே தன்னுடன் அழைத்து வந்திருந்த தன்னுடைய தனிப்பட்டச் செவிலியான எல்சி மெக்நாட்டனை, அவர் தேவையில்லாமல் ஒரு குட்டித் தலையணையை எடுத்து வந்திருந்ததற்காகவும், ஒரு தவறான ஸ்கார்ஃபைக் கொண்டு வந்திருந்ததற்காகவும் கோபித்துக் கொண்டார். தனக்கு நீலநிறக் கற்கள் பதிக்கப்பட்டக் கழுத்தணியைக் கொண்டு வராமல் ஆரஞ்சு நிறக் கற்கள் பதிக்கப்பட்டக் கழுத்தணியைக் கொண்டு வந்ததற்காக, அரியாட்னே தன் கணவர் ஜார்ஜைக் கடிந்து கொண்டார்.

“மன்னித்துவிடு, கண்ணே! நான் போய் மாற்றி எடுத்து வருகிறேன். நிறைய நேரம் இருக்கிறது,” என்று ஜார்ஜ் பதற்றத்துடன் கூறினார்.

பேசில் வெஸ்டிடம் மட்டும்தான் அரியாட்னே எரிந்து விழவில்லை. ஏனெனில், ஜார்ஜின் தனிப்பட்டச் செயலாளரான அவனிடம் எவரும் எதற்காகவும் கோபப்பட்டது கிடையாது. நீங்கள் உங்களுடைய புருவங்களைச் சுருக்குவதற்கு

முன்பாகவே அவனுடைய வசீகரப் புன்னகை உங்களை நிராயுதபாணியாக்கிவிடும்.

அரியாட்னேயின் கோபத்தின் உக்கிரம், அவருடைய மொழிபெயர்ப்பாளரும் பயண வழிகாட்டியுமான முகமதுவின்மீது பாய்ந்தது. ஆஜானுபாகுவாகத் தோற்றமளித்த அவன் எதற்கும் அலட்டிக் கொள்ளாதவனாக இருந்தான்.

அந்தப் படகின் மேல்தளத்திலிருந்த ஒரு சாய்வு நாற்காலியில் அமர்ந்திருந்த அந்நியர் தன்னுடைய சக பயணி என்பதை அறிந்ததும் அரியாட்னே வானத்திற்கும் பூமிக்குமாகக் குதித்தார்.

"இந்த உல்லாசப் படகில் நாங்கள் மட்டும்தான் பயணிக்கிறோம் என்று பயண அலுவலகத்தில் அடித்துக் கூறியிருந்தனர். இது சுற்றுலாப் பருவகாலத்தின் முடிவு என்பதால் வேறு எவரும் இதில் வர மாட்டார்கள் என்று அவர்கள் தெரிவித்திருந்தனர்."

"அது உண்மைதான்," என்று முகமது அமைதியாகக் கூறினான். "உங்களுடைய குழுவினர் தவிர ஒரே ஒரு நபர் மட்டுமே இதில் இருக்கிறார்."

"ஆனால், நாங்கள் மட்டும்தான் இதில் இருப்போம் என்று எங்களிடம் சொல்லப்பட்டதே?"

"ஆமாம். அது உண்மைதான், சீமாட்டி."

"இது சரியல்ல. இது ஒரு பித்தலாட்டம்! அந்த நபர் இங்கு என்ன செய்து கொண்டிருக்கிறார்?"

"கடைசி நேரத்தில்தான் அவர் வருவதாக முடிவு செய்தார்."

"இது ஒரு மோசடி!"

"இதனால் பெரிய பிரச்சனை எதுவும் ஏற்படாது. எல்லாம் சரியாக இருக்கும். அவர் ஒரு கனவான், இங்கிதமானவர், அமைதியானவர்."

"நீ ஒரு முட்டாள். உனக்கு ஒன்றும் தெரியாது," என்று முகமதுவைப் பார்த்துக் கூறிய அரியாட்னே, எல்சியின் பக்கம் திரும்பிக் கத்தினார்: "எல்சி, நீ எங்கே போய்த் தொலைந்தாய்? என் அருகிலேயே இருக்க வேண்டும் என்று நான் எத்தனை முறை கூறியிருக்கிறேன்? எனக்குத் திடீரென்று தலை சுற்றக்கூடும். என்னை என் அறைக்கு அழைத்துச் செல். எனக்கு ஒரு தலைவலி மாத்திரை கொண்டு வா. இந்த முகமதுவை என் பக்கம் வரவிட்டுவிடாதே! 'எல்லாம் சரியாக இருக்கும்' என்ற ஒரே பல்லவியையே பாடி அவன் என் கழுத்தை அறுத்துக் கொண்டிருக்கிறான்."

எல்சி ஒரு வார்த்தைகூடப் பேசாமல் அரியாட்னேவை நோக்கித் தன் கையை நீட்டினாள்.

எல்சி உயரமானவள். அவளுக்கு சுமார் முப்பத்தைந்து வயது இருக்கும். அவள் அரியாட்னேவை அவருடைய அறைக்கு அழைத்துச் சென்றாள். அவர் சாய்ந்து கொள்வதற்கு வசதியாக, கட்டிலில் அவருடைய தலையணையை அவள் நிமிர்த்தி வைத்தாள். அரியாட்னேவுக்குத் தலைவலி மாத்திரை ஒன்றைக் கொடுத்துவிட்டு, அவருடைய புலம்பல்களை அவள் காது கொடுத்துக் கேட்டுக் கொண்டிருந்தாள்.

சீமாட்டி அரியாட்னேவுக்கு நாற்பத்தெட்டு வயது. பணம் கொட்டிக் கிடப்பதால் உண்டாகின்ற பிரச்சனையால் அவர் தன்னுடைய பதினாறாவது வயதிலிருந்தே அவதியுற்று வந்திருந்தார். பத்து ஆண்டுகளுக்கு முன், ஓர் ஓட்டாண்டியாக இருந்த சர் ஜார்ஜ் கிரேலை அவர் திருமணம் செய்து கொண்டிருந்தார்.

அரியாட்னே ஒரு பெரிய உருவத்தைக் கொண்டவர். அவருடைய உடல் வடிவமைப்பு மோசம் என்று சொல்ல முடியாது. ஆனால், எரிச்சலை வெளிப்படுத்திக் கொண்டிருந்த அவருடைய முகம் ஏராளமான சுருக்கங்களைக் கொண்டிருந்தது. அவர் தன் முகத்தின்மீது செய்திருந்த அளவுக்கதிகமான ஒப்பனை அந்தச் சுருக்கங்களை மறைப்பதற்குப் பதிலாக அவற்றைத் தூக்கிக் காட்டியது. அவருடைய தலைமுடி சில இடங்களில் பொன்னிறமாகவும், சில இடங்களில் செந்நிறமாகவும் இருந்தது. எப்போதும் களைப்பாக இருந்த ஒரு தோற்றத்தை அது அவருக்குக் கொடுத்தது. அவருடைய உடையலங்காரம் தேவைக்கு அதிகமாக இருந்தது, அவர் ஏகப்பட்ட நகைநட்டுகளை அணிந்திருந்தார்.

அவருடைய புலம்பல்களை அமைதியாகக் கேட்டுக் கொண்டிருந்த எல்சியிடம், "அந்த அந்நியரை இந்தப் படகிலிருந்து இறக்கிவிட்டே ஆக வேண்டும் என்று ஜார்ஜிடம் போய்க் கூறு. எனக்கு என் அந்தரங்கம் முக்கியம். சமீபத்தில் நான் எதிர்கொண்டிருந்த–" என்று கூறி, அவர் பாதியிலேயே நிறுத்திவிட்டுத் தன் கண்களை மூடிக் கொண்டார்.

"சரி," என்று கூறிவிட்டு எல்சி அங்கிருந்து நகர்ந்தாள்.

கடைசி நேரத்தில் வந்து அரியாட்னேவுக்கு எரிச்சலூட்டிக் கொண்டிருந்த அந்த அந்நியர், மேல்தளத்தில் அந்த சாய்வுநாற்காலியில்தான் இன்னும் அமர்ந்திருந்தார். அவர் லக்சர் நகருக்கு முதுகு காட்டியவாறு, நைல் நதியைப் பார்த்தபடி உட்கார்ந்திருந்தார். அந்த நதிக்கு மறுபுறம் படர்ந்திருந்த பசுமையைத் தாண்டி, தூரத்தில் பல குன்றுகள் சூரிய ஒளியில் குளித்துக் கொண்டிருந்தன.

எலிசி அவரைத் தாண்டிச் சென்றபோது, அவரை

ஓரக்கண்ணால் பார்த்தபடி சென்றாள்.

ஜார்ஜ் அந்தப் படகின் வரவேற்பறைப் பகுதியில் இருந்தார். அவர் தன் கையில் வைத்திருந்த கழுத்தணியை சந்தேகத்துடன் பார்த்துக் கொண்டிருந்தார்.

அங்கு வந்த எலிசியிடம், "இதுதான் உன் எஜமானியம்மா கேட்டதா?" என்று அவர் கேட்டார்.

"ஆமாம்."

"இதைப் பார்த்து அவள் திருப்தியடைவாளா?"

"அப்படியெல்லாம் சொல்லிவிட முடியாது. எதுவுமே அவரைத் திருப்திப்படுத்தாது. அதுதான் உண்மை. நான் இங்கு வந்த விஷயத்தைச் சொல்லிவிடுகிறேன். இந்தப் படகிலிருக்கின்ற அந்த அந்நியரை வெளியேற்றுமாறு சீமாட்டி உங்களிடம் கூறச் சொன்னார்."

ஜார்ஜின் முகம் தொங்கிப் போனது. "என்னால் என்ன செய்ய முடியும்? அந்த நபரிடம் போய் நான் என்ன சொல்வேன்?"

"உங்களால் ஒன்றும் செய்ய முடியாது என்பது உண்மைதான்," என்று எலிசி கனிவாகக் கூறினாள். "இது குறித்து எதுவும் செய்ய முடியாது என்று சீமாட்டியிடம் கூறிவிடுங்கள்."

"அது வேலை செய்யும் என்று நீ நினைக்கிறாயா?" என்று ஜார்ஜ் பரிதாபமாகக் கேட்டார்.

"சார், நீங்கள் இதை மனத்தில் வைத்துக் கொள்ளக்கூடாது. அவருடைய உடல்நிலை காரணமாக அவர் இப்படி நடந்து கொள்கிறார்."

"அரியாட்னேயின் உடல்நிலை உண்மையிலேயே மோசமாக இருக்கிறதா?"

எல்சியின் முகத்தில் இலேசாக இருள் படிந்தது. அவள் பதில் கூறியபோது, அவளுடைய குரல் சற்று விநோதமாக ஒலித்தது. "அவருடைய இப்போதைய நிலை எனக்குக் கவலையளிக்கிறது என்பது உண்மைதான். ஆனால், இது குறித்து நீங்கள் அலட்டிக் கொள்ளத் தேவையில்லை." அவரை நோக்கித் தோழமையுடன் ஒரு புன்னகையை உதிர்த்துவிட்டு எல்சி அங்கிருந்து புறப்பட்டுச் சென்றாள்.

பமீலா சோர்வுடன் அங்கே வந்தாள்.

அவள் ஜார்ஜின் கையிலிருந்த நீலநிறக் கழுத்தணியைப் பார்த்து, "இது நன்றாக இருக்கிறது," என்றாள்.

"உன்னுடைய சித்திக்கு இது பிடிக்குமா?"

"அவருக்கு எதுவும் பிடிக்காது. போயும் போயும் அவரை ஏன் நீங்கள் திருமணம் செய்து கொண்டீர்கள்?"

ஜார்ஜ் அமைதியானார். தோல்வியில் முடிந்த குதிரைப் பந்தயப் பணயங்கள், கடன் தொல்லைகள், ஆதிக்கம் செலுத்திய பணக்காரப் பெண்மணி ஆகியவை அவர் கண்முன் வந்து சென்றன.

"எனக்குப் புரிகிறது. அப்போது உங்களுக்கு வேறு வழி இருக்கவில்லை. உங்களை நினைத்தால் எனக்குப் பாவமாக இருக்கிறது. ஆனால், இப்போது அவர் நம் இருவருக்குமே தொல்லை கொடுத்துக் கொண்டிருக்கிறாரே!"

"அவளுக்கு உடல்நிலை சரியில்லாமல் போனதிலிருந்துதான்–"

பமீலா இடைமறித்தாள்.

"அவருக்கு உடம்புக்கொன்றும் குறைச்சலில்லை. தனக்கு வேண்டியதையெல்லாம் அவர் செய்து கொண்டுதான் இருக்கிறார். நீங்கள் அஸ்வான் நகருக்குச் சென்றிருந்தபோது அவர் நன்றாக ஆட்டம் போட்டுக் கொண்டிருந்தார். எல்சியைக் கேட்டுப் பாருங்கள். என் சித்தி நடித்துக் கொண்டிருக்கிறார் என்ற குட்டு அப்போது வெளிப்பட்டுவிடும்."

ஜார்ஜ் ஓர் ஆசுவாசப் பெருமூச்செறிந்தவாறு, "எல்சி இல்லாவிட்டால் நம் நிலைமை எப்படியிருக்கும் என்று யோசித்தாலே மலைப்பாக இருக்கிறது," என்று கூறினார்.

"எல்சி ஒரு திறமைசாலி என்பதில் சந்தேகமில்லை. ஆனால், உங்களைப்போல நான் அவளைத் தலையில் தூக்கி வைத்துக் கொண்டு ஆடுவதில்லை. அவள் என்ன நினைத்துக் கொண்டிருக்கிறாள் என்பதை என்னால் ஒருபோதும் கண்டுபிடிக்க முடிவதில்லை. எது எப்படியோ, சித்தியை அவள் பிரமாதமாகக் கையாள்கிறாள்."

"நீ உன் சித்தியைப் பற்றி இப்படிப் பேசக்கூடாது. அவள் உன்னை நன்றாகத்தானே நடத்துகிறாள்?"

"ஆமாம், ஆமாம். என்னுடைய எல்லா செலவுகளையும் அவர்தான் பார்த்துக் கொள்கிறார். ஆனால், இது ஒரு கடினமான வாழ்க்கை என்பதில் மாற்றுக் கருத்து இருக்க முடியாது."

ஜார்ஜ் சிக்கலற்ற விஷயத்திற்குத் தாவினார். "படகில் இப்போது ஏறியிருக்கும் அந்நியரை என்ன செய்வது? இந்தப் படகில் நம்மைத் தவிர வேறு யாரும் இருக்கக்கூடாது என்று உன் சித்தி நினைக்கிறாள்."

"ஓ! அது சாத்தியமேயில்லை," என்று பமீலா விட்டேத்தியாகச் சொன்னாள். "அந்த அந்நியர் ஒரு கனவான். அவருடைய பெயர் பார்க்கர் பைன். அவர் அரசின் பதிவுத் துறையில் வேலை பார்க்கிறார் என்று நான் நினைக்கிறேன். ஆனால், அவருடைய பெயர் பரிச்சயமானதாகத் தெரிகிறது."

அப்போது அங்கு நுழைந்த பேசிலிடம், "பார்க்கர் பைன் யார் என்று உனக்குத் தெரியுமா?" என்று பமீலா கேட்டாள்.

" 'டைம்ஸ்' பத்திரிகையின் முதல் பக்கத்தில் அவர் இப்படி விளம்பரம் கொடுப்பார்: 'நீங்கள் மகிழ்ச்சியாக இல்லையா? பார்க்கர் பைனைத் தொடர்பு கொள்ளுங்கள்!' "

"அப்படியானால், நாம் நம்முடைய பிரச்சனைகளை அவரிடம் பகிர்ந்து கொள்ளலாம்," என்றாள் பமீலா.

"எனக்கு எந்தப் பிரச்சனையும் இல்லை. நாம் இந்த அற்புதமான நைல் நதியில் இந்தப் படகில் பயணித்து, வழியில் ஆங்காங்கே நின்று இறங்கிச் சென்று சில கோவில்களைப் பார்க்கப் போகிறோம். பைனும் நம்முடன் வரப் போகிறார்," என்றான் பேசில்.

ஜார்ஜ் அந்த அறையைவிட்டு வெளியேறினார்.

அவர் சென்ற பிறகு, பமீலா பேசிலிடம், "என் சித்தி–" என்று ஆரம்பித்தாள்.

"அவர் எப்படி இருந்தால் உனக்கென்ன? அவர் கூறுகின்ற எதையும் மறுத்து எதுவும் கூறாதே. எல்லாம் சரியாகிவிடும்."

அப்போது பார்க்கர் பைன் உள்ளே நுழைந்தார். அவரைத் தொடர்ந்து முகமதுவும் வந்தான்.

"படகு இப்போது புறப்படப் போகிறது. இன்னும் சிறிது நேரத்தில், வலது பக்கத்தில் கார்னாக் கோவில் தெரியும். தன் அப்பாவுக்காக, வறுத்த ஆட்டிறைச்சியை வாங்கச் சென்ற சிறுவனின் கதையை இப்போது நான் உங்களுக்குக் கூறப் போகிறேன்..."

* * *

பார்க்கர் தன் நெற்றியைத் துடைத்துவிட்டுக் கொண்டார். அப்போதுதான் அவர் டென்டிரா கோவிலுக்குச் சென்றுவிட்டுத் திரும்பியிருந்தார். ஒரு கழுதையின்மீது ஏறிப் பயணம் செய்தது அவருடைய உடம்புக்கு ஒத்துக் கொள்ளவில்லை. அவர் தன் கோட்டைக் கழற்றிக் கொண்டிருந்தபோது, ஒப்பனை மேசையின்மீது வைக்கப்பட்டிருந்த ஒரு காகிதம் அவருடைய கவனத்தைக் கவர்ந்தது. அவர் அதை எடுத்துப் படித்தார். அதில் இவ்வாறு எழுதப்பட்டிருந்தது:

அன்புள்ள திரு பார்க்கர் பைன்,

அபைடோஸ் கோவிலுக்கு மற்றவர்கள் செல்லும்போது நீங்கள் படகிலேயே தங்கியிருக்குமாறு நான் உங்களைக் கேட்டுக் கொள்கிறேன். நான் உங்களுடன் சில விஷயங்கள் குறித்து

ஆலோசிக்க விரும்புகிறேன்.

உண்மையுடன்,

அரியாட்னே கிரேல்

பார்க்கர் பைனின் முகத்தில் ஒரு புன்னகை படர்ந்தது. அவர் தன் பேனாவைத் திறந்து ஒரு காகிதத்தில் இவ்வாறு எழுதினார்:

அன்புள்ள அரியாட்னே சீமாட்டிக்கு,

உங்களுக்கு ஏமாற்றமளிப்பதற்கு என்னை மன்னிக்கவும். இப்போது நான் உல்லாசமாக விடுமுறையைக் கழிக்க வந்துள்ளேன். தொழில்முறைச் சேவைகளை இப்போது என்னால் செய்ய முடியாது.

உண்மையுடன்,

பார்க்கர் பைன்

பின் அவர் அக்கடிதத்தை, படகின் பணியாள் ஒருவர் மூலமாக அரியாட்னேயிடம் அனுப்பி வைத்தார். சிறிது நேரத்தில் அவருக்கு மற்றொரு குறிப்பு வந்தது.

அன்புள்ள திரு பார்க்கர் பைன்,

நீங்கள் உல்லாசமாக விடுமுறையைக் கழிக்க வந்துள்ளீர்கள் என்பதை நான் உணர்கிறேன். ஆனால், உங்களுடைய ஆலோசனையைப் பெறுவதற்கு ஒரு நூறு பவுண்டு பணம் கொடுக்க நான் தயாராக இருக்கிறேன்.

உண்மையுடன்,

அரியாட்னே கிரேல்

அதைப் படித்தவுடன் பார்க்கரின் புருவங்கள் உயர்ந்தன. அவர் தன் பேனாவால் தன் பற்களின்மீது தாளம் போட்டார். அவர் அபைடோஸ் கோவிலைப் பார்க்க விரும்பினார். ஆனால், என்ன இருந்தாலும் நூறு பவுண்டு என்பது ஒரு பெரிய தொகை. அதோடு, அவர் எதிர்பார்த்திருந்ததைவிட எகிப்து அநியாயத்திற்குச் செலவுமிக்கதாக இருந்தது. அதனால், அவர் மீண்டும் தன் பேனாவை ஒரு காகிதத்தின்மீது ஓடவிட்டார்.

அன்புள்ள அரியாட்னே சீமாட்டிக்கு,

சரி. உங்களுடைய வேண்டுகோளுக்கு இணங்க நான் அபைடோஸ் கோவிலைப் பார்க்கச் செல்லவில்லை.

உண்மையுடன்,

பார்க்கர் பைன்

பார்க்கர் அந்தப் படகிலேயே தங்கியிருக்க முடிவு செய்தது குறித்து முகமது துயரம் கொண்டான்.

"அபைடோஸ் கோவில் பிரமாதமாக இருக்கும். நான் அழைத்து வந்துள்ள கனவான்களில் ஒருவர்கூட அதைப் பார்க்காமல் இருந்ததில்லை. உங்களுக்காக நான் ஒரு வண்டியை ஏற்பாடு செய்துள்ளேன். உங்களுக்காக ஒரு நாற்காலியையும் பாரம் தூக்கிகளையும்கூட நான் ஏற்பாடு செய்துள்ளேன்," என்று முகமது அவரிடம் கூறினான்.

சபலத்தைத் தூண்டிய இத்தகைய வேண்டுகோள்களைப் பார்க்கர் நிராகரித்துவிட்டார்.

அதனால், அவரை விட்டுவிட்டு மற்றவர்கள் புறப்பட்டுச் சென்றுவிட்டனர்.

பார்க்கர் அப்படகின் மேல்தளத்திலேயே காத்திருந்தார். அரியாட்னே தன் அறையின் கதவைத் திறந்து கொண்டு வெளியே வந்தார்.

"இந்த முன்மாலை நேரம் மிகவும் வெப்பமாக இருக்கிறது," என்று அவர் கூறினார். "நீங்கள் கரைக்குச் செல்லாமல் இருக்க முடிவெடுத்தது ஒரு நல்ல தீர்மானம்தான். நாம் வரவேற்பறையில் அமர்ந்து தேநீர் பருகலாமா?"

பார்க்கர் உடனடியாக எழுந்து அவரைப் பின்தொடர்ந்து சென்றார். அவர் ஆர்வத்துடிப்புடன் இருந்தார் என்பதை மறுப்பதற்கில்லை.

விஷயத்திற்கு வருவதற்கு அரியாட்னே மிகவும் சிரமப்பட்டதுபோலத் தெரிந்தது. அவர் திடீர் திடீரென்று வெவ்வேறு விஷயங்களுக்குத் தாவிக் கொண்டிருந்தார். பிறகு ஒருவழியாக அவர் விஷயத்திற்கு வந்தார். அப்போது அவருடைய தொனியே மாறியிருந்தது.

"பார்க்கர், நான் உங்களிடம் கூறவிருக்கின்ற விஷயத்தை நீங்கள் பரம இரகசியமாக வைத்துக் கொள்ள வேண்டும். இது உங்களுக்குப் புரியும் என்று நான் நினைக்கிறேன்."

"நிச்சயமாக."

அரியாட்னே சிறிது இடைவெளிவிட்டார். பிறகு அவர் ஆழமாக ஒரு முறை சுவாசித்தார். பார்க்கர் பொறுமையாகக் காத்திருந்தார்.

"என் கணவர் எனக்கு விஷம் கொடுத்துக் கொண்டிருக்கிறாரா இல்லையா என்பதை நான் தெரிந்து கொள்ள விரும்புகிறேன்."

பார்க்கர் கண்டிப்பாக இதை எதிர்பார்த்திருக்கவில்லை. அவர் தன் திகைப்பை வெளிப்படையாகவே காட்டினார். "நீங்கள் முன்வைக்கின்ற குற்றச்சாட்டு மிகவும் தீவிரமானது."

"நான் ஒரு முட்டாள் அல்லள். நான் நேற்று முளைத்தவளும் அல்லள். சில காலமாகவே எனக்கு இந்த சந்தேகம் இருந்து வந்துள்ளது. ஜார்ஜ் வெளியூருக்குச் சென்றால் நான் நலமாக இருக்கிறேன், என் உணவு என் உடலுக்கு ஒவ்வாமை ஏற்படுத்துவதில்லை, நான் முற்றிலும் வேறுபட்ட ஒரு பெண்ணாக உணர்கிறேன். அதற்கு ஏதாவது ஒரு வலுவான காரணம் இருந்தாக வேண்டும்."

"சீமாட்டி அவர்களே, நான் மீண்டும் கூறுகிறேன். நீங்கள் முன்வைக்கின்ற குற்றச்சாட்டு தீவிரமானது. நான் ஒரு துப்பறிவாளன் அல்லன் என்பதை நீங்கள் புரிந்து கொள்ள வேண்டும். நீங்கள் என்னை ஓர் இதய நிபுணர் என்று வேண்டுமானால்—"

அரியாட்னே அவரை இடைமறித்தார். "அதைப் பற்றி எனக்குக் கவலையில்லை. என்னைப் பொறுத்தவரை, நீங்கள் காவல்துறையைச் சேர்ந்த ஒருவராக இருக்கக்கூடாது, அவ்வளவுதான். என்னால் என்னைக் கவனித்துக் கொள்ள முடியும். என் சந்தேகம் குறித்து எனக்கு ஒரு தெளிவான விடை வேண்டும், அவ்வளவுதான். அதை நான் தெரிந்து கொண்டே ஆக வேண்டும். நான் ஒரு கொடுமைக்காரி அல்லள். என்னிடம் யார் நியாயமாக நடந்து கொள்கிறார்களோ, அவர்களிடம் நானும் நியாயமாக நடந்து கொள்கிறேன். எங்கள் திருமணம் ஒருவிதமான பேரப்பேச்சுத்தான். நான் கொடுத்த வாக்கை நான் காப்பாற்றிக் கொண்டிருக்கிறேன். என் கணவரின் கடன்களையெல்லாம் நான் அடைத்துவிட்டேன். பண விஷயத்தில் நான் அவரிடம் கஞ்சத்தனமாக நடந்து கொண்டதில்லை."

ஜார்ஜ் குறித்துப் பார்க்கரிடம் ஒரு கணம் ஒரு பரிதாப உணர்வு தோன்றி மறைந்தது. அரியாட்னே தொடர்ந்து பேசினார். "பமீலா விஷயத்திலும் நான் எதற்கும் குறை வைத்ததில்லை. அவளுடைய கேளிக்கைகளுக்கும் இதுபோன்ற உல்லாசப் பயணங்களுக்கும் பணத்தை இறைக்க நான் ஒருபோதும் தயங்கியதே இல்லை. பதிலுக்கு நான் எதிர்பார்ப்பதெல்லாம் சாதாரணமான நன்றியுணர்வை மட்டும்தான்."

"நன்றியுணர்வு நாம் கேட்டுப் பெறகின்ற ஒன்றல்லவே!"

"அபத்தம்!" என்று கூறிய அரியாட்னே, தன் பேச்சைத் தொடர்ந்தார்: "சரி. இதுதான் விஷயம். எனக்காக நீங்கள் உண்மையைக் கண்டுபிடியுங்கள். அதைத் தெரிந்து

கொண்டவுடன்–"

அவர் சற்று இடைவெளிவிட்டார். பார்க்கர் அவரை ஆர்வக்குறுகுறுப்புடன் பார்த்தார். "அதைத் தெரிந்து கொண்டவுடன் நீங்கள் என்ன செய்வீர்கள்?"

"அதை நான் பார்த்துக் கொள்கிறேன்."

பார்க்கர் ஒரு நிமிடம் தயங்கினார். பின்னர், "என்னை மன்னியுங்கள். ஆனால், நீங்கள் என்னிடம் ஒளிவுமறைவின்றிப் பேசவில்லை என்று நான் நினைக்கிறேன்," என்று அவர் கூறினார்.

"இல்லை. நீங்கள் எதைக் கண்டுபிடிக்க வேண்டும் என்பதை நான்தான் தெளிவாகக் கூறிவிட்டேனே? உங்களுக்கு வேறு என்ன வேண்டும்?"

"அது உண்மைதான். ஆனால், ஏன் என்ற கேள்விக்கு நீங்கள் பதிலளிக்கவில்லையே!"

அவர்களுடைய கண்கள் சந்தித்துக் கொண்டன. முதலில் அரியாட்னேதான் தன் கண்களைத் தாழ்த்தினார்.

"இதற்கான காரணம் வெளிப்படை என்று நான் நினைக்கிறேன்," என்று அவர் கூறினார்.

"இல்லை. ஏனெனில், எனக்கு ஒரு விஷயத்தில் சந்தேகம் இருக்கிறது."

"என்ன அது?"

"உங்களுடைய சந்தேகம் சரி என்று நீங்கள் நிரூபிக்க விரும்புகிறீர்களா அல்லது அது தவறு என்று நிரூபிக்க விரும்புகிறீர்களா?"

அரியாட்னே அதைக் கேட்டுக் கடும் கோபத்துடன் தன் இருக்கையைவிட்டு எழுந்தார்.

பார்க்கர் மென்மையாகத் தலையசைத்தார். "நீங்கள் இன்னும் என் கேள்விக்கு பதில் கூறவில்லை."

"ஓ!" அதற்கு மேல் அவரிடமிருந்து வார்த்தைகள் எதுவும் வரவில்லை. பின் அவர் அந்த அறையிலிருந்து வெளியேறினார்.

தனியாக விடப்பட்டப் பார்க்கர் ஓர் ஆழமான யோசனைக்குள் மூழ்கினார். அதனால், தனக்கு எதிரே ஒரு நபர் வந்து உட்கார்ந்ததைக்கூட அவர் தாமதமாகவே உணர்ந்தார். அது எல்சி.

"எல்லோரும் ஏன் இவ்வளவு சீக்கிரமாகத் திரும்பிவிட்டீர்கள்?" என்று பார்க்கர் கேட்டார்.

"மற்றவர்கள் இன்னும் திரும்பி வரவில்லை. எனக்குத் தலை வலித்ததால், நான் மட்டும் தனியாகக் கிளம்பி வந்துவிட்டேன்," என்று கூறிய எல்சி சிறிது தயங்கினாள். "அரியாட்னே சீமாட்டி எங்கே?"

"அவர் தன்னுடைய அறையில் படுத்துக் கொண்டிருக்க வேண்டும்."

"அப்பாடா! நான் சீக்கிரமாகத் திரும்பி வந்துவிட்டதை அவர் தெரிந்து கொள்வதை நான் விரும்பவில்லை."

"அப்படியானால், நீ அரியாட்னே அனுப்பி இங்கு வரவில்லையா?"

"இல்லை. நான் உங்களைப் பார்ப்பதற்காகவே சீக்கிரமாகக் கிளம்பி வந்தேன்."

அதைக் கேட்டுப் பார்க்கர் வியப்புற்றார். பிறருடைய அறிவுரைக்கான தேவையின்றி, தன்னுடைய பிரச்சனைகளைத் தானே சமாளித்துக் கொள்ளக்கூடிய திறன் படைத்தவள் என்றுதான் எல்சியைப் பற்றி அவர் நினைத்திருந்தார். ஆனால் அவருடைய எண்ணம் தவறு போலும்.

"நாங்கள் இந்தப் படகில் ஏறியதிலிருந்தே நான் உங்களை அவதானித்துக் கொண்டிருக்கிறேன். பழுத்த அனுபவமுள்ள, விஷயங்களை நிதானமாக எடைபோடுகின்ற ஒரு நபராக நீங்கள் தோன்றுகிறீர்கள். எனக்கு உங்களுடைய அறிவுரை அவசரமாகத் தேவைப்படுகிறது."

"ஆனால், உன்னைப் பார்த்தால், பொதுவாகப் பிறருடைய அறிவுரையை நாடுகின்ற ஒருத்திபோலத் தெரியவில்லையே. விஷயங்களை நீயாகவே சீர்தூக்கிப் பார்த்து, பிறகு தக்க நடவடிக்கைகளை மேற்கொள்கின்ற ஒருத்தியைப்போலத்தான் நீ எனக்குத் தோன்றுகிறாய்."

"பொதுவாக நீங்கள் கூறுவது சரிதான். ஆனால், இப்போது நான் ஓர் இக்கட்டான நிலையில் இருக்கிறேன்."

அதைக் கூறிவிட்டு அவள் ஒரு கணம் தயங்கினாள். "பொதுவாக நான் என்னுடைய நோயாளிகள் பற்றிப் பிறரிடம் பேசுவதில்லை. ஆனால், இந்த விஷயத்தில் இது தேவை என்று எனக்குத் தோன்றுகிறது. நாங்கள் இங்கிலாந்திலிருந்து கிளம்பியபோது, அரியாட்னேவின் விவகாரத்தில் எந்தக் குழப்பமும் இருக்கவில்லை. சுற்றி வளைக்காமல் கூற வேண்டுமென்றால், அவருக்கு எந்த உடல்நலப் பிரச்சனையும் இருக்கவில்லை. அதே சமயம், அளவுக்கதிகமான பணமும் அளவுக்கதிகமான உல்லாசமும் அவரிடம் சில ஆரோக்கியக் குறைபாடுகளைத் தோற்றுவித்திருக்கக்கூடும் என்பதை மறுப்பதிற்கில்லை. ஒரு பெரிய வீட்டைத் தினமும் பெருக்கித் துடைத்துச் சுத்தம் வேண்டிய வேலையும், ஐந்தாறு குழந்தைகளைக் கவனித்துக் கொள்ள வேண்டிய பொறுப்பும் அவருக்கு இருந்திருந்தால், அவர் கச்சிதமான ஆரோக்கியத்துடனும் அதிக மகிழ்ச்சியுடனும்

இருந்திருக்கக்கூடும்.”

பார்க்கர் தலையாட்டி அதை ஆமோதித்தார்.

“ஒரு தொழில்முறைச் செவிலி என்ற முறையில் இவரைப் போன்ற பலரை நான் பார்த்துள்ளேன். அரியாட்னே சீமாட்டி தன்னுடைய மோசமான உடல்நிலையை உண்மையிலேயே இரசித்தார். அதனால், அவருடைய வேதனையைக் குறைப்பது அல்ல என்னுடைய வேலை. நான் இங்குச் சாதுரியமாக நடந்து கொள்ள வேண்டியிருக்கிறது. இந்தப் பயணத்தையும் என்னால் முடிந்த அளவு நான் இரசித்தாக வேண்டியிருக்கிறது.”

“அதைக் குற்றம் சொல்ல முடியாது.”

“ஆனால், விஷயங்கள் இப்போது மாறியுள்ளன. அரியாட்னே சீமாட்டி முன்பு தன்னிடம் இருந்ததாக நினைத்துக் கொண்டிருந்த வியாதிகள் இப்போது உண்மையிலேயே அவருக்கு வந்துள்ளன.”

“நீ என்ன சொல்கிறாய்?”

“அரியாட்னே சீமாட்டிக்கு விஷம் கொடுக்கப்பட்டிருக்கலாம் என்று நான் சந்தேகிக்கிறேன்.”

“எப்போதிருந்து உனக்கு இந்த சந்தேகம் இருக்கிறது?”

“கடந்த மூன்று வாரங்களாக.”

“நீ யாரையாவது சந்தேகப்படுகிறாயா?”

அவள் தன் கண்களைத் தாழ்த்திக் கொண்டாள். முதன்முறையாக அவளுடைய குரலில் நம்பகத்தன்மை குறைந்திருந்தது. “இல்லை.”

“என்னால் இதை உறுதியாகச் சொல்ல முடியும். நீ ஜார்ஜை சந்தேகிக்கிறாய், அப்படித்தானே?”

“இல்லை! இல்லை! அது அவராக இருப்பதற்கான சாத்தியமேயில்லை. அவர் பரிதாபமானவர். குழந்தைத்தனமானவர். ஈவு இரக்கமற்ற இப்படிப்பட்ட ஒரு செயலுக்கு அவரால் துணிய முடியாது.” அவளுடைய குரலில் வேதனை இழையோடியது.

“ஆனால், ஜார்ஜ் வெளியூருக்குச் சென்றால் அரியாட்னே ஆரோக்கியமாக இருப்பதையும், அவர் திரும்பி வந்தவுடன் அரியாட்னேயிடம் ஆரோக்கியக் குறைவு ஏற்படுவதையும் நீ கவனித்துள்ளாய். சரிதானே?”

அதற்கு எல்சி பதிலேதும் சொல்லவில்லை.

“அது என்ன விஷமாக இருக்கும் என்று நீ சந்தேகப்படுகிறாய்? ஆர்செனிக்கா?”

“அதுபோன்ற ஒன்றாகத்தான் இருக்க வேண்டும். ஆர்செனிக் அல்லது ஆன்டிமொனி.”

“இதற்கு நீ எத்தகைய நடவடிக்கைகளை எடுத்துள்ளாய்?”

"அரியாட்னே சீமாட்டி சாப்பிடுகின்ற மற்றும் குடிக்கின்ற அனைத்தையும் நான் உன்னிப்பாகக் கவனித்துக் கொண்டிருக்கிறேன்."

அதைக் கேட்டுத் தலையாட்டிய பார்க்கர், "இது குறித்து அரியாட்னே சந்தேகப்படுகிறாரா?" என்று இயல்பாகக் கேட்பதுபோலக் கேட்டார்.

"இல்லை. அவருக்கு அப்படி எந்த சந்தேகமும் இல்லை என்று நான் உறுதியாக நம்புகிறேன்."

"இது குறித்த உன்னுடைய கணிப்பு தவறு. அரியாட்னேவுக்கு சந்தேகம் இருக்கிறது."

அதைக் கேட்டு எல்சி கடும் வியப்பை வெளிப்படுத்தினாள்.

"இரகசியத்தைப் பேணுவதில் அரியாட்னே நீ நினைப்பதைவிடச் சிறந்தவர். தான் நினைப்பதைத் துளிகூட வெளியே காட்டிக் கொள்ளாத ஒரு பெண்மணி அவர்."

"அது எனக்கு மிகவும் வியப்பாக இருக்கிறது," என்று எல்சி மெதுவாகக் கூறினாள்.

"நான் உன்னிடம் இன்னொரு கேள்வி கேட்க விரும்புகிறேன். அரியாட்னேவுக்கு உன்னைப் பிடிக்குமா?"

"நான் இதுவரை அது குறித்து யோசித்ததில்லை."

முகமதுவின் வருகையால் அவர்களுடைய உரையாடல் தடைபட்டது.

"நீ திரும்பி வந்துவிட்டச் செய்தி சீமாட்டியின் காதுகளை எட்டிவிட்டது. நீ ஏன் நேராக அவரிடம் வரவில்லை என்று அவர் கேட்கிறார். அவர் உன்னை உடனே வரச் சொன்னார்."

எல்சி அவசரமாக எழுந்தாள். பார்க்கரும் எழுந்தார்.

"நாளை காலையில் நாம் நம் உரையாடலைத் தொடரலாமா?" என்று பார்க்கர் கேட்டார்.

"அது வசதியான நேரம்தான். அரியாட்னே சீமாட்டி தாமதமாகத்தான் எழுந்திருப்பார். இதற்கிடையே நான் கூடுதல் எச்சரிக்கையுடன் இருக்கிறேன்."

"அரியாட்னேயும் ஜாக்கிரதையாகத்தான் இருப்பார் என்று நான் நினைக்கிறேன்."

எல்சி அங்கிருந்து கிளம்பினாள்.

இரவு உணவுக்குச் சற்று முன்புவரை பார்க்கர் அரியாட்னேவைப் பார்க்கவில்லை. அரியாட்னே ஓரிடத்தில் அமர்ந்து கொண்டு, ஒரு சிகரெட்டைப் புகைத்துக் கொண்டும், ஒரு கடிதம்போலத் தோன்றிய எதையோ எரித்துக் கொண்டும் இருந்தார். பார்க்கரை அவர் கண்டுகொள்ளவே இல்லை. தன்னுடைய வார்த்தைகளால் காயப்பட்டிருந்த அரியாட்னே, அதிலிருந்து இன்னும் மீண்டிருக்கவில்லை என்று பார்க்கர்

நினைத்துக் கொண்டார்.

இரவு உணவுக்குப் பின்னர், ஜார்ஜ், பமீலா மற்றும் பேசிலுடன் அமர்ந்து பார்க்கர் சீட்டு விளையாடினார். எல்லோருமே ஏதோ ஒருவிதமான கவனச்சிதறலுக்கு ஆளாகியிருந்ததைப்போலக் காணப்பட்டனர். அதனால், ஆட்டம் சீக்கிரமாகவே நிறைவடைந்துவிட்டது.

சில மணி நேரம் கழித்து, பார்க்கர் அவருடைய தூக்கத்திலிருந்து எழுப்பப்பட்டார். அவரை எழுப்பியிருந்தது முகமது.

"சீமாட்டி மிகவும் நோய்வாய்ப்பட்டிருக்கிறார். எல்சி மிகவும் பயந்து போயிருக்கிறாள். நான் மருத்துவரை அழைக்க முயன்று கொண்டிருக்கிறேன்."

பார்க்கர் தன் கையில் அகப்பட்ட உடையை அணிந்து கொண்டு அரியாட்னேயின் அறைக்கு விரைந்தார். அதே கணத்தில் பேசிலும் அங்கு நுழைந்து கொண்டிருந்தான். ஜார்ஜூம் பமீலாவும் ஏற்கனவே அங்கு இருந்தனர். எல்சி தன் நோயாளியுடன் போராடிக் கொண்டிருந்தாள். பார்க்கர் உள்ளே நுழைந்தபோது, அரியாட்னேயின் உடல் கடைசி முறையாக ஒரு முறை வெட்டியது. நெளிந்து கொண்டிருந்த அவளுடைய உடல் விறைப்பானது. பின் அது தலையணையின்மீது விழுந்தது.

பார்க்கர் மெதுவாகப் பமீலாவை வெளியே கூட்டிச் சென்றார்.

"ஐயோ!" என்று பமீலா தேம்பினாள். "சித்தி... சித்தி–"

"இறந்துவிட்டாரா என்று கேட்கிறாயா? ஆமாம். எல்லாம் முடிந்துவிட்டது."

பார்க்கர் பமீலாவைப் பேசிலிடம் ஒப்படைத்தார். அந்த அறையிலிருந்து ஜார்ஜ் திகைப்புடன் வெளியே வந்தார்.

"அவள் உண்மையிலேயே உடல்நிலை சரியில்லாமல் இருந்தாள் என்று நான் ஒரு கணம்கூட நம்பியிருக்கவில்லை," என்று அவர் முணுமுணுத்தார்.

பார்க்கர் அவரைக் கடந்து அந்த அறைக்குள் மீண்டும் நுழைந்தார்.

எல்சியின் முகம் வெளுத்துப் போயிருந்தது. "மருத்துவருக்குச் சொல்லியனுப்பியிருக்கிறார்களா?" என்று அவள் கேட்டாள்.

"ஆமாம்," என்று பதிலளித்தப் பார்க்கர், "ஸ்டிரைக்னைனா?" என்று கேட்டார்.

"ஆமாம். அந்த இழுப்பு அதைத்தான் சுட்டிக்காட்டுகிறது. என்னால் இதை நம்பவே முடியவில்லை," என்று அரற்றிவிட்டு, அவள் அழுது கொண்டே அங்கிருந்த ஒரு நாற்காலியில்

விழுந்தாள். பார்க்கர் அவளுடைய தோளைத் தட்டிக் கொடுத்தார்.

அப்போது திடீரென்று அவருக்கு ஒரு யோசனை தோன்றியது. அவர் வேகமாக அங்கிருந்து வெளியேறி, படகின் வரவேற்பறையை அடைந்தார். அங்கிருந்த 'ஆஷ்டிரே' ஒன்றில் பாதி எரிந்த நிலையில் கிடந்த ஒரு காகிதத்தை அவர் கண்டெடுத்தார். அதில் அரைகுறையான இரண்டு வரிகள் மட்டுமே இடம் பெற்றிருந்தன.

"இது சுவாரசியமாக இருக்கிறதே!"

* * *

கெய்ரோ நகரின் முக்கிய அதிகாரி ஒருவரின் அறையில் பார்க்கர் அமர்ந்திருந்தார். "அப்படியானால், இதுதான் ஆதாரமா?" என்று பார்க்கர் அந்த அதிகாரியிடம் யோசனையுடன் கேட்டார்.

"ஆமாம். இது கச்சிதமாக இருக்கிறது. இந்த மனிதர் அடிமுட்டாளாக இருந்திருக்கிறார்."

"நான் சர் ஜார்ஜை அறிவாளி என்று அழைக்க மாட்டேன்."

"இரண்டும் ஒன்றுதான்!" என்று அந்த அதிகாரி அழுத்திக் கூறினார். "அரியாட்னே சீமாட்டி ஒரு கோப்பை 'போவ்ரில்' பானம் கேட்டிருக்கிறார். அந்தச் செவிலிப் பெண் அதைக் கலந்திருக்கிறார். அதில் கலப்பதற்கு எல்சி 'செர்ரியைத்' தேடியபோது, ஜார்ஜ் அதை எடுத்து வந்து கொடுத்திருக்கிறார். இரண்டு மணிநேரம் கழித்து, சந்தேகத்திற்கு இடமில்லாமல், ஸ்டிரைக்னைன் நஞ்சால் அரியாட்னே இறந்திருக்கிறார். ஜார்ஜின் அறையிலிருந்து ஒரு பாக்கெட் ஸ்டிரைக்னைன் கிடைத்திருக்கிறது. இன்னொரு பாக்கெட், அவருடைய கோட்டுப் பாக்கெட்டிலிருந்து கிடைத்திருக்கிறது."

"நீங்கள் எல்லாவற்றையும் கச்சிதமாக அணுகியிருக்கிறீர்கள். சரி, இந்த ஸ்டிரைக்னைன் எங்கிருந்து வந்தது?"

"அது குறித்துச் சிறிது சந்தேகம் நிலவுகிறது. ஸ்டிரைக்னைன்

இதயநோய்க்கு மருந்தாகவும் பயன்படுகிறது என்பதால், எல்சியிடம் சிறிதளவு அது இருந்திருக்கிறது. ஆனால், எல்சி முன்னுக்குப் பின்னாகப் பேசியிருக்கிறாள். முதலில் தன்னிடமிருந்த ஸ்டிரைக்னைன் எல்லாம் சரியாக இருந்ததாக அவள் கூறியிருந்தாள். இப்போது அது குறைவாக இருப்பதாகக் கூறுகிறாள்."

"எது குறித்தும் உறுதியாக இல்லாமல் இருப்பது அவளுடைய இயல்பு அல்ல," என்று பார்க்கர் கருத்து தெரிவித்தார்.

"ஜார்ஜூம் எல்சியும் இதில் சேர்ந்தே ஈடுபட்டிருக்க வேண்டும் என்று நான் நினைக்கிறேன். அவர்கள் இருவருக்கும் இடையே ஏதோ கள்ள உறவு இருந்திருக்கிறது."

"இருக்கலாம். ஆனால், எல்சி தன்னுடைய சீமாட்டியைத் தீர்த்துக் கட்டத் திட்டமிட்டிருந்தால், சுத்தமாக வெளியே தெரியாத அளவுக்கு இதை அவளால் செய்திருக்க முடியும். அவள் ஒரு திறமையான பெண்."

"என் கருத்துப்படி இதை ஜார்ஜ்தான் செய்திருக்க வேண்டும். இதிலிருந்து தப்பிக்க அவருக்கு வழியே இல்லை."

"என்னால் முடிந்தவற்றை நான் செய்தாக வேண்டும்."

பமீலாவை அவர் அங்கு வரவழைத்தார்.

அவள் வெளுத்துப் போயும் மலட்டுக் கோபத்துடனும் இருந்தாள். "ஜார்ஜ் இதை ஒருக்காலும் செய்திருக்க மாட்டார்! மாட்டார்! மாட்டார்!"

"அப்படியானால், இதை யார் செய்திருப்பார்கள்?" என்று பார்க்கர் அமைதியாகக் கேட்டார்.

பமீலா அவரை நெருங்கி வந்தாள். "நான் என்ன நினைக்கிறேன், தெரியுமா? என் சித்தி இதைத் தனக்குத் தானே செய்து கொண்டார். அவர் ஒரு விநோதப் பிறவி. அவர் விஷயங்களைக் கற்பனை செய்யக்கூடியவர்."

"என்ன விஷயங்களை?"

"எடுத்துக்காட்டாக, பேசில். பேசில் தன்மீது காதல் கொண்டிருந்ததாக அவர் எப்போதுமே சூசகமாகக் கூறி வந்தார். நானும் பேசிலும்–"

"எனக்குப் புரிகிறது," என்று பார்க்கர் ஒரு புன்னகையுடன் கூறினார்.

"பேசில் குறித்து என் சித்தி கொண்டிருந்த அனைத்து எண்ணங்களும் முழுக்க முழுக்கக் கற்பனையானவை. அதேபோல, ஜார்ஜ் குறித்தும் அவர் கோபமும் விரக்தியும் அடைந்திருந்தார். அதனால் அது குறித்து அவர் ஒரு கற்பனைக் கதையை உருவாக்கி, அதை உங்களிடமும் வெற்றிகரமாக விற்றுவிட்டிருந்தார் என்று நான் நினைக்கிறேன். பின் அவர்

ஒரு பாக்கெட் ஸ்டிரைக்னைனை ஜார்ஜின் அறையிலும், ஒரு பாக்கெட்டை ஜார்ஜின் கோட்டுப் பையிலும் போட்டு வைத்துவிட்டு விஷம் அருந்திவிட்டார். இதற்கு முன்பு பலர் இப்படிச் செய்திருக்கிறார்கள்தானே?"

"பலர் அப்படிச் செய்திருக்கிறார்கள் என்பது உண்மைதான். ஆனால் அரியாட்னே அவ்வாறு செய்யவில்லை என்று நான் நம்புகிறேன். அவர் அந்த இரகத்தைச் சேர்ந்தவர் அல்லர்."

"அப்படியானால், அவருடைய மனப்பிரமைகள்?"

"அது குறித்து நான் பேசிலிடம் கேட்கப் போகிறேன்."

பார்க்கர் பேசிலை அவனுடைய அறையில் கண்டுபிடித்தார். அவர் கேட்டக் கேள்விகளுக்கு பேசில் தயங்காமல் பதிலளித்தான்.

"நான் இப்போது கூறப் போவதை வைத்து நான் ஒரு வடிகட்டிய முட்டாள் என்று நீங்கள் நினைத்துவிடக்கூடாது. சீமாட்டிக்கு என்மீது ஓர் ஈர்ப்பு இருந்தது. அதனால்தான் பமீலாவுக்கும் எனக்கும் இடையேயுள்ள உறவைப் பற்றி அவருக்குத் தெரியாதபடி நான் பார்த்துக் கொண்டேன். அவருக்குத் தெரிந்திருந்தால், ஜார்ஜிடம் கூறி அவர் என்னை என் வேலையைவிட்டுத் தூக்கியிருந்திருப்பார்."

"அரியாட்னே தனக்குத் தானே விஷம் வைத்துக் கொண்டிருக்கக்கூடும் என்று பமீலா முன்வைக்கின்ற யோசனை சரியாக இருக்குமென்று நீ நினைக்கிறாயா?"

"சாத்தியம்தான் என்று நான் நினைக்கிறேன்." ஆனால் அவனுடைய குரலில் சந்தேகம் தொனித்தது.

"ஆனால், அது போதாது. நாம் இதைவிடச் சிறப்பான ஒன்றைக் கண்டுபிடிக்க வேண்டும்," என்று கூறிய பார்க்கர், ஓரிரு நிமிடங்கள் ஆழ்ந்த யோசனையில் மூழ்கினார். "ஒப்புதல் வாக்குமூலம்தான் இதற்கான விடை." பின் அவர் ஒரு காகிதத்தையும் ஒரு பேனாவையும் அவனிடம் கொடுத்து, "இதில் நான் கூறுவதை எழுது!" என்று கூறினார்.

பேசில் அவரை வியப்புடன் பார்த்தான். "இது என்ன கூத்து? என்னை எதற்காக எழுதச் சொல்கிறீர்கள்?"

"என்னருமை இளைஞனே, எனக்கு எல்லாம் தெரியும். அரியாட்னேயிடம் நீ பாலியல் உறவு கொண்டது; அவருடைய மனசாட்சி அவரை உறுத்தியது; ஓர் ஓட்டாண்டியான பமீலாமீது நீ காதல் கொண்டது; நீ தீட்டிய திட்டம்; அரியாட்னேவுக்கு நீண்ட நாட்களாக தினமும் சிறுகச் சிறுக விஷம் கொடுக்கப்பட்டு வந்தது. அத்திட்டப்படி அவர் இறந்திருந்தால், அது இயற்கையான மரணம்போலக் கருதப்பட்டிருக்கும். இல்லையெனில் பழி ஜார்ஜின்மீது விழும்.

ஏனெனில், நீ திட்டம் போட்டு உன்னுடைய தாக்குதல்களை ஜார்ஜ் ஊரில் இருக்கும்போது மட்டுமே மேற்கொண்டிருந்தாய்.

"பின் அரியாட்னேவுக்கு சந்தேகம் ஏற்பட்டிருந்தது குறித்தும், அது பற்றி அவர் என்னிடம் பேசியிருந்தது குறித்தும் நீ அறிந்தாய். அதனால் நீ உடனடியாகச் செயலில் இறங்கினாய். எல்சியிடமிருந்து ஸ்டிரைக்னைனைத் திருடி, அதில் சிறிதளவை ஜார்ஜின் அறையிலும், சிறிதளவை அவருடைய கோட்டுப் பாக்கெட்டிலும் நீ போட்டு வைத்துவிட்டாய். பின் அந்த விஷத்தை ஒரு கேப்ஸ்யூலில் போட்டு, இது ஓர் 'இன்ப மாத்திரை' என்ற ஒரு குறிப்புச் சீட்டோடு அதை நீ அரியாட்னேயிடம் அனுப்பி வைத்தாய்.

"அது ஒரு நல்ல யோசனைதான். எல்சி தன்னுடைய அறையிலிருந்து சென்ற பிறகு அரியாட்னே அதை உட்கொள்வார். அதனால், அதைப் பற்றி வேறு யாருக்கும் தெரியாமல் போய்விடும். ஆனால், நீ ஒரே ஒரு தவறு செய்துவிட்டாய். கடிதங்களை ஒரு பெண்ணிடம் கொடுத்து எரிக்கச் சொல்வது பயனற்றச் செயல். அவர்கள் ஒருபோதும் அதைச் செய்ய மாட்டார்கள். நீ அரியாட்னேவுக்கு எழுதிய அனைத்துக் கடிதங்களும் என்னிடம் இருக்கின்றன. இந்த 'இன்ப மாத்திரை' குறித்தக் குறிப்புச்சீட்டும் அவற்றில் அடக்கம்."

பேசிலின் முகம் பேயறைந்ததுபோல ஆகிவிட்டது. அவனுடைய உருவமே மாறிவிட்டது. ஒரு பொறிக்குள் மாட்டிக் கொண்ட ஓர் எலியைப்போல அவன் காணப்பட்டான்.

"நீங்கள் நாசமாகப் போக! அப்படியானால், உங்களுக்கு எல்லாம் தெரியும். நீங்கள் தேவையில்லாமல் என் வாழ்க்கைக்குள் மூக்கை நுழைத்துள்ளீர்கள்."

அவனுடைய வன்முறைத் தாக்குதலிலிருந்து பார்க்கர் மயிரிழையில் தப்பினார். ஏனெனில், அவர் அந்த அறைக்குள் வருவதற்கு முன்பு வெளியே பல சாட்சிகளை நிற்க வைத்துவிட்டு வந்திருந்தார். பேசிலுடனான அவருடைய உரையாடலை, அரைகுறையாகத் திறந்திருந்த கதவின் வழியாகக் கேட்டுக் கொண்டிருந்தவர்கள் உடனடியாக அங்கே ஓடி வந்துவிட்டனர்.

* * *

பார்க்கர் மீண்டும் அந்தக் கெய்ரோ உயரதிகாரியுடன் பேசிக் கொண்டிருந்தார்.

"என்னிடம் உண்மையில் எந்தவொரு சான்றும்

இருக்கவில்லை. 'இதை எரித்துவிடு!' என்ற வார்த்தைகளோடு இன்னும் ஓரிரு வார்த்தைகள் மட்டுமே இடம் பெற்றிருந்த, பாதி எரிந்திருந்த ஒரு காகிதத்தை வைத்துக் கொண்டு, நடந்திருந்ததை நான் ஊகித்தேன். அதை நான் பேசிலிடம் பிரயோகித்துப் பார்த்தேன். அது வெற்றி பெற்றுவிட்டது. சரியாகச் சொல்ல வேண்டுமென்றால், நான் தற்செயலாகத்தான் இந்த உண்மையைக் கண்டுபிடித்தேன். பேசில் எழுதியிருந்த அனைத்துக் கடிதங்களையும் அரியாட்னே எரித்துவிட்டிருந்தார். ஆனால், அது பேசிலுக்குத் தெரியாது.

"அரியாட்னே ஓர் அரிய பெண்மணி. உதவி கேட்டு அவர் என்னிடம் வந்தபோது நான் வியந்தேன். அவருடைய கணவர்தான் அவருக்கு விஷம் கொடுத்துக் கொண்டிருந்தார் என்று நான் கூற வேண்டும் என்று அவர் எதிர்பார்த்தார். அது உண்மையாக இருக்கும் பட்சத்தில், அவர் பேசிலுடன் ஓடிப் போகத் தீர்மானித்திருந்தார். ஆனால், அதற்கு முன்பு, உண்மையைத் தெரிந்து கொள்வதில் அவர் குறியாக இருந்தார். அவர் நியாயமாக நடந்து கொள்ள விரும்பினார். அவர் உண்மையில் ஒரு விநோதமான பிறவிதான்."

"பாவப்பட்டப் பமீலாதான் இதனால் கடும் வேதனை அடையப் போகிறாள்," என்று அந்த அதிகாரி கூறினார்.

"அவள் மிகவும் இளையவள் என்பதால், அவள் எளிதில் இந்த வேதனையிலிருந்து மீண்டுவிடுவாள்," என்று பார்க்கர் அலட்சியமாகக் கூறினார். "நான் ஜார்ஜ் குறித்துத்தான் நினைத்துக் கொண்டிருக்கிறேன். கடந்த பத்து ஆண்டுகளாக அவர் ஒரு புழுவைப்போல நடத்தப்பட்டு வந்துள்ளார். காலம் கடப்பதற்குள் அவர் கொஞ்சமாவது வாழ்க்கையை அனுபவிக்க வேண்டும் என்று நான் எண்ணுகிறேன். எல்சி அவரிடம் அனுசரணையாக நடந்து கொள்வாள் என்று நான் நம்புகிறேன்."

இப்படிக் கூறிவிட்டு அவர் ஒரு பிரகாசமான புன்னகையைத் தன் முகத்தின்மீது படரவிட்டார். பிறகு அவர் ஓர் ஆசுவாசப் பெருமூச்செறிந்தார். "நான் யாருக்கும் தெரியாமல் கிரீஸுக்குச் செல்லப் போகிறேன். நான் உண்மையிலேயே ஒரு சில நாட்களை உல்லாசமாகக் கொண்டாடியாக வேண்டும்."

நீரில் மூழ்கி மரணம்

ஸ்காட்லாந்து யார்டின் முன்னாள் தலைவரான சர் ஹென்ரி கிளிதரிங், செயின்ட் மேரி மீடு என்ற கிராமத்திற்கு அருகே வசித்து வந்த அவருடைய நண்பர் ஆர்தர் பான்ட்ரியின் வீட்டில் தங்கியிருந்தார்.

அந்தச் சனிக்கிழமையன்று காலை 10.15 மணிக்கு, சாப்பிடுவதற்காக அவர் இறங்கி வந்தபோது, தன்னுடைய விருந்தோம்பியான டோலி பான்ட்ரியின்மீது அவர் கிட்டத்தட்ட மோதிவிட்டார். டோலி அந்த உணவறையிலிருந்து பதற்றமும் பரபரப்பும் கலந்த ஒரு மனநிலையோடு வேகமாக வெளியே வந்தார்.

கர்னல் பான்ட்ரி சாப்பாட்டு மேசையில் அமர்ந்திருந்தார். அவருடைய முகம் வழக்கத்தைவிட அதிகமாகச் சிவந்திருந்தது.

"வணக்கம், ஹென்ரி. உங்களுக்கு வேண்டியதை நீங்களே பரிமாறிக் கொள்ளுங்கள்."

ஹென்ரி அதற்குக் கீழ்ப்படிந்தார். அவர் அங்கிருந்த ஓர் இருக்கையில் அமர்ந்து கொண்டு, ஒரு தட்டை எடுத்துத் தனக்குப் பிடித்தமான பதார்த்தங்களை அதில் பரிமாறலானார்.

"காலையிலேயே டோலி சிறிது மனக்கலக்கம் அடைந்திருக்கிறாள்," என்றார் பான்ட்ரி.

"ஆமாம். அவரைப் பார்த்தபோது நானும் அப்படித்தான் நினைத்தேன்."

ஹென்ரி சிறிது யோசித்தார். டோலி சாந்தமானவர், ஆனால் அவ்வப்போது உணர்ச்சிவசப்படுவார். ஹென்ரிக்குத் தெரிந்தவரை, டோலிக்கு மிகவும் பிடித்த விஷயம் தோட்டமிடுவதும் அதைப் பராமரிப்பதும்தாம்.

"இன்று காலையில் எங்களுக்குக் கிடைத்த ஒரு

தகவல் அவளுக்கு மனக்கலக்கம் ஏற்படுத்தியுள்ளது. இந்த கிராமத்திலுள்ள 'புளூ போர்' என்ற மதுவிடுதியின் சொந்தக்காரரான டாம் எம்மோட்டின் மகள் ரோஸ் எம்மோட்டைப் பற்றிய செய்தி அது."

"ஓ!"

"ரோஸ் ஒரு வசீகரமான பெண். அவள் ஒரு பிரச்சனையில் சிக்கிக் கொண்டாள். வழக்கமான விவகாரம்தான். அவளைப் பற்றி நான் டோலியிடம் வாதம் புரிந்தேன். நான் ஒரு முட்டாள். பெண்களால் விஷயங்களைப் பகுத்தறிய முடியாது. டோலி அந்தப் பெண்ணுக்கு வக்காலத்து வாங்கினாள். பெண்கள் ஏமாளிகள், ஆண்கள் அனைவரும் மிருகங்கள் என்ற ரீதியில் டோலியின் பேச்சு சென்றது. ஆனால், என்னைப் பொறுத்தவரை, நிலைமை இப்போது வெகுவாக மாறியுள்ளது. இப்போதெல்லாம், தாங்கள் என்ன செய்கிறோம் என்பது பெண்களுக்குத் தெரியும். பெண்களைக் கவர்ந்து மயக்குகின்ற நபர்கள் எல்லோரும் வில்லன்களாக இருக்க வேண்டிய அவசியமில்லை. பெண்களுக்கும் இதில் ஐம்பது சதவீதப் பங்கு இருக்கிறது. ரோஸின் விவகாரத்தில் சம்பந்தப்பட்டுள்ள இளைஞன் ரெக்ஸ் சான்ட்ஃபோர்டை எனக்குப் பிடிக்கும். ரெக்ஸ் தான் பார்க்கின்ற பெண்களையெல்லாம் தன் வலையில் விழ வைக்கின்ற காமுகன் அல்லன், மாறாக, அவன் ஒரு வசீகரமான இளைஞன் என்று டோலியிடம் நான் அவனைப் பற்றிப் புகழ்ந்து பேசிவிட்டேன் என்று நான் நினைக்கிறேன்."

"அப்படியா!"

"எனக்கு இதைப் பற்றித் தனிப்பட்ட முறையில் எதுவும் தெரியாது," என்று பான்ட்ரி எச்சரிக்கையுடன் கூறினார். "இவை அனைத்தும் கிசுகிசுக்களும் வம்புப்பேச்சுகளும்தாம். உங்களுக்குத்தான் இந்த இடத்தைப் பற்றி நன்றாகத் தெரியுமே! என்னால் டோலியைப்போல ஒரு தான்தோன்றித்தனமான முடிவுக்கு வரவோ அல்லது குற்றச்சாட்டுகளை அள்ளி வீசவோ முடியாது. இது குறித்த விசாரணை நடைபெற்றுக் கொண்டிருக்கின்றபோது ஒருவர் ஜாக்கிரதையாகப் பேசுவது முக்கியம், இல்லையா?"

"என்ன விசாரணை?"

பான்ட்ரி அவரை வெறித்துப் பார்த்தார்.

"ஓ! உங்களிடம் சொல்லவில்லையா? ரோஸ் தண்ணீரில் மூழ்கித் தன்னைத் தானே மாய்த்துக் கொண்டாள். அதுதான் இவ்வளவு களேபரத்திற்கும் காரணம்."

"அது ஒரு சிக்கலான பிரச்சனைதான்."

"ரோஸின் தந்தையான டாம் எம்மோட் மிகவும்

கண்டிப்பானவர். தன்னுடைய தந்தையை எதிர்கொள்ள முடியாமல்தான் ரோஸ் இந்த முடிவை எடுத்திருக்க வேண்டும்."

பான்ட்ரி சிறிது இடைவெளி விட்டார்.

"அதுதான் டோலிக்கு மனக்கலக்கத்தைக் கொடுத்துள்ளது."

"அந்தப் பெண் எங்கே மூழ்கினாள்?"

"ஆற்றில்! அந்த மில்லுக்குக் கீழே அந்த ஆற்றின் ஓட்டம் படுவேகமாக இருக்கும். அந்த இடத்தில் ஒரு பாலம் இருக்கிறது. அந்தப் பாலத்தில் ஒரு நடைபாதை இருக்கிறது. அதிலிருந்துதான் அவள் அந்த ஆற்றுக்குள் குதித்திருக்க வேண்டும் என்று காவல்துறையினர் நினைக்கின்றனர். நினைத்துப் பார்க்கவே கஷ்டமாக இருக்கிறது."

பான்ட்ரி இதிலிருந்து தன் மனத்தை விலக்கிக் கொள்வதற்காக அன்றைய நாளிதழை விரித்து அரசாங்கத்தின் சமீபத்திய அடாவடிகளைப் பற்றிப் படிக்கத் துவங்கினார்.

இந்த கிராமத்துத் துயரக் கதையில் ஹென்ரிக்குப் பெரிதாக ஆர்வம் இருக்கவில்லை. அவர் தன்னுடைய காலைநேர உணவைச் சாப்பிட்டுவிட்டு, அந்த வீட்டின் முன்முற்றத்தில் இருந்த புல்வெளிக்குச் சென்று, அங்கிருந்த வசதியான ஒரு நாற்காலியில் அமர்ந்து கொண்டு, தன் தொப்பியைத் தன்னுடைய கண்கள்வரை இழுத்துவிட்டுக் கொண்டு, வாழ்க்கையை அமைதியானதொரு கோணத்தில் அசைபோட்டுக் கொண்டிருந்தார்.

சுமார் 11.30 மணியளவில் பான்ட்ரியின் பணியாட்களில் ஒருத்தி அவரை நோக்கி நடந்து வந்தாள்.

"சார், மார்ப்பிள் மேடம் உங்களைப் பார்க்க விரும்புகிறார்," என்று அவள் அறிவித்தாள்.

"மார்ப்பிளா?"

ஹென்ரி எழுந்து நின்று தன் தொப்பியைச் சரி செய்து கொண்டார். அந்தப் பெயர் அவருக்கு வியப்பளித்தது. அவருக்கு மார்ப்பிளை நன்றாக நினைவிருந்தது. மார்ப்பிளின் கூர்மதியும் பழமைவாத வழிமுறைகளும் அவருக்குச் சட்டென்று நினைவுக்கு வந்தன. ஹென்ரி பணியில் இருந்தபோது, தீர்க்கப்பட முடியாத நிலையிலிருந்த பல விவகாரங்களுக்குப் புத்திசாலித்தனமான தீர்வுகளை மார்ப்பிள் வழங்கியிருந்தார். அதனால், மார்ப்பிள்மீது ஹென்ரி பெரும் மரியாதை வைத்திருந்தார். மார்ப்பிள் எதற்காகத் தன்னைப் பார்க்க இங்கு வந்திருந்தார் என்று அவர் யோசித்தார்.

வரவேற்பறையில் மார்ப்பிள் வழக்கம்போல நிமிர்ந்து மிடுக்காக உட்கார்ந்திருந்தார். அவர் சிறிது படபடப்புடன் காணப்பட்டார். ஹென்ரியைப் பார்த்ததும் அவர் எழுந்து

நின்றார்.

"வணக்கம், ஹென்ரி! உங்களைக் கண்டுபிடிக்க முடிந்தது என் அதிர்ஷ்டம்தான். நீங்கள் இங்குத் தங்கியிருக்கிறீர்கள் என்று கேள்விப்பட்டுத்தான் நான் இங்கே வந்தேன். உங்களைத் தொந்தரவு செய்வதற்கு என்னை மன்னியுங்கள்."

மார்ப்பிளுடன் கைகுலுக்கிய ஹென்ரி, "உங்களைச் சந்தித்ததில் எனக்கு மிக்க மகிழ்ச்சி. டோலி வெளியே சென்றிருக்கிறார் என்று நான் நினைக்கிறேன்," என்று கூறினார்.

"வரும் வழியில், டோலி, கசாப்புக் கடைக்காரர் ஃபுட்டிட்டுடன் பேசிக் கொண்டிருந்ததை நான் பார்த்தேன். நேற்று அவருடைய நாய் ஒரு வண்டியில் அடிபட்டுச் செத்துவிட்டது."

"ஓ!"

"டோலி இங்கு இல்லாதிருக்கின்ற சமயத்தில் நான் இங்கு வந்தது குறித்து எனக்கு மகிழ்ச்சியே. ஏனெனில், இந்த சோகச் சம்பவம் குறித்து உங்களிடம் பேசவே நான் இங்கு வந்தேன்."

"ஃபுட்டிட்டின் நாயைப் பற்றியா?" என்று ஹென்ரி வியப்புடன் கேட்டார்.

மார்ப்பிள் அவரை எரித்துவிடுவதுபோலப் பார்த்தார்.

"இல்லை. நான் பேச வந்திருப்பது ரோஸ் எம்மோட்டைப் பற்றி. அவளுடைய விவகாரம் உங்களுக்குத் தெரியும்தானே?"

ஹென்ரி அதை ஆமோதித்துத் தலையசைத்தார்.

"பான்ட்ரிதான் விஷயத்தை என்னிடம் கூறினார். அது ஒரு வருத்தமான விஷயம்தான்."

ஹென்ரி சற்றுக் குழம்பினார். ரோஸ் விவகாரம் குறித்து மார்ப்பிள் எதற்காகத் தன்னைப் பார்க்க வர வேண்டும் என்பதை அவரால் புரிந்து கொள்ள முடியவில்லை.

மார்ப்பிள் மீண்டும் தன் இருக்கையில் அமர்ந்தார். ஹென்ரியும் ஒரு நாற்காலியில் அமர்ந்தார். மார்ப்பிள் பேசத் துவங்கியதும் அவருடைய குரல் தீவிரமாக மாறியது.

"கடந்தகாலத்தில் உங்களுடைய கேஸ்கள் சிலவற்றுக்கு நான் தீர்வுகளைப் பரிந்துரைத்திருந்தது உங்களுக்கு நினைவிருக்கும். நீங்கள்கூடப் பெருந்தன்மையாக, என்னுடைய பரிந்துரைகள் அவ்வளவு மோசமில்லை என்று கூறியிருந்தீர்கள்."

"அந்தக் கேஸ்களில் நீங்கள் எங்கள் எல்லோரையும் விஞ்சி நின்றீர்கள். உண்மையை வெளியே கொண்டு வருவதில் நீங்கள் உங்களுடைய அறிவுக்கூர்மையைச் சிறப்பாக வெளிப்படுத்தியிருந்தீர்கள். அவற்றிலெல்லாம், கிராமப்புறங்களில் நடைபெற்றிருந்த ஒத்த விஷயங்களை நீங்கள் மேற்கோள் காட்டியிருந்தீர்கள்."

ஹென்ரி புன்னகைத்தவாறே பேசினார், ஆனால் மார்ப்பிள் புன்னகைக்கவில்லை. அவருடைய முகம் தீவிரமாகவே இருந்தது.

"அப்போது நீங்கள் கூறிய வார்த்தைகள், இப்போது நான் உங்களிடம் வருவதற்கான துணிச்சலை எனக்குக் கொடுத்துள்ளன. என் மனத்தில் உள்ளதை உங்களிடம் கூறினால், குறைந்தபட்சம் அதை நீங்கள் எள்ளி நகையாட மாட்டீர்கள் என்று நான் நம்புகிறேன்."

இந்த வார்த்தைகள், மார்ப்பிள் எந்த அளவுக்குத் தீவிரமாக இருந்தார் என்பதை ஹென்ரிக்கு உணர்த்தின.

"அது உண்மைதான்," என்று ஹென்ரி மென்மையாகக் கூறினார்.

"ஹென்ரி, ரோஸ் தானாக அந்த ஆற்றில் குதித்து இறக்கவில்லை. அவள் கொலை செய்யப்பட்டிருக்கிறாள். அவளைக் கொன்றது யாரென்று எனக்குத் தெரியும்."

சில கணங்களுக்கு ஹென்ரி ஆச்சரியத்தில் வாயடைத்துப் போனார். மார்ப்பிளின் குரல் அமைதியாகவும் உணர்ச்சியற்றும் இருந்தது. ஏதோ ஒரு சாதாரணமான விஷயத்தைப் பற்றிப் பேசுவதுபோல அவர் அதைக் கூறினார்.

ஹென்ரி தன்னிலைக்குத் திரும்பி, "மார்ப்பிள், நீங்கள் இப்போது கூறுவது மிகவும் தீவிரமானதொரு குற்றச்சாட்டு," என்று கூறினார்.

மார்ப்பிள் தன் தலையை மென்மையாகப் பல முறை ஆட்டினார்.

"எனக்குத் தெரியும். அதனால்தான் நான் நேரடியாக உங்களைப் பார்க்க வந்தேன்."

"ஆனால், இப்போது நான் ஒரு சாதாரணக் குடிமகன் மட்டுமே. நீங்கள் சொல்வதற்கான ஆதாரம் உங்களிடம் இருந்தால், நீங்கள் காவல்துறையைத்தான் அணுக வேண்டும்."

"என்னால் காவல்துறையினரை அணுக முடியாது."

"ஏன் அப்படி?"

"ஏனெனில், நீங்கள் கூறிய 'ஆதாரம்' எதுவும் என்னிடம் இல்லை."

"அப்படியானால், உங்களுடையது வெறும் ஊகம்தானா?"

"நீங்கள் விரும்பினால் அப்படியும் சொல்லலாம். ஆனால், அதை நான் உறுதியாக அறிவேன். அதை அறியக்கூடிய நிலையில் நான் இருக்கிறேன். எனக்கு எப்படித் தெரியும் என்பதற்கான காரணங்களை நான் இந்தக் கேஸை விசாரித்துக் கொண்டிருக்கின்ற காவல்துறை ஆய்வாளர் ட்ரூயிட்டிடம் கூறினால், அவர் என்னைப் பார்த்துக் கைகொட்டிச்

சிரிப்பார். அதற்காக அவரை நான் குறை சொல்ல மாட்டேன். என்னிடம் இருக்கின்ற சிறப்பறிவைப் பிறர் புரிந்து கொள்வது சிரமம்தான் என்பதை நான் அறிவேன்."

"எடுத்துக்காட்டாக?"

மார்ப்பிளின் முகத்தில் இலேசாக ஒரு புன்னகை அரும்பியது.

"சில ஆண்டுகளுக்கு முன், ஒரு கிராமத்தில், தள்ளுவண்டியில் காய்கறிகளை விற்ற பீஸ்குட் என்பவன், என்னுடைய மருமகளிடம் கேரட்டுக்குப் பதிலாக நூல்கோலை விற்றதை நான் அறிந்திருந்த காரணத்தால் இதை நான் சொல்கிறேன்."

"இதையொத்த ஒரு கேஸை அடிப்படையாக வைத்து இதை நீங்கள் எடைபோடுகிறீர்கள், அப்படித்தானே?"

"எனக்கு மனித இயல்பு அத்துப்படி. இத்தனை ஆண்டுகளாக கிராமத்தில் இருந்து கொண்டு மனித இயல்பைப் புரிந்து கொள்ளாமல் இருக்க முடியாது. இங்குள்ள கேள்வி, நீங்கள் என்னை நம்புகிறீர்களா இல்லையா என்பதுதான்."

மார்ப்பிள் ஹென்ரியை நிமிர்ந்து பார்த்தார். மார்ப்பிளின் கண்களில் எந்தத் தடுமாற்றமும் இருக்கவில்லை. அவை நேரடியாக ஹென்ரியின் கண்களை ஊடுருவிப் பார்த்தன.

ஹென்ரி பழுத்த அனுபவம் கொண்டவர். சுற்றி வளைத்துப் பேசாமல் நேரடியாக விஷயத்திற்கு வருபவர் அவர். தீர்க்கமான தீர்மானங்களை எடுப்பதற்கு அவர் காலம் தாழ்த்த மாட்டார். மார்ப்பிளின் கூற்று ஒரு கற்பனாவாதமாகத் தோன்றியபோதிலும், அதை அவர் உடனடியாக ஏற்றுக் கொண்டார்.

"மார்ப்பிள், நான் உங்களை நம்புகிறேன். ஆனால், இதில் நான் என்ன செய்ய வேண்டும் என்று நீங்கள் எதிர்பார்க்கிறீர்கள் என்பதும், எதற்காக நீங்கள் என்னை அணுகியுள்ளீர்கள் என்பதும் எனக்குப் புரியவில்லை."

"நான் இதைப் பற்றி மீண்டும் மீண்டும் சிந்தித்துள்ளேன். நான் முன்பே கூறியபடி, ஆதாரங்கள் இல்லாமல் காவல்துறையை அணுகுவதால் எந்தப் பயனும் இல்லை. நீங்கள் இதில் ஆர்வம் காட்ட வேண்டும் என்று நான் விரும்புகிறேன். நீங்கள் அப்படிச் செய்தால், காவல் ஆய்வாளர் ட்ரூயிட் இதைத் தீவிரமாக எடுத்துக் கொள்வார். அதற்குப் பின், இங்குள்ள தலைமைக் காவலர் கர்னல் மெல்செட்டை உங்களுடைய கைப்பாவையாக ஆக்கிக் கொள்வது ஒரு பெரிய விஷயமாக இருக்காது."

"இதில் நான் குதிப்பதற்கு நீங்கள் எனக்கு எத்தகைய தகவல்களை அளிக்கப் போகிறீர்கள்?"

“நான் சந்தேகிக்கின்ற நபரின் பெயரை ஒரு காகிதத்தில் எழுதி அதை உங்களிடம் கொடுக்கலாம் என்று நான் முதலில் நினைத்தேன். ஆனால், உங்களுடைய விசாரணைக்குப் பிறகு, அந்த நபருக்கும் இதற்கும் துளிகூடத் தொடர்பில்லை என்ற முடிவுக்கு நீங்கள் வந்தால், என் கணிப்பு தவறு என்று தெரிய வரும்.”

மார்ப்பிள் ஒரு சிறு இடைவெளிவிட்டு, சிறிது நடுக்கத்துடன், “ஆனால், ஒரு நிரபராதி தூக்கிலிடப்பட்டால், அது மிகவும் பயங்கரமானது,” என்று கூறினார்.

“நீங்கள் என்ன சொல்கிறீர்கள்?” என்று ஹென்ரி அதிர்ச்சியுடன் கேட்டார்.

மார்ப்பிளின் முகத்தில் வேதனை படர்ந்தது.

“இந்த விஷயத்தில் என்னுடைய ஊகம் தவறாக இருக்கலாம் என்றாலும் நான் அப்படி நம்பவில்லை. ட்ரூயிட் ஒரு புத்திசாலி. ஆனால், குறைவான ஆதாரங்களை வைத்துக் கொண்டு அவரால் என்ன செய்ய முடியும்? அது ஆபத்தானதும்கூட.”

ஹென்ரி அவரை ஆர்வக்குறுகுறுப்புடன் பார்த்தார்.

மார்ப்பிள் சற்றுத் தடுமாற்றத்துடன் தன் கையில் வைத்திருந்த சுருக்குப்பை போன்ற ஒன்றிலிருந்து ஒரு சிறிய குறிப்பேட்டை எடுத்து, அதிலிருந்து ஒரு பக்கத்தைக் கிழித்தெடுத்து, அதில் ஒரு பெயரை எழுதி, அதை இரண்டாக மடித்து ஹென்ரியிடம் கொடுத்தார்.

ஹென்ரி அந்தக் காகிதத்தை விரித்துப் படித்தார். அது அவருக்கு எதையும் தெரிவிக்கவில்லை. ஆனால் அவருடைய புருவங்கள் மட்டும் சற்று உயர்ந்தன. எதிரே அமர்ந்திருந்த மார்ப்பிளை நோக்கியவாறு அவர் அந்தக் காகிதத்தைத் தன் பாக்கெட்டில் போட்டுக் கொண்டார்.

“இது மிகவும் அசாதாரணமாக இருக்கிறது. இதற்கு முன்பு நான் இப்படிப்பட்டக் காரியங்களில் ஒருபோதும் இறங்கியதில்லை. ஆனால், உங்கள்மீதுள்ள நம்பிக்கையால் நான் இப்போது இதில் குதிக்கிறேன்,” என்று ஹென்ரி கூறினார்.

* * *

ட்ரூயிட் மற்றும் மெல்செட்டுடன் ஹென்ரி ஓர் அறையில் உட்கார்ந்திருந்தார்.

மெல்செட் ஒரு குள்ளமான உருவத்தைக் கொண்டவர். அவர் இராணுவத்தில் பணியாற்றியிருந்ததால், அவருடைய நடத்தையில் ஒரு இராணுவத்தனம் வெளிப்பட்டது. ட்ரூயிட் ஒரு பெரிய உருவத்தைக் கொண்டவர். அவர் எப்போதும்

விவேகமாக நடந்து கொண்டார்.

“உங்களுடைய இந்த விவகாரத்தில் நான் தேவையில்லாமல் மூக்கை நுழைத்துக் கொண்டிருக்கிறேன் என்பதை நான் அறிவேன்,” என்று ஹென்ரி ஒரு புன்னகையுடன் கூறினார். “அதற்கு ஒரு வலுவான காரணம் இருக்கிறது. ஆனால், அதை என்னால் வெளிப்படையாகச் சொல்ல முடியாது.”

“சார், இதில் நீங்கள் இறங்குவது குறித்து நாங்கள் பெருமையே கொள்கிறோம்,” என்றார் மெல்செட்.

ஆனால், மெல்செட் தன் மனத்திற்குள் இவ்வாறு நினைத்துக் கொண்டார்: ‘பாவம் இந்த ஹென்ரி. பான்ட்ரியின் வீட்டில் செய்வதற்கு எதுவுமில்லாமல் வெறுமனே உட்கார்ந்து இவருக்கு சலிப்பு ஏற்பட்டிருக்கிறது போலும். அரசாங்கத்தை எப்போதும் வசைபாடிக் கொண்டிருக்கும் பான்ட்ரியின் பேச்சையும், நாற்றங்கால்களைப் பற்றி நாள் முழுவதும் வாய் ஓயாமல் பேசிக் கொண்டிருக்கும் டோலியின் பிதற்றல்களையும் கேட்டுக் கொண்டிருந்தால் யாருக்குத்தான் சலிப்பு ஏற்படாது?’

“இதை நாங்கள் ஒரு கௌரவமாகவே கருதுகிறோம்,” என்றார் ட்ரூயிட்.

ஆனால், ட்ரூயிட் தன் மனத்திற்குள் இவ்வாறு எண்ணிக் கொண்டார்: ‘ஹென்ரி இப்படித் தானாக முன்வருகின்ற இவ்வேளையில், இங்கு இதைவிட அதிகச் சிக்கலான ஒரு கேஸை நாங்கள் எதிர்கொண்டிருந்தால் நன்றாக இருந்திருக்கும். என்ன இருந்தாலும், நாட்டிலேயே மிகச் சிறந்த புத்திசாலிகளில் ஒருவர் அவர். ஆனால், போயும் போயும் இந்தக் கேஸிலா அவர் தன்னை ஈடுபடுத்திக் கொள்ள வேண்டும்?’

மெல்செட் சத்தமாக இவ்வாறு கூறினார்:

“இது ஒரு கேடுகெட்ட விவகாரம். இது சிக்கலற்றது. அந்தப் பெண் ஆற்றில் தானாகவே குதித்துத் தற்கொலை செய்து கொண்டாள் என்றுதான் முதலில் நாங்கள் நினைத்திருந்தோம். அவள் கர்ப்பமாக இருந்தாள் என்பதால் எங்களுடைய கண்ணோட்டம் இந்தத் திசையில் சென்றதை நீங்கள் புரிந்து கொள்வீர்கள் என்று நாங்கள் நம்புகிறோம். எங்களுடைய டாக்டர் ஹேடாக் எல்லாவற்றையும் கவனமாக அவதானிக்கக்கூடியவர். அந்தப் பெண்ணின் கைகளின் மேற்பகுதியில் காயங்கள் இருந்ததைக் கண்டுபிடித்த அவர், அவை அவளுடைய சாவுக்கு முன்பாக ஏற்பட்டிருக்க வேண்டும் என்பதை உறுதி செய்தார். யாராவது ஒருவர் அவளைப் பிடித்து ஆற்றில் தள்ளிவிட்டிருந்தால், உடலில் அதுபோன்ற காயங்கள் ஏற்படும்.”

“அதற்கு ஏராளமான வலிமை தேவைப்படுமா?”

“தேவையில்லை என்று நான் நினைக்கிறேன். இங்குப் போராட்டம் எதுவும் நடைபெற்றிருக்கவில்லை. அந்தப் பெண் எதிர்பார்த்திருக்காத நேரத்தில் அது நடந்திருக்க வேண்டும். மரத்திலான அந்த நடைபாதை எப்போதும் வழுக்கலாக இருக்கும். அதோடு, அதில் கைப்பிடி எதுவும் கிடையாது. ஒருவரை அதிலிருந்து தள்ளிவிடுவது மிகவும் எளிது.”

“அச்சம்பவம் அங்கேதான் நடந்திருக்க வேண்டும் என்று நீங்கள் உறுதியாக நம்புகிறீர்களா?”

“ஆமாம். எங்களிடம் ஒரு சாட்சியும் இருக்கிறது. அது ஒரு பன்னிரண்டு வயதுச் சிறுவன். அவன் பெயர் ஜிம்மி பிரவுன். அவன் அந்தப் பாலத்திற்கு மறுபுறமிருந்த ஒரு காட்டுப்பகுதியில் இருந்திருக்கிறான். அந்தப் பாலத்திலிருந்து ஒரு கூச்சலும், யாரோ அல்லது எதுவோ ஆற்றில் விழுந்த சத்தமும் அவனுக்குக் கேட்டிருக்கிறது. அது அந்திவேளையாக இருந்ததால் அவனால் எதையும் தெளிவாகப் பார்க்க முடியவில்லை. ஆனால், அந்தச் சத்தத்தைத் தொடர்ந்து, ஆற்றில் வெள்ளை நிறத்தில் எதுவோ மிதந்து கொண்டிருந்ததைப் பார்த்த அவன், உடனடியாக உதவி நாடி ஓடியிருக்கிறான். உதவிக்கு வந்தவர்கள், அவளை ஆற்றிலிருந்து வெளியே இழுத்துள்ளனர். ஆனால், அதற்குள் காலம் கடந்துவிட்டிருந்தது.”

“அந்தப் பையன் அந்தப் பாலத்தில் யாரையும் பார்க்கவில்லையா?”

“இல்லை. நான் ஏற்கனவே குறிப்பிட்டிருந்ததைப்போல, அது அந்தி நேரம். அந்த நேரத்தில் அந்தப் பாலத்திற்கு அருகே எப்போதும் பனிமூட்டம் சூழ்ந்திருக்கும். அச்சம்பவத்திற்கு முன்போ அல்லது அதற்குப் பிறகோ அவன் யாரையாவது பார்த்தானா என்று நான் அச்சிறுவனிடம் கேட்கப் போகிறேன். அந்தப் பெண் தானாகவே தண்ணீரில் விழுந்திருக்க வேண்டும் என்று அவன் இயல்பாக ஊகித்துவிட்டான். எல்லோருமே அப்படித்தான் நினைத்திருந்தனர்.”

இப்போது ட்ரூயிட் ஹென்ரியிடம், “அந்தப் பெண்ணின் பாக்கெட்டிலிருந்து எங்களுக்கு ஒரு குறிப்புச் சீட்டு கிடைத்தது. அக்குறிப்பு, ஓவியர்கள் பயன்படுத்துகின்ற ஒரு பென்சிலால் எழுதப்பட்டிருந்தது. அந்தச் சீட்டு நீரில் நனைந்திருந்தபோதிலும், அதில் எழுதப்பட்டிருந்ததை எங்களால் படிக்க முடிந்தது,” என்று கூறினார்.

“அதில் என்ன எழுதப்பட்டிருந்தது?”

“அந்தக் குறிப்பை எழுதியிருந்தது ரெக்ஸ். ‘நான் உன்னை 8.30 மணிக்குப் பாலத்தில் சந்திக்கிறேன் – ரெ.சா.’ என்று அதில் எழுதப்பட்டிருந்தது. 8.30 மணிக்கு ஒரு சில நிமிடங்கள்

கழித்துத்தான் ஜிம்மி அந்தக் கூச்சலையும் தண்ணீரில் யாரோ விழுந்த சத்தத்தையும் கேட்டுள்ளான்."

இப்போது மெல்செட் கதையைத் தொடர்ந்தார். "நீங்கள் ரெக்ஸைச் சந்தித்திருக்கிறீர்களா என்பது எனக்குத் தெரியாது. கடந்த ஒரு மாதகாலமாக அவன் இங்கு இருந்து வருகிறான். அவன் ஒரு நவீனக் கட்டடக்கலை நிபுணன். புதுமை விரும்பி. புதிரான வடிவங்களில் கட்டடங்களை வடிவமைக்கின்ற இளம் கூட்டத்தைச் சேர்ந்தவன் அவன். அல்லிங்டனுக்கு ஒரு கட்டடத்தை வடிவமைத்துக் கொடுப்பதற்காக அவன் இங்கு வந்திருக்கிறான். அக்கட்டடம் எப்படியிருக்கும் என்பது ஆண்டவனுக்குத்தான் வெளிச்சம். கண்ணாடியால் ஆன உணவு மேசைகள். இரும்பினால் ஆன விநோதமான நாற்காலிகள். அவற்றில் ஓர் இரண்டுங்கெட்டான்தனம் இருக்கிறது. ஆனால், இந்த ரெக்ஸ் எப்படிப்பட்டவன் என்பதை அது காட்டுகிறது. அவன் ஒரு சோசலிஸ்ட். எந்தவிதமான ஒழுக்கமும் இல்லாத ஒருவன் அவன்."

"கொலைகள் நடக்கத் தொடங்குவதற்கு வெகுகாலத்திற்கு முன்பே கவர்ச்சியால் மயக்குதல் மூலம் நடைபெறுகின்ற குற்றச் செயல்கள் துவங்கிவிட்டன," என்று ஹென்ரி கூறினார்.

மெல்செட் வெறுமனே ஹென்ரியை வெறித்துப் பார்த்தார்.

"ஹென்ரி, நீங்கள் கூறுவது சரிதான்," என்று ட்ரூயிட் கூறினார். "ரெக்ஸ் இந்தப் பெண்ணைப் பிரச்சனைக்கு உள்ளாக்கியுள்ளான். பின் இங்கிருந்து லண்டனுக்குத் திரும்பிச் சென்றுவிட அவன் திட்டமிட்டுள்ளான். லண்டனில் அவனுக்கு ஒரு காதலி இருக்கிறாள். இன்னும் சொல்லப் போனால், அவளுடன் அவனுக்கு நிச்சயதார்த்தமே ஆகிவிட்டது. அவளுக்குத் தன் வண்டவாளம் தெரிந்தால் தன் கதி அதோகதி ஆகிவிடும் என்பது அவனுக்குத் தெரியும். அதனால் அவன் ரோஸை அந்தப் பாலத்தில் கருக்கலில் யாரும் இல்லாத வேளையில் சந்தித்திருக்கிறான். அவன் அவளுடைய தோள்களை இறுகப் பிடித்து அவளை அந்த ஆற்றில் தள்ளிவிட்டுள்ளான். அந்தக் கயவன் தண்டிக்கப்பட்டே ஆக வேண்டும். இதுதான் என் அபிப்பிராயம்."

ஹென்ரி ஓரிரு நிமிடங்கள் மௌனமாக இருந்தார். இங்கு ஒரு வலிமையான உள்ளூர் பாரபட்சம் இழையோடிக் கொண்டிருந்ததை அவரால் புரிந்து கொள்ள முடிந்தது. செயின்ட் மேரி மீடு போன்ற ஒரு பழமைவாத கிராமத்தில், புதுமை விரும்பியான ஒரு கட்டடக் கலைஞனால் கண்டிப்பாகப் பிரபலமான ஒருவனாக இருக்க முடியாது.

"அப்படியானால், அவள் வயிற்றில் வளர்ந்து கொண்டிருந்த

குழந்தைக்கு ரெக்ஸ்தான் தந்தை என்பதில் எந்த சந்தேகமும் இல்லை, அப்படித்தானே?"

"ஆமாம்," என்று ட்ரூயிட் கூறினார். "ரோஸ் தன் தந்தையிடம் அப்படித்தான் கூறியிருந்தாள். ரெக்ஸ் தன்னைத் திருமணம் செய்து கொள்வான் என்று அவள் நினைத்திருந்தாள். ஹா, ஹா! அவனாவது, அவளைத் திருமணம் செய்து கொள்வதாவது!"

ஹென்றி தன் மனத்திற்குள் இவ்வாறு நினைத்துக் கொண்டார்: 'அடக் கடவுளே! என்ன இது! நான் விக்டோரிய யுகத்திற்குள் மீண்டும் வந்து சேர்ந்துவிட்டேனா? ஓர் அப்பாவிப் பெண், லண்டனிலிருந்து ஒரு வில்லன், முரட்டுத்தனத்தின் முழு உருவமாய் ஓர் அப்பா, நம்பிக்கைத் துரோகம் ஆகிய அனைத்தும் இங்கு இருக்கின்றன. இங்கு விடுபட்டுப் போயுள்ளது விசுவாசமான ஓர் உள்ளூர்க் காதலன் மட்டும்தான். அதைப் பற்றிக் கேட்பதற்கான வேளை வந்துவிட்டது.'

அதனால் அவர் அவர்களிடம் இவ்வாறு கேட்டார்:

"அந்தப் பெண்ணுக்கு இங்கு உள்ளூர்க் காதலன் எவனும் இல்லையா?"

"ஜோ எல்லிஸைப் பற்றிக் கூறுகிறீர்களா?" என்று ட்ரூயிட் கேட்டார். "அவன் ஒரு நல்ல மனிதன். அவன் தச்சுத் தொழில் செய்து வருகிறான். ஓ! அவள் மட்டும் இவனோடு ஒழுங்காக இருந்திருந்தால்!"

மெல்செட் அதை ஆமோதித்ததுபோலத் தலையாட்டினார்.

"ஒருவன் தன்னுடைய வர்க்கத்திற்குள்ளேயே வளைய வருவதுதான் எப்போதுமே நல்லது," என்று அவர் ஒரு தீவிரமான குரலில் கூறினார்.

"இதை ஜோ எப்படி எடுத்துக் கொண்டான்?" என்று ஹென்றி கேட்டார்.

"அதைப் பற்றி யாருக்குமே தெரியாது," என்று ட்ரூயிட் கூறினார். "அவன் தானுண்டு தன் வேலையுண்டு என்று இருப்பான். ரோஸ் எதைச் செய்தாலும் அவனுடைய பார்வையில் அது சரியாகத்தான் இருக்கும். அவனை அவள் தன் பிடியில் வைத்திருந்தாள். என்றாவது ஒரு நாள் அவள் மீண்டும் தன்னிடம் திரும்பி வருவாள் என்று அவன் நம்பிக் கொண்டிருந்தான். அதுதான் அவனுடைய இயல்பு."

"நான் அவனைப் பார்க்க விரும்புகிறேன்," என்று ஹென்றி கூறினார்.

"நாங்களே அவனைப் பார்த்துப் பேசவிருக்கிறோம்," என்று மெல்செட் கூறினார். "நாங்கள் எந்தக் கோணத்தையும் விடுவதாக இல்லை. நாங்கள் இப்படித் திட்டமிட்டோம்:

முதலில் எம்மோட்டைப் பார்ப்பது. அடுத்தது ரெக்ஸ். கடைசியாக ஜோ. சார், இது உங்களுக்குச் சரியென்று படுகிறதா?"

தனக்கு அது சரியென்று பட்டதாக ஹென்ரி கூறினார்.

அவர்கள் மூவரும் முதலில் எம்மோட்டை, அவருடைய புளூ போர் மதுவிடுதியில் சந்தித்தனர். அவர் வாட்டசாட்டமாக இருந்தார். அவருக்கு நடுத்தர வயது. அவருடைய கண்கள் நிலைகொள்ளாமல் அங்குமிங்கும் அலைந்து கொண்டிருந்தன.

எம்மோட் அவர்களைப் பார்த்தவுடன், "வாருங்கள். உள்ளே தனியறையில் போய் பேசலாம்," என்று கூறினார். "ஏதாவது குடிக்கிறீர்களா?" அதை அவர்கள் மறுத்துவிட்டனர். "அநியாயமாகச் செத்துப் போன என் மகள் விஷயமாகத்தானே நீங்கள் இங்கு வந்திருக்கிறீர்கள்? ரோஸ் ஒரு நல்ல பெண். இந்த நாய் – இப்படிப் பேசுவதற்கு என்னை மன்னித்துக் கொள்ளுங்கள் – ஆனால் அவன் ஒரு நாய்தான். அவன் வரும்வரை ரோஸ் ஒரு நல்ல பெண்ணாகத்தான் இருந்தாள். அவளைத் திருமணம் செய்து கொள்வதாக அவன் அவளுக்கு வாக்களித்தான். அவளை அவன்தான் கொன்றுள்ளான். கொலைகாரப் பாவி! நம் எல்லோருக்கும் அவன் அவமானத்தைக் கொண்டு வந்துள்ளான். அவன் சட்டப்படி தண்டிக்கப்பட வேண்டும்."

"தன்னுடைய நிலைக்கு ரெக்ஸ்தான் காரணம் என்று துல்லியமாக உங்கள் மகள் உங்களிடம் கூறினாளா?" என்று மெல்செட் அவரிடம் கேட்டார்.

"ஆமாம். அவள் அப்படித்தான் கூறினாள். இதே அறையில் வைத்துத்தான் அவள் அப்படிக் கூறினாள்."

"அதற்கு நீங்கள் என்ன சொன்னீர்கள்?" என்று ஹென்ரி கேட்டார்.

அதைக் கேட்டு எம்மோட் ஒரு கணம் ஆடிப் போனார். "அவளிடம் நான் என்ன சொன்னேன் என்றா கேட்கிறீர்கள்?"

"ஆமாம். எடுத்துக்காட்டாக, அவள் கூறியதைக் கேட்டு, அவளை வீட்டைவிட்டுத் துரத்தப் போவதாக நீங்கள் அவளை மிரட்டினீர்களா?"

"அவள் சொல்லிய விஷயத்தைக் கேட்டு நான் ஓரளவு நிலைகுலைந்து போனேன் என்பது உண்மைதான். அது இயல்புதான் என்று நீங்கள் ஒப்புக் கொள்வீர்கள் என்று நான் நம்புகிறேன். ஆனால், அதற்காக நான் அவளை வீட்டைவிட்டுத் துரத்தவில்லை. நான் அப்படியெல்லாம் செய்யக்கூடியவன் அல்லன்," என்று கூறி அவர் தன்னை ஓர் ஒழுக்கசீலனாகக் காட்டிக் கொள்ள முயன்றார். "எல்லோரும் சட்டப்படி நடக்க

வேண்டும். அவன் அப்படி நடந்து கொள்ளவில்லை என்றால், அதற்கான விலையை அவன் கொடுத்தாக வேண்டும்."

அதைக் கூறி முடித்துவிட்டு எம்மோட் தன் முஷ்டியை உயர்த்தி அங்கிருந்த மேசைமீது ஓங்கிக் குத்தினார்.

"அவளைக் கடைசியாக நீங்கள் எப்போது பார்த்தீர்கள்?" என்று மெல்செட் கேட்டார்.

"நேற்று மாலையில் தேநீர் நேரத்தில்."

"அப்போது அவளுடைய நடத்தை எப்படி இருந்தது?"

"எப்போதும்போலத்தான் இருந்தது. வித்தியாசமாக எதையும் நான் பார்க்கவில்லை. எனக்கு மட்டும் தெரிந்திருந்தால்–"

"ஆனால், அப்போது உங்களுக்குத் தெரியாதே!" என்று ட்ரூயிட் கூறினார்.

அவர்கள் அங்கிருந்து கிளம்பினர்.

"எம்மோட் ஒரு நல்லவிதமான அபிப்பிராயத்தை உருவாக்கவில்லை," என்று ஹென்ரி யோசனையுடன் கூறினார்.

"பிறரால் வெறுக்கத்தக்க நடத்தையைக் கொண்டவர்தான் அவர். அவருக்கு ஒரு வாய்ப்பு கிடைத்தால், அவர் நிச்சயமாக ரெக்ஸின் தோலை உரித்துத் தொங்கவிட்டுவிடுவார்," என்று மெல்செட் கூறினார்.

அடுத்து அவர்கள் ரெக்ஸைப் பார்க்கச் சென்றனர். ஹென்ரி தன் மனத்தில் ரெக்ஸ் குறித்து உருவாக்கி வைத்திருந்த பிம்பத்தைப்போல அவன் இருக்கவில்லை. அந்த இளைஞன் உயரமாகவும் ஒல்லியாகவும் வெள்ளையாகவும் இருந்தான். அவனுடைய நீலநிறக் கண்கள் ஒரு கனவுலகத்தில் மிதந்து கொண்டிருந்தன. அவனுடைய நீண்ட தலைமுடி சரியாக வாரப்படாமல் இருந்தது. அவனுடைய பேச்சில் பெண்மைத்தனம் தூக்கலாக இருந்தது.

மெல்செட் அவனிடம் தன்னை அறிமுகப்படுத்திக் கொண்டுவிட்டு, எங்களையும் அறிமுகம் செய்து வைத்தார். பின் அவர் நேரடியாக விஷயத்திற்கு வந்தார். முந்தைய தினம் மாலை நேரத்தில் அவன் எங்கெல்லாம் சென்றான் என்று அவர் அவனிடம் கேட்டார்.

"இப்படி ஒரு வாக்குமூலம் கொடுக்கும்படி உன்னை நிர்ப்பந்திக்க எனக்கு அதிகாரம் கிடையாது. ஆனால், அப்படி நீ ஒரு வாக்குமூலத்தைக் கொடுத்தால், அதை உனக்கு எதிரான ஒரு சாட்சியமாக என்னால் பயன்படுத்திக் கொள்ள முடியும். இதை நீ புரிந்து கொள்ள வேண்டும்," என்று அவர் தெளிவுபடுத்தினார்.

"நீங்கள் சொல்வது எனக்குப் புரியவில்லை," என்றான் அவன்.

“நேற்று முன்னிரவு ரோஸ் எம்மோட் ஆற்றில் மூழ்கி இறந்து போனாள் என்பது உனக்குத் தெரியும்தானே?”

“ஓ! அதுவா? அது என் நெஞ்சைப் பிழிகிறது. நேற்றிரவு நான் துளிகூடத் தூங்கவில்லை. இன்று என்னால் எந்த வேலையும் செய்ய முடியவில்லை. அச்சம்பவத்திற்கு நான்தான் பொறுப்பு என்ற உணர்வு என்னைக் குத்திக் கிழிக்கிறது.”

அவன் தன் தலைமுடியைக் கோதிவிட்டு, ஏற்கனவே அலங்கோலமாக இருந்த அதை மேலும் அலங்கோலமாக்கினான்.

“அவளுக்கு எந்தப் பிரச்சனையையும் உருவாக்க நான் ஒருபோதும் நினைத்ததில்லை,” என்று அவன் பரிதாபமாகச் சொன்னான். “அவள் இப்படிச் செய்வாள் என்று நான் என் கனவில்கூட நினைக்கவில்லை.”

அவன் அங்கிருந்த மேசையில் சாய்ந்து தன் முகத்தைத் தன் கைகளுக்குள் புதைத்துக் கொண்டான்.

“உன்னுடைய பேச்சிலிருந்து, நீ எங்களுக்கு வாக்குமூலம் அளிக்க மறுக்கிறாய் என்று நாங்கள் எடுத்துக் கொள்ளலாமா?”

“அப்படியில்லை. நான் நேற்று மாலை வெளியே சென்றிருந்தேன். சிறிது நேரம் ஆசுவாசமாக நடந்துவிட்டு வருவதற்காக நான் சென்றேன்.”

“நீ ரோஸைப் பார்ப்பதற்காகச் சென்றிருந்தாயா?”

“இல்லை. நான் தனியாகக் காட்டுப் பகுதியில் நடந்து கொண்டிருந்தேன்.”

“ரோஸின் பாக்கெட்டிலிருந்து எங்களுக்குக் கிடைத்த இந்தக் குறிப்புக்கு நீ என்ன பதில் சொல்லப் போகிறாய்?”

ட்ரூயிட் ஓர் உரத்தக் குரலில் அதை அவனிடம் படித்துக் காட்டினார்.

“இதை நீ எழுதவில்லை என்று நீ மறுக்கப் போகிறாயா?” என்று ட்ரூயிட் அவனிடம் கேட்டார்.

“இல்லையில்லை. அதை நான்தான் எழுதினேன். ரோஸ் என்னைச் சந்திக்க விரும்பினாள். அவள் அதில் பிடிவாதமாக இருந்தாள். என்ன செய்வதென்று எனக்குத் தெரியவில்லை. அதனால் நான் அந்தக் குறிப்பை எழுதினேன்.”

“நீ இந்த அளவுக்காவது ஒப்புக் கொள்கிறாயே, பரவாயில்லை!”

“ஆனால், நான் அங்குச் செல்லவில்லை!” என்று ரெக்ஸ் பதற்றத்துடன் கூறினான். அவனுடைய குரலும் உயர்ந்திருந்தது. “நான் அங்குச் செல்லவில்லை. அங்குச் செல்லாமல் இருப்பது நல்லது என்று எனக்குத் தோன்றியது. நான் நாளை இங்கிருந்து லண்டனுக்குக் கிளம்பவிருந்தேன். அதனால்,

அவளை நேற்று இரவு சந்திக்காமல் இருப்பது நல்லது என்று நான் நினைத்தேன். நான் லண்டன் சென்ற பிறகு அங்கிருந்து அவளுக்குக் கடிதம் எழுதவும் சில ஏற்பாடுகளைச் செய்யவும் நான் உத்தேசித்திருந்தேன்."

"இந்தப் பெண் கருவுற்றிருந்தாள் என்பதையும், அக்குழந்தைக்கு நீதான் அப்பா என்று அவள் குறிப்பிட்டிருந்தாள் என்பதையும் நீ அறிவாயா?"

ரெக்ஸ் முனகினான். ஆனால் அவன் பதிலேதும் சொல்லவில்லை.

"அது உண்மையா?"

"ஆமாம்," என்றான் அவன். அவனுடைய குரல் ஒரு கிணற்றுக்குள்ளிருந்து ஒலித்ததைப்போல இருந்தது.

"ஓ!" என்று ட்ரூயிட் கூறினார். அவருக்கு ஏற்பட்டிருந்த திருப்தியை அவரால் வெளிக்காட்டாமல் இருக்க முடியவில்லை. "இப்போது, நீ நடக்கச் சென்றிருந்த விஷயத்திற்கு வரலாம். நேற்று இரவு நீ யாரையாவது சந்தித்தாயா?"

"இல்லை. நான் யாரையும் சந்திக்கவில்லை."

"அது பரிதாபம்தான்."

"நீங்கள் சொல்வதற்கு என்ன அர்த்தம்?" என்று கேட்ட ரெக்ஸ் அவரை வெறித்துப் பார்த்தான். "நான் நடக்கச் சென்றிருந்தால் என்ன அல்லது செல்லாமல் இருந்திருந்தால் என்ன? ரோஸ் அந்த ஆற்றில் குதித்து மூழ்கியதை அதனால் எந்த விதத்தில் மாற்ற முடியும்?"

"ஓ! அதற்குக் காரணம் இருக்கிறது. ஏனெனில், அவள் அந்த ஆற்றில் தானாகக் குதிக்கவில்லை. யாரோ அவளைத் தள்ளிவிட்டுள்ளனர்."

"அவள்–" என்று தொடங்கிய அவனுக்கு, விஷயத்தின் தீவிரம் புரிய ஓரிரு நிமிடங்கள் ஆயின. "ஓ! கடவுளே! அப்படியானால்–"

அவன் தொப்பென்று அங்கிருந்த ஒரு நாற்காலியில் விழுந்தான்.

மெல்செட் அங்கிருந்து கிளம்பத் தயாரானார்.

"இதை நீ புரிந்து கொள்! எக்காரணம் கொண்டும் நீ இந்த வீட்டைவிட்டு வெளியே செல்லக்கூடாது."

பிறகு அவர்கள் மூவரும் அங்கிருந்து புறப்பட்டனர். ட்ரூயிட்டும் மெல்செட்டும் ஒருவரையொருவர் பார்த்துக் கொண்டனர்.

"இது போதும் என்று நான் நினைக்கிறேன்," என்றார் ட்ரூயிட்.

“கைது ஆணை ஒன்றைப் பிறப்பித்து ரெக்ஸைக் கைது செய்துவிடலாம்,” என்றார் மெல்செட்.

“என்னை மன்னிக்கவும். நான் என் கையுறையை உள்ளேயே விட்டுவிட்டு வந்துவிட்டேன்,” என்று கூறிய ஹென்ரி, ரெக்ஸின் வீட்டுக்குள் மீண்டும் வேகமாக நுழைந்தார். சற்று முன் அவர்கள் மூவரும் அந்த வீட்டிலிருந்து வெளியேறியபோது ரெக்ஸ் எந்த இடத்தில் இருந்தானோ, இப்போதும் அதே இடத்தில் பிரமை பிடித்தவன்போல அவன் அமர்ந்திருந்தான்.

ஹென்ரி அவனிடம், “தனிப்பட்ட முறையில் என்னால் முடிந்த அளவு உனக்கு உதவ நான் முன்வந்துள்ளேன் என்பதை உன்னிடம் கூறுவதற்காகத்தான் நான் இப்போது மீண்டும் இங்கு வந்துள்ளேன். அதற்கான காரணத்தை என்னால் உன்னிடம் இப்போது விவரிக்க முடியாது. ஆனால், உனக்கும் அந்தப் பெண்ணுக்கும் இடையே என்ன நடந்தது என்பதை உன்னால் சுருக்கமாகச் சொல்ல முடியுமா?” என்று கேட்டார்.

“அவள் அழகாகவும் வசீகரமாகவும் இருந்தாள். அவள் என்னைச் சொந்தமாக்கிக் கொள்வதில் உறுதியாக இருந்தாள். கடவுள் சத்தியமாக அதுதான் உண்மை. அவள் என்னைத் தனியாக இருக்க அனுமதிக்கவில்லை. இங்கு நான் தனிமையை உணர்ந்தேன். இங்குள்ள எவருக்கும் என்னைப் பிடிக்கவில்லை. அதனால் அவள்பால் நான் ஈர்க்கப்பட்டேன். பிறகு அது நடந்தது. அதைத் தொடர்ந்து, தன்னைத் திருமணம் செய்து கொள்ளும்படி அவள் என்னிடம் கேட்டாள். என்ன செய்வதென்று எனக்குத் தெரியவில்லை. லண்டனில் எனக்கு ஏற்கனவே ஒரு பெண்ணுடன் நிச்சயதார்த்தம் நடந்திருந்தது. என் வருங்கால மனைவிக்கு மட்டும் இவ்விஷயம் தெரிந்துவிட்டால் என் கதை முடிந்துவிடும். அவளால் இதைப் புரிந்து கொள்ள முடியாது. எனக்கு ஒரே குழப்பமாக இருந்தது. அதனால் நான் ரோஸைப் பார்ப்பதைத் தவிர்த்தேன். லண்டனுக்குச் சென்ற பிறகு, ஒரு வழக்கறிஞரைக் கலந்தாலோசித்து அவளுக்குப் பணம் அனுப்ப ஏற்பாடு செய்யலாமா என்று நான் யோசித்துக் கொண்டிருந்தேன். நான் எப்பேற்பட்ட ஒரு முட்டாளாக இருந்திருக்கிறேன்! இப்போது இது எனக்கு எதிராகத் திரும்பியுள்ளது. ஆனால், அவர்கள் தவறு செய்துள்ளனர். அவளாகத்தான் அந்த ஆற்றில் குதித்திருக்க வேண்டும்.”

“தன்னை மாய்த்துக் கொள்ளப் போவதாக அவள் எப்போதாவது உன்னை மிரட்டியிருந்தாளா?”

“இல்லை. அவள் ஒருபோதும் அப்படிக் கூறியதில்லை.”

“ஜோ எல்லிஸைப் பற்றி உன் அபிப்பிராயம் என்ன?”

“அந்தத் தச்சனா? வழமையான கிராமத்தான். மந்தமானவன். ஆனால் அவன் ரோஸ்மீது பைத்தியமாக இருந்தான்.”

“அவன் பொறாமை கொண்டிருக்கக்கூடுமா?”

“அவனிடம் சிறிதளவு பொறாமை இருந்தது. நான் ஏற்கனவே கூறியதுபோல, அவன் மந்தமானவன். அமைதியாக வேதனையை அனுபவிக்கின்ற இரகத்தைச் சேர்ந்தவன் அவன்.”

“சரி, நான் வருகிறேன்,” என்று கூறிவிட்டு ஹென்ரி அங்கிருந்து வெளியேறினார்.

அவர் மற்ற இருவரோடும் சேர்ந்து கொண்டார்.

பிறகு அவர் மெல்செட்டிடம், “தீவிரமான நடவடிக்கை எதையும் எடுப்பதற்கு முன்பாக நாம் அந்த ஜோவையும் பார்த்துவிட வேண்டும் என்று எனக்குத் தோன்றுகிறது. நீங்கள் ஒருவரைக் கைது செய்து அது தவறாக இருந்துவிட்டால் அது அவ்வளவு நன்றாக இருக்காது. என்ன இருந்தாலும், பொறாமை என்பது கொலைக்கான ஒரு வலுவான நோக்கமாக எப்போதுமே இருந்து வந்துள்ளது, இல்லையா?” என்று கேட்டார்.

“நீங்கள் கூறுவது உண்மைதான்,” என்று ட்ரூயிட் கூறினார். “ஆனால், ஜோ அப்படிப்பட்டவன் அல்லன். அவன் ஓர் எறும்புக்குக்கூடத் தீங்கிழைக்க மாட்டான். அவன் கோபப்பட்டுக்கூட எவரும் பார்த்ததில்லை. ஆனாலும், நேற்று மாலையிலும் இரவிலும் அவன் எங்கிருந்தான் என்று அவனிடம் விசாரிப்பதில் தவறில்லை என்றுதான் நானும் நினைக்கிறேன். இப்போது அவன் அவனுடைய வீட்டில்தான் இருப்பான். திருமதி பார்ட்லெட்டின் வீட்டில்தான் அவன் வசித்து வருகிறான். அவர் ஓர் அருமையான பெண்மணி. கைம்பெண். கூடுதல் வருவாய்க்காக, கிராமத்தில் இருப்பவர்களின் துணிகளை அவர் சலவை செய்து கொடுத்துக் கொண்டிருக்கிறார்.”

அவர்கள் மூவரும் அந்தச் சிறிய வீட்டை அணுகினர். அது சுத்தமாகவும் நேர்த்தியாகவும் இருந்தது. நடுத்தர வயதில் இருந்த, பருமனான ஒரு பெண் அந்த வீட்டின் கதவைத் திறந்தார். கனிவான முகத்தைக் கொண்டிருந்த அவருடைய கண்கள் நீல நிறத்தில் இருந்தன.

“வணக்கம். ஜோ வந்துவிட்டானா?” என்று ட்ரூயிட் கேட்டார்.

“பத்து நிமிடங்களுக்கு முன்புதான் வந்தான். உள்ளே வாருங்கள்.”

அவர் தன் ஈரக் கையைத் தன் ஆடையில் துடைத்தவாறு

அவர்களை மற்றொரு சிறிய அறைக்கு அழைத்துச் சென்றார். அந்த அறையில், ஒரு சோபா, பஞ்சடைக்கப்பட்டப் பறவைகள் உட்பட, பயனற்றப் பல அறைகலன்கள் நிரம்பி வழிந்தன.

அவர்கள் அமர்வதற்கு அவர் அவசரமாக இடத்தை ஒழித்துக் கொடுத்துவிட்டு, ஜோவைக் கூப்பிடுவதற்காக வெளியே சென்றார்.

"ஜோ, உன்னைப் பார்ப்பதற்கு மூன்று பேர் வந்துள்ளனர்."

சமையலைக்குப் பின்புறமிருந்து ஒரு குரல், "நான் குளித்துவிட்டு வருகிறேன்," என்று கூறியது.

அதைக் கேட்டு அப்பெண் புன்னகைத்தார்.

"திருமதி பார்ட்லெட், இங்கே உள்ளே வந்து உட்காருங்கள்," என்று மெல்செட் கூறினார்.

"உங்கள் முன்னால் நான் உட்கார மாட்டேன்."

"ஜோ எப்படி? ஒரு நல்ல வாடகைதாரனா?" என்று ஒரு சாதாரணமான குரலில் அவர் வினவினார்.

"இவனைவிட ஒரு நல்ல வாடகைக்காரன் கிடைக்க மாட்டான். இந்த இளைஞனுக்கு நிரந்தரமாக வருவாய் கிடைத்துக் கொண்டிருக்கிறது. இவன் மதுவைத் தொட்டுக்கூடப் பார்க்க மாட்டான். தன் வேலை குறித்து இவனுக்குப் பெருமை உண்டு. இவன் எப்போதும் எனக்கு ஒத்தாசையாக இருக்கிறான். இங்கிருக்கின்ற அலமாரிகளை இவன்தான் எனக்குச் செய்து கொடுத்தான். இந்த வீட்டில் எப்போது சிறு சிறு பழுது வேலைகள் செய்ய வேண்டியிருந்தாலும் இவன் அவற்றை உடனடியாகச் செய்து கொடுத்துவிடுவான். அதற்கு நன்றி கூறக்கூட இவன் என்னை அனுமதிக்க மாட்டான். இவனைப் போன்ற தங்கமான ஒருவனைப் பார்ப்பது அபூர்வம்."

"அப்படியானால், இவனுக்கு வாழ்க்கைப்படவிருப்பவள் அதிர்ஷ்டசாலியாக இருப்பாள் என்று சொல்லுங்கள்," என்று அலட்சியமாகக் கூறிய மெல்செட், "இவன் அந்த ரோஸ்மீது பைத்தியமாக இருந்தான், இல்லையா?" என்று கொக்கி போட்டார்.

அப்பெண் அதைக் கேட்டுப் பெருமூச்செறிந்தார்.

"அதை நினைத்தால் எனக்கு வருத்தமாக இருக்கும். அவள் நடந்து சென்ற நிலத்தைக்கூடப் பூசிக்கின்றவனாக இவன் இருந்தான். ஆனால், அவள் இவனை நோக்கி ஒரு சுண்டுவிரலைக்கூட அசைக்கவில்லை."

"வழக்கமாக மாலைப்பொழுதை ஜோ எங்கே செலவழிப்பான்?"

"பொதுவாக அவன் இங்கேதான் இருப்பான். சில

நேரங்களில் ஏதாவது சிறு சிறு தச்சு வேலைகளைச் செய்து கொண்டிருப்பான். இப்போது அஞ்சல்வழியில் 'கணக்குப் பதிவியல்' பாடத்தை அவன் படித்துக் கொண்டிருக்கிறான்."

"ஓ! அப்படியா? நேற்று மாலையில் அவன் இங்கேதான் இருந்தானா?"

"ஆமாம்."

"நீங்கள் உறுதியாகச் சொல்கிறீர்களா?" என்று ஹென்ரி ஓர் அதட்டலான குரலில் கேட்டார்.

திருமதி பார்ட்லெட் ஹென்ரியை நோக்கித் திரும்பினார்.

"ஆமாம், சார். உறுதியாக!"

"சுமார் எட்டு அல்லது எட்டரை மணிக்கு அவன் வெளியே சென்றானா?"

"இல்லை," என்று கூறி அவர் நகைத்தார். "நேற்று அவன் என்னுடைய சமையலறை இழுப்பறைகளைப் பழுது பார்த்துக் கொண்டிருந்தான். நான் அவனுக்கு உதவிக் கொண்டிருந்தேன்."

சிரிப்பு தவழ்ந்து கொண்டிருந்த அவருடைய முகத்தைப் பார்த்தபோது ஹென்ரியின் மனத்தில் முதன்முறையாக சந்தேகம் துளிர்விட்டது.

அடுத்தக் கணம் ஜோவே அந்த அறைக்குள் நுழைந்தான்.

அந்த இளைஞன் உயரமாகவும் பரந்த தோள்களுடனும் இருந்தான். ஒரு விதத்தில் அவன் வசீகரமாகவே இருந்தான். நீலநிறக் கண்களைக் கொண்டிருந்த அவனுடைய முகத்தில் ஒரு நல்ல புன்னகை கொலுவீற்றிருந்தது. ஒட்டுமொத்தத்தில், அவன் இனிமையானவனாகத் தோன்றினான்.

மெல்செட் உரையாடலைத் துவக்கினார். திருமதி பார்ட்லெட் சமையலறைக்குள் சென்றார்.

"நாங்கள் ரோஸின் மரணத்தை விசாரித்துக் கொண்டிருக்கிறோம். உனக்கு அவளைத் தெரியும், இல்லையா?"

"ஆமாம்," என்று கூறிய அவன், ஒரு கணம் தயங்கினான். "என்றாவது ஒரு நாள் அவளைத் திருமணம் செய்து கொள்ளலாம் என்று நான் நம்பியிருந்தேன். பாவம் அந்தப் பெண். இப்படி அநியாயமாகப் போய்விட்டாள்!"

"அவளுடைய நிலைமையைப் பற்றி உனக்குத் தெரியும்தானே?"

"ஆமாம்," என்று கூறிய அவனுடைய கண்களில் திடீரென்று ஒரு கோபப் பொறி தோன்றியது. "அவன் அவளைக் கைவிட்டிருந்தான். அதுவும் நல்லதுக்குத்தான். அவள் அவனைத் திருமணம் செய்து கொண்டிருந்தால், அவள் மகிழ்ச்சியாக இருந்திருக்க மாட்டாள். இப்படி நடந்தபோது, அவள் என்னிடம் வருவாள் என்று நான் எதிர்பார்த்திருந்தேன்.

அப்படி வந்திருந்தால் அவளை ஒரு இராஜாத்திபோல நான் பார்த்துக் கொண்டிருந்திருப்பேன்."

"அவள் அப்படியிருந்தபோதுமா?"

"அது அவளுடைய தவறு இல்லையே? அவன் அவளுக்குப் போலி வாக்குறுதிகளைக் கொடுத்து ஏமாற்றியிருந்தான். ஓ! அவள் அதைப் பற்றி என்னிடம் கூறினாள். அவள் அவனுக்காகத் தன்னை மாய்த்துக் கொண்டிருந்திருக்க வேண்டியதில்லை. அதற்கு அவன் தகுதியானவன் அல்லன்."

"ஜோ, நேற்று இரவு 8:30 மணிக்கு நீ எங்கே இருந்தாய்?"

அது ஹென்ரியின் கற்பனையா என்று தெரியாது. அவனுடைய பதில் படுவிரைவாக வந்ததாக அவருக்குத் தோன்றியது.

"நான் இங்கேதான் இருந்தேன். சமையலறையில் இழுப்பறைகளைப் பழுது பார்த்துக் கொண்டிருந்தேன். வேண்டுமென்றால் நீங்கள் திருமதி பார்ட்லெட்டைக் கேட்டுப் பாருங்கள். அவர் இதை உறுதி செய்வார்."

ஹென்ரி தன் மனத்தில் இவ்வாறு நினைத்துக் கொண்டார்: 'இதை அவன் படுவேகமாகக் கூறுகிறான். அவன் மந்தபுத்திக்காரன் என்று எல்லோரும் சொல்கின்றனர். ஆனால், இந்த பதில் இவ்வளவு விரைவாக வருகிறது. இப்படிப்பட்டக் கேள்வி தன்மீது தொடுக்கப்படும் என்று எதிர்பார்த்து ஏற்கனவே ஒத்திகை செய்யப்பட்டிருந்த பதில்போல இது தோன்றுகிறது.'

பின் ஹென்ரி தன்னுடைய கற்பனை தன்னுடன் விளையாடிக் கொண்டிருந்ததென்று நினைத்துக் கொண்டார். ஜோவின் நீலக் கண்களில் ஒருவித அச்சம் தோன்றி மறைந்ததாகக்கூட அவருக்குத் தோன்றியது.

அவர்கள் அவனிடம் இன்னும் ஒரு சில கேள்விகள் கேட்டுவிட்டு அங்கிருந்து கிளம்பிவிட்டனர். ஏதோ ஒரு சாக்குப்போக்கைக் கூறிவிட்டு ஹென்ரி அந்த வீட்டின் சமையலறைக்குள் நுழைந்தார். திருமதி பார்ட்லெட் ஸ்டவ் அடுப்பில் மும்முரமாக இருந்தார். ஹென்றி நுழைந்த சத்தத்தைக் கேட்ட அவர், அவரை நிமிர்ந்து பார்த்து இனிமையாகப் புன்னகைத்தார். அந்த அறையின் சுவரோரமாக ஒரு புதிய இழுப்பறை நின்று கொண்டிருந்தது. அது முழுமையாக முடிக்கப்படாத நிலையில் இருந்தது. அதற்கு அருகே சில தச்சுக் கருவிகளும் சில மரத்துண்டுகளும் கிடந்தன.

"நேற்று இரவு ஜோ இதைத்தான் செய்து கொண்டிருந்தானா?" என்று ஹென்ரி கேட்டார்.

"ஆமாம், சார். இது அழகாக இருக்கிறது, இல்லையா? ஜோ

ஒரு புத்திசாலித் தச்சன்."

அப்பெண்ணின் கண்களில் அச்ச உணர்வு பிரதிபலிக்கவில்லை. அவரிடம் சங்கடமான உணர்வும் தென்படவில்லை.

ஆனால், ஜோவிடம்? அதை அவர் கற்பனை செய்திருந்தாரா? இல்லை. ஜோ எதையோ மறைத்துக் கொண்டிருந்தான்.

'அவனை நான் புத்திசாலித்தனமாகக் கையாள வேண்டும்,' என்று ஹென்றி நினைத்துக் கொண்டார்.

அவர் அந்தச் சமையலறையைவிட்டுக் கிளம்பியபோது, குழந்தைகளுக்கான தள்ளுவண்டி ஒன்றின்மீது அவர் தவறுதலாக இடித்துவிட்டார்.

"என் சத்தத்தால் நான் உங்கள் குழந்தையை எழுப்பிவிட்டுவிடவில்லையே?" என்று அவர் கேட்டார்.

திருமதி பார்ட்லெட் பலமாகச் சிரித்தார்.

"ஓ! இல்லை, சார். எனக்குக் குழந்தைகள் கிடையாது. அது என்னுடைய கூடுதல் சோகம். அதனால்தான் நான் சலவை வேலை செய்து கொண்டிருக்கிறேன்."

"ஓ, அப்படியா?"

ஹென்றி சிறிது இடைவெளி விட்டார். பின் திடீரென்று, உள்ளுணர்வின் தூண்டுதலால் அவர் அப்பெண்ணிடம் ஒரு கேள்வி கேட்டார்.

"உங்களுக்கு ரோஸைத் தெரியும், இல்லையா? அவளைப் பற்றி நீங்கள் உண்மையிலேயே என்ன நினைக்கிறீர்கள் என்று கூறுங்கள்."

அப்பெண் அவரை ஆர்வக்குறுகுறுப்புடன் ஏறிட்டுப் பார்த்தார்.

"ரோஸ் தன் விசுவாசத்தைச் சட்டென்று மாற்றிக் கொள்ளக்கூடியவள் என்று நான் நினைக்கிறேன். ஆனால், அவள்தான் செத்துவிட்டாளே? செத்துப் போனவர்களைப் பற்றி மோசமாகப் பேச நான் விரும்பவில்லை."

"நான் இப்படிக் கேட்பதற்கு ஒரு வலுவான காரணம் இருக்கிறது."

ஹென்றி விடாப்பிடியாக இருந்தார்.

அப்பெண் அவரை எடைபோட்டார், அவரைக் கவனமாக அவதானித்தார். இறுதியில், ஏதோ ஒரு தீர்மானத்திற்கு வந்தவர்போல அவர் பேசினார்.

"அவள் மோசமான இரகத்தைச் சேர்ந்தவள்," என்று அவர் அமைதியாகக் கூறினார். "இதை நான் ஜோவின் முன்னால் கூற மாட்டேன். அவனை அவள் நன்றாகப் பயன்படுத்திக் கொண்டாள். அப்படிப்பட்டப் பெண்களால் அப்படிச் செய்ய

முடியும். சார், இதைப் பற்றி உங்களுக்கே தெரிந்திருக்கும்."

ஆமாம். ஹென்ரிக்கு அதைப் பற்றி நன்றாகவே தெரியும். ஜோ போன்றவர்கள் இதில் எளிதாக விழுந்துவிடக்கூடியவர்கள். அவர்கள் பிறரைக் கண்மூடித்தனமாக நம்புபவர்கள். அப்படிப்பட்டவர்கள் உண்மையைக் கண்டுபிடிக்கின்றபோது அவர்கள் அடைகின்ற அதிர்ச்சி அளவிட முடியாத அளவு பிரம்மாண்டமாக இருக்கும்.

ஹென்ரி குழப்பத்துடனும் திகைப்புடனும் அந்த வீட்டைவிட்டு வெளியேறினார். இப்போது அவரிடம் ஜோவுக்கு எதிரான எந்த ஆதாரமும் இருக்கவில்லை. முந்தைய நாள் மாலையிலும் முன்னிரவு முழுவதும் அவன் அந்த வீட்டுக்குள் வேலை செய்து கொண்டு இருந்திருந்தான். அதைத் திருமதி பார்ட்லெட் பார்த்துக் கொண்டு இருந்திருந்தார். இதை எப்படிச் சமாளிப்பது? அவன் எங்கிருந்தான் என்று அவனிடம் கேட்கப்பட்டக் கேள்விக்கு அவனிடமிருந்து விரைவாக வந்த பதில், அவன் ஒரு கதையைத் தயாரித்திருந்தான் என்ற சந்தேகத்தைக் கிளப்பியிருந்ததே தவிர வேறு எதையும் வெளிப்படுத்தவில்லை.

"நம்முடைய இந்த விஜயம் விஷயங்களைத் தெளிவாக்கிவிட்டது," என்று மெல்செட் கூறினார்.

"ஆமாம்," என்று ட்ரூயிட் அதற்கு ஒத்து ஊதினார். "ரெக்ஸ்தான் நம்முடைய ஆள். என்னுடைய கருத்துப்படி, விஷயங்கள் இப்படி நடந்திருக்க வேண்டும். ரோஸும் அவளுடைய அப்பாவும் ஒன்றாகச் சென்று, பணம் கொடுக்கும்படி ரெக்ஸை மிரட்டியிருக்க வேண்டும். அவனிடம் பெரிதாகப் பணம் எதுவும் இல்லை. அதோடு, இந்த விவகாரம் தன் வருங்கால மனைவியின் காதுகளை எட்டுவதை அவன் விரும்பவில்லை. இந்த இக்கட்டான நிலையில் மாட்டிக் கொண்ட அவன் இந்தக் காரியத்தைச் செய்திருக்கிறான்." பின் அவர் ஹென்ரியின் பக்கம் திரும்பி, "சார், நீங்கள் என்ன சொல்கிறீர்கள்?" என்று மரியாதையுடன் கேட்டார்.

"அப்படித்தான் தெரிகிறது," என்று ஹென்ரி கூறினார். "ஆனாலும், ரெக்ஸ் இந்த வன்முறையைச் செய்திருப்பான் என்று என்னால் கற்பனை செய்ய முடியவில்லை."

அவர் தன் அபிப்பிராயத்தைச் சொல்லிக் கொண்டிருந்தபோதே, தன்னுடைய ஆட்சேபனை செல்லுபடியாகக்கூடிய ஒன்றல்ல என்பதை உணர்ந்தார். ஒரு பலவீனமான விலங்குகூட ஒரு நெருக்கடிக்கு உட்படுத்தப்படுகின்றபோது நம்புதற்கரிய நடவடிக்கைகளில் குதிக்கும்.

ஹென்ரி திடீரென்று, “ஆற்றுப் பாலத்தில் கூச்சலைக் கேட்ட அந்தப் பையனை நான் பார்க்க விரும்புகிறேன்,” என்று கூறினார்.

ஜிம்மி ஒரு புத்திசாலிப் பையனாக இருந்தான். அவனுடைய வயதுக்கு அவனுடைய உருவம் சிறியதாக இருந்தது. அவனுடைய முகத்தில் ஒருவிதமான கபடத்தனம் ஒளிந்திருந்தது. தான் கேள்விக்கு உட்படுத்தப்படுவது குறித்து அவன் உற்சாகமடைந்திருந்தான்.

ஹென்ரி அவனிடம், “நீ பாலத்தின் மறுமுனையில் கிராமத்திற்கு மறுபுறம் இருந்தாய், இல்லையா? அங்கு நீ யாரையாவது பார்த்தாயா?” என்று கேட்டார்.

“காட்டுப் பகுதியில் யாரோ நடந்து சென்று கொண்டிருந்தார்கள். அது ரெக்ஸ் என்று நான் நினைக்கிறேன். அந்த விநோதமான கட்டடத்தைக் கட்டிக் கொடுத்துக் கொண்டிருப்பவர் அவர்.”

அவர்கள் மூவரும் ஒருவரையொருவர் பார்த்துக் கொண்டனர்.

“அது, ஒருவர் ஆற்றில் விழுகின்ற சத்தத்தை நீ கேட்பதற்குப் பத்து நிமிடங்களுக்கு முன்பு இருக்குமா?”

ஆமாம் என்று அச்சிறுவன் தலையசைத்தான்.

“அந்தப் பாலத்தின் கிராமப்புறப் பகுதியை ஒட்டி நீ யாரையாவது பார்த்தாயா?”

“ஒருவர் அந்தப் பகுதியாக வந்தார். மெதுவாக நடந்து வந்த அவர் விசிலடித்துக் கொண்டே இருந்தார். அது ஜோவாக இருக்க வேண்டும்.”

“உன்னால் எப்படி அவ்வளவு உறுதியாகச் சொல்ல முடியும்? அந்த இடம் அப்போது இருட்டாகவும் பனிமூட்டமாகவும் இருந்ததே?” என்று ட்ரூயிட் ஒரு தீவிரமான குரலில் கேட்டார்.

“அந்த விசில் சத்தத்தை வைத்துத்தான் நான் அப்படிக் கூறுகிறேன். ஜோ எப்போதுமே ‘நான் மகிழ்ச்சியாக இருக்க விரும்புகிறேன்’ என்ற பாட்டைத்தான் விசிலடிப்பார். ஏனென்றால், அது ஒன்று மட்டும்தான் அவருக்குத் தெரியும்.”

“யார் வேண்டுமானாலும் விசிலடிக்கலாம்,” என்று கூறிய மெல்செட், “அவன் பாலத்தை நோக்கி நடந்து வந்து கொண்டிருந்தானா?” என்று கேட்டார்.

“இல்லை. அவர் கிராமத்தை நோக்கிச் சென்று கொண்டிருந்தார்.”

“அடையாளம் தெரியாத அந்த நபரைப் பற்றி நாம் அலட்டிக் கொள்ளத் தேவையில்லை,” என்றார் மெல்செட். “நீ ஒரு கூச்சலையும், யாரோ ஆற்றில் விழுந்த சத்தத்தையும்

கேட்டிருக்கிறாய். ஒரு சில நிமிடங்கள் கழித்து ஆற்றில் ஓர் உடல் மிதந்து கொண்டிருந்ததைப் பார்த்த நீ, பாலத்தைக் கடந்து கிராமத்திற்குச் சென்று உதவிக்கு ஆட்களை அழைத்திருக்கிறாய். அப்படி நீ ஓடியபோது, பாலத்திற்குப் பக்கத்தில் யாருமே இருக்கவில்லையா?”

“தோட்டத்தில் பயன்படுத்தப்படுகின்ற ஒற்றைச் சக்கரத் தள்ளுவண்டியைத் தள்ளியபடி இரண்டு பேர் ஆற்றோரமாகச் சென்று கொண்டிருந்ததை நான் பார்த்தேன். ஆனால், அவர்கள் பாலத்தை நோக்கி வந்தார்களா அல்லது அங்கிருந்து சென்று கொண்டிருந்தார்களா என்பது எனக்குச் சரியாகத் தெரியவில்லை. அதனால், நான் மிகவும் அருகேயிருந்த ஜைல்ஸின் வீட்டை நோக்கி ஓடினேன்.”

மெல்செட் அவனிடம், “தம்பி, நீ சமயோசிதமாகவும் விரைவாகவும் செயல்பட்டிருக்கிறாய். நீ சாரணர் அமைப்பில் இருந்துள்ளாயா?” என்று கேட்டார்.

“ஆமாம்.”

“நல்லது.”

ஹென்ரி அமைதியாக இருந்தார். அவர் ஆழ்ந்து சிந்தித்துக் கொண்டிருந்தார். அவர் தன் பாக்கெட்டில் இருந்த சிறு காகிதத்தை எடுத்துப் பார்த்துவிட்டு, இல்லை என்பதுபோலத் தலையாட்டினார். அது சாத்தியம் என்று அவருக்குத் தோன்றவில்லை. ஆனாலும்–

அவர் மார்ப்பிளைச் சந்தித்துப் பேசத் தீர்மானித்தார்.

அவர் மார்ப்பிளின் வீட்டுக்குச் சென்று அவரைச் சந்தித்தார்.

“ரோஸ் விவகாரத்தில் இதுவரை நான் கண்டுபிடித்துள்ளவற்றைக் குறித்து உங்களிடம் பேசுவதற்காக நான் வந்துள்ளேன். காரியங்கள் நமக்குச் சாதகமாக நடைபெற்றுக் கொண்டிருக்கவில்லை. அவர்கள் ரெக்ஸைக் கைது செய்யப் போகிறார்கள். அதற்கான நியாயமான காரணங்கள் அவர்களிடம் இருக்கின்றன என்பதை நான் உங்களிடம் கூறியாக வேண்டும்.”

“நான் முன்வைத்த யோசனைக்கு ஆதரவாக நீங்கள் எதையும் கண்டுபிடிக்கவில்லையா? அப்படியெனில், என் யோசனை தவறாக இருக்கலாம். நீங்கள் பழுத்த அனுபவம் உடையவர். அப்படி ஏதாவது இருந்திருந்தால் அது உங்களுடைய கண்களில் கண்டிப்பாகப் பட்டிருக்கும்.”

“இதை ரெக்ஸ் செய்திருப்பான் என்று நான் நம்பவில்லை. ஆனால், அந்த நேரத்தில் தான் தன் வீட்டில் இருந்ததற்கு ஜோ ஒரு வலுவான சாட்சி வைத்திருக்கிறான். வீட்டின்

சமையலறையில் அவன் வேலை செய்து கொண்டிருந்ததைத் திருமதி பார்ட்லெட் அவதானித்துக் கொண்டு இருந்திருக்கிறார்."

மார்ப்பிள் சற்று முன்னால் சாய்ந்து உட்கார்ந்தார்.

"அது சாத்தியமில்லை. ஏனெனில், அது வெள்ளிக்கிழமை இரவு."

"வெள்ளிக்கிழமை இரவாக இருந்தால் என்ன?"

"வெள்ளிக்கிழமை மாலைவேளைகளில், திருமதி பார்ட்லெட், தான் சலவை செய்துள்ள ஆடைகளை கிராமத்தில் வீடுவீடாகச் சென்று கொடுத்துக் கொண்டிருப்பாள்."

ஹென்ரி தன் இருக்கையில் சாய்ந்து உட்கார்ந்தார். விசிலடித்துக் கொண்டு சென்று கொண்டிருந்த ஒரு நபரைப் பற்றி ஜிம்மி குறிப்பிட்டிருந்தது அவருக்கு ஞாபகம் வந்தது. இப்போது விஷயங்கள் தெளிவாகிக் கொண்டிருந்ததாக அவருக்குத் தோன்றியது.

ஹென்ரி தன் இருக்கையிலிருந்து எழுந்து மார்ப்பிளின் கைகளைப் பற்றிக் குலுக்கினார்.

"நமக்கு ஒரு வழி பிறந்திருக்கிறது என்று நான் நினைக்கிறேன். அதை நான் முயற்சி செய்து பார்க்கப் போகிறேன்."

ஐந்து நிமிடங்களுக்குப் பிறகு அவர் மீண்டும் திருமதி பார்ட்லெட்டின் வீட்டில் இருந்தார். அங்கு வரவேற்பறையில் ஜோ உட்கார்ந்திருந்தான்.

ஹென்ரி ஓர் அதிகாரத் தோரணையுடன், "ஜோ, நேற்று இரவு பற்றி நாங்கள் கேட்டபோது நீ பொய் சொல்லியிருக்கிறாய். இரவு எட்டு மணிக்கும் எட்டரை மணிக்கும் இடையே நீ இந்த வீட்டில் இருக்கவில்லை. ரோஸ் கொலை செய்யப்பட்டதற்குச் சில நிமிடங்கள் முன்பு நீ அந்தப் பாலத்தை நோக்கி நடந்து சென்றதைப் பார்த்த சாட்சியங்கள் இருக்கின்றன," என்று கூறினார்.

ஜோவுக்கு மூச்சடைத்தது.

"அவள் கொல்லப்படவில்லை. அதற்கும் எனக்கும் எந்தத் தொடர்பும் இல்லை. அவள்தான் ஆற்றில் குதித்தாள். அவள் நிராதரவாக உணர்ந்தாள். என்னால் அவள்மீது ஒரு சிராய்ப்புக்கூட ஏற்படுத்தியிருக்க முடியாது."

"அப்படியானால், நீ ஏன் எங்களிடம் பொய் சொன்னாய்?"

ஜோவின் கண்கள் தரையைப் பார்த்தன.

"திருமதி பார்ட்லெட் என்னை அந்த இடத்தில் பார்த்தார். பின்னர், நடந்த விஷயத்தை நாங்கள் கேள்விப்பட்டோம். நான் அங்குச் சென்றிருந்ததாக வெளியே கூறினால் என்மீது சந்தேகம் வரக்கூடும் என்று திருமதி பார்ட்லெட் நினைத்தார். அதனால்

நான் இங்கு வேலை செய்து கொண்டிருந்தேன் என்று கூற நான் முடிவு செய்தேன். என் கதையை உறுதிப்படுத்துவதற்குத் திருமதி பார்ட்லெட் ஒப்புக் கொண்டார். அவர் ஓர் அரிய பெண். அவர் எப்போதும் எனக்கு நல்லதே செய்து வந்துள்ளார்.”

மேலும் எதுவும் பேசாமல் ஹென்ரி நேராகச் சமையலறைக்குச் சென்றார். பாத்திரம் கழுவும் இடத்தில், அப்பெண், துணி துவைத்துக் கொண்டிருந்தாள்.

“எனக்கு எல்லாம் தெரியும். நீங்களாகவே உண்மையை ஒப்புக் கொண்டுவிடுவது நல்லது. இல்லையெனில், செய்யாத குற்றத்திற்காக ஜோ தூக்கில் தொங்க வேண்டி வரும். அதை நீங்கள் விரும்ப மாட்டீர்கள் என்று எனக்குத் தெரியும். என்ன நடந்தது என்று நான் கூறுகிறேன். சலவை செய்யப்பட்டத் துணிகளை எடுத்துக் கொண்டு கிராமத்தை நோக்கி நீங்கள் சென்று கொண்டிருந்தீர்கள். அப்போது வழியில் நீங்கள் ரோஸைச் சந்தித்தீர்கள். அவள் ஜோவைக் கழற்றி விட்டுவிட்டு, ஊருக்குப் புதிதாக வந்திருந்த அந்நியனுடன் சுற்றிக் கொண்டிருந்ததை நீங்கள் விரும்பவில்லை. இப்போது ரோஸ் ஒரு பிரச்சனையில் மாட்டிக் கொண்டிருந்தாள். ஆனால், இந்த நிலையிலும், ரோஸ் தயாராக இருந்தால் அவளைத் திருமணம் செய்து கொள்ள ஜோ தயாராக இருந்தான். அவன் நான்கு ஆண்டுகளாக உங்கள் வீட்டில் வசித்து வருகிறான். நீங்கள் அவன்மீது காதல் கொண்டுள்ளீர்கள். நீங்கள் அவனைச் சொந்தமாக்கிக் கொள்ள விரும்பினீர்கள். நீங்கள் ரோஸை வெறுத்தீர்கள். அவள் உங்களுடைய ஆளை உங்களிடமிருந்து திருடிச் செல்வதை நீங்கள் விரும்பவில்லை. நீங்கள் ஒரு வலிமையான பெண். ரோஸை நீங்கள் உங்களுடைய இரண்டு கைகளாலும் பிடித்து ஆற்றில் தள்ளிவிட்டீர்கள். சில நிமிடங்களில் நீங்கள் ஜோவை சந்தித்தீர்கள். நீங்கள் இருவரும் ஒரு நடைவண்டியைத் தள்ளியபடி சென்றதை தூரத்தில் பனிமூட்டத்தில் பார்த்த ஜிம்மி, யாரோ இருவர் தோட்டத்தில் பயன்படுத்தப்படுகின்ற ஒற்றைச்சக்கர வண்டியைத் தள்ளிச் சென்று கொண்டிருந்ததாக நினைத்துவிட்டான். பின் ஜோ அந்த நேரத்தில் வீட்டில் இருந்தாக ஒரு கதையை நீங்களே ஜோடித்தீர்கள். இல்லையெனில் ஜோ மாட்டிக் கொள்வான் என்று நீங்கள் அவனை இதற்கு உடன்பட வைத்தீர்கள். ஆனால், உண்மையில், கொலை நடந்த இடத்தில் நீங்கள் இருக்கவில்லை என்று காவல்துறையினரை நம்ப வைப்பதற்காக நீங்கள் செய்திருந்த ஏற்பாடு அது. என்ன, இதுவரை நான் கூறியதெல்லாம் சரிதானே?”

ஹென்ரி தன் மூச்சைப் பிடித்துக் கொண்டு காத்திருந்தார்.

அப்பெண் தன் கையைத் துடைத்தவாறு அவரை நோக்கித் திரும்பினார். அவர் ஏதோ ஒரு தீர்மானத்திற்கு வந்தவர்போலக் காணப்பட்டார்.

இறுதியில், "நீங்கள் சொன்னது எல்லாம் சரிதான்," என்று உள்ளடங்கிய ஒரு குரலில் திருமதி பார்ட்லெட் கூறினார். "என்னை எது அப்படி ஆட்டுவித்தது என்று தெரியவில்லை. ரோஸ் வெட்கங்கெட்டவள். எக்காரணம் கொண்டும் அவள் ஜோவைத் தன்வசப்படுத்திவிடக்கூடாது என்றும், என்னிடமிருந்து அவனைப் பிரித்துவிடக்கூடாது என்றும் நான் நினைத்தேன். நான் ஒருபோதும் மகிழ்ச்சியான வாழ்க்கையை வாழ்ந்திருக்கவில்லை. என் கணவன் ஒரு பரம ஏழை. உடல் ஊனமுற்றவன். கடும் கோபக்காரன். ஆனாலும் அவன் உயிரோடு இருந்தவரை அவனை நான் நன்றாக கவனித்துக் கொண்டேன். பின்னர் ஜோ இந்த வீட்டில் வாடகைக்கு வந்தான். எனக்கு நரை விழுந்திருந்தாலும் எனக்கு அப்படியொன்றும் பெரிய வயதில்லை. எனக்கு நாற்பது வயதுதான். ஜோ ஆயிரத்தில் ஒருவன். அவனுக்காக நான் எதை வேண்டுமானாலும் செய்திருப்பேன். அவன் ஒரு குழந்தையைப் போன்றவன். மென்மையானவன். வெகுளி. என்னால் பார்த்துக் கொள்ளப்பட வேண்டியவன். இந்த, இந்த–" என்று கூறி அவள் நிறுத்திக் கொண்டாள். இப்போதும் அவள் ஒரு வலிமையான பெண்ணாகத்தான் இருந்தாள்.

அவள் தொடர்ந்து பேசினாள். "நான் உண்மையை ஒப்புக் கொள்ளத் தயாராக இருக்கிறேன். நான் செய்ததை எவரும் கண்டுபிடிக்க மாட்டார்கள் என்றுதான் நான் நினைத்திருந்தேன். நீங்கள் எப்படிக் கண்டுபிடித்தீர்கள்?"

"இதை நான் கண்டுபிடிக்கவில்லை," என்று கூறிய ஹென்ரி, தன் பாக்கெட்டிலிருந்த காகிதத்தை நினைத்துப் பார்த்துக் கொண்டார். அதில் எழுதப்பட்டிருந்த வார்த்தைகள் அவர் கண்முன் நிழலாடின.

"திருமதி பார்ட்லெட். அவளுடன்தான் ஜோ தங்கியிருக்கிறான்."

தான் நினைத்தது சரியென்று மார்ப்பிள் மீண்டும் ஒரு முறை நிரூபித்திருந்தார்.

இரட்டைத் துப்பு

"எல்லாவற்றுக்கும் மேலாக, விளம்பரம் எதுவும் இருக்கக்கூடாது," என்று மார்க்கஸ் ஹார்ட்மேன் பதினான்காவது முறையாகக் கூறினார்.

அவருடைய உரையாடலில் விளம்பரம் என்ற சொல் அடிக்கடி வந்து விழுந்து கொண்டேயிருந்தது. மார்க்கஸ் குள்ளமாகவும் குண்டாகவும் இருந்தார். அவருடைய கைவிரல் நகங்கள் நேர்த்தியாக வெட்டப்பட்டிருந்தன. அவருடைய குரல் உச்சஸ்தாயியில் ஒலித்தது. அவர் ஓரளவு பிரபலமானவர்தான். அவர் ஓர் ஆடம்பரமான வாழ்க்கையை வாழ்ந்து வந்தார். அவர் ஒரு பெரும் பணக்காரரர் இல்லையென்றாலும் அவர் பணம் படைத்தவர்தான். அதனால் அவர் தன் பணத்தைச் சமூகரீதியாகத் தனக்குப் பலனளித்த விஷயங்களில் செலவழித்தார். பழம்பொருட்களைச் சேகரிப்பதை அவர் ஒரு பொழுதுபோக்காக வைத்திருந்தார். அதில் அவர் எந்தப் பாகுபாடும் காட்டவில்லை. பழைய விசிறிகள், பழைய சரிகைகள், பழைய நகைகள் என்று எதையும் அவர் விட்டுவைக்கவில்லை.

மார்க்கஸின் அவசர அழைப்பின் பேரில் புவாரோவும் நானும் அவருடைய வீட்டுக்குச் சென்றிருந்தோம். ஒரு குறிப்பிட்ட விஷயத்தில் தீர்மானம் எடுக்க முடியாமல் அவர் தவித்துக் கொண்டிருந்தார். அது தொடர்பாகக் காவல்துறையின் உதவியை நாட அவர் விரும்பவில்லை. ஆனால், அப்படிக் கூப்பிடாமல் இருந்தால், அவருடைய சேகரிப்பிலிருந்த சில விலையுயர்ந்த அணிகலன்களை அவர் இழக்க வேண்டியிருக்கும். அதனால்தான் அவர் புவாரோவின் உதவியை நாடினார்.

"புவாரோ, என்னுடைய மாணிக்கக் கற்களும் மரகதக் கழுத்தணியும் திருடு போய்விட்டன. அந்தக் கழுத்தணி, பிரெஞ்சு மகாராணி கேத்தரின் டி மெர்சிக்குச் சொந்தமானது."

"அவை களவு போன சந்தர்ப்பத்தை விளக்க முடியுமா?" என்று புவாரோ கேட்டார்.

"நேற்று மாலை நான் என் வீட்டில் ஒரு சிறிய தேநீர் விருந்து அளித்தேன். அதில் சுமார் ஆறு பேர் கலந்து கொண்டனர். இந்தப் பருவத்தில், இதற்கு முன்பு நான் அது போன்ற ஓரிரு விருந்துகள் கொடுத்திருக்கிறேன். அவை வெற்றிகரமாக நடந்தேறின. இந்த முறை நான் என் கலைக்கூடத்தில் ஓர் இசைவிருந்துக்கு ஏற்பாடு செய்திருந்தேன். நக்கோராவின் பியானோ இசைக்கு ஆஸ்திரேலியப் பாடகி கேத்தரின் பேர்டு பாடினார். அந்த விருந்துக்கு வந்திருந்தவர்களுக்கு நான் என்னுடைய பழங்கால நகைச் சேகரிப்புகளைக் காட்டினேன். அந்த நகைகளை, சுவரில் பதிக்கப்பட்டுள்ள ஒரு பெட்டகத்தில் நான் வைத்திருந்தேன். அந்தப் பெட்டகத்தில் பல வண்ண வெல்வெட் பின்புலத்தில் விலையுயர்ந்த கற்கள் வைக்கப்பட்டிருந்தன. அதற்குப் பிறகு என் விருந்தினர்களுக்கு என்னுடைய பழைய விசிறிகளின் சேகரிப்பை நான் காட்டினேன். அதற்குப் பிறகு, இசையைக் கேட்பதற்காக நாங்கள் கலைக்கூடத்திற்குச் சென்றோம். விருந்திற்கு வந்திருந்தவர்கள் அனைவரும் சென்ற பிறகுதான் என் பெட்டகத்தில் இருந்தவை திருடப்பட்டிருந்ததை நான் கவனித்தேன். நான் அந்தப் பெட்டகத்தைச் சரியாக மூடாமல் விட்டிருந்தேன் போலும். அதைக் கவனித்திருந்த யாரோ அதிலிருந்தவற்றைத் திருடியிருக்க வேண்டும். திருடப்பட்டவற்றில் என் வாழ்நாள் சேகரிப்பான மாணிக்கக் கற்களும் மரகதக் கழுத்தணியும் அடங்கும். அவற்றைத் திரும்பப் பெறுவதற்கு நான் என்ன வேண்டுமானாலும் செய்யத் தயாராக இருக்கிறேன். ஆனால், எக்காரணம் கொண்டும் இது வெளியே தெரிந்துவிடக்கூடாது. புவாரோ, நீங்கள் என் நிலைமையைப் புரிந்து கொண்டிருப்பீர்கள் என்று நான் நம்புகிறேன். நான் அழைத்திருந்த விருந்தினர்கள் என் நண்பர்கள்! இது வெளியே தெரிந்தால் என் பெயர் நாறிவிடும்!"

"நீங்கள் இந்த அறையிலிருந்து உங்களுடைய கலைக்கூடத்திற்குச் சென்றபோது, கடைசியாக இந்த அறையைவிட்டு வெளியேறியது யார்?"

"ஜான்ஸ்டன். அவரை உங்களுக்குத் தெரிந்திருக்கலாம். ஒரு தென்னாப்பிரிக்கக் கோடீஸ்வரர் அவர். பார்க் லேனிலுள்ள அபோட்பரியின் வீட்டை அவர் வாடகைக்கு எடுத்துள்ளார்.

நாங்கள் இந்த அறையைவிட்டு வெளியேறியபோது ஒரு சில கணங்கள் அவர் இங்குத் தாமதித்ததாக எனக்கு ஞாபகம். ஆனால், கண்டிப்பாக அவர் இதைச் செய்திருக்க மாட்டார்."

"உங்களுடைய விருந்தினர்களில் யாராவது ஏதாவது ஒரு காரணத்தைச் சொல்லி இந்த அறைக்கு மீண்டும் வந்தார்களா?"

"புவாரோ, இந்தக் கேள்வி உங்களிடமிருந்து வரும் என்று நான் எதிர்பார்த்தேன். மூன்று பேர் அப்படிச் செய்தனர். வெரா ரோசாகாஃப் சீமாட்டி, பெர்னார்டு பார்க்கர் மற்றும் ரன்கார்ன் சீமாட்டி."

"அவர்களைப் பற்றிக் கூறுங்கள்."

"ரோசாகாஃப் ஒரு வசீகரமான இரஷ்ய சீமாட்டி. பழைய ஆட்சியாளர்களின் குடும்பத்தைச் சேர்ந்தவர் அவர். சமீபத்தில்தான் அவர் இங்கு வந்திருந்தார். விருந்து முடிந்தபோது அவர் என்னிடம் விடைபெற்றுக் கொண்டார். ஆனால், சிறிது நேரத்தில், இந்த அறையில் வைக்கப்பட்டிருந்த பழைய விசிறிகளைப் பார்த்து அவர் இரசித்துக் கொண்டிருந்தார். அது எனக்கு வியப்பு ஏற்படுத்தியது. அவரைப் பற்றி நினைக்க நினைக்க, அவர்மீதான என்னுடைய சந்தேகம் வலுக்கிறது. புவாரோ, நீங்கள் என்ன நினைக்கிறீர்கள்?"

"ஆமாம், நீங்கள் கூறுவதை வைத்துப் பார்த்தால் எனக்கும் சந்தேகமாகத்தான் இருக்கிறது. சரி. மற்றவர்களைப் பற்றியும் கூறுங்கள்."

"என் சேகரிப்பிலிருந்த சிற்றுருவங்களை ரன்கார்ன் சீமாட்டியிடம் காட்ட நான் ஆவலாக இருந்தேன். அவற்றை எடுத்துச் செல்வதற்காகப் பார்க்கர் இந்த அறைக்கு வந்தான்."

"ரன்கார்ன் சீமாட்டியைப் பற்றிக் கூறுங்கள்."

"நடுத்தர வயதுப் பெண்மணியான அவர், பெரும் ஆளுமை கொண்டவர். அவர் பல அறக்கட்டளைக் குழுக்களில் தன்னை இணைத்துக் கொண்டுள்ளார். தான் எங்கோ மறந்து வைத்துவிட்டிருந்த தன்னுடைய கைப்பையைத் தேடி அவர் இந்த அறைக்கு வந்தார்."

"சந்தேகத்திற்கு இடமான நான்கு பேர் இங்கு இருக்கின்றனர். ஒரு இரஷ்ய சீமாட்டி, ஓர் ஆங்கிலேய சீமாட்டி, ஒரு தென்னாப்பிரிக்கக் கோடீஸ்வரர் மற்றும் பார்க்கர். ஆமாம், யார் இந்தப் பார்க்கர்?"

அந்தக் கேள்வி மார்க்கஸுக்குப் பெரும் சங்கடத்தைக் கொடுத்ததுபோலத் தோன்றியது.

"அவன் . . . வந்து . . . ஓர் இளைஞன். அவன் எனக்குத் தெரிந்தவன்."

"அவன் ஓர் இளைஞன் என்பதை நானே

கண்டுபிடித்துவிட்டேன். அவன் என்ன செய்கிறான் என்று சொல்லுங்கள்."

"அவன் உயர்மட்டச் சமூகத்தில் வலம் வருகின்ற ஒருவன். ஒரு பெரிய அளவில் அவன் அப்படிச் செய்து கொண்டிருக்கிறான் என்று சொல்ல முடியாதுதான்."

"அவன் எப்படி உங்களுக்கு நண்பனானான் என்று சொல்ல முடியுமா?"

"ஓரிரு சந்தர்ப்பங்களில் அவன் எனக்காகச் சிறு வேலைகளைச் செய்துள்ளான்."

"சரி. தொடர்ந்து சொல்லுங்கள்."

மார்க்கஸ் அவரைப் பரிதாபமாகப் பார்த்தார். அந்தப் பேச்சைத் தொடர அவர் விரும்பவில்லை என்பது வெளிப்படையாகத் தெரிந்தது. ஆனால், புவாரோ விடாப்பிடியாக மௌனம் சாதித்து வந்ததால், தொடர்வதைத் தவிர மார்க்கஸுக்கு வேறு வழி இருக்கவில்லை.

"புராதன நகைகளைச் சேகரிப்பதில் ஆர்வம் கொண்டுள்ளவன் நான் என்பது பலருக்கும் தெரியும். சில நேரங்களில் ஒரு குடும்பத்திற்குச் சொந்தமான பாரம்பரியமான நகைகளை விற்க வேண்டியிருக்கும். ஆனால், அவை சந்தையிலோ அல்லது தரகர் மூலமாகவோ விற்கப்படாது. ஆனால், தனிப்பட்ட முறையில் என்னிடம் விற்பது என்பது வேறு. இதுபோன்ற விஷயங்கள் நடைபெறுகின்றபோது, பார்க்கர் நடுவில் இருப்பான். இதுபோன்ற பொருட்கள் விற்பனைக்கு வருவதாகக் கேள்விப்பட்டால் அதை அவன் என் கவனத்திற்குக் கொண்டு வருவான். எடுத்துக்காட்டாக, ரோசாகாஃப் இரஷ்யாவிலிருந்து வந்தபோது, தன்னுடன் சில குடும்ப நகைகளைக் கொண்டுவந்தார். அவற்றை விற்க அவர் துடித்துக் கொண்டிருந்தார். அவற்றை நான் வாங்கிக் கொள்வதற்குப் பார்க்கர் ஏற்பாடு செய்தான்."

"ஓ! அப்படியானால் நீங்கள் அவனை முழுமையாக நம்புகிறீர்கள், இல்லையா?"

"நம்பாமல் இருப்பதற்கு எனக்கு எந்தக் காரணமும் இல்லை."

"மார்க்கஸ், இந்த நால்வரில் நீங்கள் யாரைச் சந்தேகிக்கிறீர்கள்?"

"புவாரோ, இது என்ன கேள்வி? நான் ஏற்கனவே கூறியதுபோல, அவர்கள் நால்வருமே என்னுடைய நண்பர்கள். அவர்கள் எவரையும் நான் சந்தேகப்படவில்லை. அல்லது அவர்கள் எல்லோரையும் நான் சந்தேகப்படுகிறேன். எப்படி வேண்டுமானாலும் வைத்துக் கொள்ளுங்கள்."

"நான் உங்களோடு உடன்படவில்லை. நீங்கள் இவர்களில் ஒருவரைத்தான் சந்தேகப்படுகிறீர்கள். அது ரோசாகாஃப் அல்லர். அது பார்க்கரும் அல்லன். அது ரன்கார்னா அல்லது ஜான்ஸ்டனா?"

"நீங்கள் என்னை ஓர் இக்கட்டில் மாட்ட வைக்கப் பார்க்கிறீர்கள். நான் முன்பே கூறியபடி, இந்த விஷயம் வெளியே கசிந்துவிடக்கூடாது என்று நான் அஞ்சிக் கொண்டிருக்கிறேன். ரன்கார்ன் இங்கிலாந்தின் புராதனக் குடும்பம் ஒன்றைச் சேர்ந்தவர். ஆனால், அவருடைய அத்தையான கரோலின் சீமாட்டிக்கு, சில்லறைப் பொருட்களை அனிச்சையாகத் திருடுகின்ற பழக்கம் உண்டு. அதைக் கரோலினின் நண்பர்கள் அனைவரும் அறிவர். அப்படி அவர் திருடிய பொருட்களை, அவருடைய பணிப்பெண்கள், உரியவர்களிடம் மீண்டும் ஒப்படைத்துவிடுவர்."

"ரன்கார்னின் அத்தைக்கு இப்படி ஒரு நோய் இருக்கிறதா! இது ஒரு சுவாரசியமான விஷயம்தான்," என்று கூறிய புவாரோ, "நான் இந்தப் பெட்டகத்தைப் பார்வையிடலாமா?" என்று மார்க்கஸிடம் கேட்டார்.

மார்க்கஸ் அதற்குச் சம்மதித்ததும், புவாரோ அந்தப் பெட்டகத்திற்கு அருகே சென்றார். நானும் உடன் சென்றேன். புவாரோ அதன் கதவைத் திறந்தார். உள்ளே வெல்வெட்டால் அலங்கரிக்கப்பட்டிருந்த அலமாரித் தட்டுகள் காலியாக இருந்ததை நாங்கள் கண்டோம்.

"இப்போதும் இதன் கதவுகளைச் சரியாக மூட முடியவில்லையே," என்று முனகிய புவாரோ, அக்கதவுகளை முன்னும் பின்னும் பல முறை ஆட்டிப் பார்த்தார். "ஏன் இப்படி?" என்று சத்தமாகக் கேட்ட அவர், "ஓ! இதுதான் காரணமா?" என்று வியந்தார். "இதன் கீலில் எது மாட்டிக் கொண்டிருக்கிறது பாருங்கள்! ஒரு கையுறை! ஓர் ஆணின் கையுறை!"

பின் அவர் அதை எடுத்து மார்க்கஸிடம் காட்டினார்.

"இது என்னுடையது அல்ல!" என்றார் மார்க்கஸ்.

"ஆகா! இதற்குள் இன்னொன்றும் இருக்கிறது!" என்று உரக்கக் கூறிய புவாரோ, அந்தப் பெட்டகத்தின் தரைப்பகுதியை நோக்கிக் குனிந்து அதில் கிடந்த ஒரு சிறு பொருளை எடுத்தார். அது உலோகத்தாலான, தட்டையான ஒரு சிகரெட் டப்பா. கருப்புப் பட்டுத்துணியால் ஆன ஓர் உறை அந்த டப்பாவைப் போர்த்தியிருந்தது.

"ஓ! இது என்னுடைய சிகரெட் டப்பா," என்றார் மார்க்கஸ்.

"இதுவா? இது கண்டிப்பாக உங்களுடையது அல்ல.

இதில் பொறிக்கப்பட்டுள்ளவை உங்களுடைய பெயரின் சுருக்கெழுத்துகள் அல்ல."

அந்த சிகரெட் டப்பாவின்மீது கலைநயத்துடன் பொறிக்கப்பட்டிருந்த சுருக்கெழுத்துகளைப் புவாரோ சுட்டிக்காட்டினார்.

"நீங்கள் கூறுவது சரிதான்," என்று மார்க்கஸ் ஒத்துக் கொண்டார். "இது என்னுடையதைப்போலவே இருக்கிறது. ஆனால், இதில் இடம் பெற்றிருக்கும் சுருக்கெழுத்துகள் என்னுடையவை அல்ல. இதில் 'பெ' என்ற எழுத்தும் 'பா' என்ற எழுத்தும் அல்லவா இடம் பெற்றிருக்கின்றன? ஆகா! இது பார்க்கருடையது!"

"அப்படித்தான் தெரிகிறது. அப்படியானால் அவன் ஓர் அஜாக்கிரதையான இளைஞன். குறிப்பாக, இந்தக் கையுறையும் அவனுடையதாக இருக்கும் பட்சத்தில்! அதாவது, நமக்கு ஓர் இரட்டைத் துப்பு கிடைத்திருக்கிறது."

"பார்க்கர்!" என்று மார்க்கஸ் முணுமுணுத்தார். "ஆகா! என்னவொரு நிம்மதி! என் நகைகளை மீட்டெடுக்கின்ற பொறுப்பை நான் உங்களிடம் ஒப்படைக்கிறேன். இந்த விஷயத்தைக் காவல்துறையின் பார்வைக்குக் கொண்டு செல்ல வேண்டும் என்று நீங்கள் முடிவெடுத்தால், அதையும் நீங்கள் செய்யலாம் - ஆனால், பார்க்கர்தான் குற்றவாளி என்று நீங்கள் உறுதியாக நம்பும் பட்சத்தில் மட்டும்!"

* * *

மார்க்கஸிடம் விடைபெற்றுக் கொண்டு நாங்கள் அங்கிருந்து கிளம்பினோம். நாங்கள் வெளியே வந்த பிறகு, புவாரோ என்னிடம், "இந்த மார்க்கஸ், பிரபுக்களுக்கும் சீமாட்டிகளுக்கும் ஒரு சட்டமும், சாதாரணமானவர்களுக்கு வேறு ஒரு சட்டமும் வைத்திருக்கிறார். எனக்கு எவரும் இதுபோன்ற பட்டங்களைக் கொடுத்திருக்கவில்லை என்பதால் நான் சாதாரணமானோர் பக்கம் இருக்கிறேன். நான் அந்த இளைஞன்மீது பரிதாபம் கொள்கிறேன். இந்த மொத்த விவகாரமுமே சுவாரசியமாக இருக்கிறது. மார்க்கஸ் ரன்கார்னைச் சந்தேகித்தார். நான் ரோசாகாஃபையும் ஜான்ஸ்டனையும் சந்தேகித்தேன். ஆனால், பின்னாலிருந்து இயங்குகின்ற பார்க்கர்தான் நாம் தேடிக் கொண்டிருக்கின்ற நபர்!" என்று கூறினார்.

"நீங்கள் ஏன் அந்த இருவரைச் சந்தேகித்தீர்கள்?"

"ஓ! அதுவா? ஒரு இரஷ்ய நாட்டு அகதியாக இருப்பதோ அல்லது ஒரு தென்னாப்பிரிக்கக் கோடீஸ்வரராக இருப்பதோ

ஒரு பெரிய விஷயமே அல்ல. எந்தப் பெண் வேண்டுமானாலும் தன்னை ஒரு இரஷ்ய சீமாட்டி என்று கூறிக் கொண்டுவிட முடியும். அதேபோல, எவரொருவராலும் பார்க் லேனில் ஒரு வீட்டை வாடகைக்கு எடுத்துக் கொண்டு, தன்னை ஒரு கோடீஸ்வரன் என்று கூறிக் கொள்ள முடியும். அவர்களோடு யார் முரண்படப் போகிறார்கள்?"

அப்போது நாங்கள் பரி தெருவைக் கடந்து கொண்டிருந்தோம். அதைக் கவனித்தப் புவாரோ, "நம்முடைய அஜாக்கிரதை ஆசாமியின் வீடு இங்கேதான் இருக்கிறது. நாம் போய் அவனைப் பார்க்கலாம். ஆங்கிலேயேர்களாகிய நீங்கள் கூறுவதுபோல, இரும்பு பழுத்திருக்கும்போது அதை அடிக்கலாம்," என்று கூறினார்.

பார்க்கர் தன்னுடைய வீட்டில்தான் இருந்தான். அவன் சில தலையணைகளில் வசதியாகச் சாய்ந்தவாறு அமர்ந்திருந்தான். வீட்டில் இருக்கும்போது அணிவதற்கான ஓர் அருமையான அங்கியை அவன் அணிந்திருந்தான். ஏனோ தெரியவில்லை, எனக்கு அவனைப் பார்த்தவுடன் கோபம் பொத்துக் கொண்டு வந்தது. அவனுடைய வெள்ளை நிறமும், பெண்மைத்தனமான முகமும், தெற்றுப் பேச்சும்!

"வணக்கம், பார்க்கர்," என்று புவாரோ உற்சாகமாகக் கூறினார். "மார்க்கஸ் அனுப்பித்தான் நான் இங்கு வந்திருக்கிறேன். நேற்று அவருடைய வீட்டில் விருந்து நடைபெற்றுக் கொண்டிருந்தபோது, யாரோ அவருடைய நகைகளைத் திருடிவிட்டனர். இது உங்களுடைய கையுறையா என்று சொல்லுங்கள்."

பார்க்கரின் மூளை வேகமாக இயங்கியதுபோலத் தெரியவில்லை. என்ன சொல்லலாம் என்று யோசிப்பவன்போல, அவன் அந்தக் கையுறையையே பார்த்துக் கொண்டிருந்தான்.

இறுதியில், "இதை நீங்கள் எங்கே கண்டெடுத்தீர்கள்?" என்று அவன் கேட்டான்.

"இது உன்னுடைய கையுறையா?"

இதற்கு என்ன பதில் சொல்வது என்று ஒரு முடிவுக்கு வந்துவிட்டிருந்தவன்போல அவன் தோன்றினான்.

"இல்லை. இது என்னுடையது அல்ல."

"இந்த சிகரெட் டப்பா? இது உன்னுடையதா?"

"இல்லை. இதுவும் என்னுடையது அல்ல. என்னுடையது வெள்ளி நிறத்தில் இருக்கும்."

"சரி. நான் இந்த விவகாரத்தைக் காவல்துறையினரின் கைகளில் ஒப்படைக்கப் போகிறேன்."

"உங்கள் நிலையில் நான் இருந்தால், நான் அப்படிச் செய்ய

மாட்டேன்," என்று பார்க்கர் கூறினான். அவனுடைய குரலில் கவலை தொனித்தது. "காவல்துறையினர் இரக்கமற்றவர்கள். ஒரு நிமிடம் பொறுங்கள். நான் இப்போதே சென்று மார்க்கஸைச் சந்திக்கிறேன்."

ஆனால், பதிலேதும் சொல்லாமல் புவாரோ அங்கிருந்து உடனடியாக வெளியேறிவிட்டார்.

வெளியே வந்தவுடன் அவர் என்னிடம், "மெல்வதற்கு நாம் அவனுக்கு அவல் கொடுத்திருக்கிறோம். என்ன நடக்கிறது என்று நாளைவரை காத்திருந்து பார்க்கலாம்," என்று கூறினார்.

விதி எங்களை மறுநாள்வரை காத்திருக்க விடவில்லை. நாங்கள் எங்களுடைய அறையில் அமர்ந்திருந்தபோது, எந்த முன்னறிவிப்புமின்றி எங்கள் அறைக் கதவு படாரென்று திறந்தது. புயலென ஒரு பெண்மணி உள்ளே புகுந்தார். அது வெரா ரோசாகாஃப். விலங்கு உரோமத்தில் செய்யப்பட்டிருந்த ஒரு கோட்டும் ஒரு தொப்பியும் அவர் அணிந்திருந்தார். அவர் பதற்றமாக இருந்தார்.

"நீங்கள்தான் புவாரோவா? நீங்கள் என்ன காரியம் பண்ணித் தொலைத்துள்ளீர்கள்? பாவம் அந்த இளைஞன்! இது அடுக்காது. எனக்கு அவனை நன்றாகவே தெரியும். அவன் ஒரு கோழை, பயந்தாங்கொள்ளி. திருடுகின்ற துணிச்சல் அவனுக்கு ஒருக்காலும் வராது. அவன் எனக்காக எவ்வளவோ காரியங்கள் செய்திருக்கிறான். அவன் இப்படி உங்களால் பந்தாடப்படுவதை நான் வேடிக்கை பார்த்துக் கொண்டிருப்பேன் என்று நீங்கள் நினைக்கிறீர்களா?"

புவாரோ தன் கையிலிருந்த கருப்பு நிற சிகரெட் டப்பாவை அவரிடம் தூக்கிக் காட்டி, "சீமாட்டி, இது பார்க்கருடையதா?" என்று கேட்டார்.

ரோசாகாஃப் அதைச் சோதித்தார்.

"ஆமாம். இது அவனுடையதுதான். எனக்கு நன்றாகத் தெரியும். இதை நீங்கள் அந்த அறையில் கண்டுபிடித்தீர்களா? நாங்கள் எல்லோருமே அந்த அறையில் இருந்தோம். அவன் இதைக் கீழே போட்டிருக்கலாம். ஓ! துப்பறிவாளரே, நீங்கள் இரஷ்யாவின் செம்படையைவிட மோசமானவர்–"

"இது பார்க்கருடைய கையுறையா?"

"எனக்கு எப்படித் தெரியும்? எல்லா கையுறைகளும் ஒரே மாதிரியாகத்தான் இருக்கின்றன. அவன் இதிலிருந்து விடுவிக்கப்பட்டாக வேண்டும். அவனுடைய நற்பெயருக்குக் களங்கம் வரக்கூடாது. அதை நீங்கள் செய்தாக வேண்டும். நான் என்னுடைய நகைகளை விற்று உங்களுக்குப் பணம் தருகிறேன்."

"சீமாட்டி–"

"அப்படியானால், நாம் இதற்கு ஒப்புக் கொள்கிறோம், சரிதானே? இது தொடர்பாக என்னிடம் விவாதிக்காதீர்கள். பாவம் பார்க்கர்! கண்ணீரும் கம்பலையுமாக அவன் என்னிடம் ஓடி வந்தான். அவனைக் காப்பாற்றுவதாக நான் அவனுக்கு வாக்குக் கொடுத்துள்ளேன். 'அந்த அரக்கனை நான் பார்த்துக் கொள்கிறேன். எல்லாவற்றையும் ரோசாகாஃபிடம் விட்டுவிடு,' என்று நான் அவனிடம் கூறிவிட்டு வந்துள்ளேன். புவாரோ, நான் கூறியது உங்களுக்கு சம்மதம்தான், இல்லையா? நான் வருகிறேன்."

வந்த வேகத்தில் 'ரோசாகாஃப்' புயல் அந்த அறையைவிட்டு அகன்றது. அவர் சென்ற பிறகும் ஓர் அசாதாரணமான வாசனைத் திரவிய நெடி அந்த அறைக்குள் சுற்றிக் கொண்டிருந்தது.

"இவர் என்ன இந்தக் கலக்குக் கலக்குகிறார்? புவாரோ, அவர் அணிந்திருந்த உரோமக் கோட்டை நீங்கள் கவனித்தீர்களா?"

"ஆமாம். அது நிஜமான உரோமக் கோட்டுத்தான். ஒரு போலியான சீமாட்டியால் நிஜமான உரோமக் கோட்டை அணிய முடியுமா? அவர் உண்மையிலேயே ஒரு இரஷ்யப் பெண்ணாகத்தான் இருக்க வேண்டும். நம்முடைய ஆள் இவளிடம் போய் கனைத்திருக்கிறான்!"

"சிகரெட் டப்பா அவனுடையது என்பது உறுதியாகிவிட்டது. அவனுடைய கையுறையும்–"

புவாரோ ஒரு புன்னகையுடன் தன் பாக்கெட்டிலிருந்து இன்னொரு கையுறையை வெளியே எடுத்து, முதல் கையுறைக்குப் பக்கத்தில் வைத்தார். அவை ஒரு ஜோடி என்பதில் எள்ளளவும் சந்தேகம் இருக்கவில்லை.

"புவாரோ, இது உங்களுக்கு எங்கிருந்து கிடைத்தது?"

"பார்க்கரின் வீட்டு வரவேற்பறையில் மேசைமீது கிடந்தது. அவன் உண்மையிலேயே ஓர் அஜாக்கிரதையான நபர்தான். ஆனாலும் நாம் இதை முழுமையாக விசாரிக்க வேண்டும். இப்போது நான் பார்க் லேன் வீட்டுக்குச் செல்லப் போகிறேன்."

நானும் உடன் சென்றேன் என்று தனியாகச் சொல்ல வேண்டியதில்லை. நாங்கள் சென்றபோது ஜான்ஸ்டன் அங்கு இல்லை. அவருடைய தனிப்பட்ட உதவியாளன்தான் இருந்தான். ஜான்ஸ்டன் சமீபத்தில்தான் தென்னாப்பிரிக்காவிலிருந்து இங்கிலாந்துக்கு வந்திருந்தார் என்பதையும், அவர் இதற்கு முன்பு இங்கு வந்ததில்லை என்பதையும் நாங்கள் அவனிடமிருந்து தெரிந்து கொண்டோம்.

"உன்னுடைய எஜமானருக்கு விலையுயர்ந்த கற்களில்

ஆர்வம் உண்டு, இல்லையா?" என்று புவாரோ அவனிடம் கேட்டார்.

"அவற்றைவிட, தங்கச் சுரங்கங்களில்தான் அவருக்கு ஆர்வம் அதிகம்," என்று அவன் சிரித்தவாறே பதிலளித்தான்.

புவாரோ அங்கிருந்து புறப்பட்டு வெளியே வந்தபோது ஆழ்ந்த யோசனையில் இருந்தார். அன்று மாலையில் நான் அவரைச் சந்தித்தபோது, இரஷ்ய மொழி இலக்கணத்தை அவர் ஆர்வமாகப் படித்துக் கொண்டிருந்ததைக் கண்டு நான் வியந்தேன்.

"அடக் கடவுளே! அந்த இரஷ்ய சீமாட்டியிடம் அவருடைய தாய்மொழியில் உரையாடுவதற்காக நீங்கள் இரஷ்ய மொழியைக் கற்றுக் கொண்டிருக்கிறீர்களா?"

"அவர் கண்டிப்பாக என்னுடைய ஆங்கிலத்திற்குச் செவி சாய்க்க மாட்டார்."

"ஆனால், இரஷ்ய மேட்டுக்குடியினர் நன்றாகப் பிரெஞ்சு மொழி பேசுவார்களே!"

"ஹேஸ்டிங்ஸ், நீங்கள் ஒரு தகவல் களஞ்சியம். சரி. நான் இந்தப் புதிரான இரஷ்ய எழுத்துகளைப் படிப்பதை நிறுத்திக் கொள்கிறேன்."

அவர் தன் கையிலிருந்த அந்த இரஷ்ய மொழிப் புத்தகத்தை மேசைமீது எறிந்தார். அவர் சொன்னதில் எனக்கு நம்பிக்கை வரவில்லை. அவருடைய கண்களில் குறும்பு மின்னிக் கொண்டிருந்தது. அது எனக்கு வியப்பாக இருந்தது. ஏனெனில், தன் செயல்களில் புவாரோ திருப்தி அடைந்திருந்தால்தான் அவருடைய கண்கள் அப்படி ஒளிரும்.

"அவர் ஒரு இரஷ்யப் பெண் அல்லர் என்று நீங்கள் சந்தேகப்படுகிறீர்கள், இல்லையா?" என்று நான் புத்திசாலித்தனமாகக் கேட்டேன். "நீங்கள் அவருடைய இரஷ்ய மொழியறிவைச் சோதிக்கப் போகிறீர்கள், அப்படித்தானே?"

"இல்லையில்லை. அவர் ஒரு இரஷ்யப் பெண்தான்! அதில் சந்தேகமில்லை."

"அப்படியானால்–"

"ஹேஸ்டிங்ஸ், நீங்கள் இந்தக் கேஸில் சிறப்பாகச் செயல்பட விரும்பினால், இந்த இரஷ்ய மொழி அரிச்சுவடியைப் படிக்குமாறு நான் உங்களுக்குப் பரிந்துரைக்கிறேன்," என்று கூறிவிட்டுச் சிரித்தப் புவாரோ, அத்துடன் தன் வாயை மூடிக் கொண்டார். மேசைமீது கிடந்த அப்புத்தகத்தை எடுத்து நான் புரட்டிப் பார்த்தேன். ஆனால் புவாரோ ஏன் அப்படிக் கூறினார் என்பது எனக்குக் கொஞ்சம்கூடப் புரியவில்லை.

அடுத்த நாள் காலையில் எங்களுக்குப் புதிய

தகவல்கள் எதுவும் வரவில்லை. ஆனால், புவாரோ அது குறித்துக் கவலைப்படவில்லை. நாங்கள் சாப்பிட்டுக் கொண்டிருந்தபோது, அன்று நாங்கள் மார்க்கஸைப் பார்க்கச் செல்லவிருந்ததாக அவர் என்னிடம் தெரிவித்தார். நாங்கள் அங்கே போனபோது, அந்த வயதான சமூகப் பட்டாம்பூச்சி தன் வீட்டில்தான் இருந்தது. நாங்கள் முந்தைய நாள் பார்த்திருந்ததைவிட அவர் அதிக அமைதியாகக் காணப்பட்டார்.

எங்களைப் பார்த்ததும். "என்ன, புவாரோ, ஏதாவது செய்தி உண்டா?" என்று அவர் ஆவலுடன் வினவினார்.

புவாரோ அவரிடம் ஒரு காகிதத்தை நீட்டினார்.

"உங்களுடைய நகைகளை எடுத்துச் சென்ற நபர் இவர்தான். இப்போது நான் இந்த விஷயத்தைக் காவல்துறையிடம் ஒப்படைக்கவா? அல்லது அவர்களை இதில் ஈடுபடுத்தாமலேயே நீங்கள் உங்களுடைய நகைகளை மீட்டெடுக்க விரும்புகிறீர்களா?"

மார்க்கஸ் மௌனமாக அந்தக் காகிதத்தையே உற்றுப் பார்த்துக் கொண்டிருந்தார். இறுதியில் எப்படியோ அவர் தன் குரலை மீட்டெடுத்தார்.

"புவாரோ, இது எனக்கு மிகவும் வியப்பாக இருக்கிறது. இந்த விஷயம் வெளியே தெரியாமல் இருப்பதையே நான் விரும்புகிறேன். நான் உங்களுக்கு முழு அதிகாரமும் கொடுக்கிறேன். நீங்கள் இதைக் காதும் காதும் வைத்தாற்போலச் செய்து முடிப்பீர்கள் என்று நான் நம்புகிறேன்."

அங்கிருந்து வெளியே வந்த நாங்கள், வாடகைக்கார் ஒன்றைப் பிடித்தோம். கார்ல்ட்டன் ஓட்டலுக்குச் செல்லுமாறு புவாரோ எங்கள் ஓட்டுநரிடம் கூறினார். அங்குச் சென்ற பிறகு, ரோசாகாஃப் சீமாட்டியைப் பார்க்க வேண்டும் என்று அந்த ஓட்டலின் வரவேற்பாளரிடம் அவர் கூறினார். சில நிமிடங்களில் நாங்கள் அந்தச் சீமாட்டியின் ஆடம்பரமான அறைக்கு அழைத்துச் செல்லப்பட்டோம். அவர் எங்களை வரவேற்று எங்களுடன் கைகுலுக்கினார். ஒரு காட்டுமிராண்டித்தனமான வடிவமைப்பைக் கொண்ட இரவு ஆடை ஒன்றை அவர் அணிந்திருந்தார்.

"புவாரோ! நீங்கள் எடுத்தக் காரியத்தில் வெற்றி பெற்றுவிட்டீர்களா? அந்த அப்பிராணியை இதிலிருந்து விடுவித்துவிட்டீர்களா?"

"சீமாட்டி, உங்களுடைய நண்பர் பார்க்கர் கைது செய்யப்பட மாட்டார்."

"நீங்கள் உண்மையிலேயே புத்திசாலிதான். எப்படி

இவ்வளவு விரைவாக அதைக் கண்டுபிடித்தீர்கள்?"

"அதே நேரத்தில், களவு போன நகைகள் இன்றே மார்க்கஸின் கைகளுக்கு வந்து சேரும் என்று மார்க்கஸுக்கு நான் வாக்குக் கொடுத்திருக்கிறேன்."

"அதனால்?"

"அதனால், இதற்கு மேலும் தாமதிக்காமல், அந்த நகைகளை என் கரங்களில் ஒப்படைக்குமாறு நான் உங்களைக் கேட்டுக் கொள்கிறேன். உங்களை இப்படி அவசரப்படுத்துவதற்கு மன்னிக்கவும். ஒருவேளை நான் ஸ்காட்லாந்து யார்டுக்குச் செல்ல வேண்டியிருந்தால் உதவுமே என்று நான் வந்த வாடகைக்காரை இந்த ஓட்டலின் வாசலில் நிறுத்தி வைத்துள்ளேன். பெல்ஜியக்காரர்களாகிய நாங்கள் சிக்கனத்திற்குப் பெயர் போனவர்கள்."

ரோசாகாஃப் ஒரு சிகரெட்டைப் பற்ற வைத்தார். ஒரு சில நொடிகளுக்கு அவர் தன் சிகரெட் புகையை வளையம் வளையமாக விட்டுக்கொண்டு, புவாரோவை வெறித்துப் பார்த்த வண்ணம் ஆடாமல் அசையாமல் அப்படியே அமர்ந்திருந்தார். பின்னர் அவர் வெடிச்சிரிப்பு ஒன்றை உதிர்த்துவிட்டு எழுந்தார். அந்த அறையின் மூலையிலிருந்த அலமாரிக்குச் சென்று, கருப்பு நிறத்திலிருந்த பட்டுக் கைப்பை ஒன்றை அதன் இழுப்பறையிலிருந்து வெளியே எடுத்தார். பின்னர் அவர் அதைப் புவாரோவை நோக்கி மென்மையாகத் தூக்கியெறிந்தார். அடுத்து அவர் பேசியபோது அவருடைய குரல் மென்மையாகவும் உணர்ச்சியற்றும் இருந்தது.

"இரஷ்யர்களாகிய நாங்கள் ஊதாரித்தனத்திற்குப் பெயர்போனவர்கள். துரதிர்ஷ்டவசமாக, அதற்குப் பணம் வேண்டும். நீங்கள் அதைத் திறந்து பார்க்கத் தேவையில்லை. அனைத்தும் அதில் உள்ளன."

புவாரோ எழுந்தார்.

"உங்களுடைய கூர்மதிக்காகவும் உடனடியாகத் தீர்மானத்திற்கு வந்தமைக்காகவும் நான் உங்களைப் பாராட்டுகிறேன்."

"ஓ! வெளியே உங்களுடைய கார் காத்துக் கொண்டிருக்கிறது என்று நீங்கள் சொல்கின்றபோது, என்னால் வேறு என்ன செய்ய முடியும்?"

"நீங்கள் இணக்கமாக நடந்து கொள்கிறீர்கள். லண்டனில் நீங்கள் நீண்டகாலம் தங்கியிருப்பீர்களா?"

"இல்லை. அதற்கு நீங்கள்தான் புண்ணியம் கட்டிக் கொள்கிறீர்கள்."

"அதற்காக நான் உங்களிடம் மன்னிப்புக் கேட்டுக்

கொள்கிறேன்."

"நாம் ஒருவேளை வேறு எங்காவது மீண்டும் சந்திக்கக்கூடும்."

"அந்த நாளை நான் எதிர்பார்க்கிறேன்."

"நான் அந்த நாளை எதிர்பார்க்கவில்லை!" என்று கூறிவிட்டு ரோசாகாஃப் சீமாட்டி சிரித்தார். "இது நான் உங்களுக்கு அளிக்கின்ற மிகப் பெரிய பாராட்டு. இந்த உலகில் நான் அஞ்சுகின்ற மிகக் குறைவான நபர்களில் நீங்களும் ஒருவர். புவாரோ, நான் உங்களிடமிருந்து விடைபெற்றுக் கொள்கிறேன்."

"சரி, நான் வருகிறேன். ஓ! நான் ஒன்றை மறந்துவிட்டேன். உங்களுடைய சிகரெட் டப்பாவை உங்களிடம் திருப்பிக் கொடுத்துவிடுகிறேன்."

புவாரோ தன் உடலை வளைத்து ஒரு வணக்கம் போட்டுவிட்டு, மார்க்கஸின் பாதுகாப்புப் பெட்டகத்திலிருந்து தான் எடுத்திருந்த கருப்பு நிற சிகரெட் டப்பாவை பவ்யமாக அந்தச் சீமாட்டியிடம் கொடுத்தார். அப்பெண் தன்னுடைய முகத்தில் எந்தவிதமான உணர்ச்சிகளையும் வெளிப்படுத்தாமல் அதை வாங்கிக் கொண்டார். அவருடைய புருவங்கள் மட்டும் இலேசாக மேலே எழுந்தன. அவருடைய வாய் "ஓ!" என்று முணுமுணுத்தது.

* * *

நாங்கள் அந்த ஓட்டலின் மாடிப்படிகளிலிருந்து இறங்கிக் கொண்டிருந்தபோது, "என்ன ஒரு பெண்மணி!" என்று புவாரோ வியப்புடன் சிலாகித்தார். "எந்தவொரு வாக்குவாதமும் இல்லை. எந்தவிதமான மறுப்பும் தெரிவிக்கவில்லை. வெற்று வேட்டுத்தனமான பொய்கள் எதுவும் இல்லை. ஒரே ஒரு பார்வை. நிலைமையை அவர் துல்லியமாக எடை போட்டுவிட்டார். ஹேஸ்டிங்ஸ், நான் இதை உங்களுக்குச் சொல்லிக் கொள்ள விரும்புகிறேன். ஓர் அலட்சியமான புன்னகையுடன் இப்படித் தோல்வியை ஏற்றுக் கொள்கின்ற பெண்கள் வாழ்க்கையில் வெகு தூரம் செல்வர்! இப்பெண் ஆபத்தானவர். இரும்புபோல உறுதியான நெஞ்சம் படைத்தவர் அவர்."

"அவரை நீங்கள் எப்போது முதலில் சந்தேகித்தீர்கள்?"

"கையுறையும் சிகரெட் டப்பாவும்தான். அந்த இரட்டைத் துப்புதான் எனக்குக் கவலை ஏற்படுத்தியது. பார்க்கர் அந்த இரண்டில் ஒன்றைத் தவறவிட்டிருப்பதற்கு வாய்ப்பிருக்கிறது. ஆனால் இரண்டையுமா? அதற்குச் சாத்தியமில்லை. அதேபோல,

பார்க்கரை மாட்டிவிட யாராவது முயன்றிருந்தாலும் ஒரு துப்பே போதுமானதாக இருந்திருக்கும். அதனால், அந்த இரண்டில் ஒன்று பார்க்கருக்குச் சொந்தமானது அல்ல என்ற முடிவுக்கு நான் வர நேர்ந்தது. முதலில், அந்த சிகரெட் டப்பா அவனுடையது என்றும், அந்தக் கையுறை அவனுடையது அல்ல என்றும் நான் நினைத்திருந்தேன். அந்த இரண்டாவது கையுறை அவனுடைய வீட்டிலிருந்து எனக்குக் கிடைத்தவுடன், உண்மை என் ஊகத்திற்கு நேர்மாறானது என்பதை நான் புரிந்து கொண்டேன். அப்படியானால், அந்தச் சிகரெட் டப்பா யாருடையதாக இருக்கும் என்று நான் யோசித்தேன். அது ரன்கார்னுடையதாக இருக்க முடியாது. ஏனென்றால், அவருடைய பெயரின் சுருக்கெழுத்துகள் அந்த சிகரெட் டப்பாவில் பொறிக்கப்பட்டிருந்த எழுத்துகளோடு பொருந்தவில்லை. ஜான்ஸ்டன்? அவர் ஒரு போலியான பெயரில் இங்கு வந்திருந்தாலொழிய அது சாத்தியமில்லை. ஜான்ஸ்டனின் உதவியாளருடன் பேசிய பிறகு விஷயங்கள் தெளிவாயின. அவர் எதையும் மறைமுகமாகச் செய்து கொண்டிருக்கவில்லை என்பது புலனாகியது. ஜான்ஸ்டனின் கடந்தகாலம் கேள்விக்குறியான ஒன்றல்ல என்பது புரிந்தது. ரோசாகாஃப் சீமாட்டி இரஷ்யாவிலிருந்து வந்தபோது, பாரம்பரியமான குடும்ப நகைகளைக் கொண்டுவந்திருந்தார் என்ற வதந்தி ஏற்கனவே உலாவிக் கொண்டிருந்தது. அவர் நகைகளைத் திருடி, அவற்றிலுள்ள விலையுயர்ந்த கற்களை அவற்றிலிருந்து பிரித்தெடுத்துவிட்டால், அவற்றைப் பிறரால் எளிதாக அடையாளம் காண முடியாது. அன்றைய தினம் மார்க்கஸின் வீட்டில் பார்க்கர் வைத்திருந்த கையுறைகளில் ஒன்றை எடுத்து அந்தப் பெட்டகத்தில் போடுவதைவிட அதிக எளிதான காரியம் வேறு என்ன இருந்திருக்க முடியும்? ஆனால், தன்னுடைய சொந்த சிகரெட் டப்பாவை அந்தப் பெட்டகத்திற்குள் தவறவிட அவர் திட்டமிட்டிருக்கவில்லை."

"அது அவருடைய சிகரெட் டப்பாதான் என்றால், அதில் இடம் பெற்றிருந்த சுருக்கெழுத்துகளுடன் அவருடைய பெயர் பொருந்தவில்லையே?"

புவாரோ என்னை நோக்கி மென்மையாகப் புன்னகைத்தார்.

"இரஷ்ய மொழியில் அவருடைய பெயர் 'பெபா பாககோஸா' என்று எழுதப்படும். அதாவது, அதன் சுருக்கெழுத்துகள் 'பெ' மற்றும் 'பா.' நாம் வழக்கமாகக் கருதுவதுபோல அது 'வெ' மற்றும் 'ரோ' கிடையாது.

"எனக்கு இரஷ்ய மொழி தெரியாது. அப்படியிருக்கும்போது இதை என்னால் ஒருபோதும் ஊகித்திருக்க முடியாது."

“ஹேஸ்டிங்ஸ், எனக்கும்தான் இரஷ்ய மொழி தெரியாது. ஆனால், நான் அந்த இரஷ்ய அரிச்சுவடிப் புத்தகத்தை உங்களிடம் கொடுத்து அதைப் புரட்டிப் பார்க்குமாறு கூறினேனல்லவா?”

அவர் ஒரு பெருமூச்சுவிட்டார்.

“ரோசாகாஃப் ஓர் அசாதாரணமான பெண்மணி. அவரை நான் கண்டிப்பாக வேறோர் இடத்தில் சந்திப்பேன் என்று என் உள்ளுணர்வு கூறுகிறது. அந்த இடம் எதுவாக இருக்கும்?”

துருப்புச் சீட்டு

அது ஒரு ஈரமான புதன்கிழமை. சர்வதேசத் துப்பறியும் நிறுவனத்தின் அலுவலகத்திலிருந்த டப்பென்ஸ் பெரஸ்ஃபோர்டு, தான் படித்துக் கொண்டிருந்த 'டெய்லி லீடர்' நாளிதழைத் தன் கைகளிலிருந்து நழுவவிட்டாள்.

"டாமி, நான் என்ன நினைத்துக் கொண்டிருக்கிறேன் என்று தெரியுமா?" என்று அவள் கேட்டாள்.

"அது சாத்தியமில்லை," என்று அவளுடைய கணவன் டாமி பெரஸ்ஃபோர்டு கூறினான். "நீ பல விஷயங்களைப் பற்றிச் சிந்திப்பாய். அதுவும், அவை அனைத்தையும் ஒரே நேரத்தில் நீ சிந்திப்பாய்."

"நாம் மீண்டும் ஒரு நடன நிகழ்ச்சிக்குச் செல்வதற்கான வேளை வந்துவிட்டது என்று நான் நினைக்கிறேன்."

டாமி கீழே கிடந்த 'டெய்லி லீடர்' நாளிதழைக் கையில் எடுத்தான்.

"இந்த நாளிதழில் நம் நிறுவனம் குறித்து நாம் கொடுத்துள்ள விளம்பரம் நன்றாக வந்திருக்கிறது. 'பிளன்ட்ஸின் அற்புதமான துப்பறிவாளர்கள்'."

"நான் நடனத்தைப் பற்றிப் பேசிக் கொண்டிருக்கிறேன்."

"நாளிதழ்கள் பற்றி நான் ஒரு சுவாரசியமான அவதானிப்பை மேற்கொண்டுள்ளேன். இதை நீ எப்போதாவது கவனித்திருக்கிறாயா என்று எனக்குத் தெரியாது. எடுத்துக்காட்டாக, இந்த மூன்று 'டெய்லி லீடர்' இதழ்களை எடுத்துக் கொள். இவற்றுக்கு இடையே என்ன வித்தியாசம் என்று சொல்."

டப்பென்ஸ் அவற்றை ஆர்வத்துடன் எடுத்தாள்.

"இது எளிது," என்று டாமியைச் சீண்டும் ஒரு குரலில்

அவள் கூறினாள். “ஒன்று, இன்றையது, மற்றொன்று நேற்றயது, மூன்றாவது நேற்றுக்கு முந்தைய நாளுக்குரியது.”

“துப்பறியும் புலியே, நீ கலக்குகிறாய்! நான் கேட்டது அதுவல்ல. இந்த நாளிதழின் பெயரைப் பார். இப்போது மூன்றையும் ஒப்பிட்டுப் பார். அவற்றில் உனக்கு ஏதாவது வித்தியாசம் தெரிகிறதா?”

“இல்லை. அது மட்டுமல்ல, வித்தியாசங்கள் இருக்குமென்றும் நான் நம்பவில்லை.”

“நீ தினமும்தான் இதைப் படித்துக் கொண்டிருக்கிறாய். இன்னும் சொல்லப் போனால், என்னைவிட அதிகமாகவே படிக்கிறாய். ஆனால், எதையும் கவனித்திருக்கவில்லை. இன்றைய இதழை நன்றாக உற்றுப் பார். ‘டெய்லி லீடர்’ என்பதிலுள்ள முதல் வார்த்தையான ‘டெய்லி’ என்ற வார்த்தையின் முதல் எழுத்தின் அடியில் ஒரு வெள்ளைப் புள்ளி இருப்பது உன் கண்களுக்குத் தெரிகிறதா? அதன் மூன்றாவது எழுத்திலும் அதே போன்ற ஒரு புள்ளி இடம்பெற்றிருக்கிறது. நேற்றைய தின இதழை எடுத்துக் கொண்டால், அதில் ‘டெய்லி’ என்ற வார்த்தையில் எந்த வெள்ளைப் புள்ளியும் இல்லை. ஆனால், ‘லீடர்’ என்ற வார்த்தையின் முதல் எழுத்தின் அடியில் இரண்டு வெள்ளைப் புள்ளிகள் இடம் பெற்றுள்ளன. நேற்றைய தினத்திற்கு முந்தைய தினத்தின் இதழில், இரண்டு வெள்ளைப் புள்ளிகள் ‘டெய்லி’ என்ற வார்த்தையின் முதல் எழுத்தின் அடியில் இடம் பெற்றுள்ளன. அதாவது, ஒரு புள்ளி அல்லது ஒன்றுக்கு மேற்பட்டப் புள்ளிகள், கிழமைக்குக் கிழமை வேறுபடுகிறது.”

“எதற்காக?” என்று டப்பென்ஸ் கேட்டாள்.

“அது பத்திரிகையாளர்களின் இரகசியம்.”

“அதாவது, அதற்கான காரணம் என்னவென்று உனக்குத் தெரியாது என்பதைத்தான் இப்படி நாசுக்காகச் சொல்கிறாயா?”

“இது அனைத்துப் பத்திரிகைகளும் கடைபிடித்து வருகின்ற ஒரு நடைமுறை என்பதை மட்டும் என்னால் உறுதியாகச் சொல்ல முடியும்.”

“நீ ஒரு பெரிய புத்திசாலி என்று உனக்கு நினைப்பு. பேச்சை மாற்ற முயலாதே. நாம் முதலில் பேசிக் கொண்டிருந்த விஷயத்திற்கு வரலாம்.”

“நாம் எதைப் பற்றிப் பேசிக் கொண்டிருந்தோம்?”

“நடன நிகழ்ச்சிக்குச் செல்வதைப் பற்றி.”

டாமி முனகினான்.

“நான் ‘த்ரீ ஆர்ட்ஸ் பால்’ நடன நிகழ்ச்சிக்குச் செல்ல

விரும்புகிறேன்.”

“ஓ! வேண்டவே வேண்டாம். நான் வாலிப வயதைக் கடந்துவிட்டேன்.”

“நான் இளம்பெண்ணாக இருந்தபோது, ஆண்கள், குறிப்பாகக் கணவன்மார்கள், குடித்துக் கும்மாளம் இடுவதற்கும், நடனமாடுவதற்கும், இரவு வெகு நேரம்வரை விழித்திருப்பதற்கும் பெயர் போனவர்கள் என்ற நம்பிக்கையோடு நான் வளர்க்கப்பட்டேன். அழகான, புத்திசாலியான மனைவிமார்களால் மட்டுமே அவர்களை வீட்டில் கட்டிப் போட முடியும். அந்த மாயையும் விடைபெற்றுக் கொண்டது. இப்போது தங்களுடைய கணவன்மார்களுடன் வெளியே சென்று நடனமாட விரும்புகின்ற மனைவிமார்கள், தங்களுடைய கணவன்மார்கள் ஒன்பதரை மணிக்கே உறங்கச் சென்றுவிடுவதால் வருத்தத்தில் தோய்ந்து போயுள்ளனர். டாமி, உனக்கு ஒன்று தெரியுமா? நீ நன்றாக நடனமாடுபவன்.”

“எனக்கு உச்சி குளிர்ந்துவிட்டது, டப்பென்ஸ்!”

“உண்மையைச் சொல்ல வேண்டுமென்றால், நான் வெறும் மகிழ்ச்சிக்காக அந்த நடன நிகழ்ச்சிக்குச் செல்ல ஆசைப்படவில்லை. இன்றைய தினசரியில் வெளிவந்துள்ள ஒரு விளம்பரம் என் ஆர்வத்தைத் தூண்டிவிட்டுள்ளது. அதுவும் ஒரு காரணம்.”

அவள் அன்றைய நாளிதழை மீண்டும் எடுத்து அதில் இடம் பெற்றிருந்த விளம்பரத்தைப் படித்தாள்.

“நான் மூன்று இதயங்களுக்குச் செல்ல வேண்டும். பன்னிரண்டு தந்திரங்கள். ஏஸ் ஆஃப் ஸ்பேட்ஸ். இராஜாவை ஏமாற்றியாக வேண்டும்.”

“பெரும் செலவுடன் ‘பிரிட்ஜ்’ சீட்டாட்ட விளையாட்டைக் கற்றுக் கொள்வதற்கான வழியாக அல்லவா இது தோன்றுகிறது?”

“நீ என்ன இவ்வளவு மரமண்டையாக இருக்கிறாய்? இந்த விளம்பரத்திற்கும் சீட்டாட்டத்திற்கும் எந்தத் தொடர்பும் கிடையாது. நேற்று இரவு என் தோழி ஒருத்தியுடன் நான் ‘ஏஸ் ஆஃப் ஸ்பேட்ஸ்’ என்ற உணவகத்திற்குச் சென்றிருந்தேன். அது செல்சியா என்ற இடத்தில் இருக்கிறது. அது மிகவும் பிரபலமானது. ‘த்ரீ ஆர்ட்ஸ் பால்’ போன்ற நடன நிகழ்ச்சிக்குச் செல்பவர்கள் நேராக அங்கிருந்து ‘ஏஸ் ஆஃப் ஸ்பேட்ஸ்’ உணவகத்திற்கு வருவர் என்று என் தோழி கூறினாள். அந்த உணவகத்தில் தனியாக அமர்ந்து சாப்பிடுவதற்கான சிற்றறைகள் ஏராளமாக இருக்கின்றன.”

“அதற்கும் இந்த விளம்பரத்திற்கும் என்ன தொடர்பு?”

"அந்த விளம்பரத்தில் இடம் பெற்றுள்ள 'ஏஸ் ஆஃப் ஸ்பேட்ஸ்' என்பது நான் சென்றிருந்த அந்த 'ஏஸ் ஆஃப் ஸ்பேட்ஸ்' உணவகத்தைக் குறிக்கிறது. 'நான் மூன்று இதயங்களுக்குச் செல்ல வேண்டும்' என்பது 'த்ரீ ஆர்ட்ஸ் பால்' நிகழ்ச்சியைக் குறிக்கிறது. நாளை இரவு 'ஏஸ் ஆஃப் ஸ்பேட்ஸ்' உணவகத்தில் 'த்ரீ ஆர்ட்ஸ் பால்' என்ற பிரம்மாண்டமான கேளிக்கை நிகழ்ச்சி நடைபெறவிருக்கிறது. அந்த நிகழ்ச்சிக்கு எல்லோருமே மாறுவேடங்களில் வருவர். 'பன்னிரண்டு தந்திரங்கள்' என்பது நாளை இரவு பன்னிரண்டு மணியைக் குறிக்கிறது."

"அப்படியானால், 'இராஜாவை ஏமாற்றியாக வேண்டும்' என்பது எதைக் குறிக்கிறது?"

"அதைக் கண்டுபிடிக்கத்தான் நாம் அங்குச் செல்ல வேண்டும் என்று நான் கூறுகிறேன்."

"உன் ஊகம் சரியா, தவறா என்ற விவாதத்திற்குள் நான் போக விரும்பவில்லை. ஆனால், நீ எதற்காக அடுத்தவர்களின் காதல் விவகாரங்களுக்குள் உன் மூக்கை நுழைக்க விரும்புகிறாய் என்று எனக்குத் தெரியவில்லை."

"நாம் அதில் மூக்கை நுழைக்க வேண்டும் என்று நான் பரிந்துரைக்கவில்லை. நம்முடைய துப்பறியும் தொழிலுக்கு அது ஒரு பயிற்சியாக இருக்கும் என்று நான் நினைத்தேன்."

"ஆனாலும் நீ ஒரு கள்ளி. இதைச் சாக்காக வைத்து, 'ஏஸ் ஆஃப் ஸ்பேட்ஸ்' உணவகத்தில் நடைபெறவிருக்கின்ற 'த்ரீ ஆர்ட்ஸ் பால்' என்ற பிரம்மாண்டமான கேளிக்கை நிகழ்ச்சிக்குச் செல்லவும் அங்கு நடனமாடவும் நீ திட்டமிட்டுள்ளாய்!"

டப்பென்ஸ் அதை ஆமோதித்ததுபோல வெட்கமில்லாமல் சிரித்தாள்.

"நாளை ஒரு நல்ல பையனாக என்னுடன் வா! உனக்கு வெறும் முப்பத்திரண்டு வயதுதான் ஆகிறது. அதற்குள் ஒரு குடுகுடு கிழவனைப்போலப் பேசுகிறாயே? காதோரமாக இலேசாக நரைத்திருக்கிறது. அதனால் பரவாயில்லை."

"பெண்கள் என்றால் நான் இளகிவிடுவேன்," என்று டாம் முணுமுணுத்தான். "நான் ஏதாவது ஒரு மாறுவேடத்தில் ஒரு கோமாளிபோல உன்னுடன் வர வேண்டுமா?"

"அதை என்னிடம் விட்டுவிடு. என்னிடம் ஒரு பிரமாதமான யோசனை இருக்கிறது."

டப்பென்ஸ் 'பிரமாதமான யோசனை' என்று கூறினாலே டாமிக்கு உதறலெடுக்கும்.

மறுநாள் அவன் வீட்டுக்கு வந்தபோது, படுக்கையறையிலிருந்து டப்பென்ஸ் ஓடோடி வந்தாள்.

"அது வந்துவிட்டது."

"எது வந்துவிட்டது?"

"மாறுவேடப் போட்டிக்கான உன்னுடைய உடை. வந்து பார்."

டாமி அவளைப் பின்தொடர்ந்து படுக்கையறைக்குச் சென்றான். படுக்கையில் தீயணைப்பு வீரன் ஒருவனின் உடை இருந்தது – ஒரு பளபளப்பான தலைக்கவசம் உட்பட!

"அடக் கடவுளே! நீ உண்மையிலேயே என்னை உள்ளூர் தீயணைப்புப் படையில் சேர்த்துவிடப் போகிறாயா?"

"நான் இதை உனக்காக ஏன் தேர்ந்தெடுத்தேன் என்று உன் மூளையைக் கசக்கிப் பார்."

"நீ ஏதோ ஒரு இரகசியத் திட்டத்தோடு இருக்கிறாய் என்பது மட்டும் புரிகிறது. ஆமாம், நீ என்ன அணியப் போகிறாய்?"

"உன்னுடைய பழைய சூட், கோட், அமெரிக்கத் தொப்பி, மற்றும் ஒரு மூக்குக்கண்ணாடி."

"எனக்கு உன் எண்ணவோட்டம் புரிகிறது. இசபெல் ஆஸ்ட்ரான்டரின் துப்பறியும் கதைகளில் வருகின்ற முதன்மைத் துப்பறிவாளரும் ஒரு முன்னாள் காவல்துறை அதிகாரியுமான டிம் மெக்கார்த்தியாக நீ இருப்பாய். அக்கதையில் வருகின்ற அவருடைய உதவியாளரும் முன்னாள் தீயணைப்பு வீரருமான டெனிஸ் ரியோர்டனாக நான் இருக்க வேண்டும், அப்படித்தானே?"

"ஆமாம். நிஜ வாழ்க்கையில் நான் உன்னுடைய உதவியாளராக இருந்து வந்துள்ளேன். ஒரு மாற்றத்திற்கு, இந்நிகழ்ச்சியில் நீ என்னுடைய உதவியாளனாக இரு."

"அதெல்லாம் சரிதான். ஆனால், அந்தக் கதைகளில் பெரும்பாலான சமயங்களில் டெனிஸ் சாதாரணமாகக் கூறுகின்ற கூற்றுதான் மெக்கார்த்தியைச் சரியான பாதையில் அழைத்துச் செல்லும் என்பதை நீ மறந்துவிடாதே."

அதைக் கேட்டு டப்பென்ஸ் பெரிதாகச் சிரித்தாள். அவள் படுஉற்சாகமாக இருந்தாள்.

முதலில் அவர்கள் தாங்கள் தேர்ந்தெடுத்திருந்த மாறுவேடங்களை அணிந்து கொண்டு 'த்ரீ ஆர்ட்ஸ் பால்' நடன நிகழ்ச்சிக்குச் சென்றனர். அந்நிகழ்ச்சியை அவர்கள் வெகுவாக இரசித்து அனுபவித்தனர். அங்கு இசைக்கப்பட்டப் பாடல்கள், விதவிதமான மாறு வேடங்களில் வந்திருந்த அந்தக் கூட்டம் போன்ற அனைத்தும் அவர்களுக்குப் பிடித்திருந்தது. டாமி தான் வேண்டா வெறுப்பாக அங்கு வந்திருந்ததையே மறந்து அதில் களித்திருந்தான்.

இரவு பன்னிரண்டு மணிக்குப் பத்து நிமிடங்களுக்கு

முன் அவர்கள் அங்கிருந்து புறப்பட்டு 'ஏஸ் ஆஃப் ஸ்பேட்ஸ்' உணவகத்திற்குச் சென்றனர். டப்பென்ஸ் தெரிவித்திருந்ததைப்போல 'த்ரீ ஆர்ட்ஸ் பால்' நடன நிகழ்ச்சியில் கலந்து கொண்டிருந்த எண்ணற்ற ஜோடிகள் அந்த உணவகத்திற்கு விநோதமான ஆடைகளில் வந்திருந்தனர். அதனால் அங்குக் கூட்டமாக இருந்தது. டாமியும் டப்பென்ஸும் ஒரு சிற்றறைக்குள் சென்று அமர்ந்து கொண்டனர். வெளியே நடந்து கொண்டிருந்தவற்றைப் பார்ப்பதற்கு வசதியாக அவர்கள் தங்களுடைய அறைக் கதவை ஓரளவு திறந்து வைத்தனர்.

விளம்பரத்தில் குறிப்பிடப்பட்டிருந்த ஜோடி யாராக இருக்கும் என்று அவர்கள் தங்களுக்குள் பேசிக் கொண்டே, அங்கிருந்தவர்களில் சிலரை அவதானித்துக் கொண்டிருந்தனர். அப்போது, சீட்டுக்கட்டில் இடம் பெற்றிருக்கும் 'ஹார்ட்ஸ் குயின்' வேடத்திலிருந்த ஒரு பெண் அவர்களைக் கடந்து சென்று, அவர்கள் அமர்ந்திருந்த அறையை ஒட்டியிருந்த சிற்றறையில் அமர்ந்தாள். அவளுடன் ஒருவன் கூடவே சென்றான். அவன் 'ஆலிஸ் இன் வொன்டர்லேன்ட்' கதையில் வருகின்ற ஒரு கதாபாத்திரம்போல, நாளிதழ்களால் தைக்கப்பட்டிருந்த ஓர் ஆடையை அணிந்திருந்தான். அவர்கள் இருவருமே தங்கள் கண்களை மறைத்து ஒரு முகமூடி அணிந்திருந்தனர். அந்த உணவகத்திலிருந்த பெரும்பாலானோர் அப்படிப்பட்ட முகமூடிகளை அணிந்திருந்தனர்.

"ஒழுக்கக்கேடு தாண்டவமாடுகின்ற ஓரிடத்திற்கு நாம் வந்துள்ளோம் என்று நான் நினைக்கிறேன்," என்று கூறிய டப்பென்ஸ், அங்கு வந்திருந்தது குறித்து மகிழ்ச்சி அடைந்திருந்ததுபோலக் காணப்பட்டாள். "இங்கு வில்லங்கங்களுக்குப் பஞ்சமிருக்காதுபோலத் தெரிகிறது."

அப்போது அவர்களுக்கு அடுத்திருந்த சிற்றறையிலிருந்து ஒரு பெண் கத்திய சத்தம் கேட்டது. உடனே உச்சஸ்தாயியில் ஓர் ஆணின் சிரிப்பொலி எழுந்து அதை மறைத்தது. அங்கிருந்த அனைவரும் சிரித்துக் கொண்டும் பாடிக் கொண்டும் இருந்தனர். ஆண்களின் கனத்தக் குரல்களோடு போட்டி போட்டுக் கொண்டு பெண்களின் கிறீச் குரல்கள் அங்குத் தொடர்ந்து கேட்டுக் கொண்டிருந்தன.

அப்போது டாமி, சற்றுத் தள்ளி இருந்த ஒரு பிரெஞ்சு ஜோடியைச் சுட்டிக்காட்டி, "அது நாம் தேடிக் கொண்டிருக்கின்ற ஜோடியாக இருக்குமோ?" என்று டப்பென்ஸிடம் கேட்டான்.

"இவர்களில் யார் வேண்டுமானாலும் இருக்கலாம். நான் அதைப் பற்றிப் பெரிதாக அலட்டிக் கொள்ளப் போவதில்லை.

நாம் உற்சாகமாக நடனமாடினோம். இப்போது நம்முடைய உணவை இரசித்துக் கொண்டிருக்கிறோம். எனக்கு அது போதும்."

"நான் வேறோர் ஆடையில் இருந்திருந்தால் இன்னும் நன்றாக இரசித்து அனுபவித்திருந்திருப்பேன். இந்த ஆடையில் நான் புழுங்கிச் செத்துக் கொண்டிருக்கிறேன்."

"அதிகமாகப் புலம்பாதே! இந்த உடையில் பார்ப்பதற்கு நீ நன்றாக இருக்கிறாய்."

அப்போது அடுத்தச் சிற்றறையிலிருந்த நபர் தனியாக எழுந்து சென்றதைக் கவனித்த டப்பென்ஸ், டாமியிடம், "இவன் எங்கே செல்கிறான்?" என்று கேட்டாள்.

"மது பானங்களை வாங்கி வரச் செல்கிறான் என்று நான் நினைக்கிறேன். உனக்கு இன்னும் வேண்டுமென்றால், நானும் போய் வாங்கி வருகிறேன்."

நாளிதழ் ஆடையிலிருந்த மனிதன் அங்கிருந்து போய் நான்கைந்து நிமிடங்கள் கடந்த பிறகு, டப்பென்ஸ், "அவன் போய் வெகுநேரம் ஆகிவிட்டதே? மது வாங்கி வருவதற்கு இவ்வளவு நேரமா?" என்று முணுமுணுத்தாள். பின் டாமியின் பக்கம் திரும்பி, "இப்போது நான் செய்யப் போகும் காரியத்தைப் பார்த்துப் பதறிவிடாதே!" என்று கூறிவிட்டு அவள் தன் இருக்கையைவிட்டு எழுந்தாள்.

"என்னை நீ என்ன வேண்டுமானாலும் நினைத்துக் கொள். நான் பக்கத்துச் சிற்றறைக்குச் செல்லப் போகிறேன்."

"ஏய்! போகாதே! நம் இஷ்டத்திற்கு அடுத்தவர்களின் விஷயத்தில் நம்மால் தலையிட முடியாது!"

"அந்த அறையில் ஏதோ சரியில்லை என்ற உணர்வு எனக்கு ஏற்பட்டுள்ளது. என்னைத் தடுக்காதே!"

டப்பென்ஸ் உடனே அவர்கள் இருந்த அறையைவிட்டு வெளியே வந்து அடுத்த அறையை நோக்கி அடியெடுத்து வைத்தாள். அதன் கதவு மூடியிருந்தது. அதைத் தள்ளிக் கொண்டு அவள் உள்ளே நுழைந்தாள். டாமியும் அவளைப் பின்தொடர்ந்தான்.

ஹார்ட்ஸ் குயின் உடையணிந்திருந்த பெண், அந்த அறையின் ஓரமாக விநோதமான ஒரு கோணத்தில் சாய்ந்திருந்தாள். அவளுடைய முகமூடியின் வழியாக அவளுடைய கண்கள் டப்பென்ஸை நோக்கின. ஆனால், அவள் அசையவே இல்லை. அவளுடைய ஆடை சிவப்பு மற்றும் வெள்ளை கலந்த நிறத்தில் இருந்தது. ஆனால், அவளுடைய இடது நெஞ்சுப் பக்கம் சிவப்பு நிறம் அதிகமாகப் படர்ந்திருந்தது.

கத்திக் கொண்டே டப்பென்ஸ் முன்னே பாய்ந்தாள்.

அப்பெண்ணின் இதயத்திற்குச் சற்றுக் கீழே, வேலைப்பாடுகளுடன்கூடிய ஒரு கத்தி குத்தப்பட்டிருந்ததை டப்பென்ஸ் பார்த்த அதே நேரத்தில் டாமியும் அதைப் பார்த்தான். டப்பென்ஸ் அந்தப் பெண்ணுக்கு அருகே மண்டியிட்டு அமர்ந்தாள்.

“டாமி! இவள் இன்னும் உயிருடன்தான் இருக்கிறாள். உடனே போய் இந்த உணவகத்தின் மேலாளரைக் கூட்டி வா. உடனடியாக ஒரு மருத்துவருக்கு ஏற்பாடு செய்யுமாறு அவரிடம் கூறு.”

“சரி. நான் செல்கிறேன். நீ அந்தக் கத்தியின் பிடியைத் தொட்டுவிடாதே!”

“நான் ஜாக்கிரதையாக இருந்து கொள்கிறேன். நீ உடனே போ!”

டாமி அங்கிருந்து வெளியே வந்து அந்த அறையின் கதவை மூடிவிட்டு ஓடினான். டப்பென்ஸ் அந்தப் பெண்ணைச் சுற்றித் தன் கையைப் போட்டாள். அந்தப் பெண் ஏதோ சைகை செய்தாள். அவள் தன்னுடைய முகமூடியை அகற்றச் சொன்னதைப் புரிந்து கொண்ட டப்பென்ஸ், அதை மென்மையாகக் கழற்றினாள். அந்தப் பெண்ணின் முகம் ஒரு மலரைப்போலப் புத்துணர்ச்சியுடன் இருந்தது. ஆனால் அவளுடைய கண்களில் திகில் நிரம்பியிருந்தது. அதோடு, அதில் வேதனையோடு பயங்கர வியப்புணர்வும் படர்ந்திருந்தது.

டப்பென்ஸ் அவளிடம், “ஹலோ! உன்னால் பேச முடியுமா? இதைச் செய்தது யார்?” என்று கேட்டாள்.

அந்தப் பெண்ணின் கண்கள் டப்பென்ஸின்மீது படிந்தன. அவளிடமிருந்து ஓர் ஆயாசப் பெருமூச்சு வந்தது. பின் அவளுடைய உதடுகள் பிரிந்தன.

“ ‘பிங்கோ’தான் இதைச் செய்தார்.” அவள் மிகவும் சிரமப்பட்டு ஒரு கிசுகிசுப்பான குரலில் கூறினாள்.

பின் அவளுடைய கை தளர்ந்து கீழே விழுந்தது. அவள் அப்படியே டப்பென்ஸ்மீது சாய்ந்தாள்.

அப்போது டாமி உள்ளே நுழைந்தான். அவனுடன் இருவர் வந்திருந்தனர். அந்த இருவரில் பெரிய உருவத்தைக் கொண்டிருந்த நபர், ஓர் அதிகாரத் தோரணையுடன் முன்னே வந்தார். அவர் ஒரு டாக்டர் என்பது உடனே புரிந்தது.

டப்பென்ஸ் தன்னுடைய பாரத்தை இறக்கி வைத்தாள்.

“இவள் இறந்துவிட்டாள் என்று தோன்றுகிறது,” என்று டப்பென்ஸ் கூறினாள். அவளுக்குத் தொண்டை அடைத்தது.

டாக்டர் விரைவாக அந்தப் பெண்ணைச் சோதித்துவிட்டு, “ஆமாம். நீங்கள் கூறியது சரிதான். இவள் இறந்துவிட்டாள்.

இனி நாம் செய்வதற்கு ஒன்றுமில்லை. காவல்துறையினர் வரும்வரை எல்லாவற்றையும் அப்படியே விட்டு வைப்போம்," என்று கூறியவர், "இது எப்படி நிகழ்ந்தது?" என்று டப்பென்ஸிடம் கேட்டார்.

நடந்த விஷயங்களை டப்பென்ஸ் தட்டுத்தடுமாறிக் கூறினாள்.

"உங்களுக்குச் சத்தம் எதுவும் கேட்கவில்லையா?" என்று அந்த டாக்டர் கேட்டார்.

"முதலில் ஒரு பெண்ணின் கத்தல் கேட்டது. ஆனால், அதைத் தொடர்ந்து ஓர் ஆணின் சிரிப்பொலி கேட்டதும் நான்–"

"புரிகிறது," என்று டாக்டர் கூறினார். "இவளுடன் இருந்தவன் முகமூடி அணிந்திருந்தான் என்று கூறினீர்கள். அப்படியானால் உங்களால் அவனை அடையாளம் காட்ட முடியாது, அப்படித்தானே?"

"ஆமாம்," என்று டப்பென்ஸ் பதிலளித்தாள். பின் அவள் டாமியின் பக்கம் திரும்பி, "உன்னால் அடையாளம் காட்ட முடியுமா?" என்று கேட்டாள்.

"முடியாது. ஆனால், அவனுடைய உடை வித்தியாசமாக இருந்ததை நாம் கவனத்தில் எடுத்துக் கொள்ளலாம்," என்று டாமி கூறினான்.

"நாம் முதலில் இந்தப் பெண் யாரென்று அடையாளம் காண வேண்டும். அதற்குப் பின்னர் காவல்துறையினர் பார்த்துக் கொள்வார்கள். இது ஒரு சிக்கலான கேஸாக இருக்க வழியில்லை," என்று கூறிய டாக்டர், வெளியே எட்டிப் பார்த்து, "இதோ காவல்துறையினரும் வந்துவிட்டனர்," என்று தெரிவித்தார்.

நாளிதழை உடையாக அணிந்திருந்த மனிதன்

மனத்தாலும் உடலாலும் களைத்துப் போயிருந்த டாமியும் டப்பென்ஸூம் வீடு திரும்ப அதிகாலை மூன்று மணி ஆகிவிட்டது. உடனே படுக்கைக்குச் சென்றபோதிலும் சில மணி நேரத்திற்கு டப்பென்ஸூக்குத் தூக்கமே வரவில்லை. அவள் படுக்கையில் புரண்டு கொண்டிருந்தாள். அந்தப் பெண்ணின் மலர் போன்ற முகமும் திகில் நிரம்பியிருந்த அவளுடைய கண்களும் அவளைவிட்டு அகல மறுத்தன.

ஒருவழியாக டப்பென்ஸ் ஆழ்ந்த தூக்கத்திற்குச் சென்றபோது கிழக்கு வெளுத்திருந்தது. அவள் மீண்டும் கண்விழித்தபோது

விடிந்து வெகுநேரம் ஆகியிருந்தது. அவளுடைய படுக்கைக்கு அருகே டாமி நின்று கொண்டிருந்தான். அவன் குளித்து உடை மாற்றியிருந்தான். அவனுடைய கை அவளை மென்மையாக எழுப்பியது.

"எழுந்திரு. உன்னைப் பார்ப்பதற்குக் காவல் ஆய்வாளர் மேரியாட்டும் இன்னொரு நபரும் இங்கு வந்துள்ளனர்."

"இப்போது மணி என்ன?"

"பதினொன்று. உனக்குத் தேநீர் கொண்டுவந்து கொடுக்குமாறு நான் ஆலிஸிடம் கூறுகிறேன்."

"கொடுக்கச் சொல். நான் பத்து நிமிடங்களில் வந்துவிடுவதாக மேரியாட்டிடம் கூறு."

பதினைந்து நிமிடங்கள் கழித்து டப்பென்ஸ் அரக்கப்பறக்க வரவேற்பறைக்கு வந்தாள். அவளைக் கண்டதும் மேரியாட் எழுந்து நின்றார்.

"வணக்கம், திருமதி பெரஸ்ஃபோர்டு," என்று கூறிவிட்டு, பக்கத்திலிருந்தவரைக் காட்டி, "இவர் சர் ஆர்தர் மெரிவாலே. நேற்று இறந்து போன பெண்ணின் கணவர்," என்று அறிமுகம் செய்து வைத்தார்.

டப்பென்ஸ் அந்த உயரமான மனிதருடன் கை குலுக்கினாள். நரைத்தத் தலைமுடியுடன் இருந்த அந்த நபர் களைப்புடனும் சோர்வுடனும் காணப்பட்டார்.

"நேற்று நள்ளிரவில் நடைபெற்ற அசம்பாவிதச் சம்பவம் பற்றிப் பேசத்தான் நான் இங்கு வந்திருக்கிறேன். இறப்பதற்கு முன் அந்தப் பெண் என்ன கூறினாள் என்பதை நீங்கள் என்னுடன் பகிர்ந்து கொண்டீர்கள். அதை நான் இவரிடம் கூறினேன். அதை இவர் நம்ப மறுக்கிறார். அதை உங்கள் வாயிலிருந்தே கேட்டுத் தெரிந்து கொள்வதற்காகவே அவர் இங்கு வந்துள்ளார்," என்று மேரியாட் கூறினார்.

"என்னால் அதை நம்பவே முடியவில்லை," என்று ஆர்தர் கூறினார். "அதை நான் நம்பவும் மாட்டேன். பிங்கோ ஹேல் என் மனைவிக்கு ஒரு சிறு காயத்தைக்கூட ஏற்படுத்தியிருக்க மாட்டார்."

மேரியாட் தொடர்ந்து பேசினார்.

"நேற்றைய இரவுக்குப் பிறகு நாங்கள் சில விஷயங்களைக் கண்டுபிடித்துள்ளோம். முதலில், கொலை செய்யப்பட்டப் பெண், இங்கிருக்கும் சர் ஆர்தரின் மனைவியான வெரே சீமாட்டி என்பதை நாங்கள் அடையாளம் கண்டோம். உடனே இவருக்கு நாங்கள் தகவல் அனுப்பினோம். இவரும் வந்து அந்தப் பெண்ணின் அடையாளத்தை உறுதிப்படுத்தினார். இவர் நிலைகுலைந்து போனார் என்பதைத் தனியாகச்

சொல்லத் தேவையில்லை. பின்னர் நான் இவரிடம், 'பிங்கோ என்று யாரையாவது தெரியுமா?' என்று கேட்டேன்."

ஆர்தர் பேசினார். "திருமதி பெரஸ்ஃபோர்டு, நீங்கள் இதைப் புரிந்து கொள்ள வேண்டும். பிங்கோ என்று தன் நண்பர்கள் வட்டாரத்தில் அறியப்படுகின்ற கேப்டன் ஹேல், என்னுடைய மிக நெருங்கிய நண்பர். அவர் எங்களுடன்தான் தங்கியிருக்கிறார். இன்று காலையில் அவர் கைது செய்யப்பட்டபோதுகூட எங்கள் வீட்டில்தான் இருந்தார். நீங்கள் தவறு செய்திருப்பீர்கள் என்றுதான் நான் இப்போதும் நம்புகிறேன். என் மனைவி உங்களிடம் கூறிய பெயர் கண்டிப்பாக ஹேலாக இருக்காது."

"இதில் தவறுக்கே இடமில்லை. உங்களுடைய மனைவி 'பிங்கோதான் இதைச் செய்தார்,' என்றுதான் கூறினார்."

"கேட்டீர்களா, ஆர்தர்?" என்று மேரியாட் கூறினார்.

இதனால் வேதனையடைந்த ஆர்தர், தன் கைகளுக்குள் முகம் புதைத்தார்.

"என்னால் நம்பவே முடியவில்லை. இதற்கு என்ன நோக்கம் இருந்துவிட முடியும்?" என்று புலம்பிய ஆர்தர், மேரியாட் பக்கம் திரும்பி, "ஓ! உங்கள் காவல்துறையின் புத்தி எப்படி வேலை செய்யும் என்று எனக்குத் தெரியும். என் மனைவியும் ஹேலும் காதலர்கள் என்பீர்கள். அதை நான் துளிகூட நம்பவில்லை என்றாலும், ஒரு வாதத்திற்கு அப்படியே வைத்துக் கொண்டால்கூட, ஹேல் அவளைக் கொல்வதற்கு என்ன முகாந்திரம் இருக்கிறது?" என்று கேட்டார்.

மேரியாட் இலேசாகச் செருமினார்.

"ஆர்தர், இப்படிச் சொல்வது இங்கிதமாக இருக்காது என்று எனக்குத் தெரியும். சமீப காலமாக, ஹேல் ஒரு பணக்கார அமெரிக்கப் பெண்ணுடன் சுற்றிக் கொண்டிருந்தார். வெரேவுக்கும் தனக்கும் இடையேயான கள்ளத் தொடர்பை வெரே அந்தப் பெண்ணிடம் வெளிப்படுத்தினால், அந்தப் பெண்ணைத் திருமணம் செய்து கொள்வதற்குத் தான் திட்டமிட்டிருந்தது பாழாகிவிடும் என்று ஹேல் பயந்திருக்கலாம்."

"நீங்கள் அநியாயமாகப் பழி சுமத்துகிறீர்கள்."

உடனே ஆர்தர் தன் இருக்கையிலிருந்து துள்ளியெழுந்தார். மேரியாட் அவருடைய தோளைத் தொட்டுச் சமாதானப்படுத்தினார்.

"என்னை மன்னியுங்கள், ஆர்தர். நீங்களும் ஹேலும் ஒன்றாகச் சேர்ந்து 'த்ரீ ஆர்ட்ஸ் பால்' நடன நிகழ்ச்சிக்குச் சென்றுவிட்டு அங்கிருந்து நேராக 'ஏஸ் ஆஃப் ஸ்பேட்ஸ்'

உணவகத்திற்குச் செல்லத் திட்டமிட்டிருந்ததாக நீங்கள் என்னிடம் கூறினீர்கள், இல்லையா? அப்போது உங்களுடைய மனைவி ஊரில் இல்லை என்பதால், அவர் அங்கு வருவார் என்று நீங்கள் எதிர்பார்க்கவில்லை, அப்படித்தானே?"

"ஆமாம். நான் சிறிதும் எதிர்பார்க்கவில்லை."

"திருமதி பெரஸ்ஃபோர்டு, நீங்கள் என்னிடம் காட்டியிருந்த விளம்பரத்தை ஆர்தரிடம் காட்டுங்கள்," என்று மேரியாட் கேட்டுக் கொண்டார்.

டப்பென்ஸ் அப்படியே செய்தாள்.

"உங்களுடைய மனைவியும் ஹேலும் அங்குச் சந்திக்க ஏற்கனவே திட்டமிட்டிருந்தனர். நீங்கள் ஹேலை அழைத்துக் கொண்டு அங்குச் செல்ல நேற்றுக்கு முந்தைய தினம்தான் நீங்கள் திட்டமிட்டீர்கள். அதனால், உங்கள் மனைவியை எச்சரிப்பதற்காக ஹேல் அந்த விளம்பரத்தைக் கொடுக்க வேண்டியதாயிற்று. அங்கு அணிந்து செல்வதற்கு நீங்கள் தேர்ந்தெடுத்திருந்த மாறுவேட ஆடையை நாடகங்களுக்கு ஆடைகளை வாடகைக்கு விடும் ஒரு நிறுவனத்திடமிருந்து பெறுவதற்கு நீங்கள் ஏற்பாடு செய்து கொண்டீர்கள். ஹேல் நாளிதழ்களால் ஆன ஓர் ஆடையை வீட்டிலேயே தயாரித்துக் கொண்டார். ஆர்தர், உங்களுக்கு ஒன்று தெரியுமா? உங்களுடைய மனைவியின் கையில் ஒரு சிறு துண்டு நாளிதழ் ஒட்டிக் கொண்டிருந்ததை நாங்கள் கண்டுபிடித்தோம். அது ஹேலின் உடையிலிருந்து பிய்ந்து வந்திருக்க வேண்டும். உங்களுடைய வீட்டுக்குச் சென்று அந்த நாளிதழ் ஆடையை எடுத்துக் கொண்டு என்னுடைய அலுவலகத்திற்குக் கொண்டுவரும்படி நான் என் காவலர்களிடம் கூறியுள்ளேன். இப்போது நான் என் அலுவலகத்திற்குச் செல்லும்போது அந்த நாளிதழ் ஆடையில் ஒரு சிறு துண்டு கிழிந்திருந்தால் இந்தக் கேஸ் முடிந்த மாதிரிதான்."

டப்பென்ஸுக்குத் தொந்தரவு அளித்ததற்கு அவளிடம் மன்னிப்புக் கோரிவிட்டு மேரியாட் ஆர்தருடன் அங்கிருந்து கிளம்பினார்.

* * *

அன்று மாலையில் மேரியாட் மீண்டும் தங்களுடைய வீட்டுக்கு வந்தபோது டாமியும் டப்பென்ஸும் வியப்படைந்தனர்.

"இந்தக் கேஸில் மேலும் என்ன நடந்து கொண்டிருக்கிறது என்பதைப் 'பிளன்ட்ஸின் அற்புதமான துப்பறிவாளர்கள்' தெரிந்து கொள்ள விரும்புவார்கள் என்று நான் நினைத்தேன்,"

என்று மேரியாட் கூறினார். அவருடைய முகத்தில் ஒரு இலேசான புன்னகை அரும்பியிருந்தது.

"அது உண்மைதான்," என்று கூறிய டாமி, "ஏதேனும் பருகுகிறீர்களா?" என்று கேட்டான்.

அவர் அதற்குத் தலையாட்டியதும் அவருக்கு ஒரு பானத்தை அவன் கொண்டு வந்து கொடுத்தான்.

ஓரிரு நிமிடங்கள் கழித்து மேரியாட் பேசத் துவங்கினார். "இது சிக்கலற்றதொரு கேஸாக இருக்கிறது. அந்தக் கத்தி வெரேயினுடையது. அவள் தன்னைத் தானே குத்தி மாய்த்துக் கொண்டாள் என்பதை நிறுவுவதற்கான முயற்சி அது. நீங்கள் இருவரும் அச்சமயத்தில் அங்கு இருந்ததால், கொலைகாரனின் அந்த முயற்சி தோல்வியடைந்தது. ஹேலும் வெரேயும் ஆர்தரின் முதுகுக்குப் பின்னால் பல காலம் தங்களுடைய உறவைத் தொடர்ந்திருந்தனர். ஆர்தருக்கு இதைப் பற்றி எதுவும் தெரியாது. இப்போது நாங்கள் கடைசிப் பிணைப்பையும் கண்டுபிடித்துவிட்டோம்."

"அது என்ன?" என்று டாமி கேட்டான்.

"வெரேவின் கையிலிருந்து நாங்கள் கைப்பற்றிய 'டெய்லி லீடர்' பத்திரிகையின் கிழிந்த துண்டு, ஹேலிடமிருந்து கிடைத்த நாளிதழ் ஆடையோடு கச்சிதமாகப் பொருந்துகிறது. ஆம், இது ஒரு சிக்கலற்றக் கேஸ்தான். அந்த நாளிதழ் ஆடை மற்றும் கிழிந்த துண்டின் புகைப்படங்களை நான் உங்களுக்காகக் கொண்டுவந்திருக்கிறேன். துப்பறிவாளர்கள் என்ற முறையில் இது உங்களுக்கு சுவாரசியமாகப் படக்கூடும். வெகு அபூர்வமாகவே இப்படிப்பட்டக் கச்சிதமான கேஸ்கள் வரும்."

பின்னர் மேரியாட் அவர்களிடமிருந்து விடைபெற்றுக் கொண்டார். வாசல்வரை சென்று அவரை வழியனுப்பிவிட்டு வந்த டாமியிடம், டப்பென்ஸ், "மேரியாட் ஏன் மீண்டும் மீண்டும் இது ஒரு சிக்கலற்றக் கேஸ் என்றும், ஒரு கச்சிதமான கேஸ் என்றும் நம்மிடம் சொல்லிக் கொண்டிருந்தார்?" என்று கேட்டாள்.

"எனக்குத் தெரியவில்லை. அற்பத் திருப்தியாக இருக்கலாம்."

"நான் அப்படி நினைக்கவில்லை. ஏதோ ஒரு காரணத்திற்காக அவர் நம்மை வெறுப்பேற்றுகிறார். கசாப்புக் கடைக்காரர்களுக்கு இறைச்சியைப் பற்றி நன்றாகத் தெரியும், இல்லையா?"

"அது உண்மைதான். ஆனால், நீ ஏன் திடீரென்று தொடர்பற்றுப் பேசுகிறாய்?"

டாமி கூறியதைக் காதில் வாங்கிக் கொள்ளாததுபோல

டப்பென்ஸ் தொடர்ந்தாள். "காய்கறி விற்பனுக்குக் காய்கறிகளைப் பற்றியும், மீன் விற்பவனுக்கு மீன்களைப் பற்றியும் தெரியும், இல்லையா? அதேபோல, காவல்துறையின் துப்பறிவாளர்களுக்கும் தொழில்முறை துப்பறிவாளர்களுக்கும் குற்றவாளிகளைப் பற்றி நன்றாகத் தெரிந்திருக்கும், சரிதானே? ஒரு குற்றத்தைப் பார்த்தவுடன் அது உண்மையானதா அல்லது ஜோடிக்கப்பட்டதா என்பதை அவர்களால் கண்டுபிடித்துவிட முடியும். இங்கு ஹேல் குற்றவாளி அல்லர் என்று மேரியாட் நம்புகிறார். ஆனால், சான்றுகள் அனைத்தும் அவருக்கு எதிராக இருக்கின்றன. கடைசி முயற்சியாக அவர் நம்மை இதில் இழுத்துவிட மறைமுகமாக முயல்கிறார். நாம் எப்படியாவது ஏதாவது ஒரு சான்றைக் கண்டுபிடித்து, ஹேல் குற்றமற்றவர் என்று நிரூபித்துவிட மாட்டோமா என்று அவர் ஏங்குகிறார்."

அவள் சிறிது இடைவெளி விட்டுவிட்டு, "டாமி, இது ஏன் ஒரு தற்கொலையாக இருக்கக்கூடாது?" என்று கேட்டாள்.

"அவள் உன்னிடம் என்ன சொன்னாள் என்பது உனக்கு ஞாபகம் இருக்கிறதா?"

"இருக்கிறது. நாம் அதை இப்படிப் பார்த்தால் என்ன? ஹேலின் நடத்தைதான் தன்னைத் தற்கொலைக்குத் தூண்டியிருந்ததென்று அவள் சொல்ல வந்ததாக நாம் ஏன் எடுத்துக் கொள்ளக்கூடாது?"

"இருக்கலாம். ஆனால், அவள் கையில் மாட்டிக் கொண்டிருந்த நாளிதழ் துண்டு இதில் ஒட்டவில்லையே!"

"சரி. மேரியாட் நம்மிடம் கொடுத்துள்ள புகைப்படங்களை நாம் ஆராயலாம். இது தொடர்பாக ஹேல் என்ன கூறினார் என்பதை நான் மேரியாட்டிடம் கேட்க மறந்துவிட்டேன்."

"நான் மேரியாட்டை வழியனுப்பச் சென்றபோது அதைப் பற்றி நான் அவரிடம் கேட்டேன். அந்த உணவகத்தில் வைத்து அவளிடம் தான் பேசியிருக்கவில்லை என்று ஹேல் கூறியுள்ளார். அவர் அங்குச் சென்றபோது, யாரோ ஒருவர் அவருடைய கையில் ஒரு துண்டுச் சீட்டைக் கொடுத்ததாகவும், 'இன்று என்னுடன் பேச முயற்சிக்காதீர்கள்! ஆர்தருக்கு சந்தேகம் வந்துள்ளது,' என்று அதில் எழுதப்பட்டிருந்ததாகவும் ஹேல் கூறியிருக்கிறார். ஆனால், அவரால் அந்தத் துண்டுச் சீட்டைக் காட்ட முடியவில்லை. அது ஒரு நம்பக்கூடிய கதையாகப் படவில்லை. ஆனால், ஹேல் அந்த உணவகத்திற்கு வந்திருந்ததை நாமே பார்த்தோம்."

டப்பென்ஸ் தலையாட்டிவிட்டு அந்தப் புகைப்படங்களில் மூழ்கினாள்.

அதில் ஒரு புகைப்படத்தில் இடம் பெற்றிருந்த சிறிய நாளிதழ் துண்டு ஒன்றில் 'டெய்லி லீ–' என்ற வார்த்தைகள் இடம் பெற்றிருந்தன. அத்துடன் அது கிழிக்கப்பட்டிருந்தது. மற்றொரு புகைப்படத்தில் அதே நாளிதழின் முகப்புப் பக்கம் இடம் பெற்றிருந்தது. ஆனால், அதில் ஒரு சிறு பகுதி கிழிக்கப்பட்டிருந்தது. அவை இரண்டும் சந்தேகமின்றிக் கச்சிதமாகப் பொருந்தியிருந்தன.

"அந்த நாளிதழின் ஓரத்தில் சில புள்ளிகள் தெரிகின்றனவே. அவை என்ன?" என்று டாமி கேட்டான்.

"தையல்கள். மற்ற பக்கங்களோடு சேர்த்துத் தைக்கப்பட்டிருந்ததற்கான அடையாளங்கள்."

"நாளிதழ்கள் புதிய வடிவப் புள்ளிகளை உருவாக்கியிருக்கின்றனவோ என்று நான் நினைத்துவிட்டேன். இதில் ஒரு வேடிக்கையான விஷயத்தை நீ கவனித்தாயா? நேற்று காலையில்தான் நாம் இதே நாளிதழின் பெயரில் இடம் பெற்றிருந்த புள்ளிகளைப் பற்றிப் பேசிக் கொண்டிருந்தோம்."

அதற்கு டப்பென்ஸிடமிருந்து பதிலேதும் வரவில்லை. அவள் தனக்கு முன்னே வெறுமனே வெறித்துப் பார்த்துக் கொண்டிருந்தாள். அவளுடைய வாய் லேசாகத் திறந்திருந்தது. அவளுடைய முகத்தில் வியப்பு ரேகை ஓடிக் கொண்டிருந்தது.

அவளை இலேசாக உலுக்கிய டாமி, "உனக்கு என்னவாயிற்று?" என்று வினவினான்.

அவள் அப்படியே உட்கார்ந்திருந்தாள். அவள் பேசியபோது, அவளுடைய குரல், அவள் எங்கோ கனவுலகில் சஞ்சரித்துக் கொண்டிருந்ததுபோல ஒலித்தது.

"டெனிஸ் ரியோர்டன்."

"என்ன உளறுகிறாய்?"

"துல்லியமாக நீ சொன்னதுபோலத்தான் இருக்கிறது: 'பெரும்பாலான சமயங்களில் டெனிஸ் சாதாரணமாகக் கூறுகின்ற கூற்றுதான் மெக்கார்த்தியைச் சரியான பாதையில் அழைத்துச் செல்லும்!' டாமி, எனக்கு உடனே இந்த வாரத்திய 'டெய்லி லீடர்' நாளிதழ்கள் அனைத்தும் வேண்டும்."

"எதற்காக அவற்றைக் கேட்கிறாய்?"

"இப்போது நான் 'மெக்கார்த்தியைப்போலச்' செயல்பட்டுக் கொண்டிருக்கிறேன். உன் கூற்றுதான் என்னை இப்படிச் சிந்திக்க வைத்துள்ளது. எனக்கு இப்போது ஒரு யோசனை பிறந்துள்ளது. இது செவ்வாய்க்கிழமை டெய்லி லீடர் நாளிதழ். செவ்வாய்க்கிழமைகளில் வெளியாகின்ற டெய்லி லீடர் நாளிதழில், 'லீடர்' என்ற வார்த்தையின் முதல் எழுத்தின் கீழ்ப்பகுதியில் இரண்டு வெள்ளைப் புள்ளிகள் இருக்கும் என்று

நீ கூறியிருந்தது எனக்கு நினைவிருக்கிறது. ஆனால், இந்தப் புகைப்படத்தில் இருக்கின்ற நாளிதழின் படத்தில், அதன் 'டெய்லி' என்ற வார்த்தையின் முதல் எழுத்தின் கீழ்ப்புறத்தில் ஒரு புள்ளியும், மூன்றாவது எழுத்தின் கீழ்ப்புறத்தில் மற்றொரு புள்ளியும் இடம் பெற்றிருக்கின்றன. நீ போய் இந்த வார நாளிதழ்களை எடுத்து வா. நாம் அவற்றை ஒப்பிட்டுப் பார்க்கலாம்."

அவர்கள் அவற்றை ஒப்பிட்டனர். டப்பென்ஸ் கூறியிருந்தது சரிதான்.

"பார்த்தாயா? இந்தத் துண்டுச் சீட்டு, செவ்வாய்க்கிழமை பத்திரிகையிலிருந்து கிழிக்கப்பட்ட ஒன்றல்ல."

"இதை எப்படி நம்மால் உறுதியாகக் கூற முடியும்? வெவ்வேறு பதிப்புகளில் அவை வெவ்வேறு விதமாக அச்சடிக்கப்பட்டிருக்கலாமல்லவா?"

"அது சாத்தியம்தான். எது எப்படியோ, எனக்கு ஒரு யோசனை உதித்துள்ளது. இது ஒரு தற்செயல் நிகழ்வாக இருக்க முடியாது. அது உறுதி. என் யோசனை சரியாக இருக்கும் பட்சத்தில் அதற்கு ஒரே ஒரு காரணம்தான் இருக்க முடியும். டாமி, நீ இப்போதே ஆர்தரைத் தொலைபேசியில் அழைத்து உடனே இங்கு வருமாறு கூறு. அவருக்குத் தெரிவிப்பதற்கு என்னிடம் ஒரு முக்கியமான தகவல் இருப்பதாக அவரிடம் கூறு. மேரியாட்டையும் தொடர்பு கொள்."

தான் ஏன் அழைக்கப்பட்டிருந்தோம் என்று யோசித்த ஆர்தர், அடுத்த அரை மணி நேரத்தில் அவர்களுடைய வீட்டுக்கு வந்தார். டப்பென்ஸ் வாசலுக்குச் சென்று அவரை வரவேற்றாள்.

"நான் உங்களை இப்படித் தடாலடியாக இங்கு வரவழைத்ததற்கு நான் உங்களிடம் மன்னிப்புக் கேட்டுக் கொள்கிறேன். நானும் என்னுடைய கணவரும் ஒரு முக்கியமான விஷயத்தைக் கண்டுபிடித்துள்ளோம். அதை உடனடியாக உங்களிடம் பகிர்ந்து கொள்ள வேண்டும் என்று நாங்கள் நினைத்தோம். உட்காருங்கள், ஆர்தர்."

ஆர்தர் உட்கார்ந்தார். டப்பென்ஸ் தொடர்ந்து பேசினாள்.

"நீங்கள் உங்களுடைய நெருங்கிய நண்பர் ஹேலுக்கு ஏற்பட்டுள்ள அவப்பெயரைத் துடைக்க மிகவும் ஆவலாக இருக்கிறீர்கள் என்பதை நான் அறிவேன்."

ஆர்தர் வருத்தத்துடன் தலையாட்டினார்.

"அப்படித்தான் இருந்தேன். ஆனால், அவருக்கு எதிராக இவ்வளவு சாட்சியங்கள் இருக்கின்றபோது, நான் அதை ஏற்றுக் கொண்டுதானே ஆக வேண்டும்?"

“அவரை இதிலிருந்து விடுவிக்கின்ற சான்று ஒன்று எனக்குக் கிடைத்திருக்கிறது என்று நான் சொன்னால் நீங்கள் அது குறித்து என்ன கூறுவீர்கள்?”

“அதிலென்ன சந்தேகம்? நான் கண்டிப்பாக மிகவும் மகிழ்வேன்.”

“நேற்று இரவு பன்னிரண்டு மணிக்கு ஹேல் ஒரு பெண்ணுடன் நடனமாடிக் கொண்டிருந்தார் என்று என்னால் நிரூபிக்க முடிந்தால்?”

“பிரமாதம்! ஏதோ தவறு நடந்துள்ளது என்று எனக்குத் தெரியும். என் மனைவி தன்னைத் தானே மாய்த்துக் கொண்டிருந்திருக்க வேண்டும்.”

“உங்கள் மனைவி தற்கொலை செய்யவில்லை. நீங்கள் அந்த மற்றொரு நபரை மறந்துவிட்டீர்கள்.”

“எந்த மற்றொரு நபர்?”

“நேற்று இரவு அந்த உணவகத்தில் நாங்கள் பார்த்த நபர். உங்களுடைய மனைவியோடு அந்தச் சிற்றறைக்கு வந்த நபர். அங்கு இன்னொரு நபரும் நாளிதழ் உடையை அணிந்து வந்திருக்க வேண்டும். நேற்று நீங்கள் அங்கு வந்தபோது என்ன உடை அணிந்திருந்தீர்கள்?”

“நானா? நான் பதினேழாம் நூற்றாண்டைச் சேர்ந்த, மரண தண்டனையை நிறைவேற்றுகின்ற ஒரு நபரைப்போல வேடமணிந்திருந்தேன்.”

“பொருத்தமான வேடம்தான்,” என்று டப்பென்ஸ் மெதுவாகக் கூறினாள்.

“திருமதி பெரஸ்ஃபோர்டு, அது பொருத்தமான வேடம் என்று எந்த அர்த்தத்தில் நீங்கள் கூறுகிறீர்கள்?”

“இந்த விவகாரத்தில் நீங்கள் ஆற்றியுள்ள பங்கை வைத்து நான் அப்படிக் கூறினேன். இப்போது இது குறித்த என்னுடைய பார்வையை நான் உங்களுடன் பகிர்ந்து கொள்கிறேன். நாளிதழ் உடையை, மரண தண்டனையை நிறைவேற்றுகின்ற நபருக்கான ஆடையின்மீது எளிதாக அணிந்து கொள்ளலாம். அந்த உணவகத்தில் ஹேல் எந்தப் பெண்ணைச் சந்திக்க வந்திருந்தாரோ, அந்தப் பெண்ணைச் சந்திக்க வேண்டாம் என்று எழுதப்பட்ட ஒரு குறிப்புச் சீட்டு யாரோ ஒருவர் மூலமாக ஹேலுக்குக் கொடுக்கப்பட்டிருக்கிறது. ஆனால், அந்தப் பெண்ணுக்கு அந்தக் குறிப்புச் சீட்டைப் பற்றி எதுவும் தெரியாது. தான் எதிர்பார்த்திருந்த ஆடையில் வந்திருந்த நபர் அங்குத் தனக்காகக் காத்துக் கொண்டிருந்ததை அவள் பார்க்கிறாள். அவருடன் சேர்ந்து அவள் ஒரு சிற்றறைக்குள் நுழைகிறாள். அங்குச் சென்றதும் அவர் அந்தப் பெண்ணைக்

கட்டியணைத்து அவளை முத்தமிடுகிறார். அதே நேரத்தில், அவர் ஒரு கத்தியால் அவளைக் குத்திவிடுகிறார். அவள் தன்னுடைய மெல்லிய குரலில் கத்துகிறாள். ஆனால் அவர் தன் பெரும் சிரிப்பால் அதை மறைத்துவிடுகிறார். பின்னர் அவர் அங்கிருந்து நழுவிவிடுகிறார். அதிர்ச்சியும் திகைப்பும் அடைந்த அந்தப் பெண், தன்னைக் குத்தியது தன் காதலன்தான் என்று நினைத்துக் கொள்கிறாள்.

"ஆனால், அவள் கையில் அந்த நாளிதழ் உடையின் ஒரு சிறு பகுதி மாட்டிக் கொள்கிறது. அதை அந்தக் கொலைகாரரும் பார்த்துவிடுகிறார். அவர் எல்லாவற்றையும் நுணுக்கமாகப் பார்க்கின்ற ஒரு பேர்வழி. அந்தக் கிழிந்த பகுதி, ஹேலின் நாளிதழ் உடையிலிருந்து கிழிக்கப்பட்டதுபோல ஜோடித்து, ஹேல்மீது விழுகின்ற பழியை உறுதிப்படுத்த முனைகிறார். அவர்கள் இருவரும் ஒரே வீட்டில் வசித்து வந்திருந்தாலொழிய இது சாத்தியப்பட்டிருக்காது. அவர் ஹேலின் நாளிதழ் உடையில் அதே அளவுக்குக் கிழித்து வைத்துவிடுகிறார். பின் அவர் தன்னுடைய நாளிதழ் உடையை எரித்துவிட்டு, தான் மாட்டிவிட்ட நபரின் நெருங்கிய நண்பராகத் தன்னைக் காட்டிக் கொள்கிறார்."

இந்த இடத்தில் டப்பென்ஸ் நிறுத்தினாள்.

"சொல்லுங்கள், ஆர்தர்!"

ஆர்தர் எழுந்து கொண்டார்.

"அளவுக்கதிகமாகக் கதைப் புத்தகங்களைப் படிக்கின்ற ஒரு வசீகரமான பெண்மணியின் வளமான கற்பனை இது."

"நீங்கள் அப்படியா நினைக்கிறீர்கள்?" என்று டாமி கேட்டான்.

"பெண்டாட்டிதாசனான ஒரு கணவன். நீங்கள் இருவரும் கூறுவதை எவரும் தீவிரமாக எடுத்துக் கொள்ள மாட்டார்கள்," என்று கூறிவிட்டு அவர் சத்தமாகச் சிரித்தார்.

டப்பென்ஸ் தன் நாற்காலியில் உறைந்து போனாள்.

"நான் 'ஏஸ் ஆஃப் ஸ்பேபட்ஸ்' உணவகத்தில் கேட்ட அதே சிரிப்புச் சத்தம். இதை நான் சத்தியம் செய்வேன். என்னையும் என் கணவரையும் நீங்கள் குறைத்து மதிப்பிட்டுவிட்டீர்கள். பெரஸ்ஃபோர்டு என்பது எங்களுடைய உண்மையான பெயர்தான். ஆனால், எங்களுடைய தொழில் என்னவென்று உங்களுக்குத் தெரியுமா, ஆர்தர்?"

மேசையிலிருந்து தங்களுடைய முகவரி அட்டை ஒன்றை எடுத்து டப்பென்ஸ் ஆர்தரிடம் கொடுத்தாள்.

ஆர்தர் அதை உரக்கப் படித்தார்.

"சர்வதேசத் துப்பறியும் நிறுவனம்!" பின் அவர்

பெருமூச்செறிந்தார். "ஓகோ! உண்மையில் நீங்கள் துப்பறிவாளர்களா? அதனால்தான் மேரியாட் என்னை இங்கு அழைத்து வந்தாரா? என்னைச் சிக்க வைப்பதற்கான ஏற்பாடா இது?"

அவர் நகர்ந்து சன்னலுக்கு அருகே சென்றார்.

"இந்த இடத்திலிருந்து லண்டன் நகரக் காட்சி நன்றாகத் தெரிகிறது."

"மேரியாட்!" என்று டப்பென்ஸ் உரக்கக் கூவினாள்.

மறுகணம், அந்த அறையின் மற்றொரு கதவின் வழியாக மேரியாட் உள்ளே வந்தார்.

ஆர்தரின் முகத்தில் ஒரு விநோதமான புன்னகை மலர்ந்தது.

"இதை நான் எதிர்பார்த்திருந்தேன். ஆனால் மேரியாட், உங்களால் என்னைப் பிடிக்க முடியாது. இதிலிருந்து தப்பிப்பதற்கு நான் ஒரு வழி வைத்திருக்கிறேன்."

அடுத்தக் கணம் அவர் அந்தச் சன்னல் வழியாக வெளியே பாய்ந்துவிட்டார்.

டப்பென்ஸ் பெரும் கூச்சல் போட்டுவிட்டுத் தன் காதுகளை இறுக்கமாகப் பொத்திக் கொண்டாள். சிறிது நேரத்தில், அவள் எதற்காகத் தன் காதுகளைப் பொத்திக் கொண்டிருந்தாளோ அந்தச் சத்தம் – ஓர் உடல் தரையில் மோதுகின்ற சத்தம் – கேட்டது. மேரியாட் தன்னைத் தானே திட்டிக் கொண்டார்.

"நான் இந்தச் சன்னலைப் பற்றி யோசித்திருக்க வேண்டும்," என்று மேரியாட் கூறினார். "இதுவும் நல்லதுக்குத்தான். இது உண்மையாக இருந்தாலும், இதை நிரூபிப்பது கடினமாகத்தான் இருந்திருக்கும். சரி, நான் கீழே போய் ஆக வேண்டிய வேலைகளைப் பார்க்கிறேன்."

"ஆர்தர் தன் மனைவியின்மீது இந்த அளவு–" என்று டாமி தொடங்கினான்.

மேரியாட் அவனைப் பாதியிலேயே வெட்டினார்.

"ஆர்தர் தன் மனைவிமீது கரிசனத்துடன் இருந்தார் என்று நினைத்துவிடாதீர்கள். அவர் கழுத்தளவுக் கடனில் இருந்தார். அவருடைய மனைவியின் பெயரில் ஏகப்பட்டச் சொத்துகள் இருந்தன. அவள் இறந்த பிறகு அனைத்தும் அவருக்குத்தான் வந்து சேரும். அவள் ஹேலோடு ஓடிப் போயிருந்தால், ஆர்தர் ஓர் ஓட்டாண்டியாக ஆகியிருந்திருப்பார்."

"இதுதான் விஷயமா?"

"முதலிலிருந்தே எனக்கு ஆர்தர்மீது சந்தேகமும் ஹேலின்மீது நல்ல மதிப்பும் இருந்தது. ஸ்காட்லாந்து யார்டிலுள்ள எங்களுக்கு எது கெட்ட சரக்கு, எது நல்ல சரக்கு என்பது தெரியும். ஆனால், அதை நிரூபிப்பதற்குத் தேவையான

சாட்சியங்களைத் திரட்டுவதுதான் சிக்கலே. நான் இப்போது கீழே போகிறேன். நான் உங்கள் நிலையில் இருந்தால், உங்கள் மனைவிக்கு ஒரு கோப்பை விஸ்கியைக் கொடுப்பேன். உங்கள் மனைவி மிகவும் நிலைகுலைந்து போயிருக்கிறார்."

மேரியாட் அங்கிருந்து சென்ற பிறகு, டப்பென்ஸ் ஒரு மெதுவான குரலில், "கசாப்புக் கடைக்காரர்கள், காய்கறி விற்பவர்கள், மீன் விற்பவர்கள், துப்பறிவாளர்கள் போன்றவர்கள் குறித்து நான் குறிப்பிட்டிருந்தது சரியாகப் போயிற்று, இல்லையா? மேரியாட்டுக்கும் இது தெரியும்," என்றாள்.

டாமி ஒரு பெரிய கோப்பையுடன் அவளை நெருங்கினான்.

"இதைக் குடி!"

"இது என்ன? விஸ்கியா?"

"இல்லை. இது ஒரு காக்டெயில். மெக்கார்த்தியின் வெற்றியைக் கொண்டாடுவதற்கு ஏற்ற பானம். மேரியாட் நம்மை ஒரு துருப்புச் சீட்டாகப் பயன்படுத்தியுள்ளார்."

அதை ஆமோதித்துத் தலையாட்டிய டப்பென்ஸ், "ஆனால், விளையாட்டு அவர் எதிர்பார்த்திருந்ததற்கு நேர்மாறாக முடிந்துவிட்டது," என்றாள்.

"ஆமாம். கடைசியில், மேரியாட்டை ஏமாற்றிவிட்டு இராஜா பறந்துவிட்டார்!"

ஒரு சுவாரசியமான ஞாயிறு

"இது அற்புதமாக இருக்கிறது," என்று டோரத்தி பிராட் நான்காவது முறையாகக் கூறினாள். "என்னை இப்போது அந்தப் பழம்பெருச்சாளி பார்த்தால் எவ்வளவு நன்றாக இருக்கும் என்று நான் ஏங்குகிறேன். அவளும் அவளுடைய முகரக்கட்டையும்! அவள் என்னை டோரத்தி என்று கூப்பிட மாட்டாளாம். ஜேன் என்றுதான் கூப்பிடுவாளாம்!"

அவள் குறிப்பிட்டிருந்த அந்தப் 'பழம்பெருச்சாளி' வேறு யாருமல்ல. அது அவளுடைய எஜமானி திருமதி மெக்கென்சி ஜோன்ஸ்தான். அவர் தன்னுடைய பணிப்பெண்களைத் தூய கிறித்தவப் பெயர்களில் அழைக்க விரும்பியதால், டோரத்தியை அவர் ஜேன் என்றே அழைத்து வந்தார். தன்னுடைய பெயர்களில் ஒன்றான ஜேன் என்ற பெயரை டோரத்திக்கு அறவே பிடிக்காது.

டோரத்தியியுடன் இருந்தவன் வாயே திறக்கவில்லை. அதற்கு அவனுக்கு ஒரு நியாயமான காரணம் இருந்தது. நான்காவது முறையாகக் கைமாறியிருந்த ஒரு பேபி ஆஸ்டின் காரை நீங்கள் இருபது பவுன்டு கொடுத்து வாங்கி, அதை இரண்டாவது முறையாக வெளியே எடுத்து கிராமப்புறச் சாலையில் ஓட்டிக் கொண்டிருந்தால், உங்களுடைய கவனம் காரோட்டுவதில்தான் இருக்கும்.

"உம்," என்று கூறினான் எட்வர்டு பால்குரோவ்.

"நீ என்னிடம் அதிகம் பேசுவதில்லை," என்று டோரத்தி அவனைக் குற்றம் சாட்டினாள்.

அப்போது எதிரே வந்த ஒரு பேருந்து ஓட்டுநர் அவனை வசைமாரி பொழிந்துவிட்டுச் சென்றதால், அவளுக்கு பதிலளிக்க வேண்டிய இக்கட்டிலிருந்து அவன் தப்பித்தான்.

"அவன் ஏன் இப்படிக் கத்துகிறான்?" என்று டோரத்தி கேட்டாள்.

"இந்த வண்டியில் இருப்பது போன்ற பிரேக் அவனுடையதில் இருந்தால் அவன் அப்படிக் கத்த மாட்டான்."

"இதில் என்ன பிரச்சனை?"

"இந்த பிரேக்கின் மேல் ஏறி நின்றாலும் கார் நிற்க மறுக்கிறது."

"இருபது பவுன்டுக்கு வாங்கிய கார் இந்த இலட்சணத்தில்தான் இருக்கும். அதை விடு. ஒரு ஞாயிறு மதியம் எல்லோரையும்போல நாம் இருவரும் இப்படி ஜாலியாக நம்முடைய சொந்தக் காரில் கிராமப் பகுதியில் உலா வந்து கொண்டிருக்கிறோமே, அதுவே போதும்."

காரிலிருந்து மேலும் கடாமுடாவெனச் சத்தம் கிளம்பியது.

"உன் பேச்சு ஊக்கமளிப்பதாக இருக்கிறது, டோரத்தி."

"நீ நன்றாக வண்டி ஓட்டுகிறாய்."

ஒரு பெண்ணின் ஊக்குவிப்பு அவனை உசுப்பிவிட்டதில், சாலையில் அவன் படுவேகமாகச் சென்றான். ஒரு காவலர் அவனை ஓரம் கட்டினார். அவர் அவனைக் கடுமையாக எச்சரித்துவிட்டு, வேறு எந்த நடவடிக்கையும் எடுக்காமல் அனுப்பிவிட்டார்.

"இப்போதெல்லாம் காவலர்கள் வாகன ஓட்டிகளிடம் முன்பைவிட அதிக நயமாக நடந்து கொள்வதுபோலத் தெரிகிறது," என்றாள் டோரத்தி.

"அது உண்மைதான். ஆனால் அவர்கள் பணக்காரர்களிடம் அதிகக் கறாராக நடந்து கொள்கின்றனர். இந்தப் பண முதலைகள் கார் விற்பனை நிலையத்திற்குச் சென்று ஒரு ரோல்ஸ் ராய்ஸ் காரைப் பேரம் பேசாமல் வாங்கிக் கொண்டு செல்வதைப் பார்க்கும்போது எனக்குப் பற்றிக் கொண்டு வருகிறது. இது நியாயமே இல்லை. எனக்கும் அவர்களுக்கும் என்ன வித்தியாசம்? ஒன்றுமில்லை. அவர்கள் அளவுக்கு நானும் சிறந்தவன்தான்."

டோரத்தி தன் பங்குக்குப் பெருமூச்செறிந்தவாறு, "நகைகள்! பான்ட் தெருவிலுள்ள கடைகள். வைரங்கள், முத்துகள், மற்றும் இன்னும் என்னவெல்லாமோ விற்றுக் கொண்டிருக்கின்ற கடைகள். ஆனால், நான் உவுல்வொர்த் கடையில் வாங்கிய, போலி முத்துகள் கோர்க்கப்பட்டக் கழுத்தணியை அணிந்திருக்கிறேன்."

அவள் வருத்தமாக அதைப் பற்றி ஆழ்ந்து சிந்தித்துக் கொண்டிருந்தாள். அதனால் எட்வர்டால் வண்டியோட்டுவதில் கவனம் செலுத்த முடிந்தது. அவர்கள் அடுத்த ஊரை

அடைந்தனர். காவலரின் எச்சரிக்கைக்குப் பிறகு எட்வர்டு ஜாக்கிரதையாகவே காரோட்டினான்.

பின்னர் அவன் ஒரு கிராமத்துச் சாலையில் வண்டியைத் திருப்பினான். அதில் அவனால் நிம்மதியாகக் காரோட்ட முடிந்தது. அவன் தன் செய்கையைத் தானே மெச்சிக் கொண்டான்.

அதை ஆமோதித்த டோரத்தி, வழியில் பழங்களை விற்பவர்கள் தென்பட்டால் நன்றாக இருக்கும் என்று முனகினாள்.

அவர்கள் சிறிது தூரம் வந்தவுடன் ஒரு முனையில் ஒரு சிறு கடை இருந்ததைக் கண்டனர். அதன் ஒரு பக்கமாக ஒருவன் ஒரு மேசைமீது பல பழக்கூடைகளைப் பரப்பி வைத்திருந்தான். அவனுக்குப் பின்னால், ‘பழங்களை அதிகமாகச் சாப்பிடுங்கள்’ என்ற வாசகத்தைத் தாங்கிய பதாகை ஒன்று தொங்கிக் கொண்டிருந்தது.

காரை அவனருகே நிறுத்திய எட்வர்டு, அவனிடம், “ஒரு கூடை பழம் எவ்வளவு?” என்று கேட்டான்.

அவன், “பிரமாதமான ஸ்ட்ராபெர்ரி பழங்கள்,” என்று கூறினான்.

பார்ப்பதற்குச் சாதாரணமாக இருந்த அவன், டோரத்தியைக் கடைக்கண்ணால் பார்த்தான்.

“இவை உங்களுக்காகவே பறிக்கப்பட்டவை, அம்மா. கனிந்த பழங்கள். செர்ரிப் பழங்களும் இருக்கின்றன. உண்மையான ஆங்கிலேய செர்ரிப் பழங்கள். ஒரு கூடை பழங்களை வாங்கிக் கொள்ளுங்கள்.”

“அவை உண்மையிலேயே நன்றாக இருக்கின்றன,” என்றாள் டோரத்தி.

“இவை சிறப்பான பழங்கள். உங்களுக்கு இந்தப் பழக்கூடை அதிர்ஷ்டத்தைக் கொண்டு வரும்,” என்று கூறியவன், இறுதியில் ஒருவழியாக எட்வர்டின் பக்கம் திரும்பி, “இரண்டு ஷில்லிங், சார். இது பயங்கர மலிவு. இதற்குள் என்ன இருக்கிறது என்று தெரிந்தால் அதை நீங்களும் ஒப்புக் கொள்வீர்கள்,” என்று கூறினான்.

“அவை நிஜமாகவே பிரமாதமாக இருக்கின்றன,” என்று டோரத்தி மீண்டும் கூறினாள்.

எட்வர்டு பெருமூச்செறிந்து கொண்டே, அந்தப் பழக்காரன் கேட்டப் பணத்தை அவனிடம் கொடுத்தான். அவனுடைய மனத்தில் ஒரு கணக்கு ஓடிக் கொண்டிருந்தது. வண்டிக்குப் பெட்ரோல், இந்தப் பழங்கள், அடுத்து அவர்கள் அருந்தவிருந்த தேநீர் போன்ற அனைத்தையும் கணக்கில்

எடுத்துக் கொண்டால், காரில் இப்படி ஞாயிறன்று வெளியே உலா வருவது பெரும் செலவுமிக்கது என்று அவன் நினைத்துக் கொண்டான். பெண்களை வெளியே கூட்டிச் சென்றாலே இப்படித்தான்! கண்ணில் பட்டதையெல்லாம் வாங்கிக் கொடுக்கும்படி கேட்பார்கள்.

"நன்றி, சார். நீங்கள் கொடுத்தப் பணத்தைவிட அதிகமானவற்றை இந்தப் பழக்கூடை மூலம் நீங்கள் பெற்றுள்ளீர்கள்," என்றான் அந்தப் பழக்காரன்.

கடுப்பில் இருந்த எட்வர்டு, தன் முழு பலத்தையும் திரட்டி அந்தக் காரின் ஆக்சிலரேட்டரை அழுத்தினான். கார் சீறிப் பாய்ந்தது. அது கிட்டத்தட்ட அந்தப் பழக்காரனை இடித்துத் தள்ளவிருந்தது.

"மன்னித்துக் கொள், டோரத்தி. நான் சிறிது கவனக்குறைவாக இருந்துவிட்டேன்."

"நீ இன்னும் கவனமாக இருக்க வேண்டும். நீ அவனை இடித்துத் தள்ளியிருப்பாய். அதிர்ஷ்டவசமாக அவன் தப்பித்துவிட்டான்."

அதற்கு எட்வர்டு பதிலளிக்கவில்லை. அவர்கள் அரை மைல் தூரம் பயணித்திருந்தபோது, ஒரு சிற்றோடையின் அருகே ஓர் அழகான இடம் அவர்கள் கண்களில் பட்டது. காரை அந்தச் சாலையோரம் நிறுத்திவிட்டு, அவர்கள் அங்கே போய் உட்கார்ந்து கொண்டு, கூடையிலிருந்த செர்ரிப் பழங்களைச் சாப்பிடத் துவங்கினர். அன்றைய நாளிதழ் அவர்களுடைய காலடியில் கிடந்தது.

தரையில் மல்லாக்கப் படுத்துக் கொண்டு, தொப்பியைக் கண்கள்வரை இறக்கிவிட்டுக் கொண்டு, எட்வர்டு அவளிடம், "பத்திரிகையில் என்ன செய்தி வந்திருக்கிறது?" என்று கேட்டான்.

டோரத்தி முதற்பக்கச் செய்திகள்மீது தன் பார்வையை ஓட்டினாள்.

"பரிதாபமான மனைவி, ஓர் அசாதாரணமான கதை. கடந்த வாரம் மட்டும் இருபத்தெட்டுப் பேர் நீரில் மூழ்கி இறந்துள்ளனர். ஒரு விமானி கொல்லப்பட்டுள்ளார். பயங்கரமான நகைத் திருட்டு. ஐம்பதாயிரம் பவுன்டு மதிப்புள்ள ஒரு மாணிக்கக் கழுத்தணியைக் காணவில்லை. எட்வர்டு! ஐம்பதாயிரம் பவுன்டு!" சிறிது இடைவெளிக்குப் பின்னர் அவள் தொடர்ந்து வாசித்தாள். "பிளாட்டினத்தால் ஆன அந்தக் கழுத்தணியில் இருபத்தொரு மாணிக்கக் கற்கள் பதிக்கப்பட்டுள்ளன. அது பாரிஸ் நகரிலிருந்து லண்டனுக்குப் பதிவு அஞ்சலில் அனுப்பப்பட்டிருந்தது. அது லண்டன் வந்து

சேர்ந்தபோது அதில் நகை இருக்கவில்லை. மாறாக, சில கூழாங்கற்கள் இருந்தன."

"அஞ்சலில் சுருட்டிவிட்டனர். பிரெஞ்சு அஞ்சல்துறை படுமோசம் என்று நான் நினைக்கிறேன்," என்றான் எட்வர்டு.

"எனக்கு அப்படிப்பட்ட ஒரு கழுத்தணியை நேரில் பார்க்க வேண்டும். அந்த மாணிக்கக் கற்களின் சிவப்பு நிறத்தைப் புறாவின் இரத்தச் சிவப்பு என்று வர்ணிக்கின்றனர். அதைக் கழுத்தில் அணிந்து பார்த்தால் எப்படியிருக்கும் என்று நான் கற்பனை செய்கிறேன்."

"அந்த வாய்ப்பு உனக்கு ஒருபோதும் வாய்க்கப் போவதில்லை," என்று எட்வர்டு அவளைக் கலாய்த்தான்.

டோரத்தி அவனை நோக்கி வெடுக்கென்று திரும்பினாள். "ஏன் முடியாது? இன்று பெண்கள் இந்த உலகில் செய்யாத காரியமே இல்லை. நானும் ஒரு நாள் மேடையில் ஏறக்கூடும்."

அவளை ஊக்கமிழக்கச் செய்யும் விதமாக, "ஒழுக்கமான பெண்கள் பெரிதாக முன்னேறுவதில்லை," என்றான் எட்வர்டு.

அதற்குப் பதிலடி கொடுப்பதற்காக வாயைத் திறந்த டோரத்தி தன்னைக் கட்டுப்படுத்திக் கொண்டு, வெறுமனே, "செர்ரியை என் பக்கம் தள்ளு," என்று அவனிடம் கூறினாள். "உன்னைவிட நான்தான் அதிகமாகத் தின்று கொண்டிருக்கிறேன். அதனால் உனக்குச் சிலவற்றைத் தனியாக எடுத்து வைத்துவிடுகிறேன்," என்று கூறிய டோரத்தி, அக்கூடைக்குள் தன் கையை விட்டபோது, அதன் அடிப் பகுதியில் அவளுக்கு ஏதோ தட்டுப்பட்டது.

அவள் அதை வெளியே எடுத்தாள். சிவப்புக் கற்கள் பிரகாசமாக ஒளிவீசிக் கொண்டிருந்த ஒரு நீண்ட கழுத்தணி அது.

அவர்கள் இருவரும் அதைப் பிரமிப்புடன் பார்த்தனர்.

இறுதியில், "இதை நீ இந்தக் கூடையிலிருந்தா எடுத்தாய்?" என்று எட்வர்டு கேட்டான்.

டோரத்தி ஆமாமென்று தலையாட்டினாள்.

"ஆமாம். பழங்களுக்கு அடியில் இது இருந்தது."

மறுபடியும் அவர்கள் ஒருவரையொருவர் மௌனமாகப் பார்த்துக் கொண்டனர்.

"இது எப்படி இதற்குள் வந்திருக்கும் என்று நீ நினைக்கிறாய்?" என்று எட்வர்டு கேட்டான்.

"என்னால் நம்பவே முடியவில்லை. இப்போதுதான் நாம் அந்த மாணிக்கக் கற்களைப் பற்றிச் செய்தித்தாளில் படித்தோம்."

எட்வர்டு சிரித்தான்.

"நீ உன் கையில் ஐம்பதாயிரம் பவுன்டு மதிப்புள்ள ஒரு கழுத்தணியை வைத்துக் கொண்டிருப்பதாக நீ கற்பனை செய்து கொண்டிருக்கிறாயா?"

"அதில் பிளாட்டினம் என்று போட்டிருந்தது. பிளாட்டினம் இந்தக் கழுத்தணியில் இருப்பதுபோலவே பளபளப்பற்று இருக்கும். இதிலுள்ள சிவப்புக் கற்கள் பிரகாசமாக ஒளிர்கின்றன. இதில் எத்தனைக் கற்கள் இருக்கின்ற என்று எண்ணிப் பார்க்கிறேன்," என்று கூறிய டோரத்தி, அவற்றை எண்ணலானாள்.

"எட்வர்டு, இதில் சரியாக இருபத்தொரு கற்கள் இருக்கின்றன."

"என்ன? உண்மையாகத்தான் சொல்கிறாயா?"

"ஆமாம். அந்த நாளிதழில் குறிப்பிடப்பட்டுள்ள அதே எண்ணிக்கை. ஓ! எட்வர்டு, இது 'அந்தக் கழுத்தணியாக' இருக்கும் என்று நீ நினைக்கிறாயா?"

"இருக்கலாம்," என்று எட்வர்டு கூறினான். ஆனால் அவனுடைய குரலில் உறுதி தொனிக்கவில்லை. "இது உண்மையானதா என்பதைக் கண்டுபிடிப்பதற்கு ஏதாவது வழி இருக்கலாம். அந்தக் கற்களை ஒரு கண்ணாடியால் கீறிப் பார்க்கலாம்."

"நீ சொல்வது வைரங்களுக்குத்தான் பொருந்தும். அந்தப் பழக்காரன் நம்மிடம் என்ன சொன்னான் என்பதை நினைவுபடுத்திப் பார். 'நீங்கள் கொடுத்தப் பணத்தைவிட அதிகமானவற்றை இந்தப் பழக்கூடை மூலம் நீங்கள் பெற்றுள்ளீர்கள்.' "

"அவன் அப்படித்தான் சொன்னான். ஆனால், அவன் எதற்காக நம்மிடம் ஐம்பதாயிரம் பவுன்டு மதிப்புள்ள ஒரு பொருளைத் தாரை வார்க்க வேண்டும்?"

டோரத்தி தலையாட்டினாள். அவளுடைய உற்சாகம் வற்றிவிட்டிருந்தது.

"நீ சொல்வது சரிதான். அவன் எதற்காக அதை நம்மிடம் கொடுக்க வேண்டும்? ஒருவேளை அவனைக் காவல்துறையினர் துரத்தியிருக்கக்கூடுமோ?"

காவல்துறை என்ற பெயரைக் கேட்டதும் எட்வர்டின் முகம் சிறிது வெளுத்தது.

"காவல்துறையா?"

"ஆமாம். காவல்துறைக்கு ஒரு துப்புக் கிடைத்திருப்பதாக அந்தப் பத்திரிகையில் போடப்பட்டிருக்கிறதே!"

எட்வர்டுக்கு முதுகுத்தண்டு சில்லிட்டது.

"எனக்கு இது பிடிக்கவில்லை. ஒருவேளை காவல்துறை நம்

பின்னால் வந்தால்?”

டோரத்தி திறந்த வாய் மூடாமல் அவனையே பார்த்துக் கொண்டிருந்தாள்.

“ஆனால், நாம் எதுவும் செய்திருக்கவில்லையே! நாம் வெறுமனே இதை ஒரு பழக்கூடையில் கண்டெடுத்துள்ளோம், அவ்வளவுதானே?”

“காவல்துறையிடம் இந்தக் கதை எடுபடும் என்று நீ நினைக்கிறாயா? எனக்கு அப்படித் தோன்றவில்லை.”

“எனக்கும் அப்படித்தான் தோன்றுகிறது,” என்று டோரத்தியும் ஒப்புக் கொண்டாள். “எட்வர்டு, இது உண்மையிலேயே அந்தக் கழுத்தணியாக இருக்கும் என்று நீ நினைக்கிறாயா? இது தேவதைக் கதைகளில் வருவதுபோல இருக்கிறது, இல்லையா?”

“எனக்கு இது தேவதைக் கதையைப்போலத் தோன்றவில்லை. கதாநாயகன்மீது அநியாயமாகப் பழி சுமத்தப்பட்டு, அவன் பத்துப் பதினைந்து ஆண்டுகள் ஒரு பாதாளச் சிறையில் அடைக்கப்படுகின்ற கதையைத்தான் இது எனக்கு நினைவுபடுத்துகிறது.”

ஆனால், டோரத்தி அவனுடைய பேச்சைக் கேட்டுக் கொண்டிருக்கவில்லை. அவள் அந்தக் கழுத்தணியைத் தன் கழுத்தில் அணிந்து கொண்டு, தன் கைப்பையில் வைத்திருந்த ஒரு சிறு கண்ணாடியில் தன் அழகைக் கண்டு இரசித்தாள்.

“சீமாட்டிகள் அணிகின்ற அதே போன்ற நகை!” என்று அவள் பரவசமாகக் கூறினாள்.

“நான் அப்படி நினைக்கவில்லை. இது ஒரு போலி. இது நிச்சயமாக ஒரு போலி நகையாகத்தான் இருக்க வேண்டும்.”

“ஆமாம். அப்படித்தான் இருக்க வேண்டும்,” என்று அவளுடைய வாய் கூறியது. ஆனால், அவள் இன்னும் தன்னுடைய உருவத்தை அந்தக் கண்ணாடியில் பார்த்து இரசித்துக் கொண்டிருந்தாள்.

“இந்த அளவுக்குக் காரியங்கள் எதேச்சையாக நடக்க முடியாது.”

“புறாக்களின் இரத்தம்!” என்று டோரத்தி முணுமுணுத்தாள்.

“இது அபத்தம். இங்கே பார், டோரத்தி. நான் சொல்வது உன் காதில் விழுகிறதா, இல்லையா?”

டோரத்தி தன் கையில் வைத்திருந்த கண்ணாடியை ஓரமாக வைத்துவிட்டு எட்வர்டை நோக்கித் திரும்பினாள். அவளுடைய ஒரு கை, அவள் தன் கழுத்தில் அணிந்திருந்த நகையின்மீது இருந்தது.

“நான் எப்படி இருக்கிறேன்?” என்று அவள் கேட்டாள்.

எட்வர்டு அவளை வெறித்துப் பார்த்தான். அவனுடைய மனக்குறைகள் அனைத்தும் திடீரென்று மாயமாக மறைந்துவிட்டன. அவன் அதுவரை டோரத்தியை ஒருபோதும் அப்படிப் பார்த்திருக்கவில்லை. அவளிடம் ஒரு வெற்றிக் களிப்பு தாண்டவமாடிக் கொண்டிருந்தது. ஓர் அரச வம்சத்தினருக்குரிய அழகு அவளிடம் சுடர்விட்டுக் கொண்டிருந்தது. இது அவனுக்கு முற்றிலும் புதிதாக இருந்தது. ஐம்பதாயிரம் பவுன்டு மதிப்பு வாய்ந்த ஒரு நகை தன் கழுத்தை அலங்கரித்துக் கொண்டிருந்தது என்ற எண்ணம் டோரத்தியை ஒரு புதிய மனுஷியாக மாற்றியிருந்தது. ஒரு மிதப்பான ஆளுமையும் அழகும் அவளிடம் குடியேறியிருந்தன. பல கிளியோபாட்ராக்களின் அழகு ஒருங்கே அவளிடம் அடைக்கலம் புகுந்திருந்ததுபோல எட்வர்டுக்குப் பட்டது.

“நீ – நீ – அற்புதமாக இருக்கிறாய்!” என்று அவன் அவளிடம் கூறினான்.

அதைக் கேட்டு டோரத்தி சிரித்தாள். அவளுடைய சிரிப்புக்கூட முற்றிலும் வித்தியாசமாக இருந்தது.

“டோரத்தி, இது குறித்து நாம் ஏதேனும் செய்தாக வேண்டும். இதை நாம் காவல் நிலையத்தில் ஒப்படைத்துவிடலாம்.”

“உளறாதே! காவல்துறையினரிடம் போனால், அவர்கள் நம்மை நம்ப மாட்டார்கள், நம்மைச் சிறையில் அடைப்பார்கள் என்று சற்று முன்பு நீதானே சொன்னாய்?”

“அப்படியானால், நாம் வேறு என்னதான் செய்வது?”

“நாமே வைத்துக் கொள்ளலாம்,” என்றாள் அந்தப் புதிய டோரத்தி.

எட்வர்டு அவளை வெறித்துப் பார்த்தான்.

“நாமே வைத்துக் கொள்வதா? உனக்குப் பைத்தியம் பிடித்திருக்கிறதா?”

“நாம்தானே இதைக் கண்டுபிடித்தோம். அது மிகவும் விலையுயர்ந்தது என்று நமக்கு எப்படித் தெரியும்? நாமே வைத்துக் கொள்ளலாம். நான் அதை அணிந்து கொள்கிறேன்.”

“காவல்துறையினர் உன்னைக் கொத்தாகத் தூக்கிக் கொண்டு போய்விடுவார்கள்.”

டோரத்தி ஒரு கணம் யோசித்தாள்.

“சரி. நாம் இதை விற்றுவிடலாம். நீ ஒரு ரோல்ஸ் ராய்ஸ் கார் வாங்கிக் கொள். நான் ஒரு வைரக் கழுத்தணியும் ஒரு சில மோதிரங்களும் வாங்கிக் கொள்கிறேன்.”

எட்வர்டு அவளை வெறித்துப் பார்த்துக் கொண்டிருப்பதை நிறுத்தவில்லை. டோரத்தி பொறுமையிழந்து கொண்டிருந்தாள்.

“நமக்கு இப்போது ஓர் அரிய வாய்ப்புக் கிட்டியுள்ளது.

அதைப் பயன்படுத்திக் கொள்வதும் விட்டுவிடுவதும் நம் கையில் இருக்கிறது. நாம் இதைத் திருடவில்லை. இது ஒரு திருட்டின் மூலம் நமக்குக் கிட்டியிருந்தால், நான் அதை ஒப்புக் கொண்டிருக்க மாட்டேன். தானாகவே இது நம்மைத் தேடி வந்திருக்கிறது. நாம் விரும்புகின்றவற்றை வாங்கிக் கொள்வதற்கு நம் வாழ்க்கையில் நமக்குக் கிடைத்திருக்கின்ற ஒரே ஒரு வாய்ப்பாகக்கூட இது இருக்கலாம். எட்வர்டு, உன்னிடம் கொஞ்சம்கூடத் துணிச்சல் இல்லையா?"

"விற்க வேண்டும் என்று நீ சொல்கிறாய். ஆனால் அது அவ்வளவு எளிதான காரியம் அல்ல. இந்த நகை நமக்கு எங்கிருந்து கிடைத்தது என்றுதான் எந்தவொரு நகைக்கடைக்காரனும் கேட்பான்."

"அப்படியானால், இதை நகைக்கடைக்கு எடுத்துச் செல்லாதே. துப்பறியும் கதைகள் எதையும் நீ படித்ததில்லையா? திருட்டு நகைகளை வாங்கிக் கொள்பவர்களிடம் இதை எடுத்துச் செல்."

"இப்படிப்பட்டவர்களை எப்படி என்னால் கண்டுபிடிக்க முடியும்? நான் ஒரு நல்ல குடும்பத்தைச் சேர்ந்தவன்."

"ஆண்களுக்கு எல்லாம் தெரிந்திருக்க வேண்டும். அதற்குத்தான் அவர்கள் இருக்கின்றனர்," என்று டோரத்தி எரிச்சலோடு கூறினாள்.

எட்வர்டு அவளைப் பார்த்தான். அவள் விட்டுக்கொடுக்கத் தயாராக இருந்ததாகத் தெரியவில்லை.

"நீயா இப்படியெல்லாம் பேசுகிறாய்? என்னால் நம்ப முடியவில்லை."

"நானும்தான் உன்னிடம் இன்னும் கூடுதலான துணிச்சல் இருக்கும் என்று நினைத்திருந்தேன்."

அவர்களுக்கு இடையே சிறிது நேரம் மௌனம் நிலவியது. பின் டோரத்தி எழுந்தாள்.

"சரி. நேரமாகிவிட்டது. நாம் திரும்பிச் செல்லலாம்."

"அதைக் கழுத்தில் அணிந்து கொண்டே வரப் போகிறாயா?"

டோரத்தி அதைக் கழற்றி பவ்யமாகத் தன் கைப்பைக்குள் போட்டுக் கொண்டாள்.

"அதை என்னிடம் கொடு," என்றான் எட்வர்டு.

"முடியாது."

"என்னிடம் கொடுத்துவிடு. நான் நேர்மையாக இருக்கும்படி வளர்க்கப்பட்டவன்."

"உன் நேர்மையை உன்னோடு வைத்துக் கொள்."

"சரி, அதை என்னிடம் கொடுத்துத் தொலை. நான் போய் திருட்டு நகைகளை விற்கின்ற ஒரு நபரை எப்படியாவது தேடிக்

கண்டுபிடிக்கிறேன்," என்று சலிப்போடு கூறிய எட்வர்டு, ஒரு சில கணங்களுக்குப் பிறகு, "ஒருவேளை, நீ கூறியதுபோல இது நமக்குக் கிடைத்திருக்கும் ஒரே வாய்ப்பாக இருக்கலாம். நாம் இதை நேர்மையாகத்தான் வாங்கியிருக்கிறோம். இதற்கு இரண்டு ஷில்லிங் கொடுத்திருக்கிறோம். புராதனக் கலைப் பொருட்களில் வணிகம் செய்பவர்கள் இதைத்தான் செய்து கொண்டிருக்கின்றனர். அவர்கள் அது குறித்துப் பெருமையும் கொள்கின்றனர்," என்றான்.

"ஓ! எட்வர்டு நீ அருமையானவன்."

அவள் அந்த நகையை அவனிடம் கொடுத்தாள். அவன் அதைத் தன் பாக்கெட்டில் போட்டுக் கொண்டான். தான் துணிச்சல் மிக்கவன் என்ற உணர்வு அவனுக்கு ஏற்பட்டிருந்தது. அதே உணர்வுடன் அவன் தன் காரைக் கிளப்பினான். அவர்களுக்கு இருந்த பரவசத்தில் தேநீர் அருந்தத் திட்டமிட்டிருந்ததை அவர்கள் மறந்துவிட்டனர். அவர்கள் லண்டனை நோக்கி மௌனமாகப் பயணித்தனர். ஒரு சந்திப்பில் ஒரு காவலர் அவர்களை நோக்கி வந்தார். எட்வர்டுக்கு மூச்சே நின்றுவிடும்போல இருந்தது. ஆனால், அவர் வேறு ஒரு வாகனத்தை நோக்கிச் சென்றுவிட்டார். வேறு எந்த அசம்பாவிதமுமின்றி அவர்கள் லண்டனை அடைந்தனர்.

அவளை இறக்கிவிட்டுவிட்டு எட்வர்டு அவளிடம் பேசியபோது, அவனிடம் ஒருவிதமான சாகச உணர்வு தலைதூக்கியிருந்தது.

"இதை நாம் எப்படியாவது நிறைவேற்றுவோம். ஐம்பதாயிரம் பவுன்டுகள்."

அன்று இரவு முழுவதும் துரத்தல்களும் பாதாளச் சிறைகளும் அவனுடைய கனவில் வந்து அவனைத் தூங்கவிடாமல் செய்தன. காலையில் அவன் சீக்கிரமே எழுந்துவிட்டான். அவன் கடும் சோர்வாக இருந்தான். டோரத்தியிடம் வீறாப்பாகப் பேசிவிட்டிருந்தாலும், திருட்டு நகைகளைக் கையாண்டவர்களை எப்படி அணுகுவது என்பது குறித்து அவனுக்கு எந்த யோசனையும் இருக்கவில்லை.

அலுவலகத்திலும் அவனால் வேலையில் சரியாகக் கவனம் செலுத்த முடியவில்லை. மதிய உணவு இடைவேளைக்கு முன்பாகவே இரண்டு முறை அவன் தன்னுடைய மேலதிகாரியிடம் திட்டு வாங்கியிருந்தான்.

திருட்டு நகைகளை வாங்கியவர்கள் லண்டனின் எந்தப் பகுதியில் இருந்தனர் என்று அவன் யோசித்தான்.

மதிய உணவை முடித்துவிட்டு வந்தவுடன் அவனுக்கு

ஒரு தொலைபேசி அழைப்பு வந்தது. டோரத்திதான் அழைத்திருந்தாள். அவளுடைய குரல் சோகமயமாக இருந்தது.

"என் எஜமானி வெளியே போயிருக்கிறாள். அவள் எந்நேரமும் திரும்பி வந்துவிடக்கூடும். அப்படி அவள் வந்துவிட்டால், நான் பேச்சைப் பாதியிலேயே நிறுத்திவிடுவேன். நீ அந்த நகையை விற்றுவிட்டாயா?"

"இல்லை."

"எட்வர்டு, அதை நீ விற்க வேண்டாம். நேற்று இரவு முழுவதும் எனக்குத் தூக்கமே வரவில்லை. நான் படுமோசமாக உணர்ந்தேன். திருடக்கூடாது என்று பைபிளில் கூறப்பட்டுள்ள வசனங்களைப் பற்றி நான் யோசித்துக் கொண்டிருந்தேன். நேற்று எனக்குப் பைத்தியம் பிடித்திருந்திருக்க வேண்டும். தயவு செய்து அதை நீ விற்க வேண்டாம்."

எட்வர்டு பெரும் நிம்மதியடைந்தான். ஆனால் அவன் அதை வெளிக்காட்டிக் கொள்ள விரும்பவில்லை.

"டோரத்தி, நான் ஒரு காரியத்தைச் செய்ய ஒப்புக் கொண்டுவிட்டால், அதை நிறைவேற்றியே தீருவேன்." ஓர் அதிமனிதனின் குரலில் அவன் பேசினான்.

"வேண்டாம், எட்வர்டு. என் எஜமானி வந்துவிட்டாள் என்று நினைக்கிறேன். இன்று இரவு உணவுக்கு அவள் வெளியே செல்கிறாள். நான் இங்கிருந்து நழுவி எட்டு மணிக்கு உன்னைச் சந்திக்கிறேன். அதற்குள் அவசரப்பட்டு எதையும் செய்துவிடாதே. நாம் வழக்கமாகச் சந்திக்கின்ற தெருமுனையில் எனக்காகக் காத்திரு." திடீரென்று அவளுடைய குரலில் பணிவு மேலோங்கியது. "ஆமாம், மேடம். அது ஒரு தவறான தொலைபேசி அழைப்பு. அவர்களுக்கு புளூம்ஸ்பரி வேண்டுமாம்."

மாலை ஆறு மணிக்கு எட்வர்டு தன் அலுவலகத்திலிருந்து புறப்பட்டான். ஒரு கடையிலிருந்த மாலைப் பத்திரிகையின் தலைப்புச் செய்தி அவனுடைய கவனத்தைக் கவர்ந்தது.

நகைத் திருட்டு பற்றிய சமீபத்திய செய்திகள்

உடனே அவன் அந்தப் பத்திரிகையின் ஒரு பிரதியை வாங்கினான். சுரங்க இரயிலில் ஏறி வசதியான ஓர் இருக்கையில் அமர்ந்து கொண்ட பிறகு அவன் அப்பத்திரிகையைப் பிரித்தான். அவன் தேடிய செய்தி எளிதாக அவனுடைய பார்வையில் பட்டது.

அவனிடமிருந்து வெளிவரத் தயாராக இருந்த ஒரு சீட்டியை அவன் கஷ்டப்பட்டு அடக்கிக் கொண்டான்.

"நல்லது. நான்–"

அப்போது அச்செய்திக்கு அருகே இடம் பெற்றிருந்த இன்னொரு பத்தி அவனுடைய கவனத்தைக் கவர்ந்தது. அதை அவன் முழுமையாகப் படித்தான்.

சரியாக எட்டு மணிக்கு அவர்கள் வழக்கமாகச் சந்தித்தத் தெருமுனையில் அவன் அவளுக்காகக் காத்திருந்தான்.

டோரத்தி வந்ததும் வராததுமாக, "எட்வர்டு, நீ அதை விற்கவில்லையல்லவா?" என்று கேட்டாள்.

"நான் எதுவும் செய்யவில்லை," என்று கூறிய எட்வர்டு, தன் பாக்கெட்டுக்குள் கையை விட்டு அந்த நகையை வெளியே எடுத்து அவளிடம் கொடுத்தான். "இதை நீ அணிந்து கொள்ளலாம்."

"ஆனால், எட்வர்டு–"

"காவல்துறையினர் அந்த நகையைத் திருடியவனைக் கண்டுபிடித்து அந்த நகையை மீட்டுவிட்டனர். இப்போது நீ இதைப் படி," என்று கூறிய அவன், அந்த மாலைப் பத்திரிகையின் ஒரு செய்திப் பக்கத்தை அவளுடைய கையில் திணித்தான்.

ஒரு புதிய விளம்பர உத்தி

பிரபலமான உல்வொர்த் கடைக்குச் சவால் விடும் நோக்கத்தில் ஃபைவ்பென்னி ஃபேர் என்ற நிறுவனம் புத்திசாலித்தனமாக ஒரு விளம்பர உத்தியை நடைமுறைப்படுத்தியுள்ளது. நேற்று அந்நிறுவனம் கூடை கூடையாகப் பழங்களை விற்பனை செய்துள்ளது. இதை அது ஒவ்வொரு ஞாயிறன்றும் தொடர உத்தேசித்துள்ளது. அது விற்பனை செய்கின்ற ஐம்பது பழக்கூடைகளில் ஏதாவது ஒன்றில் ஒரு போலியான கழுத்தணி மறைத்து வைக்கப்பட்டிருக்கும். பல்வேறு நிறக் கற்கள் அதில் இடம் பெற்றிருக்கும். அந்தக் கூடையில் இருக்கும் பழங்களின் விலையோடு ஒப்பிட்டால் அந்தக் கழுத்தணியைப் பெறுபவர்களுக்கு அது ஒரு நல்ல பேரம்தான். இந்த விளம்பரம் பெரும் பரபரப்பைத் தோற்றுவித்துள்ளது. பிரிட்டிஷ் பொருட்களை வாங்குங்கள் என்ற பிரச்சாரத்தைக் கையிலெடுத்துள்ள ஃபைவ்பென்னி ஃபேர் நிறுவனத்திற்கு நாங்கள் எங்களுடைய வாழ்த்துகளைத் தெரிவித்துக் கொள்கிறோம்.

"அப்படியானால்–" என்றாள் டோரத்தி.

பின் சிறிது இடைவெளிவிட்டு, மீண்டும், "அப்படியானால்–" என்றாள் அவள்.

"ஆமாம். நானும் அப்படித்தான் உணர்கிறேன்," என்றான்

எட்வர்டு.

கிறித்துவத் துண்டுப் பிரசுரங்களை விநியோகித்துக் கொண்டிருந்த ஒருவன் ஒரு பிரசுரத்தை எட்வர்டின் கையில் திணித்துவிட்டுச் சென்றான். அதில் இவ்வாறு எழுதப்பட்டிருந்தது:

“நல்லொழுக்கமுள்ள ஒரு பெண், விலையுயர்ந்த மாணிக்கத்தைவிடவும் அதிக மதிப்பு வாய்ந்தவள்.”

அதைப் படித்த எட்வர்டு, “இது உன்னை உற்சாகமூட்டும் என்று நான் நினைக்கிறேன்,” என்றான்.

“எனக்குத் தெரியவில்லை. நான் ஒரு நல்லொழுக்கமுள்ள பெண்ணாகக் காட்சியளிக்க விரும்பவில்லை,” என்றாள் டோரத்தி.

“நீ அப்படிக் காட்சியளிக்கவில்லை. அதனால்தான் அவன் இந்தப் பிரசுரத்தை என் கையில் திணித்துவிட்டுப் போயிருக்கிறான். உன் கழுத்தைக் கவ்விப் பிடித்திருக்கும் மாணிக்கங்களோடு உன்னைப் பார்த்தால் நீ நல்லொழுக்கமுள்ள ஒரு பெண்ணாகத் தெரியவில்லை.”

அதைக் கேட்டு டோரத்தி சிரித்தாள்.

“இதுதான் உன்னிடம் எனக்குப் பிடித்தது. வா, நாம் ஒரு திரைப்படத்திற்குச் செல்லலாம்.”

குளவிக்கூடு

வீட்டுக்குள்ளிருந்து வெளியே வந்த ஜான் ஹாரிசன், தாழ்வாரத்தில் நின்று கொண்டு தன் தோட்டத்தைப் பார்த்தார். அவர் உயரமாகவும், ஒல்லியாகவும், சவக்களையுடன்கூடிய ஒரு முகத்தோடும் இருந்தார். சாதாரணமாகவே அவருடைய முகம் இறுகிப் போய்த்தான் இருக்கும். ஆனால், இப்போதுபோல அவருடைய முகத்தில் இலேசாக ஒரு புன்னகை படர்கின்றபோது, அவரிடத்தில் ஒருவிதமான வசீகரம் தோன்றும்.

ஹாரிசன் தன் தோட்டத்தை மிகவும் நேசித்தார். அந்தக் கோடைக்கால மாலைப் பொழுதில் அது சிறப்பாகத் தோன்றியது. ரோஜா மற்றும் பிற மலர்களிலிருந்து வெளிப்பட்டுக் கொண்டிருந்த நறுமணம் நாசியைத் துளைத்தது.

அவருக்குப் பரிச்சயமான ஒரு கிரீச்சொலி ஹாரிசனைப் படாரென்று திரும்ப வைத்தது. தோட்டப்புறக் கதவு வழியாக யார் வந்து கொண்டிருந்தார்கள் என்று அவர் பார்த்தார். மறுகணம், அவருடைய முகத்தில் பெரும் வியப்பு மண்டியது. ஏனெனில், அதன் வழியாக அவரை நோக்கி வந்து கொண்டிருந்த உருவத்தை அவர் அங்குச் சிறிதும் எதிர்பார்த்திருக்கவில்லை.

“ஆகா! என்ன ஆச்சரியம்! புவாரோ!” என்று ஹாரிசன் மகிழ்ச்சியாகக் கூவினார்.

அங்கே வந்து கொண்டிருந்தவர் பிரபல துப்பறிவாளரான ஹெர்கியூல் புவாரோ. அவருடைய புகழ் உலகெங்கும் பரவியிருந்தது.

“முன்பு நாம் சந்தித்தபோது, ‘நீங்கள் இந்தப் பக்கம் வந்தால், என்னை வந்து சந்தியுங்கள்,’ என்று நீங்கள் கூறினீர்கள்

அல்லவா? நான் இந்தப் பக்கமாக வந்தேன். அதனால், நேராக உங்கள் வீட்டுக்கு வந்துவிட்டேன்."

"நீங்கள் வந்ததில் எனக்கு மகிழ்ச்சியே. வாருங்கள், நாம் இருவரும் சேர்ந்து மது அருந்தலாம்," என்று கூறிய ஹாரிசன், அந்தத் தாழ்வாரத்தின் ஓரமாக இருந்த ஒரு மேசையில் வைக்கப்பட்டிருந்த பாட்டில்களைச் சுட்டிக்காட்டினார்.

"நன்றி," என்று கூறிவிட்டு, புவாரோ அங்கிருந்த ஒரு பிரம்பு நாற்காலியின்மீது அமர்ந்தார். "பழரசம் இருக்கிறதா?" என்று அவர் கேட்டார். 'இல்லை' என்ற பதில் கிடைத்ததும், "இருக்காது என்றுதான் நான் நினைத்தேன். பரவாயில்லை. வெறும் சோடா போதும்," என்று அவர் கூறினார். ஹாரிசன் அவரருகே ஒரு கோப்பையை எடுத்து வைத்தார்.

"இந்தப் பக்கம் ஏதாவது வேலையாக வந்தீர்களா அல்லது உல்லாசமாக இருப்பதற்காக வந்தீர்களா?"

"தொழில் தொடர்பாகத்தான் வந்தேன்."

"என்ன? உலகின் ஒதுக்குப்புறமான இப்பகுதிக்குத் தொழில் தொடர்பாக வந்தீர்களா?"

புவாரோ சோகமாகத் தலையசைத்தார். "ஆமாம், நண்பரே. அனைத்துக் குற்றங்களும் கூட்டமான இடங்களில் மட்டும் நடப்பதில்லையே."

அதைக் கேட்டு ஹாரிசன் சிரித்தார். "நீங்கள் குறிப்பாக எந்தக் குற்றத்தை ஆராய்வதற்காக இங்கு வந்திருக்கிறீர்கள்? அப்படி நான் கேட்கலாமா, கூடாதா?"

"தாராளமாகக் கேட்கலாம். இன்னும் சொல்லப் போனால், நீங்கள் அதைப் பற்றிக் கேட்பதையே நான் விரும்புகிறேன்."

ஹாரிசன் அவரை ஆர்வக்குறுகுறுப்புடன் பார்த்தார். புவாரோவின் நடத்தை இன்று சற்று வித்தியாசமாக இருந்ததாக அவருக்குத் தோன்றியது. "நீங்கள் ஒரு குற்றத்தை ஆராய்ந்து கொண்டிருப்பதாகக் கூறினீர்கள்," என்று கூறியவர், சிறிது தயக்கத்திற்குப் பிறகு, "அது ஏதேனும் தீவிரமான குற்றமா?" என்று கேட்டார்.

"இருப்பதிலேயே மிகத் தீவிரமான குற்றம்."

"அதாவது?"

"கொலை!"

புவாரோ அதைச் சொன்னதில் இருந்த தீவிரத்தால் ஹாரிசன் திடுக்கிட்டார். புவாரோ ஹாரிசனையே உற்றுப் பார்த்துக்கொண்டிருந்தார். புவாரோவின் பார்வையில் நிலவிய அசாதாரணத்தன்மையின் காரணமாகச் சஞ்சலமடைந்த ஹாரிசன், உரையாடலை எப்படித் தொடர்வது என்பது தெரியாமல் விழித்தார். இறுதியில், "இங்குக் கொலை எதுவும்

நடந்ததாக நான் கேள்விப்படவில்லையே!" என்று கூறினார்.

"நீங்கள் கேள்விப்பட்டிருக்க வாய்ப்பில்லை."

"யார் கொல்லப்பட்டுள்ளார்கள்?"

"இதுவரை யாருமில்லை."

"என்ன புதிர் போடுகிறீர்கள்?"

"அதனால்தான், நீங்கள் கேள்விப்பட்டிருக்க வாய்ப்பில்லை என்று நான் கூறினேன். இன்னும் நடைபெற்றிராத ஒரு குற்றத்தைப் பற்றி விசாரிப்பதற்காகவே நான் இங்கு வந்துள்ளேன்."

"புவாரோ, நீங்கள் கூறுவது அபத்தமாக இருக்கிறது."

"அப்படியெல்லாம் இல்லை. ஒரு கொலை நடைபெறுவதற்கு முன்பாக ஒருவரால் விசாரணையை மேற்கொள்ள முடிந்தால், அது நடைபெற்றப் பிறகு விசாரிப்பதைவிட மேம்பட்டதாகத்தானே இருக்க முடியும்? இன்னும் சொல்லப் போனால், ஒருவேளை அந்தக் கொலை தடுத்து நிறுத்தப்படவும்கூடும்."

ஹாரிசன் அவரை உற்றுப் பார்த்தார். "புவாரோ, இங்கு உண்மையிலேயே ஒரு கொலை நடக்கப் போகிறது என்று நீங்கள் நம்புகிறீர்களா? நீங்கள் சொல்வது அபத்தமாக இருக்கிறது."

"நம்மால் அதைத் தடுக்க முடிந்தால், அது அபத்தமாகத் தோன்றாது."

"நம்மால்?"

"ஆமாம். நான் தெரிந்தேதான் 'நம்மால்' என்று சொன்னேன். இதில் எனக்கு உங்களுடைய ஒத்துழைப்பு தேவைப்படும்."

"அதற்காகத்தான் நீங்கள் இங்கு வந்தீர்களா?"

மீண்டும் புவாரோ அவரை உற்றுப் பார்த்தார். மீண்டும் புவாரோவிடம் காணப்பட்ட விவரிக்கப்பட முடியாத ஏதோ ஒன்று ஹாரிசனை அசௌகரியத்திற்கு உள்ளாக்கியது.

"ஹாரிசன், நான் ஏன் இங்கு வந்தேன் தெரியுமா? எனக்கு உங்களைப் பிடிக்கும் என்பதால்தான்."

அதைத் தொடர்ந்து புவாரோ திடீரென்று இவ்வாறு கூறினார்: "உங்களுடைய தோட்டத்தில் ஒரு குளவிக்கூடு இருப்பதை நான் கண்டேன். அதை நீங்கள் அழித்தாக வேண்டும்."

திடீரென்று புவாரோவின் பேச்சு முற்றிலும் புதியதொரு திசையில் பயணித்ததைக் கண்டு ஹாரிசன் திகைத்தார். புவாரோவின் பார்வை சென்ற இடத்தைப் பார்த்த ஹாரிசன், நம்ப முடியாத ஒரு குரலில் இவ்வாறு சொன்னார்: "உண்மையைச் சொல்ல வேண்டுமென்றால், நான் அதை

அழிக்கவிருக்கிறேன். சரியாகச் சொல்ல வேண்டுமென்றால், அதை லாங்கடன்தான் அழிக்கவிருக்கிறான். உங்களுக்கு கிளாடு லாங்டனை நினைவிருக்கிறதா? நான் உங்களைச் சந்தித்த அதே விருந்தில் அவனும் கலந்து கொண்டிருந்தான். இன்று இரவு அந்தக் குளவிக்கூட்டை அழிக்க அவன் வரவிருக்கிறான். அவனே அதைச் செய்ய விரும்புகிறான்."

"ஓ! அப்படியா? அதை அவர் எப்படிச் செய்வார்?"

"ஒரு பெரிய பீச்சாங்குழலில் பெட்ரோலை நிரப்பி அதைப் பீய்ச்சுவதன் மூலம் அவன் அந்தக் குளவிக்கூட்டை அழிப்பான். அவன் தன்னுடைய சொந்தப் பீச்சாங்குழலை எடுத்து வர இருக்கிறான். என்னிடம் இருப்பதைவிட அது வசதியானது."

"குளவிகளைப் பொட்டாசியம் சயனைடைக் கொண்டும் அழிக்கலாம்தானே?"

அதைக் கேட்டு ஹாரிசன் சிறிது வியப்புற்றார். "அழிக்கலாம். ஆனால் அது ஓர் ஆபத்தான பொருள்."

புவாரோ தலையாட்டிவிட்டு, "ஆமாம். அது ஓர் உயிர்க்கொல்லி நச்சு," என்றார். அவர் ஒரு நிமிட இடைவெளி விட்டு, மீண்டும், "அது ஓர் உயிர்க்கொல்லி நச்சு," என்று கூறினார்.

"உங்களுடைய மாமியாரைப் பரலோகம் அனுப்புவதற்கு ஏற்றது அது," என்று கூறி ஹாரிசன் சிரித்தார்.

ஆனால் புவாரோ தன் முகத்தைத் தீவிரமாகவே வைத்திருந்தார். "லாங்டன் பெட்ரோலைப் பயன்படுத்தித்தான் உங்களுடைய குளவிக்கூட்டை அழிக்கவிருக்கிறார் என்பது உங்களுக்கு உறுதியாகத் தெரியுமா?"

"உறுதியாகத் தெரியும். ஏன் அப்படிக் கேட்கிறீர்கள்?"

"இந்த ஊரில் வேதிப்பொருட்களை விற்பனை செய்கின்ற ஒரு கடைக்கு நான் சென்றிருந்தேன். நான் வாங்கியிருந்த பொருட்களில் ஒன்று நச்சுப் பொருள் என்ற பிரிவில் வந்ததால், அந்தக் கடையில் வைத்திருந்த நச்சுப் பொருட்களுக்கான பதிவேட்டில் நான் கையெழுத்திட வேண்டியிருந்தது. அதற்கு முந்தைய வரியில் பொட்டாசியம் சயனைடு வாங்கப்பட்டிருந்ததாகப் பதிவு செய்யப்பட்டிருந்தது. அதை வாங்கியவரின் பெயர் லாங்டன் என்று குறிக்கப்பட்டிருந்தது. அதனால்தான், உங்களுக்கு உறுதியாகத் தெரியுமா என்று நான் கேட்டேன்."

ஹாரிசன் அவரை வெறித்துப் பார்த்தார். "இது விநோதமாக இருக்கிறது. அன்றொரு நாள், லாங்டன், 'நான் பொட்டாசியம் சயனைடைப் பயன்படுத்துவது பற்றிக் கனவில்கூட நினைத்துப் பார்க்க மாட்டேன்,' என்று என்னிடம் கூறினான். இந்த

நோக்கத்திற்காக அது பயன்படுத்தப்படுவது தடை செய்யப்பட வேண்டும் என்றுகூட அவன் கூறினான்."

புவாரோ தோட்டத்தின் பக்கம் தன் பார்வையைத் திருப்பினார். அடுத்தக் கேள்வியைக் கேட்டபோது அவருடைய குரல் சலனமற்று இருந்தது: "உங்களுக்கு லாங்டனைப் பிடிக்குமா?"

அக்கேள்வி ஹாரிசனைத் திடுக்கிட வைத்தது. அக்கேள்வியை அவர் எதிர்பார்த்திருக்கவில்லை என்பதுபோலத் தோன்றியது. "நான் . . . வந்து . . . எனக்கு அவனைப் பிடிக்கும். எனக்கு ஏன் அவனைப் பிடிக்காமல் போக வேண்டும்?"

"எனக்கு சந்தேகமாக இருந்தது. அதனால் கேட்டேன்."

அதற்கு ஹாரிசன் பதிலளிக்காததால், புவாரோவே தொடர்ந்து பேசினார்.

"அதேபோல, அவருக்கு உங்களைப் பிடிக்குமா என்றும் நான் யோசித்தேன்."

"புவாரோ, நீங்கள் என்ன சொல்ல வருகிறீர்கள்? நீங்கள் உங்கள் மனத்தில் எதையோ வைத்துக் கொண்டு பேசுவதுபோல எனக்குத் தோன்றுகிறது. ஆனால், அது என்னவென்று என்னால் கண்டுபிடிக்க முடியவில்லை."

"சரி. நான் உங்களிடம் வெளிப்படையாகவே பேசுகிறேன். இப்போது உங்களுக்கு மோலி டீனுடன் திருமணம் நிச்சயமாகியிருக்கிறது. எனக்கு மோலியைத் தெரியும். அவர் ஓர் அழகான, வசீகரமான பெண். இதற்கு முன்பு அவர் லாங்டனைக் காதலித்துக் கொண்டிருந்தார். உங்களுக்காக அவர் லாங்டனைத் தூக்கியெறிந்துவிட்டார்."

ஆமாமென்று ஹாரிசன் தலையசைத்தார்.

"மோலி எதற்காக உங்களைத் தேர்ந்தெடுத்தார் என்ற விவாதத்திற்குள் நான் போகப் போவதில்லை. அதற்கு அவருக்கு நியாயமான காரணங்கள் இருந்திருக்கலாம். ஆனால், அதை லாங்டன் மன்னித்திருப்பார் அல்லது மறந்திருப்பார் என்று நினைப்பது கொஞ்சம் அதிகபட்சம் என்று நான் நினைக்கிறேன்."

"புவாரோ, உங்களுடைய கண்ணோட்டம் தவறு என்று என்னால் உறுதியாகக் கூற முடியும். லாங்டன் ஒரு விளையாட்டு வீரன். வெற்றி, தோல்விகளைச் சகஜமாக எடுத்துக் கொள்பவன். அவன் என்னுடன் பிரமிக்கத்தக்க அளவில் இங்கிதமாக நடந்து கொள்கிறான். அவன் என்னுடன் தோழமை பாராட்ட நிறையவே மெனக்கெடுகிறான்."

"அது உங்களுக்கு அசாதாரணமானதாகப் படவில்லையா? நீங்கள் 'பிரமிக்கத்தக்க அளவில்' என்று கூறினீர்கள். ஆனால்,

நீங்கள் அது குறித்துப் பிரமித்துள்ளதாகத் தெரியவில்லை."

"புவாரோ, நீங்கள் என்ன சொல்ல வருகிறீர்கள் என்பது எனக்குப் புரியவில்லை."

புவாரோ அதற்கு பதிலளித்தபோது, அவருடைய தொனி மாறியிருந்தது. "நான் என்ன சொல்ல வருகிறேன் என்றால், சரியான நேரம் வரும்வரை ஒருவரால் தன்னுடைய வெறுப்பை மறைத்து வைத்திருக்க முடியும்."

"வெறுப்பா?" என்று கேட்டுவிட்டு ஹாரிசன் தலையை ஆட்டிச் சிரித்தார்.

"ஆங்கிலேயர்கள் முட்டாள்களாக இருக்கின்றனர். தங்களால் எவரை வேண்டுமானாலும் ஏமாற்ற முடியும், ஆனால் எவராலும் தங்களை ஏமாற்ற முடியாது என்று அவர்கள் மனப்பால் குடித்துக் கொண்டிருக்கின்றனர். விளையாட்டு வீரர்கள் துணிச்சல்மிக்கவர்களாக இருக்கலாம், ஆனால் அவர்கள் முட்டாள்களாகவும் இருப்பதால், சில நேரங்களில் அவர்கள் தேவையில்லாமல் செத்துப் போகவும் கூடும்."

"புவாரோ, நீங்கள் என்னை எச்சரிக்கிறீர்கள்!" என்று ஹாரிசன் ஒரு மெல்லிய குரலில் கூறினார். "நீங்கள் வந்ததிலிருந்தே உங்களுடைய நடவடிக்கை புதிராக இருந்ததற்கான காரணம் இப்போதுதான் எனக்கு விளங்குகிறது. நீங்கள் லாங்டன் குறித்து என்னை எச்சரிக்கிறீர்கள், அதற்காகத்தான் நீங்கள் இங்கு வந்திருக்கிறீர்கள், அப்படித்தானே?"

புவாரோ அதை ஆமோதித்துத் தலையாட்டினார்.

ஹாரிசன் திடீரென்று எழுந்து நின்றார். "புவாரோ, இது இங்கிலாந்து. இங்கு விஷயங்கள் நீங்கள் கூறுவதுபோல நிகழ்வதில்லை. காதலிகளால் நிராகரிக்கப்பட்டக் கனவான்கள், அப்பெண்கள் திருமணம் செய்து கொள்ளவிருக்கின்றவர்களை முதுகில் குத்தவோ அல்லது அவர்களுக்கு நச்சூட்டவோ முயல்வதில்லை. லாங்டன் குறித்த உங்களுடைய கணிப்பு முற்றிலும் தவறு. அவன் ஓர் ஈ, எறும்புக்குக்கூடத் தீங்கிழைக்க மாட்டான்."

"எனக்கு ஈக்களின் உயிர்களைப் பற்றி அக்கறையில்லை. நீங்கள் லாங்டனைப் பற்றி அப்படிச் சிலாகிக்கிறீர்கள். ஆனால், நூற்றுக்கணக்கான குளவிகளைக் கொல்வதில் அவருக்கு எந்தவிதமான தயக்கமும் இல்லை என்பதை நீங்கள் மறந்துவிட்டீர்கள்."

அதற்கு ஹாரிசன் உடனடியாகப் பதில் கூறவில்லை. இப்போது புவாரோ தன் நாற்காலியிலிருந்து எழுந்தார். அவர் ஹாரிசனுக்கு அருகே சென்று, அவருடைய தோள்மீது

கை வைத்தார். புவாரோ கொஞ்சம் உணர்ச்சிவசப்பட்ட நிலையில் இருந்ததால், அவர் ஹாரிசனைக் கிட்டத்தட்ட உலுக்கிவிட்டார். புவாரோ ஹாரிசன்மீது லேசாகச் சாய்ந்து அவருடைய காதில் இவ்வாறு கிசுகிசுத்தார்: "விழித்துக் கொள்ளுங்கள், ஹாரிசன்! நான் கை காட்டும் இடத்தைப் பாருங்கள். அந்த மரத்தின் வேர்களுக்கு அருகே குளவிகள் மீண்டும் தம்முடைய கூடுகளுக்குத் திரும்பிக் கொண்டிருப்பதை உங்களால் பார்க்க முடிகிறதா? இன்னும் சிறிது நேரத்தில் அங்கு அழிவு நேரப் போகிறது. ஆனால், அவற்றுக்கு அது தெரியாது. அவற்றுக்கு அதைச் சொல்ல யாரும் இல்லை. அவர்களுக்கு ஒரு ஹெர்கியூல் புவாரோ கிடைத்திருக்கவில்லை. ஆனால், நான் உங்களுக்குக் கிடைத்திருக்கிறேன். தொழில் நிமித்தமாக நான் இங்கே வந்திருக்கிறேன். கொலைகளைக் கையாள்வது என் தொழில். கொலை நடைபெற்றப் பிறகு அதை நான் எந்த அளவுக்குத் தீவிரமாகக் கையாள்கிறேனோ, அதே அளவு அது நடைபெறுவதற்கு முன்பும் என்னை நான் அதில் தீவிரமாக ஈடுபடுத்திக் கொள்கிறேன். இந்தக் குளவிக்கூட்டை அழிக்க லாங்டன் இன்று இரவு எத்தனை மணிக்கு இங்கு வரவிருக்கிறார்?"

"லாங்டன் ஒருபோதும்–"

புவாரோ அவரை மேலே பேசவிடாமல் தடுத்து, "எத்தனை மணிக்கு?" என்று மீண்டும் கேட்டார்.

"ஒன்பது மணிக்கு. புவாரோ, உங்களுடைய கணிப்பு தவறு. லாங்டன் ஒருபோதும்–"

"இந்த ஆங்கிலேயர்கள்!" என்று இரைந்துவிட்டு, புவாரோ தன் தொப்பியையும் கைத்தடியையும் எடுத்துக் கொண்டு அங்கிருந்து கிளம்பினார். பின் அவர் இலேசாகத் திரும்பி, "உங்களிடம் நான் தொடர்ந்து வாதிட்டுக் கொண்டிருந்தால், நான் என்மீது கொண்டுள்ள கோபம்தான் அதிகரிக்கும். அதனால், நான் இப்போது புறப்பட்டுச் செல்கிறேன். ஆனால், ஒன்பது மணிக்கு நான் திரும்பி வரப் போகிறேன்," என்று கூறினார்.

ஹாரிசன் பதில் பேசுவதற்காகத் தன் வாயைத் திறந்தார். ஆனால், புவாரோ அதற்கு அவருக்கு வாய்ப்பளிக்கவில்லை. "ஹாரிசன், நீங்கள் என்ன சொல்லப் போகிறீர்கள் என்று எனக்குத் தெரியும். 'லாங்டன் ஒருபோதும்' என்று ஆரம்பிப்பீர்கள். நீங்கள் குளவிக்கூட்டை அழிப்பதைப் பார்ப்பதற்கு நான் ஒன்பது மணிக்கு வரப் போகிறேன். நீங்களும் உங்களுடைய ஆங்கிலேயப் பழக்கங்களும்! ஆனால், அது எனக்கு வேடிக்கையாக இருக்கும் என்பதால் அதைப் பார்க்க ஒன்பது மணிக்கு நான் வரப் போகிறேன்."

அவர் ஹாரிசனின் பதிலுக்குக் காத்திராமல் கிடுகிடுவென்று தான் வந்த பாதை வழியே சென்று, கிறீச்சிட்ட அந்தக் கதவைத் திறந்து வெளியேறினார். வெளியே தெருவுக்கு வந்ததும் அவருடைய நடை மெதுவாயிற்று. அவருடைய உற்சாகம் சுத்தமாக வடிந்து போயிருந்தது. அவருடைய முகத்தில் கவலை சூழ்ந்து கொண்டது. அவர் தன் பாக்கெட்டிலிருந்து கடிகாரத்தை எடுத்து நேரம் என்ன என்று பார்த்தார். அப்போது மணி 8.10 ஆகியிருந்தது. "இன்னும் முக்கால் மணி நேரத்தில் ஒரு காரியம் நடக்கவிருக்கிறது," என்று அவர் தனக்குத் தானே முணுமுணுத்துக் கொண்டார். 'நான் அங்கேயே காத்திருந்திருக்க வேண்டுமோ!' என்று அவர் யோசித்தார்.

அவருடைய நடை மேலும் தளர்ந்தது. மீண்டும் ஹாரிசனின் வீட்டிற்குத் திரும்பிச் சென்றுவிடலாமா என்றுகூட அவர் யோசித்தார். ஏதோ ஒரு மோசமான உணர்வு அவரை வாட்டி எடுத்தது. அந்த உணர்வை அவர் வலுக்கட்டாயமாக உதறித் தள்ளிவிட்டு, கிராமத்தின் திசையை நோக்கி நடக்கத் துவங்கினார். ஆனால், அவருடைய முகத்தில் இன்னும் இருள் அப்பிக் கிடந்தது. அரைகுறையாகத் திருப்தி அடைந்திருந்த ஒரு மனிதனைப்போல அவர் அவ்வப்போது தன் தலையை ஆட்டியவாறே நடந்து சென்றார்.

* * *

அவர் மீண்டும் ஹாரிசனின் வீட்டுத் தோட்டக் கதவை அடைந்தபோது மணி ஒன்பதாகச் சில நிமிடங்கள் இருந்தன. வானம் தெளிவாக இருந்தது. காற்று இல்லவே இல்லாததால் மரங்கள் அசைவற்று நின்று கொண்டிருந்தன. புயலுக்கு முந்தைய அமைதியைப்போல, நடக்கவிருந்த ஓர் அசம்பாவிதத்திற்குக் கட்டியம் கூறுவதுபோல அந்த அமைதி இருந்தது.

புவாரோ இலேசாக நடையை எட்டிப் போட்டார். திடீரென்று அவர் கலவரமடைந்தார். விஷயங்கள் தான் எதிர்பார்த்திருந்தபடி இருக்க வேண்டும் என்ற கவலை அவரைச் சூழ்ந்து கொண்டது.

அக்கணத்தில் அந்தத் தோட்டத்தின் கதவு திறந்தது. அதிலிருந்து லாங்டன் வேகமாக வெளியே வந்தார். புவாரோவை அங்கு அப்போது பார்த்ததும் அவர் வெலவெலத்துப் போய்விட்டார்.

"ஓ! . . . புவாரோ! . . . மாலை வணக்கம்!" என்று லாங்டன்

தட்டுத் தடுமாறிப் பேசினார்.

"மாலை வணக்கம், லாங்டன்! நீங்கள் சீக்கிரமே வந்துவிட்டீர்கள் போலிருக்கிறது."

லாங்டன் அவரை வெறித்துப் பார்த்தார். "நீங்கள் என்ன சொல்கிறீர்கள் என்பது எனக்குப் புரியவில்லை."

"நீங்கள் குளவிக்கூட்டைக் கலைத்துவிட்டீர்களா?"

"இல்லை."

"குளவிக்கூட்டைக் கலைக்கவில்லை என்றால், இங்கு வேறு என்னதான் செய்தீர்கள்?"

"ஓ! ஹாரிசனுடன் உட்கார்ந்து வெறுமனே அரட்டையடித்துக் கொண்டிருந்தேன். நான் அவசரமாக ஓரிடத்திற்குப் போக வேண்டியுள்ளது. புவாரோ, நீங்கள் இந்தப் பகுதியில் சுற்றிக் கொண்டிருப்பது எனக்குத் தெரியாது."

"நான் என் தொழில் தொடர்பாக இங்கு வந்துள்ளேன்."

"ஹாரிசன் தாழ்வாரத்தில் இருக்கிறார். நான் போய் வருகிறேன்."

லாங்டன் அவசரமாக அங்கிருந்து சென்றுவிட்டார். புவாரோ அவர் சென்ற திசையை நோக்கினார். 'ஒரு வசீகரமான இளைஞன்தான். ஆனால் வாய்தான் கொஞ்சம் ஓட்டை,' என்று அவர் நினைத்துக் கொண்டார்.

"ஹாரிசனை நான் எந்த நிலையில் பார்க்கப் போகிறேனோ!" என்று புவாரோ தனக்குத் தானே கூறிக் கொண்டு, அந்தத் தோட்டக் கதவின் வழியாக உள்ளே நுழைந்து அங்கிருந்த நடைபாதை வழியாகச் சென்று தாழ்வாரத்தை அடைந்தார். அங்கிருந்த மேசையின் அருகே ஹாரிசன் ஆடாமல் அசையாமல் உட்கார்ந்திருந்தார். புவாரோ வந்த சத்தம் கேட்டும் அவர் தன் தலையைக்கூடத் திருப்பவில்லை.

"ஓ! ஹாரிசன்! நீங்கள் நன்றாக இருக்கிறீர்களா?"

அங்கு ஒரு நீண்ட மௌனம் நிலவியது. பின் ஹாரிசன் ஒரு திகைப்பான குரலில், "நீங்கள் என்ன கேட்டீர்கள்?" என்று வினவினார்.

"நீங்கள் நன்றாக இருக்கிறீர்களா என்று கேட்டேன்."

"எனக்கென்ன? நான் நன்றாகத்தான் இருக்கிறேன். எதற்காக அப்படிக் கேட்டீர்கள்?"

"மோசமான விளைவுகள் எதுவும் உங்களுக்கு ஏற்படவில்லையா? நல்ல வேளை!"

"மோசமான விளைவுகளா? எதிலிருந்து மோசமான விளைவுகள்?"

"சலவைச் சோடா!"

ஹாரிசன் திடுக்கிட்டு நிமிர்ந்து உட்கார்ந்தார். "சலவைச்

சோடாவா? என்ன உளறுகிறீர்கள்?"

புவாரோ மன்னிப்புக் கேட்கும் ஒரு தோரணையுடன், "நான்தான் அதை உங்களுடைய கோட்டுப் பாக்கெட்டுக்குள் போட்டேன்."

"நீங்கள் என் கோட்டுப் பாக்கெட்டுக்குள் சலவைச் சோடாவைப் போட்டீர்களா? எதற்காக?"

ஹாரிசன் அவரை வெறித்துப் பார்த்தார். ஒரு பேராசிரியர் ஒரு சிறு குழந்தையின் நிலைக்கு இறங்கி வந்து பேசுவதுபோலப் புவாரோ அவரிடம் மென்மையாகப் பேசினார்.

"ஒரு துப்பறிவாளராக இருப்பதிலுள்ள நன்மை அல்லது தீமை என்ன தெரியுமா? அது உங்களுக்குக் குற்றவாளிகளின் வர்க்கத்தோடு தொடர்பு ஏற்படுத்திக் கொடுக்கும். அவர்களால் உங்களுக்கு சுவாரசியமான விஷயங்களைக் கற்றுக் கொடுக்க முடியும். தான் செய்யாத குற்றத்திற்காக மாட்டவிருந்த ஒரு பிக்பாக்கெட் திருடனை நான் ஒரு முறை காப்பாற்றினேன். அவன் தனக்குத் தெரிந்த ஒரே வழியில் எனக்குத் தன்னுடைய நன்றிக்கடனைச் செலுத்தினான். அவனுடைய தொழில் உத்திகள் சிலவற்றை அவன் எனக்குக் கற்றுக் கொடுத்தான்.

"அதனால், ஒருவருக்குத் துளிகூடத் தெரியாமல் அவருடைய பைகளில் உள்ளவற்றை என்னால் எடுக்க முடியும். சமீபத்தில் நான் ஒருவருக்கு அருகே சென்று அவருடைய தோள்மீது கை போட்டுக் கொண்டு, நான் உணர்ச்சிவசப்பட்டிருந்ததுபோல நடித்து, அவருடைய கோட்டுப் பாக்கெட்டில் இருந்ததை அவருக்குத் தெரியாமல் எடுத்துக் கொண்டு, அந்த இடத்தில் சலவைச் சோடாவை வைத்துவிட்டேன்.

"ஒரு மனிதன் தன் முன் இருக்கும் நபர் அறியாமல் ஒரு கோப்பையில் விஷத்தைக் கலக்க முடிவு செய்தால், அந்த விஷத்தை அவன் தன்னுடைய கோட்டின் வலது பாக்கெட்டில்தான் வைத்திருப்பான் என்பது எனக்குத் தெரியும்."

பின் புவாரோ தன் பாக்கெட்டுக்குள் கைவிட்டு வெள்ளைப் படிகங்கள் சிலவற்றை வெளியே எடுத்தார். "இவை மிகவும் அபாயகரமானவை. குறிப்பாக இப்படி வைத்திருப்பது மிகவும் ஆபத்தானது," என்றார் அவர்.

அடுத்து, அவர் தன்னுடைய மற்றொரு பாக்கெட்டிலிருந்து வாய் அகலமாக இருந்த ஒரு பாட்டிலை நிதானமாக வெளியே எடுத்து, அதற்குள் அந்தப் படிகங்களைப் போட்டார். மேசைக்கு அருகே சென்று, அந்த பாட்டிலில் தண்ணீரை ஊற்றினார். பின் அதை ஒரு கார்க்கைக் கொண்டு இறுக்கமாக மூடி, அதிலிருந்த படிகங்கள் முழுமையாகக் கரைகின்றவரை அந்த பாட்டிலைக் குலுக்கினார். ஹாரிசன் கண்கொட்டாமல்

அவரையே பார்த்துக் கொண்டிருந்தார்.

தன் கரைசல் குறித்துத் திருப்தியடைந்த புவாரோ, நேராக அந்தக் குளவிக்கூட்டை நோக்கிச் சென்றார். அவர் அந்த பாட்டிலின் கார்க்கைத் திறந்துவிட்டு, தன் முகத்தை வேறு பக்கமாகத் திருப்பிக் கொண்டு, அந்தக் கரைசல் முழுவதையும் அந்தக் குளவிக்கூட்டில் கொட்டினார். பின் ஓரிரு அடிகள் தள்ளி நின்று அவர் அந்தக் கூட்டை அவதானித்தார்.

அப்போதுதான் கூட்டுக்குத் திரும்பிக் கொண்டிருந்த சில குளவிகள் அந்தக் கரைசலின்மீது அமர்ந்தன. ஒரு சில கணங்களில் அவை உடல் நடுங்கிச் சரிந்தன. கூட்டுக்குள்ளிருந்த மற்றக் குளவிகளும் வெளியே வந்து செத்து மடிந்தன. புவாரோ அதை ஓரிரு நிமிடங்கள் பார்த்துக் கொண்டிருந்தார். பின் அவர் திருப்தியாகத் தலையாட்டியபடி தாழ்வாரத்தை நோக்கித் திரும்பி நடந்தார்.

“உடனடி மரணம்,” என்று புவாரோ கூறினார். “மிகமிக விரைவான மரணம்.”

ஒருவழியாக ஹாரிசன் தன் குரலை மீட்டெடுத்திருந்தார். “உங்களுக்கு எவ்வளவு தூரம் தெரியும்?”

புவாரோ தனக்கு முன்னால் பார்த்தபடி பேசினார். “நான் ஏற்கனவே கூறியிருந்தபடி, நச்சுப் பொருட்களின் பதிவேட்டில் நான் லாங்டனின் பெயரைப் பார்த்தேன். ஆனால் நான் உங்களிடம் ஒரு விஷயத்தைச் சொல்லாமல் விட்டுவிட்டேன். சிறிது நேரம் கழித்து நான் லாங்டனைச் சந்திக்க நேர்ந்தது. குளவிக்கூட்டைக் கலைப்பதற்காக நீங்கள்தான் பொட்டாசியம் சயனைடை வாங்கி வருமாறு தன்னிடம் கேட்டுக் கொண்டிருந்தீர்கள் என்ற தகவலை அவர் என்னிடம் பகிர்ந்து கொண்டார். எனக்கு அது விநோதமாகப் பட்டது. ஏனெனில், நாம் முன்பு சந்தித்தபோது, பொட்டாசியம் சயனைடு ஆபத்தானது என்றும், அது தேவையற்றது என்றும், பெட்ரோல் மேம்பட்டது என்றும் நீங்கள் முழங்கினீர்கள்.”

“மேலே சொல்லுங்கள்.”

“எனக்கு வேறொரு விஷயமும் தெரியும். சமீபத்தில் லாங்டனும் மோலியும் நெருக்கமாக இருந்ததை நான் பார்க்க நேர்ந்தது. மோலி உங்கள் கரங்களில் ஐக்கியமாகும் அளவுக்கு அந்தக் காதலர்களுக்கு இடையே என்ன ஊடல் ஏற்பட்டது என்பது எனக்குத் தெரியாது. ஆனால் அவர்களுடைய பூசல் தீர்ந்துவிட்டிருந்தது என்பதும், மோலி மீண்டும் தன்னுடைய பழைய காதலனைத் தஞ்சமடையத் தீர்மானித்திருந்தார் என்பதும் எனக்குப் புரிந்தது.”

“மேலே சொல்லுங்கள்.”

"எனக்கு இன்னுமோர் உண்மையும் தெரியும். அன்றொரு நாள் நான் ஹார்லி தெருவுக்கு ஒரு வேலையாக வந்தபோது, நீங்கள் ஒரு மருத்துவரின் கிளினிக்கிலிருந்து வெளியே வந்து கொண்டிருந்ததை நான் கண்டேன். எனக்கு அந்த மருத்துவரை நன்றாகத் தெரியும். அவர் எந்தத் துறையில் வல்லுநர் என்பதையும் நான் அறிவேன். அந்த மருத்துவரின் கிளினிக்கிலிருந்து வெளியே வந்தபோது உங்களுடைய முகபாவம் எப்படி இருந்தது என்பதை நான் பார்த்தேன். அதுபோன்ற முகபாவத்தை நான் என் வாழ்நாளில் ஒரு சில முறைகளே பார்த்திருக்கிறேன். ஆனால், தவறவிடப்பட முடியாத ஒன்று அது. மரணத்திற்கு நாள் குறிக்கப்பட்டுவிட்ட ஒரு மனிதன் முகம் அது. நான் சொல்வது சரிதானா?"

"புவாரோ, உங்களுடைய ஊகம் சரிதான். அவர் எனக்கு இரண்டு மாதக் கெடு விதித்திருந்தார்."

"உங்கள் மனத்தில் வேறு எண்ணங்கள் ஓடிக் கொண்டிருந்ததால், அப்போது நீங்கள் என்னைப் பார்க்கவில்லை. அப்போது உங்களுடைய முகத்தில் வேறோர் உணர்ச்சியும் தாண்டவமாடியது. நான் உங்கள் முகத்தில் வெறுப்பைப் பார்த்தேன். நீங்கள் அதை மறைக்க முயலவில்லை. ஏனெனில், உங்களை யாரும் அவதானித்துக் கொண்டிருந்ததாக நீங்கள் நினைக்கவில்லை."

"தொடர்ந்து சொல்லுங்கள்."

"இதற்கு மேல் பெரிதாகச் சொல்ல ஒன்றுமில்லை. அதனால் நான் இங்கு வந்தேன். அந்த நச்சுப் பொருட்களின் பதிவேட்டில் எதேச்சையாக நான் லாங்டனின் பெயரைப் பார்த்தேன். நான் அவரிடம் பேசிவிட்டு நேராக உங்களைப் பார்க்க வந்தேன். உங்களுக்கு நான் வலை விரித்தேன். பொட்டாசியம் சயனைடை வாங்கி வருமாறு நீங்கள் லாங்டனிடம் கூறவில்லை என்று நீங்கள் உறுதியாக மறுத்தீர்கள். அதோடு நிறுத்திக் கொள்ளாமல், அவருடைய செய்கை குறித்துப் போலியான திகைப்பையும் நீங்கள் வெளிப்படுத்தினீர்கள். முதலில் என் வருகை உங்களைக் கலவரப்படுத்தியிருந்தது. பின் என் வருகை உங்களுடைய திட்டத்திற்கு வலு சேர்க்கும் என்ற கோணத்தில் நீங்கள் அதைப் பார்த்தீர்கள். அதனால், லாங்டன்மீது நான் கொண்டிருந்த சந்தேகத்திற்கு நீங்கள் மேலும் தூபம் போட்டீர்கள். லாங்டனை நீங்கள் எட்டரை மணிக்கு வரச் சொல்லியிருந்ததை நான் லாங்டனின் வாயிலிருந்தே தெரிந்து கொண்டேன். நீங்கள் லாங்டனை ஒன்பது மணிக்கு வரச் சொல்லியிருந்ததாக என்னிடம் புளுகினீர்கள். ஏனெனில், நான் ஒன்பது மணிக்கு இங்கு வந்து சேரும்போது எல்லாம்

முடிந்திருக்கும் என்று நீங்கள் கணக்குப் போட்டீர்கள்."

"புவாரோ, நீங்கள் ஏன் இங்கு வந்தீர்கள்? நீங்கள் வராமல் இருந்திருந்தால் நன்றாக இருந்திருக்கும்!"

"நான் ஏற்கனவே சொன்னதுபோல, கொலைகளைக் கையாள்வது என்னுடைய தொழில்."

"கொலை இங்கே எங்கே வந்தது? தற்கொலை என்று சொல்லுங்கள்."

"இல்லை," என்று கூறியபோது, புவாரோவின் குரல் சற்றுத் தீவிரமாகியிருந்தது. "கொலை என்று நான் தெரிந்தேதான் சொல்கிறேன். உங்கள் திட்டம் வெற்றி பெற்றிருந்தால், உங்களுடைய மரணம் எளிதாகவும் விரைவாகவும் நடந்து முடிந்திருக்கும். ஆனால், லாங்டனின் சாவு ஒரு கொடுமையான சாவாக இருந்திருக்கும். தூக்குத் தண்டனை விதிக்கப்பட்டுத் தூக்குக் கயிற்றில் தொங்கவிடப்படுவதன் மூலம் ஏற்படுகின்ற மரணமாக அது இருந்திருக்கும். ஏனெனில், அனைத்துச் சாட்சியங்களும் அவருக்கு எதிராக இருந்திருக்கும். அவர் தன்னுடைய பெயரில் பொட்டாசியம் சயனைடை வாங்கியிருந்தார். அவர் உங்களைச் சந்திக்க வருவார். அவர் உங்களுடன் தனியாக இருப்பார். நீங்கள் திடீரென்று சாவீர்கள். உங்களுடைய கோப்பையில் பொட்டாசியம் சயனைடு இருப்பது கண்டுபிடிக்கப்படும். அவர் தூக்கில் தொங்கவிடப்படுவார். இதுதானே உங்கள் திட்டம்?"

ஹாரிசன் வெறுமனே முனகினார்.

"நீங்கள் ஏன் இங்கு வந்து தொலைத்தீர்கள், புவாரோ?"

"ஹாரிசன், நான் இங்கு வந்ததற்கு இன்னொரு முக்கியமான காரணமும் இருக்கிறது. எனக்கு உங்களைப் பிடிக்கும் என்பதுதான் அது. நீங்கள் மெதுவாக மரணித்துக் கொண்டிருக்கும் ஒரு நபர். நீங்கள் நேசித்தப் பெண்ணையும் நீங்கள் இழந்துவிட்டீர்கள். ஆனால், நீங்கள் நிச்சயமாக ஒரு கொலைகாரன் அல்லர். நீங்கள் அந்த அளவுக்குத் தரம் தாழ்ந்துவிட மாட்டீர்கள். இப்போது சொல்லுங்கள், ஹாரிசன். நான் வந்தது குறித்து நீங்கள் மகிழ்ச்சியடைகிறீர்களா அல்லது வருத்தமடைகிறீர்களா?"

அங்கு ஒரு சிறு மௌனம் நிலவியது. பின் ஹாரிசன் தன்னை ஆசுவாசப்படுத்திக் கொண்டார். அவருடைய முகத்தில் ஒரு புதிய கண்ணியம் பரவியது. தன்னுடைய மோசமான சுயத்தை வெற்றி கொண்டிருந்த ஒரு மனிதனின் பெருமை கலந்த பார்வை அவருடைய கண்களில் துளிர்த்தது.

"நீங்கள் வந்ததற்கு நன்றி, புவாரோ! நீங்கள் வந்ததற்கு மிக்க நன்றி!"

பராமரிப்பாளர் விவகாரம்

"இன்று எப்படி இருக்கிறீர்கள்?" என்று டாக்டர் ஹேடாக் தன் நோயாளியிடம் கேட்டார்.

படுக்கையில் சாய்ந்து உட்கார்ந்திருந்த மார்ப்பிள் அவரை நோக்கி பலவீனமாகப் புன்னகைத்தார்.

"உடல்நிலை முன்பைவிடப் பரவாயில்லை. ஆனால் மனநிலைதான் மேம்படவில்லை. இந்த நோயால் நான் இறந்திருந்தால்கூட நன்றாக இருந்திருக்கும் என்று தோன்றுகிறது. என்ன இருந்தாலும் நான் வயதானவள். யாரும் என்னை விரும்பவுமில்லை, என்மீது அக்கறை செலுத்தவும் யாருமில்லை–"

ஹேடாக் வழக்கமான முந்திரிக்கொட்டைத்தனத்துடன் இடைமறித்துப் பேசினார்.

"இதுபோன்ற காய்ச்சல் வந்து போகின்றபோது இதுபோன்ற மனநிலை ஏற்படுவது சகஜம்தான். நீங்கள் உங்கள்மீது குவித்திருக்கின்ற கவனத்தை மடைமாற்ற வேண்டும். உங்களுடைய மனத்திற்கு ஒரு டானிக் தேவை."

மார்ப்பிள் ஓர் ஆசுவாசப் பெருமூச்சோடு, அதை மறுப்பதுபோலத் தலையை ஆட்டினார்.

"உங்களுடைய மனநிலையை மாற்றுவதற்குத் தேவைப்படுகின்ற மருந்தை நான் கையோடு கொண்டு வந்திருக்கிறேன்," என்று கூறிய ஹேடாக், ஒரு கடித உறையை மார்ப்பிளின் கட்டிலை நோக்கி வீசினார்.

"இதில் ஒரு புதிர் ஒளிந்திருக்கிறது. அதை நீங்கள் கண்டுபிடித்தால் அது உங்களுடைய மனநிலையை மேம்படுத்த உதவும்."

"புதிரா?" என்று மார்ப்பிள் கேட்டார். அவரிடம் ஓர்

ஆர்வம் தோன்றியிருந்தது.

"நான் எழுதியுள்ள ஒரு சிறுகதை," என்று ஹேடாக் சிறிது வெட்கத்தோடு கூறினார். "இது ஓர் உண்மைக் கதை."

"இதில் புதிர் எங்கிருந்து வருகிறது?"

"ஓ, அதுவா? இக்கதையின் முடிவுக்கு நீங்கள் உங்கள் இஷ்டப்படி விளக்கம் கொடுத்துக் கொள்ளலாம். இதைப் படித்து முடியுங்கள். பிறகு நாம் விவாதிக்கலாம். உங்களைப் பற்றி நீங்கள் தம்பட்டம் அடித்துக் கொள்கின்ற அளவு நீங்கள் புத்திசாலியா என்று பார்க்க நான் ஆவலாக இருக்கிறேன்."

அந்தக் கடைசி அஸ்திரத்தை எறிந்துவிட்டு ஹேடாக் அங்கிருந்து கிளம்பினார்.

மார்ப்பிள் அந்தக் கதையைக் கையிலெடுத்துப் படிக்கத் துவங்கினார்.

"மணப்பெண் எங்கே?" என்று ஹார்மன் என்ற முதிர்கன்னி உற்சாகமாகக் கேட்டாள்.

ஹாரி லேக்ஸ்டன் வெளிநாட்டிலிருந்து அழைத்து வந்திருந்த தன்னுடைய பணக்கார மனைவி லூயிஸைப் பார்ப்பதற்கு செயின்ட் மேரிமீடு என்ற அந்த மொத்தக் கிராமமும் முண்டியடித்துக் கொண்டு காத்துக் கொண்டிருந்தது. ஹாரி போன்ற ஓர் உதவாக்கரைக்கு இப்படியோர் அதிர்ஷ்டமா என்று அங்கு வந்திருந்தோர் வியந்தனர். முன்பு, அந்தக் கிராமத்திலிருந்த அனைவரும் எப்போதும் அவனுக்குச் செல்லம் கொடுத்து வந்தனர். ஹாரியின் கவண்கற்களால் உடைபட்டக் கண்ணாடிச் சன்னல்களின் சொந்தக்காரர்களின் கோபங்கள்கூட, ஹாரி ஒரு பரிதாபமான முகபாவத்துடன் அவர்களிடம் மன்னிப்புக் கேட்டபோது உருகிக் கரைந்தன. அவனுடைய விஷமத்தனத்திற்கு ஓர் அளவே இல்லாமல் இருந்தது. அவன் கண்ணாடிச் சன்னல்களை உடைத்திருந்தான், பழங்களைத் திருடியிருந்தான், முயல்களை அபகரித்திருந்தான், வாங்கிய கடன்களைத் திருப்பிச் செலுத்தாமல் இருந்திருந்தான். அவன் உள்ளூர் சிகரெட் கடைக்காரரின் பெண்ணான பெல்லாவுடன் பழகி அது ஒரு பெரிய விவகாரமாக ஆனபோது, அவன் ஆப்பிரிக்காவுக்கு அனுப்பி வைக்கப்பட்டான். அவன் இனியாவது திருந்துவான் என்று அந்தக் கிராமவாசிகள் நினைத்தனர்.

இப்போது அந்தத் தறுதலை திரும்பி வந்திருந்தான். ஆனால் அவன் மூக்குடைந்து போய் வந்திருக்கவில்லை. மாறாக, அவன் வெற்றிகரமான ஒருவனாகவும் செழிப்பானவனாகவும் திரும்பி வந்திருந்தான். அவன் தன்னைச் சீராக்கிக் கொண்டு, கடினமாக உழைத்து, பெரும் சொத்துக்குச் சொந்தக்காரியான ஆங்கிலோ–பிரெஞ்சு யுவதி ஒருத்தியைக் கவர்ந்திழுத்து அவளை மணமுடித்தும் இருந்தான்.

இப்போது ஹாரியிடமிருந்த சொத்துக்கு அவன் எளிதாக லண்டனிலோ அல்லது பணக்காரர்கள் வேட்டையில் ஈடுபடுவதற்கு ஏற்ற ஒரு வனப்பகுதியிலோ வசிக்க முனைந்திருந்திருக்கலாம். ஆனால், அவன் தன் சொந்த ஊருக்குத் திரும்பியிருந்தான். அவன் சிறு வயதில் தன் வாழ்க்கையைக் கழித்திருந்த, இப்போது சிதிலமடைந்திருந்த வீட்டை விலைக்கு வாங்கியிருந்தான்.

'கிங்ஸ்டீன் ஹவுஸ்' என்ற பெயருடைய அது ஒரு பெரிய பண்ணை வீடு. அது பல ஆண்டுகளாகக் கவனிப்பாரற்றுக் கிடந்தது. அதை ஹாரியின் தந்தை ஒரு நீண்டகாலக் குத்தகைக்கு எடுத்திருந்தார். ஹாரி எப்போதும் அங்கேதான் சுற்றிக் கொண்டிருந்தான் என்பதால், அந்தப் பண்ணை வீட்டைச் சுற்றிலும் இருந்த நிலத்தின் ஒவ்வோர் அங்குலமும் அவனுக்கு அத்துப்படியாக இருந்தது.

ஹாரியின் அப்பா சில ஆண்டுகளுக்கு முன்பு இறந்துவிட்டார். ஹாரி வெளிநாட்டில் இருந்ததால் அவன் திரும்பி வர மாட்டான் என்றுதான் அந்தக் கிராமத்திலுள்ள அனைவரும் நினைத்திருந்தனர். ஆனால், ஹாரி தன் புதுப் பெண்டாட்டியுடன் அங்கே வந்து இறங்கியிருந்தான். சிதிலமடைந்திருந்த கிங்ஸ்டீன் ஹவுஸ் இடித்துத் தரைமட்டமாக்கப்பட்டது. கட்டடம் கட்டுபவர்களின் ஒரு பெரிய படையே அங்கு வந்திறங்கி, மிகக் குறுகிய காலத்தில் பிரமாதமானதொரு வீட்டைக் கட்டிக் கொடுத்தது. சுற்றிலும் இருந்த மரங்களுக்கு நடுவே அக்கட்டடம் கம்பீரமாக எழுந்து நின்றது.

அதையடுத்து, தோட்டக்காரர்களின் படை ஒன்று அங்கு அணிவகுத்து வந்தது. அதற்குப் பிறகு, அறைக்கலன்களை ஏற்றிக் கொண்டு பல வேன்கள் அடுத்தடுத்து வந்தன.

வீடு தயாரானவுடன் பணியாட்கள் அமர்த்தப்பட்டனர். இறுதியில், ஓர் ஆடம்பரக் கார் ஹாரியையும் அவனுடைய மனைவியையும் அந்த வீட்டு வாசலில் கொண்டு வந்து இறக்கிவிட்டது.

உடனே மொத்தக் கிராமமும், அந்தக் கிராமத்திலிருந்த வீடுகளிலேயே மிகப் பெரிய வீட்டுக்குச் சொந்தக்காரியாக இருந்த திருமதி பிரைஸின் வீட்டுக்குச் சென்றது. அச்சமுகத்தின் தலைவியாகத் தன்னைக் கருதிக் கொண்டிருந்த அவள், உடனே புதுமணத் தம்பதியருக்குத் தன்னுடைய வீட்டில் ஒரு விருந்துக்கு ஏற்பாடு செய்தாள். அந்தக் கிராமவாசிகள் அனைவரும் அதற்கு அழைக்கப்பட்டனர்.

அது ஒரு சிறப்பான நிகழ்வாக அமைந்தது. பல பெண்கள் அந்த நிகழ்ச்சிக்காகவே புது ஆடைகளைத் தைத்துக் கொண்டனர். அந்தப் புதிய ஜந்துவைப் பார்ப்பதற்கு மக்கள் அனைவரும் ஆவலாக இருந்தனர். ஏனெனில், ஹாரியின் கதை ஒரு தேவதைக் கதையைப்போல இருந்தது.

அங்கு வம்பளப்புகளுக்கும் கிசுகிசுப்புகளுக்கும் பஞ்சமே இருக்கவில்லை. ஹாரியைப் பற்றியும் அவனுடைய புதுப் பெண்டாட்டியைப் பற்றியும் ஆளாளுக்கு இஷ்டத்திற்குப் பேசினர்.

* * *

அந்த விருந்திலிருந்து திரும்பியிருந்த டாக்டர் ஹேடாக்கின் மருமகள் கிளாரிஸ் அந்தக் கிராமவாசிகள் சிலரைப் பற்றி அவரிடம் பொருமித் தள்ளினாள்.

உயரமாகவும் கருப்பாகவும் வசீகரமாகவும் இருந்த கிளாரிஸ், ஒரு கனிவான இதயத்தைக் கொண்டிருந்தாள். ஆனால், அவள் எளிதில் உணர்ச்சிவசப்படுபவளாகவும் இருந்தாள். அவளுடைய பழுப்பு நிறக் கண்கள் கோபத்தில் தகித்தன.

"எல்லாம் சனியன்கள். தேவையில்லாதவற்றையெல்லாம் கிளறுகின்றன."

"ஹாரியைப் பற்றியா?" என்று ஹேடாக் கேட்டார்.

"பெல்லாவுடனான அவனுடைய உறவு குறித்து அவர்கள் பேசினர்."

"ஓ, அதுவா?" என்று ஹேடாக் தன் தோள்களைக் குலுக்கிக் கொண்டார். "பல இளைஞர்கள் தங்களுடைய இளமைக் காலத்தில் இப்படித்தான் நடந்து கொள்கின்றனர்."

"ஆமாம். அது சரிதான். ஆனால் எதற்காகப் பழைய குப்பைகளை இப்போது கிளற வேண்டும்?"

"கிராமத்தில் இருப்பவர்களுக்கு வேறு வேலை எதுவும் இல்லாததால் இப்படி வம்புப்பேச்சில் ஈடுபடுகின்றனர். ஆனால், ஹாரியைப் பற்றிப் புறம் பேசுவது உனக்கு ஏன் இவ்வளவு மனக்கொதிப்பை ஏற்படுத்துகிறது?"

கிளாரிஸ் தன் உதட்டைக் கடித்துக் கொண்டாள். அவளுடைய முகம் குங்குமப் பூவாய்ச் சிவந்தது. "ஹாரியும் அவனுடைய மனைவியும் மிகவும் மகிழ்ச்சியாக இருப்பதுபோலத் தோன்றுகிறது. அவர்கள் இளமையாக இருக்கின்றனர், ஒருவரையொருவர் காதல் மழையில் குளிப்பாட்டுகின்றனர். எல்லாமே அவர்களுக்குச் சிறப்பாகச் சென்று கொண்டிருக்கிறது. அதை இவர்களுடைய வம்புப்பேச்சுகள் கெடுத்துவிடக்கூடாது என்று நான் நினைக்கிறேன்."

"ஓ! அப்படியா?"

கிளாரிஸ் தொடர்ந்து பேசினாள். "ஹாரி என்னுடன் பேசினான். கிராமத்திற்குத் திரும்பி வந்து தன் வீட்டைப் பிரமாதமாகப் புதுப்பித்துள்ளது குறித்து அவன் மகிழ்ச்சியாக இருக்கிறான். அவனுடைய மனைவிக்கு வாழ்க்கையில் அவள் விரும்பிய அனைத்தும் கிடைத்துள்ளது. மாமா, நீங்கள்

அவளைப் பார்த்தீர்கள்தானே? அவளைப் பற்றி நீங்கள் என்ன நினைக்கிறீர்கள்?"

ஹேடாக் உடனடியாக எதுவும் கூறவில்லை. பலர் அவள்மீது பொறாமை கொண்டிருந்தனர். செல்வத்தால் குட்டிச் சுவராக்கப்பட்ட ஒரு பெண்ணாக அவர்கள் அவளைப் பார்த்தனர். ஆனால் ஹேடாக்குக்கு, 'புவர் லிட்டில் ரிச் கேர்ள்' என்ற பிரபலமான பாட்டில் வருகின்ற ஒரு பெண்ணாகத்தான் அவள் இருந்தாள். அந்தப் பாட்டு, இதைப் போன்ற ஒரு பெண்ணுக்கு ஆபத்து வரக்கூடும் என்று எச்சரிக்கின்ற விதத்தில் இருக்கும். ஹேடாக்கின் சிந்தனை இப்படித்தான் ஓடியது.

* * *

"அப்பாடா!" என்று லூயிஸ் நிம்மதிப் பெருமூச்சுவிட்டாள்.

ஹாரி தன் மனைவியைத் திரும்பிப் பார்த்தான். அவர்கள் அப்போதுதான் அந்த விருந்திலிருந்து திரும்பியிருந்தனர்.

"என்னவொரு பயங்கரமான கும்பல்!" என்று லூயிஸ் கூறினாள்.

ஹாரி சிரித்தான். "அது உண்மைதான். நான் ஒரு சிறுவனாக இருந்ததிலிருந்தே இவர்கள் அனைவரும் என்னை அறிவார்கள். என் பெண்டாட்டியை அவர்கள் கிட்டேயிருந்து பார்க்க ஆசைப்பட்டனர். அதற்குத்தான் இவ்வளவு கூத்தும்."

லூயிஸ் முகம் சுளித்தாள். "இவர்களை நாம் அடிக்கடிச் சந்திக்க வேண்டியிருக்குமா?"

"அதெல்லாம் தேவையில்லை. முதலில் ஏதாவது கொண்டாட்டங்களின்போது அவர்கள் உன்னை அழைப்பார்கள். பதிலுக்கு நீ ஓரிரு வார்த்தைகள் பேச வேண்டியிருக்கும், அவ்வளவுதான். பின்னர் அதுவும் அடங்கிப் போகும். நீ உனக்குப் பிடித்தமானவர்களை உன்னுடைய தோழியராக வரித்துக் கொள்ளலாம்."

ஓரிரு நிமிடங்களுக்குப் பிறகு, "இங்கு சுவாரசியமானவர்களும் வசிக்கிறார்களா என்ன?" என்று லூயிஸ் கேட்டாள்.

"இது கிராமப்புறம் என்பதை நினைவில் வைத்துக் கொள். இவர்கள் உனக்கு சுவாரசியமற்றவர்களாகத்தான் தெரிவார்கள். தோட்டம், நாய்கள், குதிரைகள் போன்றவற்றில்தான் இவர்களுக்கு ஆர்வம் அதிகம். உனக்குத்தான் குதிரையேற்றம் தெரியுமே. இங்கு அதற்கு நல்ல வாய்ப்பு இருக்கிறது. அருகேயுள்ள எக்லிங்டன் என்ற இடத்தில், நன்றாகப் பழக்கப்பட்ட ஓர் அருமையான குதிரை இருக்கிறது. அதை நான் உனக்குக் காட்டுகிறேன்."

அவர்களுடைய கார் அவர்களுடைய வீட்டின் நுழைவாயிலுக்கு அருகே வந்தபோது, பயங்கரமான உருவம் ஒன்று திடீரென்று சாலையின் குறுக்கே பாய்ந்தது. ஹாரி கடைசி நேரத்தில் பிரேக்

போட்டு எப்படியோ தன் காரை நிறுத்திவிட்டான். அந்த உருவம் அதே இடத்தில் நின்று கொண்டு தன் முஷ்டியை உயர்த்தி அவர்களை நோக்கி எதையோ கத்தியது.

லூயிஸ் ஹாரியின் கையைக் கெட்டியாகப் பிடித்துக் கொண்டாள். "யார் அந்த பயங்கரமான பெண்மணி?"

"ஓ, அவளா? அவளுடைய பெயர் திருமதி முர்கட்ராய்ட். அவளும் அவளுடைய கணவரும் எங்களுடைய பழைய வீட்டின் பராமரிப்பாளர்களாகக் கிட்டத்தட்ட முப்பது ஆண்டுகளாகப் பணியாற்றி வந்தனர்."

"அவள் ஏன் உங்களை நோக்கித் தன் கை முஷ்டியை உயர்த்தினாள்?"

"அந்த வீட்டைத் தரைமட்டமாக்கியது அவளுக்குப் பிடிக்கவில்லை. அதோடு, அவளை நான் வேலையை விட்டும் தூக்கிவிட்டேன். அவளுடைய கணவன் இறந்து இரண்டு ஆண்டுகள் ஆகின்றன. அதற்குப் பிறகு அவளுக்கு மறை கழன்றுவிட்டது என்று பலரும் நினைக்கின்றனர்."

"அவள் சாப்பாட்டுக்கே வழியில்லாமல் திண்டாடுகிறாளா?"

லூயிஸுக்கு வறுமையைப் பற்றியும் பட்டினியைப் பட்டினியும் பெரிதாகத் தெரியாது. செல்வச் செழிப்பு ஒருவரை எதார்த்தத்திலிருந்து வெகுதூரம் விலக்கி வைத்துவிடும்.

அதைக் கேட்டு ஹாரி கோபமடைந்தான். "என்னைப் பற்றி இவ்வளவு கேவலமாக நினைத்துவிட்டாயா? ஒவ்வொரு மாதமும் நான் அவளுக்குப் பணம் கொடுத்து வருகிறேன். நிறையவே கொடுக்கிறேன். அவள் வசிப்பதற்கு ஒரு நல்ல வீடும் நான் ஏற்பாடு செய்து கொடுத்திருக்கிறேன்."

"பின் அவள் எதற்காக இப்படிச் செய்கிறாள்?"

"எனக்கு எப்படித் தெரியும்? அவளுக்குப் பைத்தியம் பிடித்திருக்கலாம். அவள் அந்த வீட்டின்மீது பெரும் பாசம் வைத்திருந்தாள்."

"ஆனால், அது சிதிலமடைந்துதானே இருந்தது?"

"ஆமாம். அது எல்லா இடங்களிலும் ஒழுகும். உடைந்து விழுந்துவிடக்கூடிய ஆபத்தான நிலையில்தான் அது இருந்தது. அவள் அங்கு நீண்ட காலமாக இருந்து வந்ததால், அது பறி போனதை அவளால் சீரணித்துக் கொள்ள முடியவில்லை போலும்!"

"ஆனால், அவள் நமக்கு ஒரு சாபம் விட்டதுபோல எனக்குத் தோன்றியது," என்று லூயிஸ் பயந்து கொண்டே சொன்னாள்.

* * *

தன்னுடைய புதிய வீடு அந்தப் பைத்தியக்காரப் பெண்மணியால் கறை படிந்திருந்ததாக லூரயிஸ் நினைத்தாள். அவள் காரில் சென்றாலும் சரி, நாய்களுடன் நடந்து சென்றாலும் சரி, குதிரையில் சவாரி செய்தாலும் சரி, அந்த உருவம் எல்லா இடங்களிலும் தோன்றிக் கொண்டே இருந்தது. அவள் சென்ற இடமெல்லாம் அந்த உருவம் தலைவிரி கோலமாகத் தோன்றி அவளுக்குச் சாபம் விட்டுக் கொண்டிருந்தது.

அந்தப் பெண்ணுக்குப் பைத்தியம் பிடித்திருக்க வேண்டும் என்று ஹாரி கூறியிருந்ததை லூரயிஸும் நம்பத் தொடங்கினாள். ஆனால், அது அவளுக்கு நிம்மதியளிக்கவில்லை. அந்தப் பெண் ஒருபோதும் அவர்களுடைய வீட்டுக்குள் நுழையவில்லை, அவர்களை அச்சுறுத்தவில்லை, வன்முறை எதையும் பிரயோகிக்கவில்லை. அவள் எப்போதும் வாசலுக்கு வெளியேதான் உட்கார்ந்திருந்தாள். அதனால் காவல்துறையை அணுகுவதால் எந்தப் பயனும் விளையாது என்பது லூரயிஸுக்குத் தெரிந்தது. காவல்துறையை அணுகுவதில் ஹாரிக்கும் விருப்பம் இருக்கவில்லை. அது கிராமத்து மக்கள் மத்தியில் அந்தப் பெண்ணுக்கு அனுதாபத்தைச் சம்பாதித்துக் கொடுத்துவிடும் என்று அவன் வாதிட்டான். அதோடு, லூரயிஸ் அளவுக்கு அவன் அதைத் தீவிரமாக எடுத்துக் கொள்ளவில்லை.

“இதைப் பற்றி நீ கவலைப்படாதே. இன்னும் சில நாட்களில் அவள் களைத்துப் போய் தானாகவே இந்த நடத்தையை நிறுத்திவிடுவாள்,” என்று ஹாரி அவளுக்கு ஆறுதல் கூறினான்.

“இல்லை, ஹாரி. அவள் நம்மை வெறுக்கிறாள், நம்மைச் சபிக்கிறாள்,” என்று லூரயிஸ் புலம்பினாள்.

“அவள் ஒன்றும் ஒரு சூனியக்காரி அல்லள். அவள் விடுகின்ற சாபத்திற்கெல்லாம் நாம் பயந்து கொண்டிருக்க வேண்டியதில்லை,” என்று அவன் அவளைத் தேற்றினான்.

லூரயிஸ் அதற்கு பதிலேதும் சொல்லவில்லை. ஒரு புதிய வாழ்க்கைக்குள் அடியெடுத்து வைத்ததில் கிடைத்திருந்த உற்சாகம் அடங்கியவுடன், அவள் தனிமையாக உணர்ந்தாள். லண்டன் மற்றும் ரிவியெரா வாழ்க்கைக்கு அவள் பழக்கப்பட்டிருந்தாள். அவளுக்கு ஆங்கிலேய கிராமத்து வாழ்க்கை ருசிக்கவில்லை. அவளுக்குத் தோட்டக்கலையிலும் ஈடுபாடு இருக்கவில்லை, நாய்களும் அவளுக்குப் பிடிக்கவில்லை. அக்கம்பக்கத்தில் இருந்தவர்களையும் அவளுக்குப் பிடிக்கவில்லை. அவளுக்குப் பிடித்திருந்த ஒன்றே ஒன்று குதிரைச் சவாரிதான். அதை அவள் வெகுவாக இரசித்தாள். அதனால் அவளுக்காக ஹாரி ஓர் அருமையான குதிரையை வாங்கிக் கொடுத்திருந்தான். சில வேளைகளில் அவளும் ஹாரியும் ஆளுக்கொரு குதிரையில் பயணித்தனர். அவன் தன் வேலையில் மும்முரமாக இருந்தபோது, அவள் தனியாகச் சென்றாள். பிரின்ஸ் ஹால் என்று அழைக்கப்பட்ட அந்தக் குதிரையும் அந்தப் பைத்தியக்காரப் பெண்ணைப் பார்த்துப் பயந்தது.

ஒரு நாள், வருவது வரட்டும் என்று துணிந்து லூயிஸ் ஒரு காரியத்தில் இறங்கினாள். அவள் தன் வீட்டின் வாசல் கதவைக் கடந்து வெளியே சென்றாள். பின்னாலேயே அந்தப் பைத்தியக்காரியும் வந்தாள். ஆனால், அவளைக் கவனிக்காதவள்போல நடந்து சென்ற லூயிஸ், திடீரென்று திரும்பி அவளை நோக்கிச் சென்று, "உனக்கு என்னதான் வேண்டும்? ஏன் எப்படிச் செய்கிறாய்?" என்று நேரடியாகவே கத்திவிட்டாள்.

அவள் லூயிஸை அச்சுறுத்துகின்ற ஒரு குரலில், "எனக்கு என்ன வேண்டும் என்றா கேட்கிறாய்? என்னிடமிருந்து பறிக்கப்பட்டதைத்தான் நான் கேட்கிறேன். நான் இங்கேதான் வசித்து வந்தேன். என்னை இங்கிருந்து துரத்தியது யார்? நான் ஒரு சின்னப் பெண்ணாக இருந்த காலத்திலிருந்து நாற்பது ஆண்டுகளாக இங்கேதான் வசித்து வந்திருந்தேன். என்னைத் துரத்தியது பெரும் பாவம். அந்தப் பாவம் உன்னையும் உன் கணவனையும் சும்மா விடாது. அது உங்களைத் துரத்திக் கொண்டேயிருக்கும்," என்று மிரட்டினாள்.

"உனக்குத்தான் வேறொரு வீடு பார்த்துக் கொடுத்திருக்கிறோமே–"

அந்தப் பெண் லூயிஸை இடைமறித்துக் கத்தத் துவங்கினாள். "அது என் வீடு அல்ல. எனக்கு என் வீடுதான் வேண்டும். என்னிடமிருந்து பிடுங்கி நீ கட்டிக் கொண்டுள்ள வீட்டில் நீயும் உன் கணவனும் ஒருக்காலும் மகிழ்ச்சியாக இருக்க மாட்டீர்கள். வேதனையும் சாவும்தான் உன்னை வட்டமிட்டுக் கொண்டிருக்கும். நீ நாசமாகப் போகப் போகிறாய்!"

லூயிஸ் வேகமாக அவளிடமிருந்து திரும்பி நடக்கத் துவக்கினாள். பின் அந்த நடை ஓட்டமாக மாறியது. 'இதற்கு மேல் இங்கே இருக்கக்கூடாது. இந்த வீட்டை விற்றுவிட்டு இந்த இடத்திலிருந்து கிளம்பிவிட வேண்டும்,' என்று அவள் தீர்மானித்தாள்.

அவளுடைய அந்த யோசனையைக் கேட்டு ஹாரி வானத்திற்கும் பூமிக்குமாகக் குதித்தான். "இந்த வீட்டை விற்பதா? இங்கிருந்து கிளம்புவதா? யாரோ ஒரு பைத்தியக்காரியின் உளறல்களுக்குப் பயந்து கொண்டு இங்கிருந்து ஓடுவதா? உனக்குத்தான் பைத்தியம் பிடித்திருக்கிறது."

"நான் நன்றாகத்தான் இருக்கிறேன். அவளை நினைத்தால் எனக்குக் குலை நடுங்குகிறது. மோசமான ஏதேனும் நிகழ்ந்துவிடுமோ என்று எனக்கு பயமாக இருக்கிறது."

ஹாரி இறுதியில், "அவளை என்னிடம் விட்டுவிடு. நான் பார்த்துக் கொள்கிறேன்," என்று கூறினான்.

* * *

இதற்கிடையே, லூயிஸுக்கும் கிளாரிஸுக்கும் இடையே ஒரு நட்பு மலர்ந்திருந்தது. அவர்கள் இருவரும் ஒத்த வயதுடையவர்களாக

இருந்தாலும், இரசனையிலும் குணத்திலும் அவர்கள் எதிரெதிர்த் துருவங்களாக இருந்தனர். கிளாரிஸுடன் இருந்தபோது லூயிஸ் நம்பிக்கையுடன் இருந்தாள். கிளாரிஸ் தற்சார்பு உடையவளாகவும் சுயஉறுதிமிக்கவளாகவும் விளங்கினாள். அந்தப் பைத்தியக்காரப் பெண்ணைப் பற்றி லூயிஸ் அவளிடம் கூறியபோது, அவள் அதை எரிச்சலூட்டுகின்ற ஒன்றாகத்தான் பார்த்தாளே அன்றி, அச்சுறுத்துகின்ற ஒன்றாகப் பார்க்கவில்லை. கிளாரிஸும் ஹாரியைப்போலவே, அந்தப் பைத்தியக்காரப் பெண் இன்னும் சில நாட்களில் தன் நடவடிக்கையை நிறுத்திவிடுவாள் என்று கூறி அவளை உற்சாகப்படுத்த முயன்றாள்.

ஒரு நாள், லூயிஸ் கிளாரிஸிடம், "எனக்கு இந்த இடம் பிடிக்கவில்லை. இந்த வீட்டை, இதைச் சுற்றியிருக்கின்ற வனப் பகுதியை, இங்கு நிலவுகின்ற இரவின் அமைதியை, ஆந்தைகளின் அலறல்களை நான் வெறுக்கிறேன். எல்லாவற்றையும்விட, இந்த மக்களை நான் அதிகமாக வெறுக்கிறேன்," என்று புலம்பினாள்.

"இந்த ஊர் மக்களைப் பற்றி நீ பெரிதாக அலட்டிக் கொள்ளாதே. அவர்களுக்கு வம்பளப்பது ஒன்றுதான் தெரியும்," என்று கிளாரிஸ் கூறினாள்.

"நான் இங்கு வராமலேயே இருந்திருந்தால் நன்றாக இருந்திருக்கும் என்று நினைக்கிறேன். ஆனால், ஹாரி இந்த ஊரைத் தலையில் தூக்கி வைத்துக் கொண்டாடுகிறான்." ஹாரியைப் பற்றிப் பேசத் துவங்கியதும் லூயிஸின் குரல் மென்மையாயிற்று.

'இந்தப் பெண் ஹாரியை எவ்வளவு தூரம் நேசிக்கிறாள்!' என்று நினைத்துக் கொண்ட கிளாரிஸ், திடீரென்று, "நான் கிளம்ப வேண்டும்," என்று கூறினாள்.

"நான் உன்னைக் காரில் கொண்டு விடச் சொல்கிறேன். அடிக்கடி இங்கு வா."

கிளாரிஸ் அதற்குத் தலையசைத்தாள். லூயிஸுக்கு இந்தப் புதிய நட்பு ஆறுதலாக இருந்தது. அவள் கிளாரிஸுடன் இருந்தபோது உற்சாகமாக இருந்ததைக் கவனித்த ஹாரி, கிளாரிஸ் தங்கள் வீட்டுக்கு அடிக்கடி வந்து போவதை ஊக்குவிக்குமாறு லூயிஸிடம் கூறினான்.

பின்னர் ஒரு நாள், ஹாரி லூயிஸிடம், "உனக்கு ஒரு நல்ல செய்தி," என்று கூறினான்.

"என்ன?"

"நான் அந்தப் பைத்தியக்காரப் பெண்ணின் பிரச்சனைக்குத் தீர்வு கண்டுவிட்டேன். அவளுடைய மகன் அமெரிக்காவில் இருக்கிறான். அவனோடு போய்ச் சேர்ந்து கொள்வதற்கு நான் அவளைச் சம்மதிக்க வைத்துள்ளேன். நான் அவளுக்கு ஒரு பாஸ்போர்ட் ஏற்பாடு செய்துள்ளேன். அவளுடைய கப்பல் பயணச்சீட்டையும் நான் வாங்கிக் கொடுக்கப் போகிறேன்."

"ஓ! நன்றி, ஹாரி. இனி நான் இந்த ஊரை இரசிக்கத் துவங்கக்கூடுமோ என்னவோ!"

"இதுதான் உலகிலேயே சிறந்த ஊர் என்று நான்தான் முதலிலிருந்தே கூறி வந்துள்ளேனே!"

திடீரென்று லூயிஸுக்கு உடல் நடுங்கியது. ஹாரி என்ன கூறினாலும், அவளுக்குள் ஆழமாக ஊறிப் போயிருந்த மூடநம்பிக்கையை அவ்வளவு எளிதாக அவளால் உதறித் தள்ளிவிட முடியவில்லை.

* * *

ஹாரி தன்னுடைய பழைய காதலி பெல்லாவுடன் அடித்தக் கூத்தைப் பற்றி லூயிஸிடம் போட்டுக் கொடுக்க நினைத்திருந்த அந்தக் கிராமத்துப் பெண்கள் சிலரின் ஆசையில் மண் விழுந்தது. ஏனெனில், அந்தக் கைங்கரியத்தை ஹாரியே செய்து கொண்டான்.

எட்ஜ் என்பவரைத் திருமணம் செய்திருந்த பெல்லா, தன் கணவரின் மருந்துக் கடையில் வாடிக்கையாளர்களுக்குத் தேவையான மருந்துகளையும் பிற பொருட்களையும் எடுத்துக் கொடுத்துக் கொண்டிருந்தபோது, ஹாரி தன் மனைவியுடன் அங்கு வந்தான். அப்போது கிளாரிஸும் ஹார்மனும் அங்கு ஏதோ வாங்கிக் கொண்டிருந்தனர்.

அந்த இரண்டு பெண்களையும் குசலம் விசாரித்த ஹாரி, அங்கு விற்பனை செய்து கொண்டிருந்தது பெல்லா என்பதை அறிந்ததும், மிக உற்சாகமாக அவளை நலம் விசாரித்தான். பெல்லாவும் ஒரு பெரிய புன்னகையுடன் அவனுக்கு வணக்கம் தெரிவித்தாள். மாநிறத்திலிருந்த பெல்லா, இன்றளவும் வசீகரமாகவே இருந்தாள். அவள் சிறிது பருமனாக ஆகியிருந்தாள், முகத்தில் இலேசாக முதிர்ச்சி தட்டியிருந்தது. ஆனால், அவளுடைய பழுப்பு நிறக் கண்கள் கனிவை வெளிப்படுத்திக் கொண்டிருந்தன. அவள் ஹாரியிடம், "ஹாரி, உன்னைப் பார்த்து எத்தனை ஆண்டுகளாயிற்று!" என்றாள்.

ஹாரி தன் மனைவியின் பக்கம் திரும்பி, "பெல்லா என்னுடைய பழைய காதலி," என்று அறிமுகப்படுத்தினான். "அவள்மீது நான் தலைகால் புரியாத காதல் கொண்டிருந்தேன்," என்று கூறியவன், பெல்லாவின் பக்கம் திரும்பி, "பெல்லா, நான் சொல்வது சரிதானே?" என்று கேட்டான்.

"நீ அப்படித்தான் சொல்லிக் கொண்டு திரிகிறாய்," என்றாள் பெல்லா.

லூயிஸ் சிரித்தாள். "என் கணவர் தன் பழைய நண்பர்களை மீண்டும் சந்திப்பதில் மிகவும் மகிழ்கிறார்."

"ஓ! ஹாரி, இந்தக் கிராமத்தில் உன்னை யாரும் மறந்துவிடவில்லை. நீ திருமணமும் புரிந்து கொண்டு இங்கு வந்து கிங்ஸ்டீன் ஹவுஸை இடித்துத் தள்ளிவிட்டு ஒரு புதிய வீட்டைக் கட்டியது எல்லாம் ஏதோ தேவதைக் கதையில் வருவதுபோலவே இருக்கிறது."

"பெல்லா, உனக்குக்கூடத்தான் இப்போது வனப்புக் கூடியிருக்கிறது," என்று கூறிய ஹாரியிடம், தான் எப்போதும்போலத்தான் இருந்ததாகக் கூறி, ஹாரி கேட்டப் பொருளை அவள் அவனிடம் எடுத்துக் கொடுத்தாள்.

ஹார்மனின் முகத்தில் தோன்றிய குழப்பத்தைக் கண்ட கிளாரிஸ், குதூகலத்துடன் இவ்வாறு நினைத்துக் கொண்டாள்: "ஹாரி, நீ இந்தக் கிராமத்துப் பெண்களின் வம்பளப்புகளுக்கு மேலும் தூபம் போட்டுள்ளாய்."

* * *

டாக்டர் ஹேடாக் தன் மருமகளிடம், "திருமதி முர்கட்ராய்ட் ஹாரியின் வீட்டைச் சுற்றிக் கொண்டு அவர்களுக்குச் சாபம் விட்டுக் கொண்டிருக்கிறாளாமே! இது என்ன கூத்து?" என்று கேட்டார்.

"அது உண்மைதான். அது லூயிஸுக்குப் பெரும் மனக்கலக்கத்தைக் கொடுத்துக் கொண்டிருக்கிறது," என்று கிளாரிஸ் பதிலளித்தாள்.

"இது பற்றிக் கவலைப்பட வேண்டாம் என்று லூயிஸிடம் சொல். முட்கர்ராய்ட் தம்பதியர் எப்போதுமே அந்த வீட்டைப் பற்றிக் குறை சொல்லிக் கொண்டுதான் இருந்தனர். அதற்குக் காரணம், அவளுடைய கணவன் எப்போதும் குடித்துக் கொண்டிருப்பான். அவர்களுக்கு வேறு போக்கிடம் இருக்கவில்லை."

"நான் லூயிஸிடம் கூறுகிறேன். ஆனால் அவள் உங்களுடைய கூற்றை நம்புவது சந்தேகமே. ஏனெனில், அந்தக் கிழவி ஒரு பைத்தியம்போல அவளை நோக்கி எப்போதும் கத்திக் கொண்டும் அவளுக்குச் சாபமிட்டுக் கொண்டும் இருக்கிறாள்."

"எனக்கு ஹாரியை எப்போதும் பிடிக்கும். அவன் ஏன் இந்தப் பிரச்சனையைத் தீர்க்காமல் இருக்கிறான் என்பதுதான் எனக்குப் புரியவில்லை."

"ஹாரி அவளை நிரந்தரமாக ஒழித்துக் கட்டுவதற்கான ஏற்பாடுகளைச் செய்து கொண்டிருக்கிறான். அவளை அமெரிக்காவுக்கு அனுப்புவதற்குக் கப்பல் பயணச்சீட்டுக்கூட எடுத்துவிட்டான்."

மூன்று நாட்களுக்குப் பிறகு, லூயிஸ் தன்னுடைய குதிரையில் சவாரி செய்து கொண்டிருந்தபோது, அதிலிருந்து தூக்கியெறியப்பட்டுக் கொல்லப்பட்டாள்.

அந்த விபத்தை, பேக்கரி வேனில் வந்த இரண்டு பேர் நேரடியாகப்

பார்த்திருந்தனர். லூயிஸ் தன் வீட்டின் நுழைவாயிலிலிருந்து குதிரையில் வெளிவந்ததையும், வெளியே நின்று கொண்டிருந்த திருமதி முர்கட்ராய்ட் அவளை வழக்கம்போலத் தூற்றியதையும், அப்போது அந்தக் குதிரை திடீரென்று மிரண்டு தலைதெறிக்க ஓடியதையும், சிறிது தொலைவு சென்றதும் லூயிஸ் அக்குதிரையிலிருந்து தூக்கி வீசப்பட்டதையும் அவர்கள் பார்த்திருந்தனர்.

அவர்களில் ஒருவன், நினைவிழந்து கிடந்த லூயிஸின் அருகே நின்று கொண்டான். மற்றவன் உதவி கேட்டு அந்த வீட்டுக்குள் ஓடினான்.

நடந்த சம்பவத்தைக் கேள்விப்பட்டு ஹாரி வேகமாக வெளியே ஓடி வந்தான். அவனுடைய முகத்தில் வேதனை அப்பிக் கிடந்தது. அந்த பேக்கரி வேனின் கதவு ஒன்றைக் கழற்றி, லூயிஸை அதில் கிடத்தி, அவர்கள் அவளை ஹாரியின் வீட்டுக்குள் கொண்டு சென்றனர். மருத்துவர் வருவதற்குள், சுயநினைவு திரும்பாமலேயே லூயிஸ் இறந்து போனாள்.

(டாக்டர் ஹேடாக் எழுதியிருந்த கதை இத்துடன் நிறைவடைந்தது.)

* * *

மறுநாள், டாக்டர் ஹேடாக் மார்ப்பிளைப் பார்க்க வந்தபோது, மார்ப்பிளின் முகத்தில் கூடுதல் மலர்ச்சி தென்பட்டதை அவர் கவனித்தார்.

"என் கதையைப் படித்து முடித்துவிட்டீர்களா? அதைப் பற்றி உங்களுடைய கருத்து என்ன?" என்று ஹேடாக் கேட்டார்.

"அந்தக் கதையின் எந்த அம்சத்தைப் பற்றி நான் கருத்துச் சொல்ல வேண்டும் என்று நீங்கள் எதிர்பார்க்கிறீர்கள்?" என்று மார்ப்பிள் ஒரு பதில் கேள்வியைத் தொடுத்தார்.

"நான் என்ன கேட்க வருகிறேன் என்பது உங்களுக்கே தெரியும்."

"நான் படித்தவரை, அந்தப் பராமரிப்பாளர் பெண்மணியின் நடத்தை ஆர்வத்தைத் தூண்டுவதாக இருந்தது. அவள் ஏன் அப்படி விநோதமாக நடந்து கொண்டாள்? மக்கள் நீண்டகாலம் தாங்கள் வசித்து வந்த தங்களுடைய சொந்த வீட்டிலிருந்து தூக்கியெறியப்படும்போது விநோதமாக நடந்து கொள்வது உண்டுதான். ஆனால், இது அவளுடைய வீடு அல்லவே! இன்னும் சொல்லப் போனால், அவள் அங்குக் குடியிருந்தபோதே, அதைப் பற்றிப் புலம்பிக் கொண்டுதான் இருந்திருந்தாள். அவளுடைய நடத்தை சந்தேகத்திற்கிடமானதாக இருந்தது

என்பதை மறுப்பதற்கில்லை. ஆமாம், அவளுக்கு என்ன ஆயிற்று?”

“அந்த விபத்து அவளைக் கலவரப்படுத்திவிட்டது. தன் கப்பல் வரும்வரை லிவர்பூலில் காத்திருக்கலாம் என்று கருதி உடனே ஒரு இரயிலைப் பிடித்து அவள் அங்குச் சென்றுவிட்டாள்.”

“இது யாரோ ஒருவருக்கு சௌகரியமாக அமைந்துவிட்டது. அந்தப் பராமரிப்பாளர் பெண்மணியின் விநோதமான நடத்தைக்கான காரணத்தை என்னால் எளிதாக ஊகித்துவிட முடியும். அப்படி நடந்து கொள்ளும்படி அவளை யாரோ தூண்டிவிட்டிருக்கிறார்கள். அதற்கு அவளுக்குப் பணமும் கொடுக்கப்பட்டிருக்க வேண்டும்.”

“அப்படியானால், அவளுடைய விநோத நடத்தைக்கு அதுதான் காரணம் என்ற முடிவுக்கு நீங்கள் வந்துவிட்டீர்களா?”

“அவள் தன் இயல்புக்கு மீறி நடந்து கொண்டிருக்கிறாள். அப்படியானால், அப்படி நடிப்பதற்கு அவளுக்கு யாராவது பணம் கொடுத்திருக்க வேண்டும்.”

“அது யாரென்று உங்களால் ஊகிக்க முடியுமா?”

“முடியும். மறுபடியும் பணம்தான் எல்லாவற்றையும் தள்ளிவிட்டு முன்னால் வந்து நிற்கிறது. கிட்டத்தட்ட அனைத்து ஆண்களுக்கும் ஒரே மாதிரியான இரசனைதான் இருக்கிறது என்பதை நான் கவனித்துள்ளேன்.”

“நீங்கள் என்ன சொல்கிறீர்கள் என்பது எனக்குச் சுத்தமாக விளங்கவில்லை.”

“இக்கதையில் தனித்தனியாகத் தொங்கிக் கொண்டிருக்கின்ற பல விஷயங்களுக்கு இடையே ஒரு தொடர்பு இருக்கிறது. ஹாரிக்கு பெல்லாவின்மீது ஓர் ஈர்ப்பு இருந்தது. அவள் மாநிறத்திலிருந்த, துடிப்பான, சுயமாகச் செயல்பட்ட ஒரு பெண். உங்களுடைய மருமகள் கிளாரிஸூம் அதே இரகம்தான். ஆனால், ஹாரியின் மனைவி முற்றிலும் வேறொரு இரகமாக இருந்தாள். அவள் வெள்ளை நிறத்தவள். எல்லாவற்றுக்கும் அவள் அவனையே சார்ந்திருந்தாள். மொத்தத்தில், அவன் விரும்பிய இரகத்தைச் சேர்ந்தவளாக அவள் இருக்கவில்லை. அப்படியானால், ஹாரி அவளை அவளுடைய பணத்திற்காகத்தான் திருமணம் செய்திருக்க வேண்டும். அதே பணத்திற்காக அவன்தான் அவளைக் கொலை செய்திருக்கவும் வேண்டும்.”

“நீங்கள் என்ன திடுதிடுப்பென்று கொலை என்ற வார்த்தையைத் தூக்கிப் போடுகிறீர்கள்?”

“இதற்குப் பொருத்தமான இரகமாகத்தான் ஹாரி

தெரிகிறான். அவன் பெண்களுக்கு வசீகரமானவன், தீவினைக்கு அஞ்சாதவன். அவன் தன் மனைவியின் பணத்தை வைத்துக் கொண்டு, உங்களுடைய மருமகளைத் திருமணம் செய்து கொள்ள ஆசைப்பட்டான் என்று நான் நினைக்கிறேன். பெல்லாவிடம் அவன் தேனொழுகப் பேசியிருந்திருக்கலாம் என்றாலும், ஒரு காலத்தில் அவள்மீது அவனுக்கிருந்த மோகம் இப்போது இருக்கவில்லை. ஆனால், பெல்லாமீது தன் கடைக்கண் பார்வை இப்போதும் படிந்திருந்ததாக அவன் அவளை நம்ப வைத்திருந்தான். தேவைப்படும் நேரத்தில் அவளைப் பயன்படுத்திக் கொள்ள அவன் திட்டமிட்டிருந்திருக்கலாம்."

"அப்படியானால், ஹாரி தன் மனைவியை எப்படிக் கொன்றிருப்பான் என்று நீங்கள் நினைக்கிறீர்கள்?"

மார்ப்பிள் சிறிது நேரம் யோசனையில் ஆழ்ந்துவிட்டுத் தொடர்ந்தார்.

"அனைத்தும் கனகச்சிதமாகத் திட்டமிடப்பட்டிருந்தன. பேக்கரி வேன் வருகின்ற நேரம் பார்த்துக் காரியங்கள் நடந்திருந்தன. அதன் மூலம், அவர்கள் அந்த விபத்தை நேரில் பார்த்தச் சாட்சிகளாகியிருந்தனர். அந்த முதிய பெண்ணின் கோலத்தையும் அவளுடைய கத்தலையும் பார்த்துத்தான் லூயிஸின் குதிரை மிரண்டிருக்க வேண்டும் என்று அவர்கள் முடிவு கட்டியிருந்திருப்பர். அந்தக் குதிரையை மிரள வைக்க ஒரு காற்றுத் துப்பாக்கியோ அல்லது கவணோ பயன்படுத்தப்பட்டிருக்கலாம் என்பது என் ஊகம்."

மார்ப்பிள் மீண்டும் சிறிது இடைவெளி விட்டுவிட்டுத் தொடர்ந்தார்.

"குதிரையிலிருந்து கீழே தூக்கியெறியப்பட்டிருந்ததிலேயே லூயிஸ் கொல்லப்பட்டிருக்கலாம். ஆனால், ஹாரிக்கு அது உறுதியாகத் தெரியாது. ஹாரி எல்லாவற்றையும் திட்டமிட்டுக் கச்சிதமாக நிறைவேற்றுகின்ற இரகத்தைச் சேர்ந்தவன். உயிரைப் பறிக்கக்கூடிய ஏதாவது ஒரு வேதிமருந்தை, பெல்லாவிடமிருந்து, அவளுடைய கணவனுக்குத் தெரியாமல் அவனால் வாங்கியிருக்க முடியும். இல்லையெனில் அவளிடம் அவன் கொஞ்சிக் குலாவுவதற்கு என்ன அவசியம் இருந்தது? அவன் ஏதாவது ஆற்றல்மிக்க மருந்தை பெல்லாவிடமிருந்து பெற்று, நீங்கள் அங்குச் செல்வதற்கு முன்பாக அதைத் தன் மனைவியின் உடலில் செலுத்தியிருந்திருக்க வேண்டும். ஒருவர் தன் குதிரையிலிருந்து தூக்கியெறியப்பட்டுப் படுகாயமடைந்து சுயநினைவு தப்பிய நிலையிலேயே உயிரிழந்திருந்தால், எந்தவொரு மருத்துவரும் அந்த மரணத்தைச் சந்தேகிக்க

மாட்டார்தானே? அதிர்ச்சியால் அந்த மரணம் ஏற்பட்டிருக்கலாம் என்ற முடிவுக்குத்தானே அந்த மருத்துவர் வருவார்?"

ஆமாமென்று ஹேடாக் தலையசைத்தார்.

"உங்களுக்கு எப்படிச் சந்தேகம் ஏற்பட்டது?" என்று மார்ப்பிள் கேட்டார்.

"இதில் என் புத்திசாலித்தனம் எதுவுமில்லை. வழக்கம்போல, புத்திசாலித்தனமாகக் காரியங்களை நகர்த்துகின்ற கொலையாளிகள், தங்களுடைய மேதாவித்தனத்தின் மிதப்பில் தேவையான முன்னெச்சரிக்கை நடவடிக்கைகளை எடுக்கத் தவறுவதுபோல ஹாரியும் ஒரு சிறு தவறு செய்துதான் மாட்டிக் கொண்டான். தன் மனைவியை அநியாயமாகப் பறி கொடுத்திருந்த அந்தக் கணவனுக்கு நான் சில ஆறுதல் வார்த்தைகளைக் கூறிக் கொண்டிருந்தேன். அக்கணத்தில் அவன்மீது உண்மையிலேயே எனக்குப் பச்சாதாபம் பிறந்திருந்தது. தான் பெரும் துக்கத்தில் இருந்ததாகத் தன்னைக் காட்டிக் கொள்ள முனைந்த அவன், தன் மனைவியின் உடல்மீது விழுந்து கதறி அழுவதுபோல அளவுக்கு மீறி நடித்தபோது, மருத்துவர்கள் பயன்படுத்துகின்ற ஊசி ஒன்று அவனுடைய பாக்கெட்டிலிருந்து வெளியே வந்து விழுந்தது.

"அதைக் குனிந்து எடுத்து அவன் அதை மீண்டும் தன் பாக்கெட்டில் போட்டுக் கொண்டாலும், அவனுடைய முகத்தில் அப்பியிருந்த பயம் என்னை யோசிக்க வைத்தது. ஹாரிக்கு போதை மருந்துப் பழக்கம் கிடையாது என்பது எனக்குத் தெரியும். அவன் மிகவும் ஆரோக்கியமாக இருந்தான். அப்படியானால், மருத்துவர்கள் பயன்படுத்துகின்ற ஊசி அவனிடம் எதற்காக இருக்க வேண்டும்? என் சந்தேகத்தைப் போக்கிக் கொள்வதற்காக நான் லூயிஸின் உடலைப் பிரேதப் பரிசோதனை செய்தேன். அவளுடைய உடலில் ஸ்ட்ரோபன்தின் என்ற நச்சுப்பொருள் கலந்திருந்ததை நான் கண்டுபிடித்தேன். அதற்குப் பிறகு மற்றவற்றைக் கண்டுபிடிப்பது சிரமமாக இருக்கவில்லை. ஹாரியிடம் ஸ்ட்ரோபன்தின் இருந்தது. பெல்லாவைக் காவலர்கள் விசாரித்தபோது, அவள் அதை ஹாரியிடம் கொடுத்திருந்ததை ஒப்புக் கொண்டாள். அதோடு, திருமதி முர்கட்ராய்ட், தன்னை அப்படி நடிக்கச் சொன்னது ஹாரிதான் என்று ஒப்புதல் வாக்குமூலம் கொடுத்துவிட்டாள்."

"உங்களுடைய மருமகள் இதிலிருந்து மீண்டுவிட்டாளா?"

"அவள் ஹாரியால் கவர்ந்திழுக்கப்பட்டிருந்தாள் என்பது உண்மைதான். ஆனால், அது வெகுதூரம் சென்றிருக்கவில்லை

என்பதால் அவள் தப்பித்துவிட்டாள்.”

ஹேடாக் தன்னுடைய கதையின் கையெழுத்துப் பிரதியை எடுத்துக் கொண்டார்.

“மார்ப்பிள், இக்கதையின் மர்ம முடிச்சைத் திறமையாக அவிழ்த்தமைக்காக நான் உங்களுக்கு முழு மதிப்பெண்கள் கொடுக்கிறேன். உங்களைக் குணப்படுத்துவதற்காக இந்த மருந்தை உங்களுக்கு நான் பரிந்துரைத்திருந்ததற்காக, நான் எனக்கும் முழு மதிப்பெண்களை வழங்கிக் கொள்கிறேன். நீங்கள் கிட்டத்தட்ட மீண்டும் பழைய ஆரோக்கிய நிலைக்குத் திரும்பிவிட்டீர்கள்.”

பனிமூட்டத்திற்குள் ஒரு மனிதன்

1

டாமியும் டப்பென்ஸும் சமீபத்தில் தொழில்ரீதியான ஒரு முட்டுக்கட்டையைச் சந்தித்திருந்தனர். அவர்களுடைய துப்பறியும் நிறுவனமான 'பிளன்ட்ஸின் அற்புதமான துப்பறிவாளர்கள்' நிறுவனம் சமீபத்தில் ஒரு சறுக்கலை எதிர்கொண்டிருந்தது. அவர்கள் தங்களுடைய திறமை மேல் கொண்டிருந்த கர்வத்திற்கு அது ஒரு சவுக்கடி கொடுத்திருந்தது. இங்கிலாந்திலுள்ள ஆர்லிங்டன் என்ற இடத்திலிருந்த ஆர்லிங்டன் ஹால் என்ற மாளிகையில் காணாமல் போன ஒரு முத்துமாலை தொடர்பான மர்மத்தை விடுவிப்பதற்காக டாமியும் டப்பென்ஸும் அமர்த்தப்பட்டிருந்தனர். சூதாட்டத்தால் ஏகப்பட்டக் கடனுக்கு ஆளாகியிருந்த அந்த மாளிகையின் சொந்தக்காரியான சீமாட்டியை, டாமி ஒரு கத்தோலிக்கப் பாதிரியாரின் வேடத்தில் பின்தொடர்ந்து கொண்டிருந்தான். டப்பென்ஸ் அந்தச் சீமாட்டியின் மருமகனுடன் ஒரு நட்புறவை வளர்த்துக் கொண்டிருந்தாள். இதற்கிடையே, உள்ளூர் காவல் ஆணையர், அந்த மாளிகையில் வேலை பார்த்துக் கொண்டிருந்த பணியாள் ஒருவனை ஆர்ப்பாட்டமின்றிக் கைது செய்தார். அவனும் தான்தான் அதைத் திருடியதாக ஒப்புக் கொண்டுவிட்டான்.

அதனால், டாமியும் டப்பென்ஸும் கௌரவமாக அந்தக் கேஸிலிருந்து விலகிக் கொண்டனர். இப்போது அந்தக் கவலையை மறக்க, ஆர்லிங்டனில் தாங்கள் தங்கியிருந்த கிராண்ட் ஓட்டலில் அவர்கள் இருவரும் காக்டெயில் அருந்திக் கொண்டிருந்தனர்.

“ஜி.கே. செஸ்டர்டன் கதைகளில் வருகின்ற பாதிரியாரும் துப்பறிவாளருமான பிரவுன் பாதிரியாரைப்போல நான் மாறுவேடம் போட்டிருந்தும் எதுவும் தேறவில்லை,” என்று டாமி அங்கலாய்த்தான். “அவர் பயன்படுத்துகின்ற அதே குடையைக்கூட நான் பயன்படுத்தினேன்!”

“இங்குப் பிரச்சனை அதுவல்ல. இதுபோன்ற துப்பறியும் கேஸ்களுக்கு முதலிலிருந்தே ஒரு குறிப்பிட்டச் சூழல் தேவைப்படும். ஒருவர் மிகச் சாதாரணமான காரியங்களில் ஈடுபட வேண்டும். பின் திடீரென்று விநோதமான காரியங்கள் அரங்கேறத் துவங்கும்,” என்று டப்பென்ஸ் கூறினாள்.

“நாம் லண்டனுக்குத் திரும்ப வேண்டும். ஒருவேளை நாம் இரயில் நிலையத்திற்குச் செல்கின்ற வழியில் ஏதாவது விநோதமான காரியம் அரங்கேறப் போகிறதோ என்னவோ!”

டாமி தன் கையில் வைத்திருந்த கோப்பையைத் தன் உதட்டருகே கொண்டு சென்றபோது, திடீரென்று அது குலுங்கியதால் அதிலிருந்த காக்டெயில் அவன்மீது கொட்டியது. ஒரு கனமான கை அவனுடைய தோளைப் பற்றியது. அந்தக் கைக்குச் சொந்தக்காரன் ஒரு கனத்தக் குரலில் அவனுக்கு வணக்கம் தெரிவித்தான்.

“ஆகா! டாமி! நீ எங்கிருந்து இங்கு வந்து குதித்தாய்? பல ஆண்டுகளாக உன்னிடமிருந்து தகவலே இல்லையே!” என்று கூறியவன், டப்பென்ஸ் பக்கம் திரும்பி அவளுக்கும் வணக்கம் தெரிவித்தான்.

“வணக்கம், பல்ஜர்!” என்று டாமியும் அவனுக்கு வாழ்த்து தெரிவித்தான். நண்பர்களுக்கு அவன் பல்ஜர் என்றாலும், அவனுடைய முழுப் பெயர் மெர்வின் எஸ்ட்கோர்ட். அவனுக்கு முப்பது வயதிருக்கும். அவனுடைய முகம் வட்ட வடிவில் செக்கச்செவேல் என்றிருந்தது. அவன் கோல்ஃப் ஆட்டக்காரர்கள் அணிகின்ற உடையில் இருந்தான்.

“டாமி, நீ ஒரு பாதிரியாராக ஆவாய் என்று நான் எதிர்பார்க்கவே இல்லை. உன்னை இந்தக் கோலத்தில் பார்ப்பதற்குப் பரிதாபமாக இருக்கிறது,” என்று அவன் கிண்டலாகக் கூறினான்.

அதைக் கேட்டு டப்பென்ஸ் வாய்விட்டுச் சிரித்தாள். டாமி அசௌகரியத்தில் நெளிந்தான். அப்போது, அங்கு ஒரு நான்காவது நபர் நின்று கொண்டிருந்ததை டாமியும் டப்பென்ஸூம் கவனித்தனர்.

அந்தப் பெண் உயரமாகவும், ஒல்லியாகவும், பொன்னிறக் கூந்தலுடனும், நீலக் கண்களுடனும், அநியாயத்திற்கு அழகாகவும் இருந்தாள். விலையுயர்ந்த ஆடையையும், அதற்கு

மேல் விலங்கு உரோமத்தால் ஆன ஒரு கோட்டையும், பெரிய முத்துக் கம்மல்களையும் அவள் அணிந்திருந்தாள். அவள் அவர்களை நோக்கிப் புன்னகைத்தாள். அவளுடைய புன்னகை பல விஷயங்களை வெளிப்படுத்தியது. இங்கிலாந்திலேயே மிகவும் அழகான பெண் தான்தான் என்ற பிரக்ஞை அவளுக்கு இருந்ததை அது வெளிப்படுத்தியது. அவளிடமிருந்து எந்தவிதத்திலும் அது குறித்த கர்வம் வெளிப்படவில்லை என்றாலும், அதை அவள் உறுதியாக அறிந்திருந்ததை அது வெளிப்படுத்தியது.

அவள் யாரென்பதை டாமியும் டப்பென்ஸும் உடனடியாக அடையாளம் கண்டு கொண்டனர். அவள் கதாநாயகியாக நடித்திருந்த பல நாடகங்களை அவர்கள் பார்த்திருந்தனர். பிரிட்டிஷ் மக்களை அவள் அளவுக்கு வேறு எந்த நட்சத்திரமும் கவர்ந்திருக்கவில்லை. தங்கள் நாட்டின் அழகு இராணி என்று அவர்கள் அவளைக் கொண்டாடினர். அதே நேரத்தில், அவள் ஒரு பயங்கரமான முட்டாளாகவும் இருந்தாள் என்று பரவலாகக் கிசுகிசுக்கப்பட்டது.

"கிலென், இது என்னுடைய பழைய நண்பர்கள் டாமும் டப்பென்ஸும்," என்று மெர்வின் அவளுக்கு அவர்களை அறிமுகம் செய்து வைத்துவிட்டு, "இது கில்டா கிலென்," என்று அவளை அவர்களுக்கு அறிமுகம் செய்தான்.

அவனுடைய குரலில் பெருமை பொங்கி வழிந்தது. அவனுடன் வெறுமனே சேர்ந்து தோன்றியதன் மூலம் அவள் அவனுக்குப் பெரும் கீர்த்தியைக் கொண்டுவந்து சேர்த்திருந்தாள்.

அவள் டாமைக் கண்கொட்டாமல் பார்த்துக் கொண்டிருந்தாள்.

"நீங்கள் உண்மையிலேயே ஒரு பாதிரியாரா? கத்தோலிக்கப் பாதிரியார்கள் திருமணம் செய்து கொள்வதில்லை என்று நான் கேள்விப்பட்டிருந்தேனே!" என்று கிலென் கூறினாள்.

மெர்வினிடமிருந்து மீண்டும் ஒரு வெடிச்சிரிப்பு கிளம்பியது.

கிலென் அவனைக் கண்டுகொள்ளவேயில்லை. அவள் மீண்டும் டாமையே வெறித்துப் பார்த்துக் கொண்டிருந்தாள்.

"நீங்கள் ஒரு பாதிரியாரா?" என்று அவள் மீண்டும் கேட்டாள்.

"வாழ்க்கையில் காட்சியளிக்கின்றபடியே நிஜத்திலும் இருப்பவர்கள் வெகுசிலரே," என்றான் டாமி. "என்னுடைய தொழிலுக்கும் ஒரு பாதிரியார் தொழிலுக்கும் பெரிய வேறுபாடு கிடையாது. நான் பாவமன்னிப்பு வழங்குவது கிடையாது என்றாலும், வாக்குமூலங்களைச் செவிமடுக்கிறேன்."

மெர்வின் குறுக்கிட்டு, "கிலென், இவன் கூறுவதைக் கேட்காதே," என்று கூறினான். "இவன் உன்னுடைய காலை வாரிக் கொண்டிருக்கிறான்."

"நீங்கள் ஒரு பாதிரியார் இல்லையென்றால், பின் ஏன் அந்த ஆடையை அணிந்திருக்கிறீர்கள்?" என்று கிலென் குழப்பமாகக் கேட்டாள். "ஒருவேளை நீங்கள்–"

"ஒருவேளை நான் சட்டத்திலிருந்து தப்பியோடிக் கொண்டிருக்கும் ஒரு குற்றவாளியாக இருக்கலாம் என்று நீங்கள் நினைக்கிறீர்களா? இல்லை அதற்கு நேர் எதிரானவன் நான்."

"ஓ!" என்று கூறிய அவள் தன் அழகான கண்கள் முழுவதும் வியப்பு மண்டிட டாமியைப் பார்த்தாள்.

'நான் சொல்லியதன் அர்த்தம் அவளுக்கு நிஜமாகவே விளங்கியிருக்குமா?' என்று டாமி யோசித்தான். 'நான் சொல்ல வந்ததை இன்னும் தெளிவாக ஒற்றை வார்த்தையில் நான் கூறியிருந்திருக்க வேண்டும்.'

டாமி சத்தமாக இவ்வாறு கூறினான்:

"மெர்வின், லண்டனுக்குப் போவதற்கான அடுத்த இரயில் எப்போது என்று உனக்குத் தெரியுமா? இங்கிருந்து இரயில் நிலையம் எவ்வளவு தூரம்?"

"6.35 மணிக்கு. இரயில் நிலையத்திற்கு இங்கிருந்து பத்து நிமிடங்களில் நடந்து சென்றுவிடலாம். ஆனால், அவசரப்படத் தேவையில்லை. இப்போது மணி 5.40 தானே ஆகிறது?"

"இரயில் நிலையத்திற்கு எந்த வழியாகச் செல்ல வேண்டும்?"

"இந்த ஓட்டலைவிட்டு வெளியே வந்தவுடன் இடது பக்கம் திரும்பி மோர்கன் அவென்யூ வழியாகச் செல்ல வேண்டும்," என்று கூறிய மெர்வின், கிலென் பக்கம் திரும்பி, "அதுதானே சரியான வழி?" என்று கேட்டான்.

"மோர்கன் அவென்யூவா?" என்று கிலென் அதிர்ச்சியுடன் கேட்டாள். அவளுடைய கண்கள் படபடத்தன.

"கிலென், நீ என்ன நினைக்கிறாய் என்பது எனக்குப் புரிகிறது," என்று கூறி மெர்வின் சிரித்தான். பின் டாமையும் டப்பென்ஸையும் பார்த்து, "ஆவி! மோர்கன் அவென்யூவின் ஒரு பக்கம் ஒரு கல்லறைத் தோட்டம் இருக்கிறது. அத்தெருவில் பணிபுரிந்து கொண்டிருந்தபோது, காவல்துறையைச் சேர்ந்த ஒரு காவலன் பயங்கரமான முறையில் கொல்லப்பட்டான். இப்போதும் அவனுடைய ஆவி அந்தப் பகுதியில் சுற்றி வந்து கொண்டிருப்பதாக இப்பகுதி மக்கள் நம்புகின்றனர். அவனைத் தங்கள் கண்ணால் பார்த்ததாகப் பலர் சத்தியமே செய்வார்கள். உங்களால் நம்ப முடிகிறதா?" என்று கேட்டான்.

"காவலனா?" என்று கிலென் கேட்டாள். அவளுடைய உடல் நடுங்கியது. "ஆவி! ஆவிகள் உண்மையிலேயே இருக்கின்றனவா?"

பின் அவள் தன் கோட்டை இழுத்துப் போர்த்திக் கொண்டு அங்கிருந்து கிளம்பினாள்.

"போய் வருகிறேன்," என்று அவள் பொத்தம் பொதுவாகக் கூறினாள்.

அவள் அங்கு இருந்திருந்த நேரம் முழுவதும் அவள் டப்பென்ஸைக் கண்டுகொள்ளவே இல்லை. இப்போது அங்கிருந்து புறப்பட்டபோதும் அவள் டப்பென்ஸின் பக்கம் திரும்பிக்கூடப் பார்க்கவில்லை. ஆனால், அவள் தன் தோளைச் சாய்த்து டாமியை நோக்கி ஒரு கேள்விக்குறி நிறைந்த ஒரு பார்வையை வீசினாள்.

கிலென் அந்த உணவகத்தின் வாசலை நெருங்கியபோது ஓர் உயரமான நபரை எதிர்கொண்டாள். அவர் நரைத்தத் தலைமுடியுடனும் உப்பிப் போயிருந்த கன்னங்களுடனும் இருந்தார். அவர் கிலென்னைப் பார்த்ததும் வியப்புடன் ஏதோ கூறினார். அவர் அவளுடைய கையைப் பிடித்துக் கொண்டு, அவளுடன் எதையோ பேசிக் கொண்டே அவளை வெளியே அழைத்துச் சென்றார்.

"அவள் மிகவும் அழகாக இருக்கிறாள், இல்லையா?" என்றான் மெர்வின். "ஆனால், மூளை மட்டும் ஒரு முயலுக்கு இருப்பதைப் போன்று இருக்கிறது. அவள் லெகான்பரி பிரபுவைத் திருமணம் செய்து கொள்ளவிருப்பதாக ஒரு வதந்தி நிலவுகிறது. வாசலில் அவள் சந்தித்த நபர் அவர்தான்."

"அவரைப் பார்த்தால் திருமணம் செய்து கொள்வதற்கு உகந்த நேர்த்தியான மனிதரைப்போலத் தோன்றவில்லையே," என்று டப்பென்ஸ் கூறினாள்.

மெர்வின் தன் தோள்களைக் குலுக்கினான்.

"பிரபு, சீமாட்டி போன்ற அலங்கார அடைமொழிகளுக்கு இன்றளவும் மவுசு இருந்து கொண்டுதான் இருக்கிறது," என்று மெர்வின் கூறினான். "அதோடு, லெகான்பரி ஒரு மாபெரும் செல்வந்தர். அவரைத் திருமணம் செய்து கொண்டால், அவளுடைய வாழ்க்கை செல்வச்செழிப்பு மிக்கதாகவும் மிகவும் சௌகரியமானதாகவும் மாறிவிடும். அவளுடைய உண்மையான பின்புலம் என்ன என்பது எவருக்கும் தெரியாது. அவள் சமுதாயத்தின் மிக அடிமட்டத்திலிருந்து வந்திருக்க வேண்டும் என்று மட்டும் என்னால் உறுதியாகக் கூற முடியும். அவள் இந்த இடத்திற்கு எதற்கு வந்தாள் என்பதே ஒரு புதிராகத்தான் இருக்கிறது. அவள் இந்த ஓட்டலில்

தங்கியிருக்கவில்லை. அவள் எங்கே தங்கியிருக்கிறாள் என்பதைத் தெரிந்து கொள்ள நான் முயன்றபோது, அவள் என்னை வறுத்தெடுத்துவிட்டாள். அவள் இங்கு எதற்காக வந்திருக்கிறாள் என்று தெரிந்தால் நன்றாக இருக்கும்."

தன் கைக்கடிகாரத்தைப் பார்த்த அவன் அவசரம் காட்டினான்.

"நான் கிளம்பியாக வேண்டும். உங்கள் இருவரையும் நீண்ட நாட்கள் கழித்துப் பார்த்ததில் எனக்கு மிக்க மகிழ்ச்சி. விரைவில் நாம் ஒன்றாகச் சேர்ந்து உணவருந்தச் செல்லலாம். நான் வருகிறேன்."

அவன் விரைந்து அங்கிருந்து வெளியேறினான். அப்போது ஓட்டல் பணியாள் ஒருவன் ஒரு வெள்ளித் தட்டை டாமியிடம் கொண்டு வந்து கொடுத்தான். அதில் ஒரு கடித உறை இருந்தது. அது யார் பெயருக்கு எழுதப்பட்டிருந்தது என்ற குறிப்பு அதில் இடம் பெற்றிருக்கவில்லை.

அவன் டாமியிடம், "சார், இதை உங்களிடம் கொடுக்குமாறு கில்டா கிலென் கூறினார்," என்றான்.

டாமி அதைக் கிழித்துத் திறந்து ஆர்வத்துடன் படித்தான். அதில் கோணல்மாணலாக ஒரு சில வரிகள் எழுதப்பட்டிருந்தன.

எனக்குச் சரியாகத் தெரியவில்லை. ஆனால், உங்களால் எனக்கு உதவ முடியும் என்று நான் நினைக்கிறேன். நீங்கள் இரயில் நிலையத்திற்குச் செல்கின்ற வழியில் மோர்கன் அவென்யூவில் இருக்கின்ற 'த ஒயிட் ஹவுஸ்' என்ற வீட்டில் என்னை 6.10 மணிக்குச் சந்திக்க முடியுமா?

உண்மையுடன்

கில்டா கிலென்

டாமி அந்த ஓட்டல் பணியாளிடம் தலையசைத்தவுடன் அவன் அங்கிருந்து நகர்ந்தான். டாமி அந்தக் குறிப்பை டப்பென்ஸிடம் கொடுத்தான்.

"அபாரம்! நீ ஒரு பாதிரியார் என்று இன்னும் அவள் நினைத்துக் கொண்டிருப்பதால்தான் அவள் இப்படி எழுதியிருக்கிறாளா?"

"நான் அப்படி நினைக்கவில்லை. நான் ஒரு பாதிரியார் அல்லன் என்பதை அவள் ஒருவழியாக உணர்ந்து கொண்டதால்தான் அவள் இப்படி எழுதியிருக்கிறாள் என்று நான் கருதுகிறேன்."

திடீரென்று அப்போது அந்த உணவகத்திற்குள் ஒருவன்

நுழைந்தான். அவனுடைய தலைமுடி செந்நிறமாக இருந்தது. அவனுடைய ஆடை அலங்கோலமாக இருந்தது. உள்ளே நுழைந்த அவன், அந்த அறையின் குறுக்கும் நெடுக்குமாக அலைந்து கொண்டு தனக்குத் தானே ஏதோ முணுமுணுத்துக் கொண்டிருந்தான்.

"நாசமாகப் போக!" என்று அவன் கத்தினான்.

பின் அவன் டாமியும் டப்பென்ஸும் அமர்ந்திருந்த இடத்திற்கு அருகேயிருந்த ஒரு மேசையை ஒட்டிப் போடப்பட்டிருந்த நாற்காலியில் வந்து அமர்ந்து கொண்டு, அவர்களையே வெறித்துப் பார்த்துக் கொண்டிருந்தான்.

"எல்லா பெண்களும் நாசமாகப் போக!" என்று கூறிய அவன், டப்பென்ஸை மூர்க்கமாகப் பார்த்தான். "என்னுடன் வேண்டுமானால் சண்டை போடு. என்னை இந்த இடத்திலிருந்து வெளியே தள்ளு. இது ஒன்றும் எனக்குப் புதிதல்ல. நான் நினைப்பதை ஏன் நான் வெளிப்படையாகப் பேசக்கூடாது? என் உணர்ச்சிகளை நான் ஏன் உள்ளே பூட்டி வைத்துவிட்டு மற்றவர்களைப்போல வெளிவேஷம் போட்டுக் கொண்டு திரிய வேண்டும்? எனக்கு யாருடைய கழுத்தையாவது பிடித்து நெரிக்க வேண்டும்போல இருக்கிறது."

பின் அவன் சிறிது இடைவெளி விட்டான்.

"குறிப்பாக யாருடைய கழுத்தையேனும் நெரிக்க விரும்புகிறாயா அல்லது அது யாராக இருந்தாலும் பரவாயில்லையா?" என்று டப்பென்ஸ் அவனிடம் கேட்டாள்.

"ஒரு குறிப்பிட்ட நபரை," என்று அவன் கடுகடுப்புடன் கூறினான்.

"அது யார் என்று எங்களிடம் சொல்கிறாயா?"

"என் பெயர் ஜேம்ஸ் ரெய்லி. என் பெயரை நீங்கள் கேள்விப்பட்டிருக்கக்கூடும். நான் கவிதைத் தொகுப்பு ஒன்றைப் பிரசுரித்திருக்கிறேன். அவை அமைதிவாதம் குறித்தக் கவிதைகள்."

"என்ன, அமைதிவாதக் கவிதைகளா?"

"ஏன்? நான் அமைதிவாதக் கவிதைகளை எழுதக்கூடாதா?" என்று அவன் வெடுக்கென்று கேட்டான்.

"அப்படியெல்லாம் இல்லை."

"நான் எப்போதும் அமைதியின் பக்கம்தான்," என்று அவன் சீற்றத்துடன் கூறினான். "போர் ஒழிக! பெண்கள் நாசமாகப் போக! இப்போது இங்கிருந்து ஒரு ஜந்து போனதே, அதைப் பார்த்தீர்களா? அது தன்னை கில்டா கிலென் என்று அழைத்துக் கொள்கிறது. அடக் கடவுளே! நான் அந்தப் பெண்ணை எந்த அளவுக்கு ஆராதனை செய்தேன் தெரியுமா? ஒரு காலத்தில்

அவள் என்னை நேசித்திருந்தாள். மீண்டும் அவளை என்னை நேசிக்க வைக்க முடியும். ஆனால் அவள் அந்தப் பரங்கித் தலையன் லெகான்பரியிடம் தன்னை விற்றுவிட்டாள், இனி அவளைக் கடவுளால்கூடக் காப்பாற்ற முடியாது. நான் என் கைகளாலேயே அவளுடைய கழுத்தை நெரித்து அவளைக் கொன்றுவிடுவேன்."

இப்படிச் சொல்லியவன் திடீரென்று எழுந்து விடுவிடுவென்று அங்கிருந்து சென்றுவிட்டான்.

டாமி தன் புருவங்களை உயர்த்தினான்.

"அவன் அநியாயத்திற்குக் குதித்துக் கொண்டிருக்கிறான்," என்று முணுமுணுத்த டாமி, டப்பென்ஸ் பக்கம் திரும்பி, "சரி, நாம் கிளம்பலாமா?" என்று கேட்டான்.

அவர்கள் ஓட்டலைவிட்டு வெளியே வந்தவுடன் திடீரென்று ஒரு பனிமூட்டம் அவர்களைச் சூழ்ந்து கொண்டது. மெர்வின் கூறியபடி அவர்கள் இடது புறமாகத் திரும்பி நடக்கத் துவங்கினர். அவர்கள் ஒரு சில நிமிடங்கள் நடந்த பிறகு ஒரு திருப்புமுனையை அடைந்தனர். அங்கிருந்த சாலையின் பெயர்ப் பலகையில் மோர்கன் அவென்யூ என்று எழுதப்பட்டிருந்தது.

இப்போது பனிமூட்டம் அதிகரித்திருந்தது. அது மென்மையானதாகவும் வெள்ளையாகவும் இருந்தது. அது அவர்களைச் சுற்றி வட்டமாக நகர்ந்து கொண்டிருந்தது. அவர்களுக்கு இடது பக்கத்தில் ஒரு கல்லறைத் தோட்டத்தின் உயரமான மதில்கள் இருந்தன, வலது புறம் வரிசையாக வீடுகள் இருந்தன. ஆனால், பனிமூட்டத்தின் காரணமாக அந்த வீடுகளின் வேலிப் புதர்ச்செடிகள் மட்டுமே பார்வையில் பட்டன.

"டாமி, எனக்குச் சிறிது மிரட்சியாக இருக்கிறது," என்றாள் டப்பென்ஸ். "இந்தப் பனிமூட்டமும் மயான அமைதியும் எனக்கு உதறல் எடுக்க வைக்கின்றன. நாம் ஓர் அத்துவானக் காட்டில் இருப்பது போன்ற உணர்வு ஏற்படுகிறது."

"இந்த உலகில் நாம் மட்டும் தனியாக இருப்பது போன்ற உணர்வு அது. பனிமூட்டத்தில் இருக்கின்றபோது இது போன்ற உணர்வுகள் ஏற்படுவது சகஜம்தான்," என்றான் டாமி.

டப்பென்ஸ் தலையசைத்து அதை ஆமோதித்தாள்.

"நம்முடைய காலடிச் சத்தம் நடைபாதையில் பட்டு எதிரொலிக்கிறது," என்று கூறியவள், திடீரென்று, "அது என்ன சத்தம்?" என்று கேட்டாள்.

"எது?"

"நமக்குப் பின்னால் வேறு ஏதோ காலடிச் சத்தம் எனக்குக்

கேட்டது."

"இந்த நிலையில் நீ சிந்தித்தால், அடுத்த ஒரு நிமிடத்தில் நீ ஓர் ஆவியைக்கூடப் பார்ப்பாய். இந்த அளவுக்குப் பதற்றப்படாதே. அந்தக் காவலனின் ஆவி உன் தோளைத் தட்டும் என்று நீ பயப்படுகிறாயா?"

டப்பென்ஸ் ஒரு மெல்லிய கீச்சொலி எழுப்பினாள்.

"நானே அரண்டு போயிருக்கிறேன், டாமி. நீ வேறு என் மண்டைக்குள் வேண்டாத விஷயங்களைப் போடாதே."

டப்பென்ஸ் பின்னால் திரும்பி, அவர்களைப் போர்த்தியிருந்த பனிப் போர்வைக்குள் ஊடுருவிப் பார்க்க முயன்றாள்.

பின் அவள், "ஐயோ! மீண்டும் காலடிச் சத்தம் கேட்கிறது!" என்று ஒரு கிசுகிசுப்பான குரலில் கூறினாள். "அது இப்போது பின்னாலிருந்து கேட்கவில்லை, முன்னாலிருந்து கேட்கிறது. உனக்கு ஒன்றும் கேட்கவில்லை என்று மட்டும் கூறிவிடாதே, டாமி."

"எனக்கும் கேட்கிறது. நமக்குப் பின்னால் காலடிச் சத்தம் கேட்கிறது. நம்மைப்போலவே வேறு யாரோ இரயிலைப் பிடிக்க இந்த வழியாக வந்து கொண்டிருக்கின்றனர். நான்–"

டாமி திடீரென்று ஆணியடித்தாற்போல நின்றான். டப்பென்ஸ் திகைப்புக் குரலெழுப்பினாள்.

அவர்களுக்கு முன்னாலிருந்த பனிமூட்டம் திடீரென்று யாரோ அதை விலக்கினாற்போல இரண்டாகப் பிளந்தது. சுமார் இருபதடி தூரத்தில் ஒரு பெரிய காவலன், அந்தப் பனிமூட்டத்திலிருந்து முளைத்தவன்போலத் திடீரென்று தோன்றினான். ஒரு நிமிடத்திற்கு முன்பு அவன் அங்கு இருக்கவில்லை. அடுத்த நிமிடம் அவன் அங்கு இருந்தான். அல்லது கற்பனையால் மூளை சூடாகிப் போயிருந்த அந்த இருவரின் கண்களுக்கு அப்படித் தெரிந்ததுபோலும். பனிமூட்டம் இன்னும் சிறிது விலகியபோது அங்கு ஒரு காட்சி, நாடக அரங்கில் அரங்கேறுவதுபோல அவர்கள் கண் முன்னால் அரங்கேறியது.

நீலநிற உடையணிந்திருந்த ஒரு காவலன் அங்கு நின்று கொண்டிருந்தான். அவனுக்குப் பின்னால் இரத்தச் சிவப்பு நிறத்தில் ஓர் அஞ்சல் பெட்டி இருந்தது. வலது புறமாக வெள்ளை நிறத்தில் ஒரு வீடு சற்று மங்கலாகத் தெரிந்தது.

"நீலம், சிவப்பு, மற்றும் வெள்ளை. இது வண்ணமயமானதொரு காட்சி. டப்பென்ஸ், வா, இதில் பயப்படுவதற்கு ஒன்றுமில்லை."

அந்தக் காவலன் ஒரு நிஜமான காவலன் என்பதை டாமி ஏற்கனவே உறுதி செய்து கொண்டான். பனிமூட்டத்தின்போது

தெரிந்த அளவுக்கு அவன் பெரிய உருவத்தைக் கொண்டிருக்கவில்லை.

ஆனால், அவர்கள் முன்னே நடக்கத் துவங்கியபோது, அவர்களுக்குப் பின்னால் காலடிச் சத்தம் கேட்டது. அவர்களைக் கடந்து ஒருவன் வேகமாகச் சென்றான். அவன் அந்த வெள்ளை நிற வீட்டின் வாயிற்கதவைத் திறந்து கொண்டு அந்த வீட்டின் படிக்கட்டுகளில் ஏறினான். உள்ளே இருந்தவர்களை அழைப்பதற்காக அதன் கதவில் தொங்கவிடப்பட்டிருந்த வளையத்தை அவன் வேகமாகத் தட்டினான். அந்தக் காவலன் நின்று கொண்டிருந்த இடத்திற்கு அருகே டாமியும் டப்பென்ஸும் வந்தபோது அவன் அந்த வீட்டுக்குள் அனுமதிக்கப்பட்டிருந்தான்.

அந்த வீட்டுக்குள் அவசரமாக உள்ளே நுழைந்தவனை உற்றுப் பார்த்துக் கொண்டிருந்த அந்தக் காவலன், "அந்த நபர் ஏதோ அவசரத்தில் இருக்கிறார்போலும்," என்று டாமியிடமும் டப்பென்ஸிடமும் கூறினான்.

அந்தக் காவலன் மெதுவாகப் பேசினான். அவன் யோசித்து யோசித்துப் பேசியதுபோல இருந்தது.

"எப்போதுமே அவசரத்தில் இருக்கின்ற கனவான்களின் இரகத்தைச் சேர்ந்தவன் அவன்," என்று டாமி அந்தக் காவலனிடம் கூறினான்.

அந்தக் காவலனின் சந்தேகப் பார்வை டாமியின்மீது மெதுவாக நிலைத்தது.

"அவன் உங்களுடைய நண்பனா?" என்று அவன் கேட்டான். அவனுடைய குரலில் சந்தேகம் தெறித்தது.

"அவன் எங்கள் நண்பன் அல்லன். ஆனால், அவன் யாரென்று சற்று முன்புதான் நாங்கள் தெரிந்து கொள்ள நேர்ந்தது. அவன் பெயர் ரெய்லி."

"சரி, நான் வருகிறேன்," என்று அந்தக் காவலன் கூறினான்.

" 'த ஒயிட் ஹவுஸ்' எங்கிருக்கிறது என்று கூற முடியுமா?" என்று டாமி அவனிடம் கேட்டான்.

அந்தக் காவலனின் தலை அவர்களை நோக்கித் திரும்பியது.

"நீங்கள் பார்த்துக் கொண்டிருக்கின்ற வீடுதான் அது. அது திருமதி ஹனிகாட்டுக்குச் சொந்தமானது," என்று கூறிய அவன் சிறிது நிறுத்தினான். பின்னர் அவர்களுக்குக் கூடுதல் தகவல் கொடுக்கும் நோக்கத்துடன் அவன் மேலும் தொடர்ந்தான்: "அவள் ஒரு சந்தேகப் பேர்வழி. தன் வீட்டைச் சுற்றி எப்போதும் திருடர்கள் உலவிக் கொண்டிருப்பதாக அவளுக்கு நினைப்பு. வீட்டைச் சுற்றி ஒரு நோட்டம் விடுமாறு அவள் என்னிடம் அடிக்கடிக் கேட்டுக் கொள்வாள். பெண்களுக்கு நடுத்தர

வயது வந்தவுடன் இப்படி ஆகிவிடுகிறார்கள் போலும்!”

“நடுத்தர வயது என்றா சொன்னீர்கள்? அந்த வீட்டில் இளம்பெண் யாரேனும் இருக்கிறாளா?” என்று டாமி கேட்டான்.

“இளம்பெண்ணா?” என்று யோசித்த அந்தக் காவலன், “எனக்குத் தெரிந்து அந்த வீட்டில் இளம்பெண் யாரும் இல்லை,”என்று தெரிவித்தான்.

“அவள் இங்குத் தங்கியிருக்காமல் இருக்கலாம்,” என்று டப்பென்ஸ் கூறினாள். “ஒருவேளை அவள் இன்னும் வந்து சேர்ந்திருக்கவில்லையோ என்னவோ!”

“ஓ!” என்று திடீரென்று கூறிய அந்தக் காவலன், “இப்போது எனக்கு நினைவுக்கு வருகிறது. நான் இந்தச் சாலையில் திரும்பியபோது, இந்த வாயிற்கதவு வழியாக ஓர் இளம்பெண் இந்த வீட்டுக்குள் நுழைந்ததை நான் பார்த்தேன். அது மூன்று அல்லது நான்கு நிமிடங்களுக்கு முன்பு இருக்கும்,” என்று கூறினான்.

“அவள் விலங்கு உரோமத்தாலான ஒரு கோட் அணிந்திருந்தாளா?” என்று டப்பென்ஸ் ஆவலுடன் கேட்டாள்.

“ஆமாம். அது வெள்ளை நிறத்தில் இருந்தது.”

டப்பென்ஸ் புன்னகைத்தாள். அவர்கள் வந்திருந்த திசையை நோக்கி அந்தக் காவலன் சென்றான். டாமியும் டப்பென்ஸும் அந்த ஒயிட் ஹவுஸுக்குள் நுழையத் தயாராயினர்.

அப்போது அந்த வீட்டிலிருந்து ஓர் அலறல் சத்தம் கேட்டது. கிட்டத்தட்ட உடனே அந்த வீட்டின் முன்வாசல் கதவு திறந்தது. ரெய்லி வேகமாக அதன் படிக்கட்டில் இறங்கி ஓடி வந்தான். அவனுடைய முகம் பேயறைந்தாற்போல இருந்தது. அவனுடைய பார்வை எங்கோ மிதந்து கொண்டிருந்ததுபோலத் தோன்றியது. அவன் ஒரு குடிகாரனைப்போலத் தடுமாறினான்.

டாமியும் டப்பென்ஸும் அங்கு இருந்ததே அவனுடைய கண்களில் படாததுபோல அவன் அவர்களைக் கடந்து சென்றான். “அடக் கடவுளே! அடக் கடவுளே!” என்று அவன் மீண்டும் மீண்டும் முணுமுணுத்தவாறு சென்றான். அவன் தன்னை நிதானப்படுத்திக் கொள்வதுபோல நுழைவாயில் தூணைப் பிடித்துக் கொண்டான். பின் திடீரென்று பீதியுடன் அந்தத் தெருவில் அந்தக் காவலன் சென்றிருந்த திசைக்கு எதிர்த்திசையில் அவன் தலைதெறிக்க ஓடத் துவங்கினான்.

2

டாமியும் டப்பென்ஸும் திகைத்துப் போய் ஒருவரையொருவர் பார்த்துக் கொண்டனர்.

"நம்முடைய நண்பர் ரெய்லியைக் கலவரப்படுத்தும் அளவுக்கு அந்த வீட்டில் ஏதோ பயங்கரமாக நிகழ்ந்துள்ளது," என்று டாமி கூறினான்.

டப்பென்ஸ் அந்த வீட்டின் நுழைவாயிலின் தூணில் ஏதோ நினைப்பில் தன் விரல்களை ஓடவிட்டாள்.

"நம் நண்பர் அந்த வீட்டில் இருந்தபோது சிவப்பு பெயின்ட் எதிலாவது கையை விட்டிருக்க வேண்டும்," என்று அவள் கூறினாள்.

"இங்கு என்ன நடந்து கொண்டிருக்கிறது என்பது எனக்குப் புரிபடவில்லை. நாம் விரைவாக உள்ளே செல்வது நல்லது," என்றான் டாமி.

அந்த வீட்டின் கதவருகே அந்த வீட்டின் வேலைக்காரி பேச்சற்று நின்று கொண்டிருந்தாள்.

அந்த வீட்டின் படிகளில் ஏறிக் கொண்டிருந்த டாமியைப் பார்த்து, அந்த வேலைக்காரி, "இதுபோன்ற அநியாயத்தை எங்காவது பார்த்திருக்கிறீர்களா, 'ஃபாதர்'?" என்று கேட்டாள். "அந்த ஆள் இங்கு வந்தான். அந்த இளம்பெண் எங்கே என்று கேட்டான். மாடிப்படிகளில் தாவி ஏறி அவளுடைய அறைக்குச் சென்றான். உடனே அங்கிருந்து ஓர் அலறல் சத்தம் கேட்டது. அவன் போன வேகத்தில் வேகமாகக் கீழே ஓடி வந்தான். ஏதோ ஒரு பேயை நேரில் பார்த்திருந்ததுபோல அவனுடைய முகம் வெளுத்துப் போயிருந்தது. இதற்கெல்லாம் என்ன அர்த்தம்?"

"எல்லன், அங்கே யாருடன் பேசிக் கொண்டிருக்கிறாய்?" என்று ஒரு குரல் அந்த வீட்டின் வரவேற்பறையிலிருந்து கேட்டது.

பின் அந்தக் குரலுக்குச் சொந்தக்காரப் பெண்மணி அங்கே தோன்றினார். நடுத்தர வயதிலிருந்த அவருடைய தலைமுடி நரைத்திருந்தது. அவருடைய நீல நிறக் கண்களை ஒரு மூக்குக்கண்ணாடி அரைகுறையாக மறைத்துக் கொண்டிருந்தது.

"திருமதி ஹனிகாட்?" என்று அவரிடம் கேட்ட டாமி, "நான் கிலென்னைப் பார்க்க வந்துள்ளேன்," என்று அறிவித்தான்.

திருமதி ஹனிகாட் முதலில் டாமியை ஏற இறங்கப் பார்த்தார். அடுத்து அவர் டப்பென்ஸை அளவெடுத்தார்.

"சரி, உள்ளே வாருங்கள்."

வீட்டின் பின்புறத்தில் தோட்டத்தைப் பார்த்தபடி இருந்த

ஓர் அறைக்கு அவர் அவர்களை அழைத்துச் சென்றார். அந்த அறை தட்டுமுட்டுச் சாமான்களால் நிரம்பி வழிந்தது.

அந்த அறையை, பணக்காரத்தனத்துடன் இருந்த கிலென்னுடன் பொருத்திப் பார்க்க முடியவில்லை.

திருமதி ஹனிகாட், "உட்காருங்கள்," என்று அவர்களிடம் கூறினார். "முதலில் உங்களிடம் நான் ஒன்றைக் கூறிக் கொள்ள ஆசைப்படுகிறேன். எனக்குக் கத்தோலிக்கப் பாதிரியார்களை அறவே பிடிக்காது. ஒரு நாள் அவர்கள் என் வீட்டுக்குள் அடியெடுத்து வைப்பார்கள் என்று நான் கனவில்கூட நினைத்துப் பார்த்ததில்லை. குறைந்தபட்சம் அந்தப் பாதிரியார்கள் திருமணம் செய்திருந்தால்கூட அவர்களை நான் ஓரளவு ஏற்றுக் கொண்டிருந்திருப்பேன். கன்னிமாடங்களில் அழகான இளம்பெண்கள் அடைத்து வைக்கப்பட்டிருப்பதையும் என்னால் சீரணிக்க முடியவில்லை."

அவருடைய கருத்துகளுக்கு எந்தவிதமான நியாயப்படுத்தல்களையும் வழங்காமல், டாமி நேரடியாக விஷயத்திற்கு வந்தான்.

"கிலென் இந்த வீட்டில்தான் இருக்கிறாளா?"

"அவள் இங்கேதான் இருக்கிறாள். திருமணம் என்றால் திருமணம்தான். உன் கணவன் என்றென்றைக்கும் உன் கணவன்தான். நான் அவளுடைய முடிவை ஆதரிக்கவில்லை."

"எனக்கு ஒன்றும் புரியவில்லை," என்று டாமி திகைப்புடன் கூறினான்.

"உங்களுக்குப் புரியவில்லை என்பதுவரை எனக்குப் புரிகிறது. நீங்கள் அவளைச் சந்திக்கும் முன்பாக நான் உங்களைத் தனியாக இந்த அறைக்கு அழைத்து வந்திருப்பது, நான் என் மனத்தில் இருப்பதைக் கொட்டுவதற்குத்தான். நான் சொல்வதைக் கேட்டப் பிறகு நீங்கள் கிலென்னைச் சந்திக்கலாம். இத்தனை ஆண்டுகளுக்குப் பிறகு கிலென் இங்குத் திரும்பி வந்து என்னுடைய உதவியைக் கேட்டுள்ளாள். நான் அந்த நபரைச் சந்தித்து விவாகரத்திற்கு எப்படியாவது அவரை ஒப்புக் கொள்ள வைக்க வேண்டும் என்று அவள் விரும்புகிறாள். ஆனால், அது என்னால் முடியாது என்று நான் நேரடியாகக் கூறிவிட்டேன். என்னைப் பொறுத்தவரை விவாகரத்து என்பது ஒரு பாவம். அதே நேரத்தில், என் சொந்தச் சகோதரி அடைக்கலம் கேட்டு என் வீட்டுக்கு வந்துள்ளபோது என்னால் அதை மறுக்க முடியாது."

"உங்களுடைய சகோதரியா?" என்று டாமி வியப்புடன் கேட்டான்.

"ஆமாம். கிலென் என்னுடைய சகோதரி. அவள் உங்களிடம்

கூறவில்லையா?"

திறந்த வாய் மூடாமல் டாமி அவரைப் பார்த்தான். அது சாத்தியமே இல்லை என்று தோன்றியது. பின் யோசித்துப் பார்த்தபோது, தான் கிலென்னின் நாடகங்களைச் சிறுவயதிலிருந்தே பார்த்து வந்திருந்தது அவனுடைய நினைவுக்கு வந்தது. கிலென் இப்பெண்ணின் சகோதரியாக இருக்க வாய்ப்பு நிறையவே இருந்தது. ஆனால், அவளுக்கும் இவருக்கும் எவ்வளவு முரண்பாடு! அப்படியானால், இப்படிப்பட்ட நடுத்தர வர்க்கப் பின்புலத்திலிருந்துதான் கிலென் முளைத்தெழுந்திருக்கிறாள். கிலென் எவ்வளவு திறமையாகத் தன்னுடைய பூர்விகத்தை மறைத்து வந்திருக்கிறாள்!

"எனக்கு இன்னும் தெளிவாகப் புரியவில்லை - உங்கள் சகோதரி திருமணமானவளா?" என்று டாமி கேட்டான்.

"ஆமாம். அவள் பதினேழு வயதில் வீட்டைவிட்டு ஓடிப் போய் திருமணம் செய்து கொண்டாள். சமூக அந்தஸ்தில் எங்களைவிடப் பல படிகள் கீழேயுள்ள ஒருவன் அவன். எங்களுடைய அப்பா ஒரு பாதிரியார். அவள் செய்தது ஒரு வெட்கக்கேடான காரியம். அதற்குப் பிறகு அவள் தன் கணவனைக் கைகழுவிவிட்டு நாடகத்தில் நடிக்கச் சென்றுவிட்டாள். நான் என் வாழ்நாளில் ஒரு நாடக அரங்குக்குள்கூடக் காலடி எடுத்து வைத்ததில்லை. இத்தனை ஆண்டுகளுக்குப் பிறகு அவள் தன் கணவனை விவாகரத்து செய்ய விரும்புகிறாள். அவள் ஒரு பெரிய புளியங்கொம்பைப் பிடித்திருக்கிறாள் என்று நான் நினைக்கிறேன். ஆனால், அவளுடைய கணவன் விவாகரத்துக்குச் சம்மதிக்க முடியாது என்று பிடிவாதமாக இருக்கிறான். அவன் மிரட்டலுக்கும் பணிய மறுத்தான், பணத்திற்கும் பணிய மறுத்தான். அதற்காக நான் அவனைப் பாராட்டுகிறேன்."

"அவளுடைய கணவனின் பெயர் என்ன?"

"எனக்கு நினைவில்லை. அது நடந்து கிட்டத்தட்ட இருபது ஆண்டுகள் ஓடிவிட்டன. அவனுடைய பெயரை இந்த வீட்டுக்குள் உச்சரிக்க என் அப்பா தடை விதித்திருந்தார். நான் அதைப் பற்றி கில்டாவுடன் விவாதிக்க மறுத்துவிட்டேன். என் சிந்தனைப் போக்கை அவள் அறிவாள்."

"அவளுடைய கணவனின் பெயர் ரெய்லியா?"

"இருக்கலாம். ஆனால் எனக்கு உறுதியாகத் தெரியாது. அது என் நினைவிலிருந்து சுத்தமாக மறைந்துவிட்டது."

"இப்போது இங்கிருந்து சென்ற நபர் யார்?"

"ஓ, அவனா? அவன் ஒரு பைத்தியக்கார

மருத்துவமனையிலிருந்து தப்பி வந்தவன் என்று நான் நினைத்தேன். நான் சமையலறையில் எல்லனுக்கு உத்தரவுகள் கொடுத்துக் கொண்டிருந்தேன். பிறகு நான் இந்த அறைக்கு வந்தேன். கில்டாவிடம் ஒரு மாற்றுச் சாவி இருப்பதால் அவள் ஏற்கனவே வீட்டுக்கு வந்திருப்பாளோ என்று நான் யோசித்துக் கொண்டிருந்தேன். அவள் உள்ளே வந்தபோது, ஓரிரு நிமிடங்கள் வரவேற்பறையில் தாமதித்துவிட்டு நேராக மாடிக்குச் சென்றுவிட்டாள். கிட்டத்தட்ட மூன்று நிமிடங்களுக்குப் பிறகு இந்தக் களேபரம் துவங்கியது. நான் வரவேற்பறைக்குச் சென்றபோது, அந்த மனிதன் வேகமாக மாடிக்குச் சென்று கொண்டிருந்ததை நான் பார்த்தேன். பிறகு மாடியில் ஒரு கூச்சல் கேட்டது. பின் அவன் கீழே இறங்கி வாசல் கதவு வழியாக ஒரு பைத்தியக்காரனைப்போல ஓடிவிட்டான்."

டாமி எழுந்தான்.

"நாம் இப்போது மாடிக்குச் செல்லலாம். எனக்கு சந்தேகமாக இருக்கிறது," என்று டாமி கூறினான்.

"எதைப் பற்றி சந்தேகமாக இருக்கிறது?"

"உங்கள் வீட்டில் சிவப்பு நிறப் பெயின்ட் எதுவும் இருக்கிறதா என்ற சந்தேகம்தான்."

திருமதி ஹனிகாட் டாமியை ஒரு நிமிடம் வெறித்துப் பார்த்தார். பின் அவர், "இல்லை," என்றார்.

"நான் சந்தேகப்பட்டது சரியாகிவிட்டது. நாம் இப்போது மாடிக்குச் செல்லலாம்."

திருமதி ஹனிகாட் அவர்களை மாடிக்கு அழைத்துச் சென்றார்.

மாடியில் ஏறியவுடன் அங்கிருந்த முதல் அறையின் கதவை அவர் திறந்தார். டாமியும் டப்பென்ஸூம் அவரைப் பின்தொடர்ந்து அந்த அறைக்குள் நுழைந்தனர்.

திருமதி ஹனிகாட் ஒரு சிறு அலறலுடன் பின்வாங்கினார்.

அங்கிருந்த சோபாவில் ஓர் உருவம் ஆடாமல் அசையாமல் படுத்துக் கிடந்தது. கிலென்னின் முகத்தில் காயம் எதுவும் இருக்கவில்லை. தூங்கிக் கொண்டிருந்த ஒரு குழந்தையின் முகத்தைப்போல அது இருந்தது. காயம் அவளுடைய தலையின் ஒரு புறமாக இருந்தது. தக்கையான ஏதோ ஒரு பொருளால் அவளுடைய தலை பலமாகத் தாக்கப்பட்டிருந்தது. அது அவளுடைய மண்டையோட்டை நொறுக்கியிருந்தது. அந்தக் காயத்திலிருந்து தரையில் இரத்தம் வழிந்து கொண்டிருந்தது.

டாமி அந்த உடலைப் பரிசோதித்தான். அவனுடைய முகம் வெளுத்திருந்தது.

இறுதியில் அவன், "அப்படியானால், அவன் அவளைக் கழுத்தை நெரித்துக் கொல்லவில்லை," என்று கூறினான்.

"என்ன சொல்கிறீர்கள்? யார் அவன்? கிலென் இறந்துவிட்டாளா?" என்று ஹனிகாட் பதறினார்.

"ஆமாம். கிலென் இறந்துவிட்டாள். அவள் கொலை செய்யப்பட்டுள்ளாள். யாரால் கொல்லப்பட்டுள்ளாள் என்பதுதான் கேள்வி. அவன் அவ்வளவு புலம்பியிருந்தாலும், கொல்கின்ற அளவு அவனுக்குத் துணிச்சல் இருக்கும் என்று நான் நினைக்கவில்லை."

டாமி ஒரு கணம் இடைவெளிவிட்டான். பின் அவன் ஒரு தீர்மானத்திற்கு வந்தவன்போல டப்பென்ஸ் பக்கம் திரும்பினான்.

"டப்பென்ஸ், நீ வெளியே சென்று ஒரு காவலரை அழைத்து வா. அல்லது எங்கிருந்தாவது காவல் நிலையத்தை தொடர்பு கொள்."

டப்பென்ஸ் சரியென்று தலையாட்டினாள். அவளுடைய முகமும் வெளுத்துப் போயிருந்தது. டாமி திருமதி ஹனிகாட்டைக் கீழ்த்தளத்திற்கு அழைத்து வந்தான்.

"உங்கள் சகோதரி சரியாக எத்தனை மணிக்கு வீட்டுக்குத் திரும்பி வந்தாள் என்பது உங்களுக்குத் தெரியுமா?"

"எனக்குத் துல்லியமாகத் தெரியும். ஏனெனில், என் சுவர்க்கடிகாரம் தினமும் ஐந்து நிமிடங்கள் தாமதமாகச் செல்லும். அதனால், நான் தினமும் மாலையில் என்னுடைய கைக்கடிகாரத்தைப் பார்த்துச் சரியான நேரத்திற்கு அந்தச் சுவர்க்கடிகாரத்தைத் திருப்பி வைப்பேன். இன்று நான் அதைத் திருப்பி வைத்தபோது நேரம் சரியாக 6.08 மணி."

டாமி யோசனையுடன் தலையாட்டினான். வழியில் அவன் சந்தித்திருந்த காவலன் கூறியிருந்த நேரத்தோடு அது சரியாக ஒத்துப் போனது.

கிலெனுக்காக வீட்டில் யாராவது தயாராகக் காத்துக் கொண்டிருந்திருக்கலாம் என்ற ஒரு யோசனை டாமிக்கு உதித்தது. அப்படியிருந்தால், அவன் இன்னும் அந்த வீட்டில்தான் ஒளிந்து கொண்டிருக்க வேண்டும். ஏனெனில், அந்த வீட்டிலிருந்து ரெய்லியைத் தவிர வேறு எவரும் வெளியே சென்றிருக்கவில்லை.

அதனால், டாமி உடனே மாடிக்கு ஓடிச் சென்று அங்கிருந்த அறைகளைச் சோதனையிட்டான். பின் அவன் அந்த வீடு முழுவதும் தேடிப் பார்த்தான். எங்கும் எவரும் ஒளிந்திருக்கவில்லை.

பின் அவன் எல்லனுடன் பேசினான். முதலில் அவளிடம்

விஷயத்தைச் சொல்லி, அவள் தன் புலம்பல்களை நிறுத்துகின்றவரை அவன் பொறுமையாகக் காத்திருந்தான். பின் அவளிடம் அவன் சில கேள்விகள் கேட்டான்.

அன்று மதியம் கிலென்னைத் தேடிக் கொண்டு வேறு யாராவது அந்த வீட்டுக்கு வந்தார்களா என்று அவன் கேட்டான். யாரும் வரவில்லை என்று அவள் பதிலளித்தாள். அவள் மாலையில் மாடிக்குச் சென்றாளா என்று கேட்டதற்கு, தினமும் செல்வதுபோல அன்றும் சுமார் ஆறு மணிக்கு மாடிக்குச் சென்று அங்கிருந்த அறைகளின் திரைச்சீலைகளை இழுத்து மூடிவிட்டு வந்ததாக எல்லன் தெரிவித்தாள். ஒருவேளை அப்போது நேரம் சுமார் 6.05 மணியாக இருந்திருக்கலாம் என்றும் அவள் கூறினாள். அது, குறிப்பிட்ட அந்த மனிதன் அவர்கள் வீட்டுக் கதவைத் தட்டி உள்ளே நுழைந்ததற்குச் சிறிது முன்பு என்று அவள் தெரிவித்தாள்.

அத்துடன் டாமி அவளை விட்டுவிட்டான். ஆனாலும் அவனுக்கு ரெய்லி இப்படிச் செய்திருப்பான் என்பதை நம்புவது கடினமாக இருந்தது. ஆனால், அவனை விட்டால் வேறு எவரும் கிலென்னைக் கொன்றிருக்க வாய்ப்பில்லை. அந்த வீட்டில் அப்போது திருமதி ஹனிகாட்டையும் எல்லனையும் தவிர வேறு எவரும் இருக்கவில்லை.

அப்போது வெளியே ஏதோ பேச்சுக்குரல் கேட்டது. அந்தத் தெருவில் முன்பு அவர்கள் சந்தித்திருந்த அதே காவலனை டப்பென்ஸ் தன்னுடன் அழைத்து வந்திருந்தாள். அந்தக் காவலன் மாடிக்குச் சென்று, எந்தவிதமான உணர்ச்சியுமின்றி அங்கிருந்தவற்றைப் பார்த்தான். காவல் ஆய்வாளர் வரும்வரை யாரும் எதையும் தொடக்கூடாது என்று மட்டும் அவன் முணுமுணுத்தான். பின் ஹனிகாட்டின் புலம்பல்களையும் குழப்பமான விளக்கங்களையும் அவன் பொறுமையாகக் கேட்டுக் கொண்டான். அவ்வப்போது, தான் வைத்திருந்த ஒரு குறிப்புப் புத்தகத்தில் அவன் சிலவற்றைக் குறித்துக் கொண்டான். அவன் அங்கு வந்தது ஒருவிதமான அமைதியையும் ஆசுவாசத்தையும் ஏற்படுத்தியிருந்தது.

பின்னர் டாமி அந்த வீட்டுக்கு வெளியே அந்தக் காவலனுடன் ஓரிரு நிமிடங்கள் தனியாகச் செலவிட்டான்.

"இறந்து போன பெண் இந்த வீட்டுக்குள் நுழைந்ததை நீங்கள் பார்த்ததாக நீங்கள் எங்களிடம் கூறினீர்கள், இல்லையா? அப்போது அவளுடன் வேறு யாராவது இருந்தார்களா?" என்று டாமி கேட்டான்.

"வேறு யாரும் உடன் இருக்கவில்லை. அவள் தனியாகத்தான் உள்ளே சென்றாள்."

"அப்போதிருந்து நாங்கள் உங்களைச் சந்திக்கின்றவரை வேறு யாராவது அந்த வீட்டிலிருந்து வெளியே வந்தார்களா?"

"எவரும் வரவில்லை."

"யாராவது வந்திருந்தால், அவர்கள் நிச்சயமாக உங்கள் கண்ணில் பட்டிருப்பார்கள், இல்லையா?"

"ஆமாம். ஆனால் யாரும் வெளியே வரவில்லை."

அந்தக் காவலன் படியிறங்கி வெளியே சென்றபோது, வாசற்கதவிற்கு அருகேயிருந்த தூணில் படிந்திருந்த இரத்தக்கறையைப் பார்த்து, "இப்படிப்பட்ட ஒரு சான்றை அவன் விட்டுச் சென்றுள்ளான் என்றால், அவன் ஒரு கற்றுக்குட்டியாகத்தான் இருக்க வேண்டும்," என்று கூறினான்.

பின்னர் அந்தக் காவலன் தெருவில் இறங்கி நடக்கத் தொடங்கினான்.

3

அது கொலை நடந்ததற்கு மறுநாள். டாமியும் டப்பென்ஸும் அன்று லண்டனுக்குத் திரும்பவில்லை. அவர்கள் அதே கிரான்ட் ஓட்டலில்தான் தங்கியிருந்தனர். ஆனால், டாமி புத்திசாலித்தனமாகப் பாதிரியார் உடையைத் தவிர்த்திருந்தான்.

ரெய்லி கைது செய்யப்பட்டுக் காவலில் வைக்கப்பட்டிருந்தான். அவனுக்காக வாதாடவிருந்த வழக்கறிஞர் மார்வெல், டாமியிடம் அந்தக் குற்றம் தொடர்பான விஷயங்களை விரிவாக அலசியிருந்தார்.

அவர் டாமியிடம், "இதை ரெய்லி செய்திருப்பான் என்று நான் ஒருபோதும் நம்பியிருக்க மாட்டேன். அவன் வெறும் வெற்று வேட்டு என்பதை நான் அறிவேன்," என்று கூறினார்.

டாமி தலையை ஆட்டினான்.

"நீங்கள் உங்களுடைய ஆற்றல் முழுவதையும் பேச்சில் செலவழித்துவிட்டால், செயல்நடவடிக்கையில் இறங்குவதற்கு உங்களுக்கு ஆற்றலே இருக்காது. ஆனால், இப்போது ரெய்லிக்கு எதிரான முக்கியமான சாட்சியாக நான் இருக்கப் போகிறேன். குற்றச்செயல் நடைபெறுவதற்கு முன்பு அவன் என்னிடம் பேசியிருந்த வார்த்தைகள் அவனைச் சிக்க வைக்கப் போதுமானவை. இவ்வளவு நடைபெற்றிருந்தும், சந்தேகப்படுவதற்கு வேறு யாராவது இருக்கும் பட்சத்தில், நான் ரெய்லியை நிரபராதி என்றுதான் கருதுவேன். அவன் உங்களிடம் என்ன சொன்னான்?" என்று டாமி கேட்டான்.

மார்வெல் இவ்வாறு கூறினார்:

"அவன் அந்த வீட்டுக்குச் சென்றபோது, கிலென் ஏற்கனவே இரத்த வெள்ளத்தில் விழுந்து கிடந்ததாக அவன் கூறினான். ஆனால், அது சாத்தியமேயில்லை. அவன் தனக்குத் தோன்றிய முதல் பொய்யைக் கூறியுள்ளான்."

"அப்படி அவன் கூறியது உண்மையாக இருக்கும்பட்சத்தில், திருமதி ஹனிகாட்தான் அந்தக் கொலையைச் செய்திருக்க வேண்டும். அது அபத்தம். கூட்டிக் கழித்துப் பார்த்தால் ரெய்லிதான் இதைச் செய்திருக்க வேண்டும்," என்றான் டாமி.

"ஓர் அலறல் சத்தத்தை எல்லன் கேட்டிருக்கிறாள். அதையும் நாம் நினைவில் வைத்திருக்க வேண்டும்."

"எல்லன். ஆமாம்–"

டாமி ஒரு கணம் அமைதியானான். பின் அவன் யோசனையுடன் இவ்வாறு கூறினான்:

"என்ன மாதிரியான ஜீவன்கள் நாம்! நம்மிடம் கூறப்படுகின்ற சாட்சியங்களை நாம் வேதவாக்காக எடுத்துக் கொள்கிறோம். உண்மையில் அவை என்ன? நம்முடைய உணர்வுகளின் வழியாக நம் மனத்தில் பதிவாகின்ற விஷயங்கள்தானே? அவை தவறான பதிவுகளாக இருந்தால்?"

மார்வெல் தன் தோள்களைக் குலுக்கினார்.

"நம்பத்தகாத ஏகப்பட்டச் சாட்சிகளை நாம் சந்தித்திருக்கிறோம். அவர்கள் முதலில் ஒன்று கூறுவார்கள். பின்னர் அவர்களுக்கு விஷயங்கள் நினைவுக்கு வர வர, கூடுதல் தகவல்களை அதில் சேர்த்துக் கொள்வார்கள். ஆனால், ஏமாற்றுகின்ற எண்ணத்தோடு அதை அவர்கள் செய்திருக்க மாட்டார்கள்," என்று மார்வெல் கூறினார்.

"நான் அந்த அர்த்தத்தில் மட்டும் இதைக் கூறவில்லை. நாம் எல்லோருமே, உண்மையாக இருக்காத விஷயங்களைக் கூறுகிறோம். ஆனால், அப்படிக் கூறியிருக்கிறோம் என்ற பிரக்ஞைகூட நமக்கு இருக்காது. எடுத்துக்காட்டாக, நம் வீட்டு வாசல் கதவு தட்டப்படுகின்றபோது நாம் அஞ்சல் வந்திருக்கிறது என்று கூறுவோம். பத்தில் ஒன்பது முறை அது உண்மையாக இருக்கலாம். பத்தாவது முறை அண்டைவீட்டுச் சிறுவர்கள் ஏதோ வேடிக்கைக்காகக் கதவைத் தட்டியிருக்கலாம். நான் என்ன கூற வருகிறேன் என்பது உங்களுக்குப் புரிகிறதா?" என்று டாமி கேட்டான்.

"நீங்கள் சொல்வது புரிகிறது," என்று அவர் தயக்கத்துடன் கூறினார். "ஆனால், அதன் மூலம் நீங்கள் எதை நிரூபிக்க முயல்கிறீர்கள்?"

"எனக்கே சரியாகத் தெரியவில்லை. ஆனால், எனக்கு இப்போதுதான் புரியத் தொடங்கியிருக்கிறது," என்று டாமி

மார்வெலைப் பார்த்துக் கூறினான்.

பின் அவன் டப்பென்ஸ் பக்கம் திரும்பிப் பேசினான். "டப்பென்ஸ், எனக்கு இப்படி ஒரு யோசனை வந்துள்ளது. இப்படி வைத்துக் கொள்ளலாம். நீ ஒரு வீட்டுக்குள் இருக்கிறாய். மற்றொருவர் உள்ளே வருகிறார் என்றால், அதை நீ எப்படித் தெரிந்து கொள்வாய்? முதலில் கதவு திறக்கப்படுகின்ற சத்தம் உனக்குக் கேட்கும். அதைத் தொடர்ந்து அந்தக் கதவு அறைந்து மூடப்படுகின்ற சத்தம் கேட்கும், சரிதானே? நீ எதிர்பார்த்துக் கொண்டிருந்தவர் வசம் அந்த வீட்டின் மாற்றுச் சாவி ஒன்றும் இருந்தால், கதவு அறைந்து மூடப்படுகின்ற சத்தத்தை நீ கேட்கின்றபோது அந்த நபர் உள்ளே வந்துவிட்டார் என்றுதானே நீ நினைத்துக் கொள்வாய்? ஆனால், அந்தச் சத்தம் ஒருவர் அந்த வீட்டிலிருந்து வெளியேறுகின்றபோது கதவு அறைந்து சாத்தப்படுகின்ற சத்தமாகவும் இருக்கலாம், இல்லையா?"

"ஆனால், கிலென்தான் வீட்டைவிட்டு வெளியே போகவில்லையே?"

"பிணம் எப்படிப் போகும்? வேறு ஒரு நபர் போயிருக்கிறார். அது அந்தக் கொலைகாரன்!"

"அப்படியானால், கிலென் எப்படி உள்ளே நுழைந்தாள்?"

"கிலென் உள்ளே வந்தபோது திருமதி ஹனிகாட் சமையலறையில் எல்லனுடன் பேசிக் கொண்டிருந்தார். அதனால் அவர்கள் இருவருக்கும், கிலென் தன் வசமிருந்த சாவியைப் பயன்படுத்தி உள்ளே நுழைந்த சத்தம் கேட்கவில்லை. சிறிது நேரம் கழித்து, திருமதி ஹனிகாட் கடிகாரத்தைச் சரிசெய்து கொண்டிருந்தபோது, கதவு சாத்தப்பட்டச் சத்தமும், அதைத் தொடர்ந்து ஒருவர் மாடிப்படி ஏறிக் கொண்டிருந்த சத்தமும் அவருக்குக் கேட்டிருக்கிறது. அதை வைத்து, கிலென் அப்போதுதான் உள்ளே நுழைந்திருந்ததாக அவர் நினைத்துக் கொண்டார்."

"அது யாருடைய சத்தம்?"

"அது திரைச்சீலைகளை மூடுவதற்காக எல்லன் மாடிக்குச் சென்ற சத்தம். நாம் ஹனிகாட்டிடம் பேசிக்கொண்டிருந்தபோது, 'கிலென் உள்ளே வந்தபோது, ஓரிரு நிமிடம் வரவேற்பறையில் தாமதித்துவிட்டு நேராக மாடிக்குச் சென்றுவிட்டாள்,' என்று அவர் கூறியது உனக்கு நினைவிருக்கிறதா? ஹனிகாட்டுக்குக் கேட்டச் சத்தம், கொலைகாரன் வெளியேறியபோது கதவு சாத்தப்பட்டச் சத்தம். ஓரிரு நிமிடங்களுக்குப் பிறகு எல்லன் வரவேற்பறைக்குள் வந்து மாடிக்குச் சென்றிருக்கிறாள்."

"டாமி, அப்படியானால், அந்த அலறல் சத்தம்?"

“அது ரெய்லி போட்டச் சத்தம். ரெய்லி நம்மிடம் பேசிக் கொண்டிருந்தபோது அவனுடைய குரல் உச்சஸ்தாயியில் இருந்ததை நீ கவனித்தாயா? ஒருவர் உணர்ச்சிவசப்பட்டுக் கத்தும்போது, சில நேரங்களில் அவர்களுடைய கூச்சல் ஒரு பெண்ணின் குரலைப்போல ஒலிக்கும்.”

“அந்த வீட்டைவிட்டு வெளியேறியே கொலைகாரன் எங்கே சென்றான்?”

“அவன் நேராக நம்மை நோக்கித்தான் வந்தான். நாம்கூட அவனைப் பார்த்தோம். அவன் நம்முடன் பேசவும் செய்தான். நாம் அந்தப் பனிமூட்டத்தில் நடந்து கொண்டிருந்தபோது, அந்தக் காவலன் திடீரென்று அங்கு உதித்ததுபோல நமக்குத் தோன்றியதற்குக் காரணம் அவன் அந்த வீட்டிலிருந்து அப்போதுதான் வெளியே வந்திருந்தான். ஒரு கணம் அது நம்மை மிரட்சியடையக்கூட வைத்ததே, நினைவிருக்கிறதா? காவலர்களும் பிறரைப் போன்ற மனிதர்கள்தாம் என்று நாம் பொதுவாக அவர்களைப் பற்றிச் சிந்திப்பது இல்லை. அவர்களும் பிறரைப்போலவே காதலிக்கின்றனர், திருமணம் செய்து கொள்கின்றனர், பின்னர் வெறுக்கின்றனர்.”

சிறிது இடைவெளிக்குப் பிறகு டாமி தொடர்ந்தான். “கிலென் தன்னுடைய கணவனை அந்த வீட்டின் நுழைவாயிலுக்கு அருகே வைத்துச் சந்தித்திருக்க வேண்டும். விவாகரத்து விஷயமாக அப்போது பேசி முடித்துவிடலாம் என்று அவனையும் அவள் தன்னுடன் வீட்டுக்குள் அழைத்துச் சென்றிருக்க வேண்டும். ரெய்லியைப் பொறுத்தவரை, அவனுடைய புலம்பல்கள் அவனுடைய கோபத்திற்கு ஒரு வடிகாலாக அமைந்திருந்தன. ஆனால், அந்தக் காவலனுக்கு அப்படிப்பட்ட வடிகால்கள் எதுவும் இருக்கவில்லை. அவனிடம் இருந்தது ஒரு கனமான லத்தி மட்டுமே!”

ஆயிரத்தில் ஒருத்தி

அவரைச் சந்திக்க அமீலியா ரைமர் என்ற ஒரு பெண் வந்திருந்ததாகப் பார்க்கர் பைனிடம் தெரிவிக்கப்பட்டது. அவர் அந்தப் பெயரைக் கேள்விப்பட்டிருந்தார். அதனால் அவருடைய புருவங்கள் சிறிது உயர்ந்தன.

சிறிது நேரத்தில் அமீலியா அவருடைய அறைக்குள் அனுமதிக்கப்பட்டாள்.

அமீலியா வாட்டசாட்டமாக இருந்தாள். ஒரு வெல்வெட் ஆடையும் அதன் மேல் விலங்கு உரோமத்தால் ஆன ஒரு கோட்டும் அவள் அணிந்திருந்தாள். ஆனாலும், வடிவமற்று இருந்த அவளுடைய உடலை அவளுடைய ஆடம்பரமான ஆடையால் மறைக்க முடியவில்லை. அவளுடைய பெரிய கைகளின் கணுவிரல்கள் துருத்திக் கொண்டிருந்தன. அவளுடைய முகம் பெரிதாகவும் அகலமாகவும் இருந்தது. அவளுடைய கருநிறத் தலைமுடி நவீனமாக வாரப்பட்டிருந்தது. அவள் ஒரு விலையுயர்ந்த தொப்பி அணிந்திருந்தாள்.

பைனுக்கு எதிரே இருந்த நாற்காலியில் அவள் தொப்பென்று விழுந்தாள். பிறகு அவள் தலையசைத்து அவருக்கு வணக்கம் சொன்னாள். அவளுடைய உச்சரிப்பு கரடுமுரடாக இருந்தது. “உங்களைப் பற்றி நீங்கள் தம்பட்டம் அடித்துக் கொள்வது உண்மையாக இருக்கும் பட்சத்தில், நான் என் பணத்தை எப்படிச் செலவழிக்க வேண்டும் என்பதைக் கூறுங்கள்,” என்று அவள் அவரிடம் கேட்டாள்.

“இப்போதெல்லாம் பலரும் இக்கேள்வியை என்னிடம் கேட்கின்றனர். உங்களுடைய பிரச்சனைக்கு என்னால் விடை காண முடியும் என்று உங்களுக்கு சந்தேகமாக இருக்கிறது, அப்படித்தானே?”

“ஆமாம்,” என்று இங்கிதமின்றி அவள் சொன்னாள். “ஆடம்பரமான உடைகள் என்னிடம் ஏராளம் இருக்கின்றன. ஒரு காரும், பார்க் லேனில் ஒரு வீடும் எனக்கு இருக்கின்றன. எனக்குக் கடல் பயணம் பிடிக்காது என்றாலும், என்னிடம் ஓர் உல்லாசப் படகு இருக்கிறது. எனக்காக வேலை செய்வதற்கு என்னிடம் தரமான பணியாட்கள் பலர் இருக்கின்றனர். நான் பல நாடுகளுக்குப் பயணித்திருக்கிறேன். நான் ஏகப்பட்டப் பொருட்களை வாங்கிக் குவித்திருக்கிறேன்.” இப்படிக் கூறிவிட்டு அவள் பைனை ஏறிட்டுப் பார்த்தாள்.

“மருத்துவமனைகள் இருக்கின்றன.”

“மருத்துவமனைகளுக்கு என் பணத்தைத் தூக்கிக் கொடுக்கச் சொல்கிறீர்களா? நான் அதை ஒருக்காலும் செய்ய மாட்டேன். நான் கஷ்டப்பட்டு உழைத்துச் சம்பாதித்தப் பணத்தை நான் அவ்வளவு எளிதாகத் தூக்கிக் கொடுத்துவிட மாட்டேன். நான் என் பணத்தைச் செலவழிக்க விரும்புகிறேன். அதிலிருந்து நான் ஏதேனும் பதிலீட்டைப் பெற விரும்புகிறேன். அப்படிப்பட்ட யோசனை ஏதாவது இருந்தால் சொல்லுங்கள். நான் அதற்கு நல்ல கட்டணம் செலுத்தத் தயாராக இருக்கிறேன்.”

“உங்களுடைய முன்மொழிவு என் ஆர்வத்தைக் கிளறுகிறது. கிராமப்புறத்தில் இருக்கும் உங்களுடைய பண்ணை வீடு என்னவாயிற்று?”

“ஓ, எனக்கு அது மறந்துவிட்டது. ஆமாம், எனக்கு ஒரு பண்ணை வீடு இருக்கிறது. அதுவும் எனக்கு சலிப்பையே ஏற்படுத்துகிறது.”

“உங்களைப் பற்றி நான் இன்னும் அதிகமாகத் தெரிந்து கொள்ள விரும்புகிறேன். உங்களுடைய பிரச்சனைக்குத் தீர்வு காண்பது எளிதல்ல.”

“சொல்கிறேன். நான் எங்கிருந்து வந்தேனோ அது குறித்து எனக்கு எந்த அவமானமும் இல்லை. நான் ஒரு யுவதியாக இருந்தபோது, ஒரு பண்ணை வீட்டில் வேலை செய்தேன். அது முதுகொடிக்கும் வேலை. பின்னர் நான் அப்னரைச் சந்தித்தேன். அருகே இருந்த ஓர் ஆலையில் அவர் வேலை செய்து வந்தார். எட்டு ஆண்டுகள் காதலித்தப் பிறகு நாங்கள் திருமணம் செய்து கொண்டோம்.”

“அப்போது நீங்கள் மகிழ்ச்சியாக இருந்தீர்களா?”

“ஆமாம், நான் மகிழ்ச்சியாக இருந்தேன். அப்னர் என்னை நன்றாகப் பார்த்துக் கொண்டார். நாங்கள் கஷ்டப்பட்டுத்தான் வாழ்க்கை நடத்தினோம். ஓரிரு முறை அவர் தன்னுடைய வேலையை இழந்தபோதிலும், அவர் வேறு வேலைகளில் சேர்ந்து கொண்டார். எங்களுக்கு

நான்கு குழந்தைகள் பிறந்தனர், ஆனால் ஒரு குழந்தைகூடத் தங்கவில்லை. அவர்கள் உயிருடன் இருந்திருந்தால், வாழ்க்கை வேறு விதமாக இருந்திருக்கக்கூடும்." அப்போது அவளுடைய முகம் மென்மையாயிற்று. திடீரென்று அவள் இளமையாகத் தோன்றினாள்.

அவள் தொடர்ந்து பேசினாள். "அவருக்கு இதயம் பலவீனமாக இருந்ததால் உலகப் போரின்போது அவர் இராணுவத்தில் சேர்த்துக் கொள்ளப்படவில்லை. அவருடைய வேலையில் அவருக்கு நல்ல பதவி உயர்வுகள் கிடைத்தன. அவர் தன்னுடைய வேலையில் நன்றாக நடத்தப்பட்டார், நல்ல ஊதியமும் பெற்றார். சேர்த்தப் பணத்தைக் கொண்டு அவர் ஒரு தொழில் தொடங்கினார். அது கொழித்தது. இன்றளவும் அது பணத்தை வாரி வழங்கிக் கொண்டிருக்கிறது.

"எங்களுடைய வசதி வளங்கள் பெருகின. நல்ல வீடு, அருமையான குளியலறை, வீட்டு வேலைகள் அனைத்திற்கும் ஆட்கள் போன்றவை துவக்கத்தில் பெரும் நிம்மதியைக் கொடுத்தன. சமைப்பது, பாத்திரங்கள் கழுவுவது, துணி துவைப்பது போன்றவற்றை நான் இனியும் செய்ய வேண்டியிருக்கவில்லை. கால் மேல் கால் போட்டு அமர்ந்து கொண்டு வெறுமனே ஓர் அழைப்புமணியை அழுத்தினால், தேநீர் நான் இருந்த இடம் தேடி வந்தது. ஒரு பெரிய சீமாட்டியைப்போல நான் உணர்ந்தேன். எங்கள் வாழ்வின் அந்தக் காலகட்டத்தை நாங்கள் வெகுவாக இரசித்தோம். அடுத்து நாங்கள் லண்டன் வந்தோம். பணக்காரர்களுக்கு ஆடைகள் தைத்துக் கொடுத்த ஆடை வடிவமைப்பாளர்களிடம் நானும் சென்றேன். நாங்கள் பாரிஸுக்கும் ரிவியெராவுக்கும் அடிக்கடிச் சென்றோம். அவை எங்களுக்குக் குதூகலமளித்தன."

"அதற்குப் பிறகு என்னவாயிற்று?

"அது எங்களுக்குப் பழகிவிட்டது. போகப் போக அது அந்த அளவுக்குக் குதூகலமளிக்கவில்லை. எங்களால் என்ன வேண்டுமானாலும் சாப்பிட முடியும் என்ற நிலை இருந்தபோதிலும், சில வேளைகளில் நாங்கள் எதுவும் சாப்பிடப் பிடிக்காமல் இருந்தோம். குளியலறை ஆடம்பரமானதாக இருக்கலாம். ஆனால், ஒருவரால் தினமும் ஒரு முறைதானே குளிக்க முடியும்? திடீரென்று அப்னரின் உடல்நிலை மோசமடைந்தது. நாங்கள் பார்க்காத மருத்துவர்கள் இல்லை. அவர்களால் எதுவும் செய்ய முடியவில்லை. அவர்கள் என்னென்னவோ கொடுத்துப் பார்த்தார்கள். எதுவும் பலனளிக்கவில்லை. இறுதியில் அவர் இறந்து போனார். அப்போது அவருக்கு வயது வெறும் நாற்பத்து மூன்றுதான்."

பைன் அனுதாபத்தோடு தலையாட்டினார்.

"அது ஐந்து ஆண்டுகளுக்கு முன்பு. பணம் கொட்டிக் கொண்டே இருந்தது. அதைக் கொண்டு எதையும் செய்ய முடியாதிருந்தது வீணானதாகத் தோன்றியது. ஆனால், என்னிடம் கிட்டத்தட்ட எல்லாமே இருந்ததால், மேலும் எதை வாங்குவது என்று எனக்குத் தெரியவில்லை."

"அதாவது, வேறு வார்த்தைகளில் கூறுவதென்றால், உங்களுக்கு வாழ்க்கை சலிப்பாக இருக்கிறது. அதை நீங்கள் மகிழ்ச்சியாக அனுபவித்துக் கொண்டிருக்கவில்லை."

"ஆமாம். இந்த வாழ்க்கை எனக்கு வெறுப்பூட்டுவதாக இருக்கிறது. எனக்குத் தோழிகள் யாரும் இல்லை. புதிய தோழிகளோ, என்னிடமிருந்து எவ்வளவு நன்கொடை பெறலாம் என்பதில்தான் குறியாக இருக்கின்றனர். அதோடு, அவர்கள் என் முதுகுக்குப் பின்னால் என்னைப் பற்றி அவதூறாகப் பேசுகின்றனர். என்னுடைய பழைய தோழிகளால் என்னுடன் ஒட்ட முடியவில்லை. இது குறித்து உங்களால் ஏதாவது செய்ய முடியுமா?"

"அது சாத்தியம்தான். அது கடினமாக இருக்கும் என்றாலும், அது வெற்றி பெறுவதற்கு வாய்ப்பு இருக்கிறது. நீங்கள் இழந்துள்ள, வாழ்க்கையின்மீதான உங்களுடைய ஈடுபாட்டை என்னால் உங்களுக்கு மீட்டுத் தர முடியும் என்று நான் நினைக்கிறேன்."

"எப்படி?"

"அது என்னுடைய தொழில் இரகசியம். நான் முன்கூட்டியே என்னுடைய செயல்முறைகளைக் கூறுவதில்லை. என்னை நம்பி இதில் இறங்க நீங்கள் தயாராக இருக்கிறீர்களா என்பதுதான் கேள்வி. வெற்றிக்கு என்னால் உத்தரவாதம் கொடுக்க முடியாது. ஆனால், அதற்குப் பிரகாசமான வாய்ப்பு இருக்கிறது என்று என்னால் உறுதியாகக் கூற முடியும்."

பைன் சிறிது இடைவெளி விட்டுவிட்டுத் தொடர்ந்தார். "இதற்கு நான் அசாதாரணமான வழிமுறைகளைப் பின்பற்ற வேண்டி வரும். அதனால், இது செலவுமிக்கதாக இருக்கும். என்னுடைய கட்டணம் ஆயிரம் பவுன்டுகள். அதை நீங்கள் முதலிலேயே முழுவதுமாகக் கொடுத்துவிட வேண்டும்."

"பிறரிடம் பணத்தைக் கறப்பதில் நீங்கள் வல்லவராக இருக்கிறீர்கள். பரவாயில்லை. நான் இதில் துணிந்து இறங்குகிறேன். உயர்ந்த கட்டணங்களைச் செலுத்துவது எனக்குப் பழக்கப்பட்டதுதான். ஒரு விஷயத்திற்கு நான் நல்ல விலை கொடுத்துவிட்டால், அதற்குப் பிறகு அதன்மீது நான் மிகுந்த அக்கறை செலுத்துவேன்."

"நீங்கள் கொடுக்கின்ற பணத்திற்கு ஏற்றப் பதிலீடு உங்களுக்குக் கிடைக்கும். அது குறித்து நீங்கள் கவலைப்பட வேண்டியதே இல்லை."

"இன்று மாலையே நான் உங்களுக்குக் காசோலை அனுப்புகிறேன். நான் ஏன் உங்கள்மீது நம்பிக்கை வைக்கிறேன் என்று எனக்குத் தெரியவில்லை. ஆனாலும் துணிந்து நான் இதில் இறங்குகிறேன். ஆனால், உங்களால் மக்களை மகிழ்ச்சிப்படுத்த முடியும் என்று அனைத்துப் பத்திரிகைகளிலும் நீங்கள் விளம்பரம் கொடுப்பது உங்களுடைய தெனாவட்டைத்தான் காட்டுகிறது."

"அந்த விளம்பரங்களுக்கு நான் ஏராளமான பணம் செலவழிக்கிறேன். அதை நம்பி என்னிடம் வருகின்ற நபர்களுக்கு நான் சிறப்பான சேவையை வழங்காவிட்டால், விரைவில் என் சாயம் வெளுத்துவிடும். மக்களின் மகிழ்ச்சியின்மைக்கான காரணம் எனக்குத் தெரியும். அதனால் அதைக் களைவதற்கான வழிமுறைகளை என்னால் அவர்களுக்குக் காட்ட முடியும்."

அதைக் கேட்டு அமீலியா சந்தேகத்துடன் தலையாட்டிவிட்டு அங்கிருந்து கிளம்பினாள். அவள் போன பிறகு வெகுநேரம் அந்த இடத்தில் விலைமதிப்புமிக்க வாசனைத் திரவியங்களின் நறுமணம் சுற்றிக் கொண்டிருந்தது.

பைனின் உதவியாளன் கிளாடு லுட்ரெல் அவருடைய அறைக்குள் வந்து, "இந்தப் பெண்ணின் விஷயத்தில் எனக்கு வேலை ஏதாவது இருக்கிறதா?" என்று கேட்டான்.

"இதில் உனக்கு வேலை இல்லை. இது சிறிது கடினமான கேஸ். இதற்கு நான் துணிகரமான திட்டம் ஒன்றை வைத்துள்ளேன். நீ டாக்டர் அன்ட்ரோபஸைத் தொலைபேசியில் தொடர்பு கொள்," என்று பைன் அவனிடம் கூறினார்.

* * *

ஒரு வாரம் கழித்து அமீலியா பைனின் அலுவலகத்திற்கு மீண்டும் வந்தாள். பைன் எழுந்து நின்று அவளை வரவேற்றார்.

"நான் சில ஏற்பாடுகளைச் செய்ய வேண்டியிருந்ததால் இந்தத் தாமதம் ஏற்பட்டுவிட்டது. அதோடு, இதற்காக ஐரோப்பாவின் மற்றொரு மூலையிலிருந்து நான் ஒருவரை வரவழைக்க வேண்டியிருந்தது," என்று அவர் கூறினார்.

"ஓ!" என்று அவள் சந்தேகத்துடன் கூறினாள். போதாக்குறைக்கு, தான் கொடுத்திருந்த காசோலையை பைன் ஏற்கனவே காசாக்கியிருந்தார் என்ற விஷயம் அவளுடைய மனத்திற்குள் வட்டமிட்டுக் கொண்டிருந்தது.

பைன் தன் மேசையிலிருந்த அழைப்புமணியை அழுத்தினார். கீழை நோட்டைச் சேர்ந்த கருப்பான இளம்பெண் ஒருத்தி அங்கு உடனே வந்தாள். அவள் செவிலியர்கள் அணிகின்ற வெள்ளை நிற ஆடையை அணிந்திருந்தாள்.

“எல்லாம் தயாராக இருக்கிறதா, சாரா?” என்று பைன் அவளிடம் கேட்டார்.

“டாக்டர் கான்ஸ்டன்டைன் காத்துக் கொண்டிருக்கிறார்.”

“நீங்கள் என்ன செய்யப் போகிறீர்கள்?” என்று சிறிது கலவரத்துடன் அமீலியா கேட்டாள்.

“உங்களைக் கீழைநாட்டு மாயாஜாலத்துக்கு அறிமுகம் செய்து வைக்கப் போகிறேன்.”

சாரா பைனையும் அமீலியாவையும் அடுத்த அறைக்கு அழைத்துச் சென்றாள். அந்த அறை அந்த அலுவலகத்திலிருந்த மற்ற அறைகளிலிருந்து முற்றிலும் வேறுபட்டு இருந்தது. கீழை தேசத்துப் பூவேலைப்பாடுகளுடன்கூடிய திரைச்சீலைகள் அதன் சுவர்களை அலங்கரித்திருந்தன. அங்கு நிறைய திவான்களும் மெத்தைகளும் போடப்பட்டிருந்தன. தரையில் அழகான கம்பளங்கள் விரிக்கப்பட்டிருந்தன. அங்கிருந்த ஒருவன் காபிக் குவளை ஒன்றின் அருகே குனிந்து நின்று கொண்டிருந்தான்.

“டாக்டர் கான்ஸ்டன்டைன்,” என்று சாரா கூறினாள்.

அந்த மருத்துவர் ஐரோப்பிய ஆடைகள் அணிந்திருந்தார். அவருடைய உடல் கருநிறத்தில் இருந்தது. இடுங்கிப் போயிருந்த அவருடைய கண்கள் துளைத்துவிடுவதுபோலப் பார்த்தன.

அவர் அமீலியாவைப் பார்த்து, “இவர்தான் நோயாளியா?” என்று கேட்டார்.

அமீலியா வெடுக்கென்று, “நான் ஒன்றும் நோயாளி அல்லள்,” என்று கூறினாள்.

“உங்களுடைய உடல் நோய்வாய்ப்பட்டிருக்கவில்லை. ஆனால், உங்களுடைய மனம் சோர்ந்து போய் இருக்கிறது. இதை எப்படிக் குணப்படுத்துவது என்பது கீழை நாட்டவரான எங்களுக்குத் தெரியும். இங்கே அமர்ந்து இந்தக் காபியைக் குடியுங்கள்,” என்று அந்த மருத்துவர் கூறினார்.

அமீலியா உட்கார்ந்து கொண்டு தன்னிடம் கொடுக்கப்பட்டச் சின்னஞ்சிறிய கோப்பையை வாங்கிக் கொண்டாள். அதில் மணமிக்கக் காபி இருந்தது. அதை அவள் சுவைத்துக் கொண்டிருந்தபோது அந்த மருத்துவர் தொடர்ந்து பேசினார்.

“இங்கு மேற்கத்திய நாடுகளில் உடலுக்கு மட்டுமே சிகிச்சையளிக்கப்படுகிறது. அது தவறு. உடல் என்பது

ஒரு கருவி மட்டுமே. அதன் மூலமாக ஒரு இராகம் இசைக்கப்படுகிறது. அது சோகமான இராகமாக இருக்கலாம் அல்லது மகிழ்ச்சிகரமானதாக இருக்கலாம். மகிழ்ச்சிகரமான இராகத்தை இசைக்க நான் உங்களைத் தயார்படுத்துகிறேன். உங்களிடம் ஏராளமான பணம் இருக்கிறது. அதை நீங்கள் செலவழித்து மகிழ்ச்சியடைய வேண்டும். விரைவில் நீங்கள் உங்களுடைய வாழ்க்கையை மீண்டும் இரசித்து மகிழ்வீர்கள். அது மிகவும் எளிது – மிக மிக எளிது . . ."

இன்பம் கலந்த மந்தமான ஓர் உணர்வு அமீலியாவைச் சூழ்ந்து கொண்டது. அந்த மருத்துவர் மற்றும் சாராவின் உருவங்கள் மங்கத் தொடங்கின. அமீலியா ஆனந்தக் களிப்பை உணர்ந்தாள். அதோடு, தூக்கமும் அவளை ஆக்கிரமிக்கத் தொடங்கியது. அவளுடைய பார்வையில், அந்த மருத்துவரின் உருவம் பெரிதாகிக் கொண்டே போனது, மொத்த உலகமும் வீங்கிக் கொண்டே போனது.

அந்த மருத்துவ்ர் அவளுடைய கண்களை உற்றுப் பார்த்தபடி, "தூங்குங்கள்," என்று கூறினார். "தூங்குங்கள். உங்களுடைய இமைகள் மூடிக் கொண்டிருக்கின்றன. விரைவில் நீங்கள் தூங்கிவிடுவீர்கள். நீங்கள் தூங்கிவிடுவீர்கள். நீங்கள் தூங்கிவிடுவீர்கள். . ."

அமீலியாவின் இமைகள் மூடத் தொடங்கின. அற்புதமாகவும் பிரம்மாண்டமாகவும் இருந்த ஓர் உலகில் அவள் மிதந்து கொண்டிருந்தாள். . .

* * *

அமீலியா மீண்டும் தன் கண்களைத் திறந்தபோது, நீண்ட நேரம் கடந்துவிட்டிருந்ததாக அவளுக்குத் தோன்றியது. அவளுக்கு மங்கலாகப் பல விஷயங்கள் நினைவுக்கு வந்தன: விநோதமான, நம்புதற்கரிய கனவுகள்; பின்னர் விழித்தெழுந்த உணர்வு; பின்னர் மீண்டும் கனவுகள். ஒரு காரையும், தன்னருகே குனிந்து நின்று கொண்டிருந்த செவிலிப் பெண் ஒருத்தியையும் பற்றிய நினைவு அவளுக்கு வந்தது.

எது எப்படியோ, இப்போது அவள் முழுமையாகக் கண்விழித்திருந்தாள் – அதுவும், தன் சொந்தப் படுக்கையில்!

ஆனால் திடீரென்று, அது தன்னுடைய படுக்கைதானா என்ற சந்தேகம் அவளுக்கு ஏற்பட்டது. ஏனெனில், அது வித்தியாசமாக இருந்தது. அவளுடைய சொந்தப் படுக்கையின் மென்மை இதில் இருக்கவில்லை. அவள் கிட்டத்தட்ட முழுமையாக மறந்திருந்த கடந்தகாலத்தை அது மங்கலாக

அவளுக்கு நினைவுபடுத்தியது. அவள் அந்தப் படுக்கையில் அசைந்தபோது அது கிறீச்சிட்டது. அவளுடைய பார்க் லேன் வீட்டுப் படுக்கை ஒருபோதும் இப்படி முனகியிருக்கவில்லை.

அவள் சுற்றுமுற்றும் பார்த்தாள். அது கண்டிப்பாக அவளுடைய பார்க் லேன் வீடு அல்ல. ஒருவேளை அது ஒரு மருத்துவமனையாக இருக்குமோ என்று அவள் யோசித்தாள். அப்படியும் தெரியவில்லை. அது ஓர் ஓட்டலும் அல்ல. அது ஒரு வெற்று அறை. அது ஒருவிதமான இளஞ்சிவப்பு நிறத்தில் இருந்தது. அங்கு ஓர் ஓரமாக, கை கழுவுவதற்கான பேசின் ஒன்று இருந்தது. அதன்மீது ஒரு குவளை வைக்கப்பட்டிருந்தது. ஒரு மூலையில், இழுப்பறைகளால் ஆன ஓர் அடுக்குப் பெட்டியும், அதற்கு அருகே ஒரு டிரங்குப் பெட்டியும் இருந்தன. சுவரில் அறையப்பட்டிருந்த கொக்கிகளில் பரிச்சயமற்ற ஆடைகள் தொங்கிக் கொண்டிருந்தன. அவள் அமர்ந்திருந்த கட்டிலின்மீது விரிக்கப்பட்டிருந்த கனத்தப் போர்வையில் ஏகப்பட்ட ஒட்டுகள் போடப்பட்டிருந்தன.

'நான் எங்கே இருக்கிறேன்?' என்று அமீலியா தனக்குள் கேட்டுக் கொண்டாள்.

அந்த அறையின் கதவு திறந்தது. பருமனாகவும் குள்ளமாகவும் இருந்த ஒரு பெண்மணி வேகமாக உள்ளே நுழைந்தார். அவர் ஓர் உற்சாகமான பேர்வழியாகத் தெரிந்தார். அவர் தன் சட்டையின் கைகளை மடக்கிவிட்டிருந்தார். அவர் ஓர் 'ஏப்ரன்' அணிந்திருந்தார்.

"ஆகா! இவள் கண்விழித்துவிட்டாள். டாக்டர், நீங்கள் உள்ளே வாருங்கள்!" என்று அந்தப் பெண் கத்தினார்.

அமீலியா ஏதேதோ கூற வாயைத் திறந்தாள். ஆனால், அடுத்து உள்ளே நுழைந்த நபரைப் பார்த்ததும் அவள் வாயிலிருந்து எந்த வார்த்தையும் வரவில்லை. ஏனெனில், உள்ளே நுழைந்த மனிதர் டாக்டர் கான்ஸ்டன்டைன் அல்லர். இவர் கூன்முதுகுடன் இருந்த ஒரு முதியவர். தன்னுடைய தடிமனான மூக்குக்கண்ணாடி வழியாக அவர் அமீலியாவை உற்றுப் பார்த்தார்.

அவளுடைய நாடித்துடிப்பைப் பரிசோதித்த அவர், "நல்ல முன்னேற்றம் ஏற்பட்டுள்ளது. விரைவில் நீ இதிலிருந்து மீண்டுவிடுவாய்," என்று கூறினார்.

"எனக்கு என்னவாயிற்று?" என்று அமீலியா கேட்டாள்.

"உனக்கு ஒருவிதமான வலிப்பு ஏற்பட்டிருந்தது. இரண்டு நாட்களுக்கு நீ தன்னினைவு இழந்து கிடந்தாய். இப்போது நீ தெளிந்துவிட்டாய். பயப்படுவதற்கு ஒன்றுமில்லை," என்று அந்த மருத்துவர் கூறினார்.

“ஆனாலும், நீ எங்களுக்கு மிகுந்த கவலை அளித்துவிட்டாய், ஹானா!” என்று அந்தக் குண்டுப் பெண் கூறினார். “நீ பிதற்றிக் கொண்டிருந்தாய். புரியாத பல விஷயங்கள் குறித்துப் புலம்பிக் கொண்டிருந்தாய்.”

“இத்துடன் நிறுத்திக் கொள்ளுங்கள், திருமதி கார்ட்னர். நோயாளி இப்போதுதான் கண்விழித்திருக்கிறாள். அவளை அதிகமாகக் குழப்பிவிடாதீர்கள்,” என்று கூறிய அந்த மருத்துவர், அமீலியாவின் பக்கம் திரும்பி, “நீ சீக்கிரமாகத் தேறிவிடுவாய்,” என்று அவளை ஊக்கப்படுத்தும் விதமாகக் கூறினார்.

“ஆனால் வேலைகளைப் பற்றிக் கவலைப்படாதே, ஹானா! திருமதி ராபர்ட்ஸ் எனக்கு ஒத்தாசையாகச் சில வேலைகளைச் செய்து கொடுத்துக் கொண்டிருக்கிறார். நீ நன்றாக ஓய்வெடுத்துக் கொண்டு உடலைத் தேற்றிக் கொள்,” என்று திருமதி கார்ட்னர் அமீலியாவிடம் கூறினார்.

“நீங்கள் ஏன் என்னை ஹானா என்று அழைக்கிறீர்கள்?” என்று அமீலியா கேட்டாள்.

“உன் பெயரைச் சொல்லி அழைக்காமல் வேறு என்ன சொல்லி அழைப்பது?” என்று திருமதி கார்ட்னர் வியப்புடன் கேட்டார்.

“என் பெயர் ஹானா அல்ல. என் பெயர் அமீலியா ரைமர். திருமதி அப்னர் ரைமர்.”

அந்த டாக்டரும் திருமதி கார்ட்னரும் ஒருவரையொருவர் ஓரக்கண்களால் பார்த்துக் கொண்டனர்.

“நீ முதலில் படுத்து ஓய்வெடு,” என்று திருமதி கார்ட்னர் கூறினார்.

“ஆமாம். கவலைப்படாமல் படுத்துக் கொள்,” என்று அந்த டாக்டர் ஒத்து ஊதினார்.

பிறகு அவர்கள் இருவரும் அந்த அறையிலிருந்து வெளியேறினர். அமீலியா அந்தக் கட்டிலில் படுத்துக் கொண்டு யோசிக்கலானாள். ‘இவர்கள் ஏன் என்னை ஹானா என்று அழைக்கின்றனர்? நான் என்னுடைய உண்மையான பெயரை அவர்களிடம் கூறியபோது, அவர்கள் ஏன் ஒருவரையொருவர் ஓரக்கண்களால் பார்த்துக் கொண்டனர்? நான் இப்போது எங்கே இருக்கிறேன்? எனக்கு என்ன ஆயிற்று?’

அவள் தன் கட்டிலிலிருந்து கீழே இறங்கினாள். அவளுடைய கால்கள் குழலாடின. அவள் மெதுவாக நடந்து அங்கிருந்த சன்னலுக்கு அருகே சென்று, அதன் வழியாக வெளியே எட்டிப் பார்த்தாள். அவள் ஒரு பண்ணை நிலத்தில் இருந்தாள். இதனால் பெரும் திகைப்படைந்த அவள் மீண்டும் அந்தக்

கட்டிலுக்குச் சென்று அதில் அமர்ந்து கொண்டாள். 'இதற்கு முன்பு நான் ஒருபோதும் பார்த்திராத இந்தப் பண்ணை வீட்டில் நான் என்ன செய்து கொண்டிருக்கிறேன்?' என்று அவள் குழப்பத்தோடு யோசித்தாள்.

அப்போது திருமதி கார்ட்னர் ஒரு கோப்பை சூப்புடன் அந்த அறைக்குள் மீண்டும் வந்தார்.

அமீலியா அவரைக் கேள்விக் கணைகளால் துளைத்தெடுக்கத் துவங்கினாள். "இந்த வீட்டில் நான் என்ன செய்து கொண்டிருக்கிறேன்? என்னை யார் இங்குக் கொண்டுவந்து சேர்த்தார்கள்?"

"ஹானா, உன்னை யாரும் இங்குக் கொண்டுவந்து சேர்க்கவில்லை. இது உன் வீடு. கடந்த ஐந்து ஆண்டுகளாக நீ இங்கேதான் வசித்து வந்துள்ளாய். ஆனால், இதற்கு முன்பு உனக்கு வலிப்பு வந்து நான் பார்த்ததில்லை."

"என்ன சொல்கிறீர்கள்? நான் இங்கு ஐந்து ஆண்டுகளாக வசித்து வருகிறேனா?"

"ஆமாம். உனக்கு இன்னும் பழைய நினைவுகள் திரும்பவில்லையா?"

"நான் ஒருபோதும் இங்கு வசித்ததில்லை. உங்களை இதற்கு முன்பு நான் ஒரு தடவைகூடப் பார்த்ததில்லை."

"உனக்கு இந்த வலிப்பு வந்த பிறகு எல்லாமே மறந்துவிட்டது!"

"இல்லை, நான் ஒருபோதும் இங்கு வசித்ததில்லை."

"நீ இங்கேதான் வசித்து வந்துள்ளாய்," என்று கூறிய திருமதி கார்ட்னர், விடுவிடுவென்று அந்த இழுப்பறைப் பெட்டிக்குச் சென்று, மங்கிப் போயிருந்த ஒரு புகைப்படத்தை அதிலிருந்து எடுத்து வந்து அமீலியாவிடம் கொடுத்தார்.

அந்தப் புகைப்படத்தில் நான்கு பேர் இருந்தனர்: திருமதி கார்ட்னர்; தாடி வைத்திருந்த ஒரு நபர்; உயரமாகவும், ஒல்லியாகவும், ஓர் இனிமையான புன்னகையுடனும் இன்னொரு நபர்; பூப்போட்ட ஓர் உடையையும் ஓர் ஏப்ரனையும் அணிந்திருந்த ஒரு பெண். அந்தப் பெண் தான்தான் என்பதை அறிந்து அமீலியா அதிர்ந்து போனாள்.

அமீலியா அந்தப் புகைப்படத்தையே வெறித்துப் பார்த்துக் கொண்டிருந்தாள். திருமதி கார்ட்னர் தான் கொண்டு வந்திருந்த சூப்பை அவளருகில் வைத்துவிட்டு அங்கிருந்து வெளியேறினார்.

அமீலியா இயந்திரத்தனமாக அந்த சூப்பைக் குடித்தாள். அது ஒரு நல்ல சூப். அது சூடாகவும் சுவையாகவும் இருந்தது. அப்போது அவளுடைய மனத்திற்குள் ஒரு சூறாவளி சுழன்றடித்துக் கொண்டிருந்தது. 'இங்கு யாருக்குப் பைத்தியம்

பிடித்திருக்கிறது? எனக்கா அல்லது திருமதி கார்ட்னருக்கா? நிச்சயமாக இருவரில் யாரோ ஒருவருக்குப் பைத்தியம் பிடித்திருக்கிறது. ஆனால், இங்கு மூன்றாவதாக ஒரு டாக்டரும் இருக்கிறாரே?'

'நான் அமீலியா,' என்று அவள் தனக்குத் தானே உறுதியாகக் கூறிக் கொண்டாள். 'நான் அமீலியாதான் என்பதை நான் நன்கு அறிவேன். வேறு எவரும் அதை மாற்றிச் சொல்ல நான் அனுமதிக்கப் போவதில்லை.'

அவள் அந்த சூப்பை முழுவதுமாகக் குடித்துவிட்டுக் கோப்பையைக் கீழே வைத்தாள். அங்கு மடிக்கப்பட்ட நிலையில் கிடந்த ஒரு செய்தித்தாள் அவளுடைய கவனத்தைக் கவர்ந்தது. அதைக் குனிந்து எடுத்த அவள், அது என்றைய செய்தித்தாள் என்று பார்த்தாள். அக்டோபர் 19 என்று அதில் குறிப்பிடப்பட்டிருந்தது. பைனின் அலுவலகத்திற்கு இரண்டாவது முறையாக அவள் என்றைக்குச் சென்றாள்? 15 அல்லது 16 ஆம் தேதியாக இருக்க வேண்டும். அப்படியானால், அவள் இங்கு வந்து இரண்டு அல்லது மூன்று நாட்கள் ஆகியிருக்க வேண்டும்.

"அந்த அயோக்கிய டாக்டர்!" என்று அமீலியா கடும் சீற்றத்துடன் கூறினாள்.

அதே நேரத்தில், அவளுக்கு ஒருவிதமான ஆசுவாசமும் ஏற்பட்டது. சில நேரங்களில், சிலர், தாங்கள் யார் என்பதைப் பல ஆண்டுகள் மறந்து போயிருக்கின்றனர். அதைப் போன்ற ஒன்று தனக்கும் நேர்ந்திருக்கலாம் என்று அவள் அஞ்சினாள்.

அவள் அந்தப் பத்திரிகையைப் புரட்டினாள். அதில் இடம் பெற்றிருந்த செய்திகள்மீது அவள் தன் கண்களை ஓட்டினாள். திடீரென்று ஒரு பத்தி அவளுடைய கவனத்தைக் கவர்ந்தது.

> *காலஞ்சென்ற பிரபல தொழிலதிபர் அப்னர் ரைமரின் மனைவியான அமீலியா, மனநிலை சரியில்லாதவர்களுக்குச் சிகிச்சையளிக்கப்படுகின்ற ஒரு தனியார் மருத்துவமனைக்கு நேற்று மாற்றப்பட்டுள்ளார். கடந்த இரண்டு நாட்களாக, தான் அமீலியா அல்லள் என்றும், தான் உண்மையில் ஹானா மூர்ஹவுஸ் என்றும் அவர் அடம்பிடித்துக் கொண்டிருக்கிறார்.*

"ஹானா மூர்ஹவுஸ்! இங்கு ஓர் ஆள்மாறாட்டம் நடந்திருக்கிறது. அவள் என் இடத்தில் இருக்கிறாள், நான் அவள் இடத்தில் இருக்கிறேன். இதை எளிதாகச் சரிசெய்துவிடலாம் – அந்த நயவஞ்சகன் வேறு எந்த நாடகமும் ஆடியிருக்காத பட்சத்தில்!"

அக்கணத்தில், அப்பத்திரிகையில் இடம் பெற்றிருந்த

கான்ஸ்டன்டன் என்ற பெயர் அவளுடைய கவனத்தைக் கவர்ந்தது. அது ஒரு பெரிய செய்தியாக அச்சடிக்கப்பட்டிருந்தது.

டாக்டர் கான்ஸ்டன்டைனின் புரட்சிப் பிரகடனம்

நேற்று இரவு ஜப்பானுக்குத் திரும்பிச் செல்வதற்கு முன்பாகத் தனக்கு அளிக்கப்பட்டப் பிரிவுபசார விழாவின்போது பேசிய டாக்டர் கான்ஸ்டன்டைன், புரட்சிகரமான கோட்பாடுகள் சிலவற்றை முன்மொழிந்தார். ஆன்மாவை ஓர் உடலிலிருந்து இன்னோர் உடலுக்கு மாற்றுவதன் மூலம் ஆன்மா என்ற ஒன்று இருப்பதைத் தன்னால் நிரூபிக்க முடியும் என்று அவர் பிரகடனம் செய்தார். உண்மையிலேயே அப்படிப்பட்டப் பரிசோதனை ஒன்றைத் தான் வெற்றிகரமாக நிகழ்த்தியிருந்ததாகவும் அவர் தெரிவித்தார். அந்த 'ஆன்மா மாற்றுச் சிகிச்சை' நிறைவடைந்ததும், முதல் நபர் தன்னை இரண்டாவது நபர் என்று கூறிக் கொண்டார். அதே சமயத்தில், இரண்டாவது நபர் தன்னை முதல் நபர் என்று கூறிக் கொண்டார். இச்சோதனை வெற்றி பெறுவதற்கு உருவ அமைப்பு ஒன்றுபோல இருக்கின்ற இருவர் தேவை. அவர்களுக்கு இடையே ஆழமான ஒரு தொடர்பு நிலவிக் கொண்டிருக்கும். இரட்டையர் விஷயத்தில் அது வெளிப்படையாகத் தெரியும் என்பதை எல்லோரும் அறிவர். ஆனால், உருவ ஒற்றுமை கொண்டுள்ள இரண்டு அந்நியர்களும், அவர்களுடைய சமூக அந்தஸ்து என்னவாக இருந்தாலும், அவர்கள் தங்களுக்கிடையே இதுபோன்ற ஓர் ஐக்கியப் பிணைப்பை வெளிப்படுத்துகின்றனர்.

அந்தப் பத்திரிகையை வெறித்துப் பார்த்த அமீலியா, 'கேடுகெட்டக் கயவர்கள்!' என்று தனக்குள் குமுறினாள்.

இப்போது அவளுக்கு எல்லாம் விளங்கியது. 'என்னுடைய பணத்தை அபகரிப்பதற்குத் தீட்டப்பட்டுள்ள ஒரு கொடுந்திட்டம் இது. இந்த ஹானா, பைனின் கருவி. அவள் ஓர் அப்பாவியாகக்கூட இருக்கக்கூடும். பைனும் அந்தச் சாத்தான் கான்ஸ்டன்டைனும் சேர்ந்து இந்த நாடகத்தை அரங்கேற்றியிருக்கின்றனர். ஆனால், நான் பைனைத் தோலுரித்துக் காட்டுவேன்! அவருடைய முகமூடியைக் கிழித்தெறிவேன். அவரைக் கூண்டில் ஏற்றுவேன். நான் எல்லோரிடமும் அவரைப் பற்றி–'

திடீரென்று அவள் தன் எண்ணவோட்டத்தை நிறுத்தினாள். பின்னர் அவள் முதல் செய்தியை நினைத்துப் பார்த்தாள். அவளுக்கு மற்றொரு விஷயமும் புரிந்தது. தான் முதலில் நினைத்திருந்ததைப்போல, ஹானா ஒரு கோழையான கருவியாக இருந்திருக்கவில்லை. அவள் அதற்கு எதிர்ப்புத் தெரிவித்திருந்தாள். ஆனால் என்ன நடந்தது? அவள் ஒரு

மனநல மருத்துவமனைக்குள் அடைக்கப்பட்டாள்.

அமீலியாவின் முதுகுத்தண்டு சில்லிட்டது.

ஒரு மனநல மருத்துவமனைக்குள் ஒருவரைத் தள்ளிவிட்டால், அவர் அதிலிருந்து வெளியே வருவது கடினம். அங்கே இருக்கும்போது, நீங்கள் ஒரு பைத்தியக்காரர் அல்லர் என்று நீங்கள் எவ்வளவு அதிகமாகக் கூறுகிறீர்களோ, அவ்வளவு அதிகமாக அவர்கள் உங்களை நம்ப மறுப்பர். ஒரு முறை அங்கே அடைக்கப்பட்டுவிட்டால், நீங்கள் நிரந்தரமாக அங்கேயே தங்கிவிட வேண்டியதுதான். அது குறித்துத் தான் ஏதாவது செய்தாக வேண்டும் என்று அமீலியா தீர்மானித்தாள்.

அப்போது அந்த அறையின் கதவு மீண்டும் திறந்தது. திருமதி கார்ட்னர் உள்ளே நுழைந்தார்.

"ஓ! சூப் முழுவதையும் குடித்துவிட்டாயா? நல்லது. நீ சீக்கிரம் தேறிவிடுவாய்."

"எப்போதிருந்து எனக்கு உடல்நிலை சரியில்லை?"

"உம். மூன்று நாட்களுக்கு முன்பிருந்து. புதன்கிழமை, 15 ஆம் தேதி. அன்று மதியம் சுமார் நான்கு மணிக்குத் திடீரென்று உன் உடல்நிலை மோசமானது."

"ஓ!" என்றாள் அமீலியா. அந்தத் தகவலில் பொதிந்திருந்த அர்த்தம் புரிந்தபோது அவள் அதிர்ந்து போனாள். நான்கு மணியளவில்தான் அவள் டாக்டர் கான்ஸ்டன்டைன் இருந்த அறைக்குள் நுழைந்திருந்தாள்.

"அப்போது நீ உன் நாற்காலியிலிருந்து நழுவிக் கீழே விழுந்துவிட்டாய்," என்று திருமதி கார்ட்னர் கூறினார். "திடீரென்று அது நிகழ்ந்தது. ஒரு கனவில் பேசுவதுபோல, 'எனக்குத் தூக்கம் வருகிறது,' என்று நீ மீண்டும் மீண்டும் கூறிக் கொண்டிருந்தாய். பிறகு நீ தூங்கிவிட்டாய். நாங்கள் உன்னைப் படுக்கையில் படுக்க வைத்துவிட்டு மருத்துவரை அழைத்தோம். அக்கணத்திலிருந்து இப்போதுவரை நீ இந்த அறையில்தான் இருக்கிறாய்."

"என் முகத்தை வைத்து நான் ஹானா என்று நீங்கள் கூறுகிறீர்கள். உண்மையில் நான் யார் என்பது உங்களுக்குத் தெரியுமா?"

"உன் கேள்வியே பைத்தியக்காரத்தனமானதாக இருக்கிறது. எனக்குத் தெரிந்து எல்லோருமே ஒருவருடைய முகத்தைப் பார்த்துத்தானே அடையாளம் கூறுவார்கள்? நீ என்ன புதிதாகக் கேட்கிறாய்? ஓ! உனக்குப் பிறவியிலேயே ஒரு மச்சம் உண்டு. ஒருவேளை நீ அதைப் பார்த்தால் நிம்மதி அடையக்கூடும்."

"பிறவி மச்சமா?" என்று அமீலியா ஆவலுடன் கேட்டாள்.

அவளுடைய முகம் பிரகாசமடைந்தது. ஏனெனில், அவளுக்குப் பிறவி மச்சம் எதுவும் கிடையாது.

"உன்னுடைய வலது முழங்கைக்குச் சற்றுக் கீழே ஒரு ஸ்ட்ராபெர்ரி வடிவில் ஒரு மச்சம் இருக்கும். நீயே சோதித்துப் பார்த்துக் கொள்."

'நான் யார் என்பதை இது நிரூபித்துவிடும்,' என்று அமீலியா தனக்குத் தானே கூறிக் கொண்டாள். ஏனெனில், தன்னுடைய கையில் அதுபோன்ற மச்சம் எதுவும் கிடையாது என்பதை அவள் அறிவாள். அவள் தான் அணிந்திருந்த இரவு ஆடையின் கைப்பகுதியை உள்ளுக்குள் இழுத்துவிட்டுவிட்டு, தன் வலது கையின் முழங்கைக்குக் கீழே பார்த்தாள். அங்கு ஒரு ஸ்ட்ராபெர்ரி அளவு மச்சம் அவளைப் பார்த்துச் சிரித்தது.

அமீலியாவின் கண்களிலிருந்து கண்ணீர் பெருக்கெடுத்தது.

* * *

நான்கு நாட்களுக்குப் பிறகு அமீலியா தன் படுக்கையிலிருந்து எழுந்தாள். அவள் பல திட்டங்களை யோசித்துப் பார்த்து ஒவ்வொன்றையும் நிராகரித்திருந்தாள்.

அந்தப் பத்திரிகையில் வெளிவந்திருந்த செய்தியை அவள் திருமதி கார்ட்னரிடம் சுட்டிக்காட்டி விளக்கலாம். ஆனால், அவர் அதை நம்புவாரா? கண்டிப்பாக நம்ப மாட்டார்.

காவல்துறையினரிடம் சென்று புகார் செய்யலாம். ஆனால் அவர்கள் நம்புவார்களா? அதுவும் சந்தேகமே.

அவள் பைனின் அலுவலகத்திற்குச் செல்லலாம். அந்த யோசனை அவளுக்கு உற்சாகத்தைக் கொடுத்தது. அங்குச் சென்றால், அந்தக் கயவன் பைனை நேருக்கு நேர் சந்தித்து அவனுடைய முகத்திரையைக் கிழிக்கலாம். ஆனால், இந்தத் திட்டத்தை அமல்படுத்துவதில் அவளுக்கு ஒரு நடைமுறைச் சிக்கல் இருந்தது. தான் இப்போது இங்கிலாந்திலுள்ள கார்ன்வால் என்ற பகுதியில் இருந்ததைத் திருமதி கார்ட்னரிடம் பேச்சுக் கொடுத்ததன் மூலம் அவள் அறிந்து கொண்டிருந்தாள். லண்டனுக்குச் செல்வதற்கு அவளுக்குப் பணம் வேண்டும். அந்த அறையிலிருந்த ஒரு கிழிந்த மணிபர்ஸில் இருந்த ஓர் இரண்டு பென்னி நாணயமும் ஒரு நான்கு பென்னி நாணயமும் அவளுடைய நிதி நிலையை அப்பட்டமாகக் காட்டின.

அதனால், நான்கு நாட்களுக்குப் பின் அமீலியா ஒரு முடிவுக்கு வந்தாள். தற்போதைக்கு நிலைமை எப்படி இருந்ததோ, அப்படியே அதை ஏற்றுக் கொள்வது என்ற முடிவுதான் அது. இப்போதைக்கு அவள் ஹானா. தற்காலிகமாக அவள் அந்தப்

பாத்திரத்தை ஏற்றுக் கொள்வாள். பணம் சேர்ந்தவுடன் அவள் நேராகப் பைனின் குகைக்குச் சென்று அவரை நேருக்கு நேர் சந்தித்து அவரை நார்நாராகக் கிழிப்பாள்.

இத்தீர்மானத்திற்கு வந்தவுடன், அமீலியா தன் பாத்திரத்தை நல்ல மனநிலையுடன் ஏற்றுக் கொண்டாள். அது குறித்து அவளிடம் ஒருவிதமான ஆர்வக்குறுகுறுப்புக்கூட ஏற்பட்டிருந்தது. தன் வாழ்க்கையில் வரலாறு திரும்பியதுபோல அவளுக்குத் தோன்றியது. இந்த வாழ்க்கை அவளுக்கு அவளுடைய இளமைப் பருவத்தை நினைவுபடுத்தியது. அதை அவள் கடந்து வந்து நெடுங்காலம் ஆகியிருந்ததைப்போல அவளுக்குத் தோன்றியது.

* * *

பல ஆண்டுகால சொகுசு வாழ்க்கைக்குப் பிறகு, பண்ணை வேலை அவளுக்கு முதலில் மிகவும் கடினமாக இருந்தது. ஆனால், ஒரு வாரத்திற்குள்ளாகவே அவள் எளிதாக அந்த வேலைகளில் தன்னை ஈடுபடுத்திக் கொள்ளத் துவங்கினாள்.

திருமதி கார்ட்னர் நற்குணம் கொண்ட அன்பான பெண்மணியாக இருந்தார். அவருடைய கணவர் அதிகம் பேசாதவராக இருந்தாலும், அவரும் அன்பாக இருந்தார். அமீலியா பார்த்திருந்த புகைப்படத்தில் இருந்த ஒல்லியான, உயரமான நபர் பண்ணை வேலையிலிருந்து விலகிக் கொண்டிருந்தார். அவருடைய இடத்தில், நாற்பத்தைந்து வயதான, பெரிய உருவம் படைத்த ஜோ வெல்ஷ் வேலைக்குச் சேர்ந்திருந்தார். அவர் இயல்பாகவே உற்சாகமிக்கவராகவும் தோழமையாகப் பழகுபவராகவும் இருந்தார். ஜோவின் பேச்சும் சிந்தனையும் மெதுவாக இருந்தபோதிலும், அவருடைய நீல நிறக் கண்களில் பிரகாசமான மினுமினுப்பு காணப்பட்டது.

பல வாரங்கள் உருண்டோடின. லண்டனுக்குப் போய் வருவதற்குப் போதுமான பணத்தை அமீலியா சேர்த்திருந்தாள். ஆனால் அவள் லண்டனுக்குப் போகவில்லை. அவள் அதைத் தள்ளிப் போட்டாள். பைனை அவள் நம்பவில்லை. அங்குச் சென்றால், ஏதாவது ஒரு மருத்துவரைத் தன் கைக்குள் போட்டுக் கொண்டு, யாருக்கும் தெரியாமல் ஏதாவது மனநோய் மருத்துவமனையில் அவர் தன்னை அடைத்துவிடக்கூடும் என்று அவள் அஞ்சினாள்.

'அதோடு, வாழ்க்கையில் ஒரு மாற்றம் ஏற்படுவதும் நல்லதுதான்,' என்று அவள் நினைத்துக் கொண்டாள்.

அமீலியா அதிகாலையிலேயே எழுந்து நாள் முழுவதும்

கடினமாக உழைத்தாள். அந்த ஆண்டின் குளிர்காலத்தின்போது ஜோ நோய்வாய்ப்பட்டார். அவரை அமீலியாவும் திருமதி கார்ட்னரும் பார்த்துக் கொண்டனர். ஜோ அநியாயத்திற்கு அவர்களைச் சார்ந்து இருந்தார்.

வசந்தகாலமும் வந்தது. அது ஆடுகள் குட்டிகளை ஈன்ற காலம். அந்தப் பண்ணை நிலத்தின் புதர்ச்செடிகளில் மலர்கள் பூத்துக் குலுங்கின. அவளுடைய வேலைகளில் ஜோ அவளுக்கு உதவினார். பதிலுக்கு அமீலியா அவருடைய கிழிந்த துணிகளைத் தைத்துக் கொடுத்தாள்.

சில ஞாயிற்றுக்கிழமைகளில் அமீலியா ஜோவுடன் நீண்ட தூரம் நடந்து சென்றாள். ஜோவின் மனைவி நான்கு ஆண்டுகளுக்கு முன்பு இறந்திருந்ததால் அவர் தனியாகத்தான் இருந்தார். தன் மனைவியின் மரணத்திற்குப் பிறகு தான் அளவுக்கதிகமாகக் குடித்துக் கொண்டிருந்ததாக அவர் அமீலியாவிடம் ஒப்புக் கொண்டார்.

ஆனால், மதுவிடுதிக்குச் செல்வதை ஜோ படிப்படியாகக் குறைத்துக் கொண்டார், தனக்குப் புதிய ஆடைகளை வாங்கிக் கொண்டார். அதையெல்லாம் வைத்து கார்ட்னர் தம்பதியர் அவரைக் கலாய்த்தனர்.

அமீலியா ஜோவின் காலை அடிக்கடி வாரினாள். அவருடைய நயமற்ற நடத்தையை அவள் கிண்டல் செய்தாள். ஆனால் ஜோ அவற்றைப் பெரிதுபடுத்தவில்லை. அது குறித்து அவர் வெட்கப்பட்டாலும் மகிழ்ச்சியே அடைந்தார்.

அடுத்துக் கோடைக்காலம் வந்தது. அந்தக் காலம் முழுவதும் அனைவரும் கடுமையாக உழைத்தனர்.

பின்னர் அறுவடையும் முடிந்தது. மரத்தில் இலைகள் பழுக்கத் துவங்கின.

அன்று அக்டோபர் 8. முட்டைக்கோஸ் தோட்டத்தில் வேலை செய்து கொண்டிருந்த அமீலியா நிமிர்ந்து பார்த்தபோது, அதன் வேலியோரமாக அவளைப் பார்த்தவாறு பைன் நின்று கொண்டிருந்ததை அவள் கண்டாள்.

உடனே அவள் கோபத்தில் வெகுண்டெழுந்தாள்.

அவரைப் பற்றித் தன்னுடைய மனத்திலிருந்த அனைத்தையும் அவள் அவரிடம் கொட்டித் தீர்த்தாள். அனைத்தையும் பைன் பொறுமையாகக் கேட்டுக் கொண்டிருந்தார். இறுதியில் அமீலியாவுக்கு மூச்சு வாங்கியது.

பைன் அவளை நோக்கி அமைதியாகப் புன்னகைத்து, “நான் உங்களைக் குற்றம் சொல்ல மாட்டேன். உங்களுடைய அனைத்து வசவுகளுக்கும் நான் தகுதியானவன்தான்,” என்று கூறினார்.

"நீங்கள் ஓர் ஏமாற்றுக்காரர், பித்தலாட்டப் பேர்வழி," என்று அமீலியா மீண்டும் கூறினாள். "நீங்களும் கான்ஸ்டன்டைனும் சேர்ந்து என்னை மனோவசியம் செய்தீர்கள். பாவம் அந்தப் பெண் ஹானா! அவளை மனநோய் மருத்துவமனையில் அடைத்தீர்கள். அடுக்குமா உங்களுக்கு?" என்று மறுபடியும் அவள் அவரைத் திட்டத் துவங்கினாள்.

"அமீலியா, இங்கேதான் நீங்கள் என்னைத் தவறாக எடைபோட்டுள்ளீர்கள். ஹானா எந்த மனநோய் மருத்துவமனையிலும் இல்லை. ஏனெனில், நிஜத்தில் அப்படிப்பட்ட ஒருத்தி இல்லவே இல்லை."

"நீங்கள் பொய் சொல்கிறீர்கள். நான் இங்கு அவளுடைய பழைய புகைப்படத்தைப் பார்த்தேனே!"

"அது ஒரு போலிப் புகைப்படம். அதைத் தயாரிப்பது ஒன்றும் அவ்வளவு கடினமான வேலையல்ல."

"அவளைப் பற்றிப் பத்திரிகையில் வெளிவந்திருந்த செய்தி?"

"அந்த மொத்தப் பத்திரிகையுமே போலியாகத் தயாரிக்கப்பட்ட ஒன்று. அந்த இரண்டு செய்திகளுக்கும் ஒரு நம்பகத்தன்மையை அளிப்பதற்காகத் தயாரிக்கப்பட்ட ஒன்று அது. உங்களுடைய பேச்சை வைத்துப் பார்த்தால், அதில் அது வெற்றி பெற்றுள்ளதைப்போலத்தான் தோன்றுகிறது."

"அந்தப் பித்தலாட்டக்காரன்? டாக்டர் கான்ஸ்டன்டைன்?"

"அது ஒரு புனைப்பெயர். அவர் என்னுடைய நண்பர், நடிப்புத் திறமை உடையவர்."

"அப்படியானால், நான் மனோவசியப்படுத்தப்படவும் இல்லை, அப்படித்தானே?" என்று அமீலியா சீறினாள்.

"ஆமாம். நீங்கள் மனோவசியத்திற்கு உட்படுத்தப்படவில்லை. நீங்கள் குடித்தது ஒரு மூலிகைக் காபி. அதற்குப் பிறகு உங்களுக்கு வேறு சில மருந்துகளும் கொடுக்கப்பட்டன. பின்னர் ஒரு காரில் நீங்கள் இங்குக் கொண்டு வரப்பட்டீர்கள்."

"அப்படியானால், கார்ட்னர் தம்பதியரும் இதற்கு உடந்தையா?"

அதை ஆமோதித்துப் பைன் தலையாட்டினார்.

"திருமதி கார்ட்னர் உங்களிடம் கையூட்டு வாங்கிக் கொண்டு இதைச் செய்தாரா? அல்லது வழக்கம்போல அவரிடம் நீங்கள் உங்களுடைய புளுகுமூட்டைகளை அவிழ்த்துவிட்டீர்களா?"

"திருமதி கார்ட்னர் என்மீது உறுதியான நம்பிக்கை வைத்துள்ளார். நான் ஒரு முறை அவருடைய மகனைச் சிறைத் தண்டனையிலிருந்து காப்பாற்றினேன்."

பைனின் நடத்தையில் வெளிப்பட்ட ஏதோ ஒன்று இதைப் பற்றி மேலும் கேட்காமல் இருக்க அவளை உந்தித் தள்ளியது.

“அப்படியானால், பிறவி மச்சம்?”

அதைக் கேட்டுப் பைன் புன்னகைத்தார். “அது ஏற்கனவே மங்கிக் கொண்டிருக்கிறது. இன்னும் ஆறு மாதங்களில் அது முற்றிலுமாக மறைந்துவிடும்.”

“நீங்கள் மேற்கொண்டுள்ள இந்த அபத்தமான நடவடிக்கைகளுக்குப் பின்னாலுள்ள நோக்கம் என்ன? என்னை முட்டாளாக்கி, என் பணம் வங்கியில் தூங்கிக் கொண்டிருக்கின்றபோது இங்கு ஒரு வேலைக்காரியைப்போல நீங்கள் என்னை அல்லலுற வைத்தது எதற்காக? நீங்கள் என்னுடைய பணம் மொத்தத்தையும் சுருட்டுவதற்காக, அப்படித்தானே?”

“நீங்கள் மயக்கத்தில் இருந்தபோது, நீங்கள் திரும்பி வரும்வரை உங்களுடைய சட்டபூர்வமான பிரதிநிதியாக நீங்கள் என்னை நியமித்துள்ளதாக ஒரு பத்திரத்தில் உங்களிடம் நான் கையெழுத்து வாங்கியது உண்மைதான். அதைத் தொடர்ந்து உங்களுடைய நிதி விவகாரங்களை நானே கையாண்டேன். நீங்கள் முதலில் என்னிடம் கொடுத்திருந்த ஆயிரம் பவுன்டு பணத்திற்கு மேல் ஒரு பென்னிகூட நான் உங்களுடைய பணத்திலிருந்து எடுக்கவில்லை. உண்மையில், என்னுடைய புத்திசாலித்தனமான முதலீடுகளால் உங்களுடைய பணம் பெருகித்தான் உள்ளது,” என்று கூறிவிட்டுப் பைன் பெரிதாகப் புன்னகைத்தார்.

“அப்படியானால், இத்தனையும் எதற்காக?”

“நான் உங்களிடம் ஒரு கேள்வி கேட்கப் போகிறேன். அதற்கு நீங்கள் நேர்மையாக பதிலளிக்க வேண்டும். இப்போது நீங்கள் மகிழ்ச்சியாக இருக்கிறீர்களா?”

“நான் மகிழ்ச்சியாக இருக்கிறேனா? என்ன துணிச்சல் உங்களுக்கு? உங்களை நம்பி வந்த ஓர் அப்பாவிப் பெண்ணின் பணம் மொத்தத்தையும் சுருட்டி, அவளை ஒரு பண்ணை நிலத்தில் ஒரு வேலைக்காரியாக ஆக்கிவிட்டு, ‘நீ மகிழ்ச்சியாக இருக்கிறாயா?’ என்று அவளிடமே எப்படி உங்களால் கேட்க முடிகிறது?”

“உங்களுடைய கோபம் இன்னும் வடிந்திருக்கவில்லை. அது இயல்பானதுதான். என்னால் அதைப் புரிந்து கொள்ள முடிகிறது. என்னுடைய ‘கொடுஞ்செயல்களை’ ஒரு கணத்திற்கு ஓரமாக மூட்டை கட்டி வைத்துவிடுங்கள். கிட்டத்தட்ட ஓராண்டுக்கு முன்பு நீங்கள் என்னுடைய அலுவலகத்திற்கு வந்தபோது நீங்கள் மகிழ்ச்சியற்ற ஒரு பெண்மணியாக இருந்தீர்கள். இப்போதும் நீங்கள் அதேபோன்ற மகிழ்ச்சியற்ற ஒரு பெண்மணியாகத்தான் இருக்கிறீர்களா? இப்போதும்

நீங்கள் மகிழ்ச்சியற்றுத்தான் இருக்கிறீர்கள் என்று நீங்கள் கூறினால், நான் அதற்காக உங்களிடம் மன்னிப்புக் கேட்டுக் கொள்கிறேன். நீங்கள் என்மீது எந்த நடவடிக்கை வேண்டுமானாலும் எடுத்துக் கொள்ளுங்கள். அதற்கு நான் உடன்படுகிறேன். நான் உங்களிடமிருந்து பெற்ற அந்த ஆயிரம் பவுன்டு பணத்தையும் நான் திருப்பிக் கொடுத்துவிடுகிறேன். இப்போது சொல்லுங்கள், நீங்கள் இப்போதும் ஒரு மகிழ்ச்சியற்றப் பெண்ணாகத்தான் இருக்கிறீர்களா?"

அமீலியா சிறிது நேரம் பைனை உற்றுப் பார்த்தாள். இறுதியில் அவள் ஒருவழியாகப் பேசத் துவங்கியபோது, அவள் தன் கண்களைத் தாழ்த்தினாள்.

"நான் மகிழ்ச்சியற்றவளாக இல்லை," என்று கூறிய அவளுடைய குரலில் ஆச்சரியம் புகுந்து கொண்டிருந்தது. "என்னை இங்குத் தள்ளியது நீங்கள்தான். ஆனால், என் கணவர் இறந்ததற்குப் பின் நான் இந்த அளவுக்கு மகிழ்ச்சியாக இருந்ததேயில்லை. இங்கு என்னுடன் ஒரு பணியாளாக வேலை பார்த்துக் கொண்டிருக்கின்ற ஜோ வெல்ஷ் என்பவரை நான் திருமணம் செய்து கொள்ள உத்தேசித்துள்ளேன். உள்ளூர் தேவாலயத்தில் அதற்கான அறிவிப்பு இந்த வார ஞாயிறன்று அறிவிக்கப்படவிருக்கிறது."

"ஆனால், இப்போது எல்லாம் மாறிவிட்டுள்ளதே," என்றார் பைன்.

அமீலியாவின் முகம் கோபத்தால் சிவந்தது. அவள் அவரை நோக்கி ஓரடி முன்னே வந்தாள்.

"எல்லாம் மாறிவிட்டது என்று நீங்கள் எந்த அர்த்தத்தில் கூறுகிறீர்கள்? பெரும் பணம் என்னை ஒரு மேட்டுக்குடிப் பெண்மணியாக ஆக்கும் என்று நீங்கள் நினைக்கிறீர்களா? ஆனால், இனியும் நான் அப்படிப்பட்ட ஒரு பெண்ணாக இருக்க விரும்பவில்லை. அவர்கள் உதவாக்கரைகள். எனக்கு ஜோ போதும், அவருக்கு நான் போதும். நாங்கள் ஒருவருக்கொருவர் பொருத்தமானவர்கள். நாங்கள் இருவரும் மகிழ்ச்சியாக இருக்கப் போகிறோம். அதனால், இனியும் உங்களுக்குச் சம்பந்தம் இல்லாத விஷயத்தில் தலையிட்டுக் கொண்டிருக்காமல் இங்கிருந்து உடனே கிளம்பிச் செல்லுங்கள்."

பைன் தன் பாக்கெட்டிற்குள் கைவிட்டு ஒரு பத்திரத்தை வெளியே எடுத்து அவளிடம் கொடுத்தார். "நீங்கள் எனக்கு எழுதிக் கொடுத்தப் பத்திரம் இது. இனி உங்களுடைய விவகாரங்களை நீங்களே கையாளப் போவதால், இதை நீங்கள் கிழித்துப் போட்டுவிடலாம்."

அமீலியாவின் முகத்தில் ஒரு விநோதமான உணர்ச்சி தோன்றியது. அவள் அந்தப் பத்திரத்தை மீண்டும் பைனின் கைகளில் திணித்தாள்.

"நான் உங்களைப் பற்றிக் கடுமையாகப் பேசிவிட்டேன். அவற்றில் பலவற்றுக்கு நீங்கள் தகுதியானவர்தாம். நீங்கள் வில்லங்கமானவர் என்றாலும் நான் உங்களை நம்புகிறேன். இப்போது இங்கே என் வங்கிக் கணக்கில் எழுநூறு பவுண்டு பணம் இருக்கிறது. ஜோவும் நானும் பார்த்து வைத்துள்ள ஒரு பண்ணை நிலத்தை வாங்குவதற்கு அது போதுமானது. என்னுடைய மீதிப் பணத்தை மருத்துவமனைகளுக்கு நன்கொடையாகக் கொடுத்துவிடுங்கள்."

"என்ன சொல்கிறீர்கள்? உங்களுடைய சொத்து முழுவதையுமா?"

"அப்படித்தானே நான் சொன்னேன்? ஜோ நல்லவர், அன்பானவர். ஆனால் அவர் பலவீனமானவர். அதிகமான பணம் அவரைச் சீரழித்துவிடும். நான் சிரமப்பட்டு அவரை மதுவின் பிடியிலிருந்து மீட்டிருக்கிறேன். தொடர்ந்து அவரை என்னால் அப்படி வைத்திருக்கவும் முடியும். பணம் எனக்கும் என்னுடைய மகிழ்ச்சிக்கும் குறுக்கே வருவதை நான் அனுமதிக்கப் போவதில்லை."

"நீங்கள் ஓர் அசாதாரணமான பெண்மணி. ஆயிரத்தில் ஒருத்தி. நீங்கள் இப்போது நடந்து கொள்வதுபோல ஆயிரத்தில் ஒருவரால்தான் செய்ய முடியும்."

"அப்படியானால், ஆயிரத்தில் ஒருத்திக்குத்தான் புத்தி இருக்கிறது என்று அர்த்தமா?"

"நான் உங்களை வணங்கி விடைபெறுகிறேன்," என்று கூறிய பைனின் குரல் தழுதழுத்தது. அவர் தன் தொப்பியை இலேசாக உயர்த்தி மீண்டும் தன் தலையில் மாட்டிக் கொண்டு அங்கிருந்து மெதுவாக நகர்ந்தார்.

அவருக்குப் பின்னாலிருந்து, "இந்த விஷயம் ஜோவுக்கு ஒருபோதும் தெரியக்கூடாது. அதை நினைவில் வைத்துக் கொள்ளுங்கள்!" என்று அமீலியா கத்தினாள்.

அவளுக்குப் பின்னால் சூரியன் மறைந்து கொண்டிருந்தான். அமீலியா தன் கையில் ஒரு பெரிய முட்டைக்கோஸுடன் தன் நெஞ்சையும் தலையையும் நிமிர்த்தி நின்றாள். ஒரு விவசாயப் பெண்ணின் பிரம்மாண்டமான உருவம் அந்த அந்திச் சூரியனுக்கு முன்னால் கம்பீரமாக நின்றது.

மேக்னோலியா மலர்களின் மலர்ச்சி

விக்டோரியா இரயில் நிலையத்தின் கடிகாரத்திற்கு அருகே வின்சென்ட் ஈஸ்டன் காத்துக் கொண்டிருந்தான். அவ்வப்போது அவன் பதற்றத்துடன் அந்தக் கடிகாரத்தையே நிமிர்ந்து பார்த்துக் கொண்டிருந்தான். 'ஒருபோதும் வரவே வராத பெண்களுக்காக இந்த இரயில் நிலையத்தில் இதுவரை எத்தனை ஆண்கள் காத்துக் கொண்டிருந்திருப்பர்?' என்று அவன் யோசித்தான்.

அவனுக்குள் திடீரென்று ஒரு கடும் வேதனை பீறிட்டுக் கிளம்பியது. தியோ ஒருவேளை தன் மனத்தை மாற்றிக் கொண்டிருந்து, இங்கு வராமலேயே இருந்துவிட்டால்? பெண்கள் இப்படிப்பட்டக் காரியங்களைச் செய்பவர்கள்தானே! அவளைக் குறித்து அவன் உறுதியாக இருந்தானா? அவளைப் பற்றி உண்மையிலேயே அவனுக்கு என்ன தெரியும்? முதலிலிருந்தே அவள் அவனுக்கு ஒரு புதிராகத்தானே இருந்து வந்திருந்தாள்? தியோவுக்குள் இரண்டு பெண்கள் இருந்ததுபோல அவனுக்குத் தோன்றியது. ஒருத்தி, அருமையான, எப்போதும் சிரித்துக் கொண்டிருந்த, ரிச்சர்டு டாரெலின் மனைவி. இன்னொருத்தி, ஹேமர்ஸ் குளோஸ் பூங்காவில் தன்னோடு வந்து கொண்டிருந்த, அமைதியான, புதிரான பெண். அவள் ஒரு மேக்னோலியா மலரைப்போல இருந்தாள். அவளைப் பற்றி அவன் அப்படித்தான் நினைத்திருந்தான். அவர்களுடைய பரவசமான, நம்புதற்கரிய முதல் முத்தம் ஒரு மேக்னோலியா மரத்தின் கீழ் நிகழ்ந்திருந்தது ஒருவேளை அதற்குக் காரணமாக இருக்கலாம். மேக்னோலியா மலர்களின் நறுமணம் காற்றில் பரவியிருந்தது. வெல்வெட்போல மிருதுவாகவும் வாசனையுடனும் இருந்த

அந்த மலர்களின் இதழ்களில் ஒன்றிரண்டு காற்றில் மிதந்து வந்து, சிறிது மேல்நோக்கி உயர்ந்திருந்த, அந்த மலர்களைப்போலவே மிருதுவாக இளஞ்சிவப்பு நிறத்திலிருந்த அவளுடைய முகத்தின்மீது பட்டுத் தெறித்தன. கிறக்குகின்ற, நறுமணமிக்க, திகைப்பூட்டுகின்ற மேக்னோலியா மலர்களின் மலர்ச்சி!

அது இரண்டு வாரங்களுக்கு முன்பு நடந்த சம்பவம். அவர்கள் சந்தித்து இரண்டாவது நாள் அது. ஆனால், இப்போது அவள் நிரந்தரமாகத் தன்னிடம் வந்துவிடுவதற்காக அவன் காத்துக் கொண்டிருந்தான். நடந்து கொண்டிருந்த விஷயங்களை நம்ப முடியாத உணர்வு அவனுக்குள் மீண்டும் முளைத்தது. அவள் வர மாட்டாள். இதை எப்படி அவனால் நம்பியிருந்திருக்க முடியும்? இதற்காகப் பலவற்றை உதறித் தள்ள வேண்டியிருக்கும். அந்த அழகான திருமதி டாரெல்லால் இம்மாதிரியான ஒரு விஷயத்தைச் சத்தமில்லாமல் செய்ய முடியாது. இது வெறுமனே ஓர் ஒன்பது-நாள் அற்புதமாக மட்டும் இருந்துவிடப் போகிறதோ என்னவோ! ஏனெனில், அதனால் உருவாகவிருந்த பரபரப்பு அலைகள் அவ்வளவு எளிதாக ஓய்ந்துவிடாது. இதுபோன்ற விஷயங்களை இதைவிட மேம்பட்ட விதத்தில் செய்வதற்கு வழிகள் இருந்தன. ஆனால் அவற்றுக்கு அதிகச் செலவாகும், அவ்வளவுதான். காதும் காதும் வைத்தாற்போல விவாகரத்து பெற்றுக் கொள்வது அதற்கான ஓர் எடுத்துக்காட்டு.

அவர்கள் அதைப்பற்றி ஒரு கணம்கூட யோசித்திருக்கவில்லை. குறைந்தபட்சம் அவன் யோசித்திருக்கவில்லை. அவள் இப்படி யோசித்திருப்பாளா என்று அவன் தனக்குள் கேட்டுக் கொண்டான். அவளுக்குள் ஓடிக் கொண்டிருந்த எண்ணங்களை அவன் ஒருபோதும் அறிந்திருக்கவில்லை. தன்னுடன் ஓடி வந்துவிடும்படி அவன் பயந்து கொண்டேதான் அவளிடம் கூறினான். என்ன இருந்தாலும் அவன் யார்? பெயரில்லா பிச்சை. தென்னாப்பிரிக்காவில் டிரான்ஸ்வால் பகுதியில் ஆரஞ்சுப் பழங்களைப் பயிரிட்டுக் கொண்டிருந்த நூற்றுக்கணக்கான விவசாயிகளில் ஒருவன் அவன். லண்டனில் வலம் வந்து கொண்டிருந்த அந்த அழகு மயிலை அவன் எந்த மாதிரியான வாழ்க்கைக்கு அழைத்துச் செல்லவிருந்தான்? அவன் அவளைச் சொந்தமாக்கிக் கொள்ள வேண்டும் என்று தவியாய்த் தவித்ததால், ஏதோ அசட்டுத் துணிச்சலில் அவளிடம் அப்படிக் கேட்டுவிட்டான்.

ஆனால் எந்தத் தயக்கமோ அல்லது எதிர்ப்போ இன்றி, இந்த உலகிலேயே மிகவும் எளிமையானதொரு கோரிக்கையை

அவன் அவளிடம் வைத்திருந்ததுபோல அவள் அமைதியாக அதற்கு ஒத்துக் கொண்டாள்.

"நாளை?" என்று அவன் நம்ப முடியாமல் பிரமிப்புடன் கேட்டான்.

அவள் பொதுவாகச் சமூக வெளியில் இருந்தபோது வெளிப்படுத்திய பிரகாசமான சிரிப்புக்குப் பதிலாக, ஒரு மென்மையான, உடைந்த குரலில், தான் வருவதாக வாக்களித்திருந்தாள். அவளை அவன் முதன்முதலாகப் பார்த்தபோது, நூற்றுக்கணக்கான முகப்புக்கூறுகளில் ஒளியைப் பிரதிபலிக்கின்ற வைரத்தோடு அவளை அவன் ஒப்பிட்டிருந்தான். ஆனால், அந்த முதல் தொடுதலுக்குப் பிறகு, அந்த முதல் முத்தத்திற்குப் பிறகு, அவள் வியத்தகு விதத்தில் இளஞ்சிவப்பு நிற மேக்னோலியா மலராக மாறிப் போனாள்.

தான் வருவதாக அவள் வாக்குக் கொடுத்திருந்தாள். அவள் அந்த வாக்குறுதியை நிறைவேற்றுவதற்காக அவன் இப்போது காத்துக் கொண்டிருந்தான்.

அவன் மீண்டும் அந்தக் கடிகாரத்தைப் பார்த்தான். அவள் இன்னும் சிறிது நேரத்தில் வந்து சேரவில்லை என்றால், அவர்கள் அந்த இரயிலைத் தவறவிட வேண்டியிருக்கும்.

திடீரென்று அவனுக்குள் ஓர் அசௌகரிய உணர்வு தலைதூக்கியது. அவள் வரப் போவதில்லை! அதிலென்ன சந்தேகம்? அவள் கண்டிப்பாக வரப் போவதில்லை. அவள் வருவாள் என்று எதிர்பார்த்திருந்தது அவனுடைய மடத்தனம்தான். அப்படியானால், அவளுடைய வாக்குறுதி? அவன் தன் நாட்டுக்குத் திரும்பிய பிறகு அஞ்சலில் அவனுக்கு ஒரு கடிதம் வரும். துணிச்சல் இல்லாதிருக்கின்ற பெண்கள் தங்களுடைய செயல்களுக்கு நியாயம் கற்பித்து, அதற்கான காரணங்களை அடுக்குகின்ற பாணியில் அது அமைந்திருக்கும்.

அவனிடம் கோபம் துளிர்விட்டது. விரக்தியும் கசப்பும் அதனோடு சேர்ந்து கொண்டன.

அப்போதுதான் பிளாட்பாரத்தில் தன்னை நோக்கி வந்து கொண்டிருந்த அவளை அவன் பார்த்தான். அவளுடைய முகத்தில் ஒரு மெல்லிய புன்னகை அரும்பியிருந்தது. அவள் மெதுவாக, நிதானமாக, பதற்றமின்றி வந்து கொண்டிருந்தாள். அவள் தன் உடலைக் கவ்விப் பிடித்திருந்த, மிருதுவான, கருப்பு நிற ஆடை அணிந்திருந்தாள். அவள் தலையில் அணிந்திருந்த கருப்பு நிறத் தொப்பி அவளுடைய வெள்ளை நிற முகத்திற்கு அழகாகச் சட்டமிட்டதுபோல அதைத் தூக்கிக் காட்டியது.

அவன் ஓடிப் போய் அவளுடைய கையைப் பிடித்துக்

கொண்டு, முட்டாள்தனமாக, "ஓ! நீ வந்துவிட்டாயா! எப்படியோ வந்துவிட்டாயா!" என்று உளறிக் கொட்டினான்.

"ஆமாம்."

அவளுடைய குரல் அமைதியாக ஒலித்தது. என்னவோர் அமைதி!

அவன் அவளுடைய கையை விட்டுவிட்டு, மூச்சு வாங்க, "நீ வர மாட்டாய் என்றுதான் நான் நினைத்திருந்தேன்," என்று கூறினான்.

அவளுடைய அந்த அழகான பெரிய கண்கள் அகல விரிந்தன. அவற்றில் வியப்பு மேலிட்டது. ஒரு குழந்தையிடம் காணப்படுகின்ற எளிய வியப்பு.

"ஏன்?"

அதற்கு அவன் பதில் சொல்லவில்லை. அதற்குப் பதிலாக அவன் வேறு பக்கம் திரும்பி, அங்கு வந்து கொண்டிருந்த ஒரு போர்ட்டரை அழைத்தான். இரயில் புறப்படுவதற்குச் சிறிது நேரம்தான் இருந்தது. அதற்கு அடுத்தச் சில நிமிடங்கள் அவசரத்திலும் குழப்பத்திலும் கடந்தன. பின்னர் அவர்கள் தங்களுக்கென்று பதிவு செய்திருந்த இருக்கைகளில் அமர்ந்திருந்தனர். வண்டி கிளம்பியது. தெற்கு லண்டனின் மங்கிய பழுப்பு நிற வீடுகள் வேகமாகப் பின்னோக்கிச் சென்றன.

* * *

தியோ அவனுக்கு எதிரே அமர்ந்திருந்தாள். இறுதியில் ஒருவழியாக அவள் அவனுக்குச் சொந்தமாகவிருந்தாள். கடைசி நிமிடம்வரை அவனுக்கு இது நம்புதற்கரியதாகத்தான் இருந்தது. இப்படி நடக்கும் என்று நம்புவதற்குக்கூட அவன் துணியவில்லை. அவளிடமிருந்த ஒருவிதமான மாயாஜாலமான, நழுவி ஓடுகின்ற குணாம்சம் அவனைப் பயமுறுத்தியது. அவள் அவனுக்குச் சொந்தமாவது என்பது சாத்தியமில்லாத ஒன்றாகத்தான் அவனுக்குத் தோன்றியது.

இப்போது பரிதவிப்பு அடங்கியிருந்தது. முன்வைத்தக் காலை அவர்கள் இனி பின்வைக்க முடியாது. தனக்கு எதிரே இருந்த தியோவை வின்சென்ட் உற்று நோக்கினான். அவள் அந்த இருக்கையின் ஓர் ஓரமாகச் சாய்ந்து உட்கார்ந்திருந்தாள். அவளுடைய உதடுகளில் ஒரு இலேசான புன்னகை அரும்பியிருந்தது. அவளுடைய கண்கள் நிலம் பார்த்துக் கொண்டிருந்தன.

அவனுடைய மனம் ஏதேதோ யோசித்தது: 'இப்போது

இவள் என்ன நினைத்துக் கொண்டிருக்கிறாள்? இவள் யாரைப் பற்றிச் சிந்தித்துக் கொண்டிருக்கிறாள்? என்னைப் பற்றியா அல்லது தன்னுடைய கணவனைப் பற்றியா? அவனைப் பற்றிச் சிந்தித்துக் கொண்டிருந்தால், அது எதைப் பற்றியதாக இருக்கும்? முன்பு அவன்மீது அவளுக்குக் கரிசனம் இருந்ததா? அல்லது அவன்மீது ஒருபோதும் கரிசனம் இருந்ததே இல்லையா? இவள் அவனை வெறுக்கிறாளா அல்லது வெறுமனே அவன்மீது அக்கறையற்று இருக்கிறாளா?' இக்கேள்விகளுக்கு அவனே பதிலும் அளித்துக் கொண்டான்: 'எனக்குத் தெரியாது. இவை எனக்கு ஒருபோதும் தெரிய வரப் போவதும் இல்லை. நான் இவளைக் காதலிக்கிறேன். ஆனால், இவளைப் பற்றியோ, இவள் எப்படிச் சிந்திக்கிறாள் அல்லது எவ்வாறு உணர்கிறாள் என்பது பற்றியோ எனக்கு எதுவுமே தெரியாது.'

வின்செண்ட்டின் மனம் மீண்டும் அவளுடைய கணவனைச் சுற்றி வட்டமிட்டது. தங்களுடைய கணவன்மார்களைப் பற்றி தாராளமாகப் பேசத் தயாராக இருந்த மணமான பெண்கள் பலரை அவனுக்குத் தெரியும். தங்களுடைய கணவன்மார்கள் எப்படித் தங்களைத் தவறாகப் புரிந்து கொண்டிருந்தனர், எப்படித் தங்களுடைய உணர்ச்சிகளுக்கு மதிப்புக் கொடுக்காமல் இருந்தனர் போன்ற விஷயங்களை சகஜமாகப் பேச அவர்கள் ஆவலுடன் இருந்தனர். பிற ஆண்களைத் தங்களுடைய வலையில் விழ வைப்பதற்கு அவர்கள் எடுத்து வைத்த மிக வசதியான முதல் அடியாக அது இருந்தது.

பொதுவாகக் குறிப்பிட்டிருந்ததைத் தவிர, தன் கணவன் ரிச்சர்டைப் பற்றி வின்செண்டிடம் தியோ ஒருபோதும் பேசியதில்லை. ரிச்சர்டைப் பற்றிப் பொதுவாக மற்றவர்களுக்கு என்ன தெரியுமோ அதுதான் வின்செண்டுக்கும் தெரிந்திருந்தது. ரிச்சர்டு பிரபலமானவன், வசீகரமானவன், எதையும் அலட்டிக் கொள்ளாமல் செய்கின்ற மனப்போக்கைக் கொண்டவன். எல்லோருக்கும் ரிச்சர்டைப் பிடிக்கும். ரிச்சர்டுக்கும் அவனுடைய மனைவிக்கும் இடையே எப்போதும் ஓர் இணக்கமான நல்லுறவு நிலவி வந்தது. ஆனால் அது வெளிப் பார்வைக்கு மட்டுமே. தியோ நன்றாகப் படித்தவள். அவள் பொதுவெளியில் தன்னுடைய மனக்குறைகளை வெளிப்படுத்திக் கொள்ள மாட்டாள்.

வின்செண்ட் தியோவைச் சந்தித்திருந்த இரண்டாவது நாள், அவர்கள் இருவரும் தோளோடு தோள் உரசியபடி அந்தப் பூங்காவில் நடந்து கொண்டிருந்தபோது, தன்னுடைய தீண்டல் அவளுடைய உடலில் அதிர்வலைகளை ஏற்படுத்தியதை அவன்

உணர்ந்தான். பதிலுக்கு அவள் அவனை முத்தமிட்டாள். ஆனால், ஒரு முறைகூட அவள் தன் கணவனைப் பற்றிப் பேசவில்லை. அச்சமயத்தில் அப்படி அவள் பேசாமல் இருந்தது குறித்து அவன் அவள்மீது நன்றியுடன் இருந்தான். கணவன் இருக்கும்போதே இன்னொருவனைத் தான் காதலிப்பதிலுள்ள நியாயத்தை எடுத்துரைக்கின்ற ஒரு பெண்ணை எதிர்கொள்ள வேண்டிய இக்கட்டு தனக்கு ஏற்படாமல் இருந்தது குறித்து அவன் மகிழ்ச்சி கொண்டான்.

ஆனால், இப்போது அந்தக் கள்ள மௌனம் அவனுக்குக் கவலையளித்தது. சுயவிருப்பத்துடன் தன்னுடைய வாழ்க்கையை அவனுடன் பிணைத்துக் கொள்ளத் தயாராக இருந்த இந்த விசித்திரப் பெண்ணைப் பற்றித் தனக்கு எதுவுமே தெரியாது என்ற பீதியுணர்வு அவனை மீண்டும் ஆட்கொண்டது. அவன் பயந்து போயிருந்தான்.

தனக்குத் தானே உறுதியளித்துக் கொள்வதற்காக, அவன் முன்னோக்கிக் குனிந்து, எதிரேயிருந்த அவளுடைய கால்மூட்டின்மீது தன் கையை வைத்தான். அவளுடைய உடலில் ஒரு இலேசான அதிர்வலை ஏற்பட்டதை அவன் மீண்டும் உணர்ந்தான். அடுத்து அவன் அவளுடைய கையைத் தன் கைகளால் எடுத்து அவளுடைய உள்ளங்கையில் முத்தமிட்டான். அந்த முத்தம் சிறிது நேரம் அப்படியே நீடித்தது. அந்த முத்தத்திற்கு அவளுடைய விரல்கள் செயல்விடை அளித்ததை உணர்ந்த அவன், அவளுடைய கண்களை நோக்கினான். அவன் திருப்தி கொண்டான்.

பின் அவன் தன் இருக்கையில் சாய்ந்து உட்கார்ந்து கொண்டான். ஒரு கணத்திற்கு அவனுக்கு அதற்கு மேல் எதுவும் தேவைப்படவில்லை. அவர்கள் ஒன்றாக இருந்தனர். அவள் அவனுடையவள். ஆனால் அவளைச் சீண்டும் விதமாக, "நீ ஏன் இவ்வளவு அமைதியாக இருக்கிறாய்?" என்று அவன் கேட்டான்.

"நான் அமைதியாகவா இருக்கிறேன்?"

"ஆமாம்," என்று கூறிய அவன், ஒரு நிமிடம் தயங்கினான். பிறகு ஒரு தீவிரமான குரலில், "உண்மையிலேயே இது குறித்து உனக்குப் பின்வருத்தம் எதுவும் இல்லையே?" என்று கேட்டான்.

அவளுடைய கண்கள் அகலத் திறந்தன. "நிச்சயமாக இல்லை."

அவன் அவளுடைய பதிலைச் சந்தேகிக்கவில்லை. ஏனெனில், அந்த பதிலுக்குப் பின்னால் உத்தரவாதமான நேர்மை இருந்தது.

"நீ என்ன யோசித்துக் கொண்டிருக்கிறாய்? நான் அதைத் தெரிந்து கொள்ள விரும்புகிறேன்."

அவள் ஒரு மெல்லிய குரலில், "நான் பயந்து போய் இருக்கிறேன்," என்று கூறினாள்.

"பயமா? எது குறித்து?"

"மகிழ்ச்சி குறித்து."

அவன் அவளுக்கு அருகே சென்று உட்கார்ந்து அவளை அணைத்துக் கொண்டு, அவளுடைய மிருதுவான முகத்திலும் கழுத்திலும் முத்தமிட்டான்.

"நான் உன்னைக் காதலிக்கிறேன்... வெகுவாகக் காதலிக்கிறேன்."

அவளுடைய உடல் அவனுடைய உடலுடன் ஒட்டிக் கொண்ட விதத்திலிருந்து அவளுடைய பதிலை அவன் அறிந்து கொண்டான்.

பின் அவன் தன் இருக்கைக்குத் திரும்பிச் சென்று ஒரு பத்திரிகையைக் கையிலெடுத்தான். அவளும் ஒரு பத்திரிகையை எடுத்துக் கொண்டாள். அவ்வப்போது அவர்களுடைய கண்கள் அந்தப் பத்திரிகைக்கு மேலாகச் சந்தித்துக் கொண்டன. அதைக் கண்டு இருவருமே புன்னகைத்தனர்.

* * *

மாலை ஐந்து மணி கடந்து ஒரு சில நிமிடங்களில் அவர்கள் டோவர் என்ற துறைமுக நகரத்தை அடைந்தனர். அன்றைய இரவை அந்த ஊரில் கழித்துவிட்டு, மறுநாள் கடல்வழியாக ஐரோப்பாவை அடைவது அவர்களுடைய திட்டமாக இருந்தது. அவர்கள் அந்த நகரிலிருந்த ஓர் ஓட்டலுக்குச் சென்றனர். அவர்களுடைய பெரிய அறையின் வரவேற்பறைப் பகுதிக்குத் தியோ சென்றாள். வின்சென்ட் அவளைப் பின்தொடர்ந்தான். அவன் வாங்கியிருந்த ஒரு சில மாலைநேரப் பத்திரிகைகள் அவனுடைய கைகளில் இருந்தன. அவற்றை அவன் அங்கிருந்த மேசையின்மீது வீசினான். அவர்களுடைய பயணப் பெட்டிகளை அந்த ஓட்டல் ஊழியர்கள் இருவர் கொண்டு வந்து அங்கே வைத்துவிட்டு அந்த அறையைவிட்டு வெளியேறினர்.

அந்த அறையின் சன்னலருகே நின்று கொண்டு வெளியே பார்த்துக் கொண்டிருந்த தியோ, அவனை நோக்கித் திரும்பினாள். அடுத்தக் கணம் இருவரும் ஒருவரையொருவர் கட்டியணைத்தபடி நின்று கொண்டிருந்தனர்.

அப்போது அந்த அறையின் கதவு மெல்லத் தட்டப்பட்டது.

“நாசமாகப் போக! நம்மைத் தனியாக இருக்க விட மாட்டார்கள்போல இருக்கிறதே!” என்று வின்சென்ட் அலுத்துக் கொண்டான்.

கதவைத் தட்டியது ஓர் ஓட்டல் ஊழியன். அவன் அவர்களுக்குத் தேநீர் கொண்டு வந்திருந்தான். அவன் அங்கிருந்த ஒரு மேசையின்மீது அதை வைத்துவிட்டு, தியோ அமர்ந்திருந்த சோபாவின் அருகே அந்த மேசையை இழுத்துப் போட்டான். பின்னர் வேறு ஏதாவது வேண்டுமா என்று கேட்டுவிட்டு, அதற்கு அவர்கள் எதுவும் வேண்டாம் என்று கூறியவுடன் அங்கிருந்து வெளியேறினான்.

அறைக் கதவைச் சாத்திவிட்டுத் திரும்பிய வின்சென்ட், “இப்போது நாம் தேநீர் அருந்தலாம்,” என்று உற்சாகமாகக் கூறியபடி தியோவை நோக்கி அடியெடுத்து வைத்தபோது, அந்த அறையின் நடுவே திடீரென்று ஆணியடித்தாற்போல நின்றுவிட்டான். “என்னவாயிற்று?” என்று அவன் பதறியவாறே அவளிடம் கேட்டான்.

தியோ அந்த சோபாவில் விறைத்த நிலையில் அமர்ந்திருந்தாள். அவள் தனக்கு முன்னால் வெறுமனே வெறித்துப் பார்த்துக் கொண்டிருந்தாள். அவளுடைய முகம் வெளுத்துப் போயிருந்தது.

வின்சென்ட் அவளை நோக்கி வேகமாகச் சென்றான்.

“என்னவாயிற்று?” என்று அவன் மீண்டும் கேட்டான்.

அதற்குப் பதில் கூறும் விதமாக அவள் தன் கையிலிருந்த மாலைப் பத்திரிகையை அவனிடம் நீட்டி, அதிலிருந்த தலைப்புச் செய்தியைச் சுட்டிக்காட்டினாள்.

வின்சென்ட் அவளிடமிருந்து அந்தப் பத்திரிகையை வாங்கினான். “ஹாப்சன், ஜெக்கில் மற்றும் லூகாஸ் நிறுவனம் மூழ்குகிறது,” என்ற தலைப்புச் செய்தியை அவன் படித்தான். ஆனால், அக்கணத்தில் அந்தப் பெரிய லண்டன் நிறுவனத்தின் பெயர் அவனுக்கு எதையும் உணர்த்தவில்லை. ஆனால் அது ஏதோ ஒன்றைத் தனக்கு உணர்த்தியிருந்திருக்க வேண்டும் என்ற உணர்வு அவனுக்கு ஏற்பட்டது. எனவே, அவன் அவளை ஒரு கேள்விக்குறியுடன் ஏறிட்டு நோக்கினான்.

“ஹாப்சன், ஜெக்கில் மற்றும் லூகாஸ் நிறுவனம் ரிச்சர்டுடையது,” என்று அவள் விளக்கமளித்தாள்.

“உன்னுடைய கணவனுடையதா?”

“ஆமாம்.”

வின்சென்ட் அச்செய்தியைக் கவனமாகப் படித்தான். அந்நிறுவனம் திடீரென்று கடும் சரிவைச் சந்திக்கவிருந்ததாகவும், இதனால் மேலும் பல நிறுவனங்கள்

பாதிக்கப்படும் என்றும் அச்செய்தி விவரித்தது. விரைவில் மேலும் பல இரகசியங்கள் வெளியாகும் என்றும் அச்செய்தி எச்சரித்திருந்தது.

தனக்குப் பின்னால் ஏதோ நிழலாடியதுபோல உணர்ந்த வின்சென்ட் திரும்பிப் பார்த்தபோது, தியோ அங்கிருந்த கண்ணாடிக்கு அருகே நின்று கொண்டு தன் தொப்பியைச் சரி செய்து கொண்டிருந்ததை அவன் கண்ணுற்றான். அவளுடைய கண்கள் அவனுடைய கண்களைச் சந்தித்தன.

“வின்சென்ட், நான் ரிச்சர்ட்டிடம் திரும்பிச் செல்ல வேண்டும்.”

அவன் திடுக்கிட்டுத் துள்ளினான்.

“தியோ, அபத்தமாகப் பேசாதே!”

அவள் இயந்திரத்தனமாக, “நான் ரிச்சர்ட்டிடம் திரும்பிச் செல்ல வேண்டும்,” என்று மீண்டும் கூறினாள்.

“ஆனால்–”

அவள் தரையில் கிடந்த அந்தப் பத்திரிகையைச் சுட்டிக்காட்டினாள்.

“ரிச்சர்ட்டின் நிறுவனம் திவாலாகிவிட்டது என்பதுதான் அதற்கு அர்த்தம். அவரிடமிருந்து விலகி ஓடி வருவதற்கு எல்லா நாட்களையும் விட்டுவிட்டு இன்றைய நாளை என்னால் தேர்ந்தெடுக்க முடியாது.”

“இதைப் பற்றிக் கேள்விப்படுவதற்கு முன்பாகவே நீ அவனை விட்டுவிட்டு வந்துவிட்டாய். அறிவுபூர்வமாகச் சிந்தித்துப் பார்.”

அவள் துக்கத்தோடு தலையாட்டினாள்.

“உன்னால் இதைப் புரிந்து கொள்ள முடியாது. நான் ரிச்சர்ட்டிடம் திரும்பிச் சென்றாக வேண்டும்.”

அவளுடைய தீர்மானத்திலிருந்து வின்சென்டால் அவளை மாற்ற முடியவில்லை. மென்மையாகவும் இணக்கமாகவும் இருந்து வந்த அவளால் இப்படி விட்டுக்கொடுக்க மறுத்து வீம்பு பிடிக்க முடிந்தது என்று அவன் வியந்தான். “உன்னால் இதைப் புரிந்து கொள்ள முடியாது,” என்று சொல்லியதற்குப் பிறகு அவள் வேறு எதுவும் கூறவில்லை. வின்சென்ட் தன் மனத்தில் இருந்த அத்தனையையும் கொட்ட அவள் அனுமதித்தாள். குறுக்கே அவள் ஒரு வார்த்தைகூடப் பேசவில்லை. அவன் அவளைத் தன் அணைப்பில் வைத்து, அவளுடைய உணர்ச்சிகளைத் தூண்டிவிடுவதன் மூலமாக அவளுடைய வீறாப்பை உடைக்க முயற்சித்தான். அவன் கொடுத்த முத்தங்களுக்குப் பதில் முத்தங்கள் அவனுக்குக் கிடைத்தபோதிலும், அவனால் அவளைக் கரைக்க

முடியவில்லை.

கடைசியில் அவன் அவளைத் தன் அணைப்பிலிருந்து விடுவித்தான். தன்னுடைய வீணான முயற்சி குறித்து அவன் எரிச்சலும் கோபமும் கொண்டான். அவளிடம் யாசிப்பதை நிறுத்திவிட்டு, அவளை வசைமாரி பொழியத் துவங்கினான். தன்னை அவள் ஒருபோதும் காதலிக்கவே இல்லை என்று அவன் அவளைக் குற்றம் சாட்டினான். அதையும் அவள் எந்தவிதமான எதிர்ப்புமின்றி மௌனமாக ஏற்றுக் கொண்டாள். அவள் இதற்கும் மசியாமல் இருந்ததால், இறுதியில் அவன் கடும் ஆத்திரமடைந்தான். அவளை இரணகளப்படுத்தித் தன் காலில் விழ வைக்கின்ற நோக்கத்துடன், அகராதியில் இருந்த அனைத்துக் குரூர வார்த்தைகளையும் அவளை நோக்கி அவன் வீசியெறிந்தான்.

ஒரு கட்டத்தில் அதற்கு மேல் அவளை வசைபாடுவதற்கு அவனிடம் வார்த்தைகள் இருக்கவில்லை. பின் அவன் ஓர் இருக்கையில் உட்கார்ந்து கொண்டு, தன் கைகளைப் பிசைந்துபடி தரைக் கம்பளத்தை வெறித்துப் பார்த்தான். தியோ வெள்ளை முகத்துடன்கூடிய ஓர் இருண்ட நிழலாகக் கதவருகே நின்று கொண்டிருந்தாள்.

எல்லாம் முடிந்துவிட்டது.

"நான் விடைபெறுகிறேன், வின்சென்ட்," என்று அவள் அமைதியாகக் கூறினாள்.

அவன் பதிலேதும் சொல்லவில்லை.

கதவு ஒரு முறை திறந்து மூடியது.

* * *

தியோவும் அவளுடைய கணவனும் லண்டனிலுள்ள செல்சியா என்ற பகுதியில் பழங்காலப் பாணியில் அமைந்திருந்த மாளிகை போன்ற ஒரு வீட்டில் வசித்து வந்தனர். அந்த வளாகத்திற்குள், அந்தக் கட்டடத்தைச் சுற்றி ஒரு தோட்டம் இருந்தது. அந்த வீட்டுக்கு முன்னால் ஒரு மேக்னோலியா மரம் இருந்தது. அது சரியாகப் பராமரிக்கப்படாமல் அழுக்குப் படிந்து காணப்பட்டது.

மூன்று மணி நேரத்திற்குப் பிறகு தன் வீட்டு வாசலில் நின்று கொண்டிருந்த தியோ அந்த மரத்தை ஏறிட்டுப் பார்த்தாள். அவளுடைய முகத்தில் வேதனை கலந்த ஒரு புன்முறுவல் படர்ந்தது.

வீட்டுக்குள் நுழைந்த அவள் நேராக அந்த வீட்டின் பின்பகுதியிலிருந்த படிப்பறைக்குச் சென்றாள். ரிச்சர்டு அந்த

அறையில் குறுக்கும் நெடுக்குமாக நடந்து கொண்டிருந்தான்.

அவள் உள்ளே நுழைந்ததைக் கண்டதும் அவன் தன் ஆசுவாசத்தை வெளிப்படையாக வெளிப்படுத்தினான்.

"ஆகா! தியோ! நல்லவேளையாகத் திரும்பி வந்துவிட்டாய். நீ பெட்டி படுக்கைகளை எடுத்துக் கொண்டு வெளியூருக்குச் சென்றுவிட்டதாக நம்முடைய பணியாட்கள் கூறினர்."

"செய்தியைக் கேள்விப்பட்டவுடன் நான் ஓடோடி வந்தேன்."

ரிச்சர்டு அவளுடைய தோளைச் சுற்றிக் கை போட்டு அவளை அழைத்துச் சென்று ஒரு சோபாவில் உட்கார வைத்தான். பின் அவளருகே அவனும் உட்கார்ந்தான். தியோ இயல்பாகச் செய்வதுபோல அவனுடைய கையைத் தன்மீதிருந்து மெதுவாக விலக்கினாள்.

பின் அவள் அமைதியாக, "நிலைமை எவ்வளவு மோசமாக இருக்கிறது?" என்று கேட்டாள்.

"மிகமிக மோசம்."

"அதைப் பற்றி என்னிடம் சொல்லுங்கள்."

அவன் பேசிக் கொண்டே எழுந்து மீண்டும் குறுக்கும் நெடுக்குமாக நடக்கத் துவங்கினான். ஆனால், அவன் பேசிக் கொண்டிருந்தபோது, அவ்வப்போது அவளுடைய நினைவில் அந்த அறை மங்கி, ஓர் ஓட்டல் அறை நினைவுக்கு வந்தது, ரிச்சர்டின் குரல் மங்கியது. இப்படிப்பட்ட அவளுடைய கவனச்சிதறலைக் கவனிக்கும் நிலையில் அவன் இருக்கவில்லை.

ஆனால், ஒட்டுமொத்தத்தில் அந்த விஷயத்தைச் செம்மையாகக் கிரகித்துக் கொள்கின்ற விதத்தில் அவன் கூறியவற்றை அவள் கேட்டிருந்தாள். பேசி முடித்ததும் அவன் மீண்டும் திரும்பி வந்து சோபாவில் அவளுக்குப் பக்கத்தில் அமர்ந்தான்.

"அதிர்ஷ்டவசமாக, நம் திருமணம் மூலமாக உனக்கு வந்துள்ள சொத்தை அவர்களால் தொட முடியாது. அதேபோல, இந்த வீடும் உன் பெயரில் இருப்பதால் இதையும் அவர்களால் கைப்பற்ற முடியாது."

தியோ யோசனையுடன் தலையாட்டினாள்.

"அப்படியானால், நிலைமை அவ்வளவு மோசமில்லை என்று கூறுங்கள். நீங்கள் எல்லாவற்றையும் முதலிலிருந்து தொடங்க வேண்டியிருக்கும், அவ்வளவுதானே?"

"ஓ! ஆமாம், அவ்வளவுதான்."

ஆனால், அவனுடைய குரலில் உண்மை இருக்கவில்லை. உடனே தியோ இவ்வாறு நினைத்துக் கொண்டாள். 'இதில் இதற்கு மேலும் ஏதோ இருக்கிறது. இவர் என்னிடம் எதையோ

சொல்லாமல் மறைக்கிறார்.'

"இவ்வளவுதானா? இதற்கு மேல் எதுவும் இல்லையா? இதைவிட மோசமான எதுவும் இருக்கிறதா?" என்று அவள் கேட்டாள்.

அவன் ஓர் அரை நொடி தயங்கினான். "இதைவிட மோசமாக என்ன இருந்துவிட முடியும்?"

"எனக்குத் தெரியவில்லை."

"எல்லாம் சரியாகிவிடும்," என்று அவன் கூறினான். அதை அவன் தியோவுக்கு உறுதியளிப்பதற்காகக் கூறியதைவிட, தனக்குத் தானே உறுதியளித்துக் கொள்வதற்காகக் கூறியதைப்போல இருந்தது. "இது கண்டிப்பாகச் சரியாகிவிடும்."

அவன் திடீரென்று தன் கையால் அவளுடைய தோள்களைச் சுற்றி வளைத்தான்.

"நீ இங்கு இருப்பது குறித்து எனக்கு மகிழ்ச்சி. நீ இங்கு இருப்பதால் எல்லாம் சரியாகிவிடும். வருங்காலத்தில் என்ன நிகழ்ந்தாலும் பரவாயில்லை. நீ எனக்குக் கிடைத்துள்ளாய், அது போதும் எனக்கு."

"ஆமாம்." இம்முறை அவள் அவனுடைய கையை விலக்கவில்லை.

அவன் அவளை முத்தமிட்டுவிட்டுத் தன்னருகே இழுத்தான். அவளுடைய நெருக்கம் ஏதோ ஒரு விநோதமான வழியில் அவனுக்கு சௌகரியமளித்ததுபோல இருந்தது அவனுடைய நடவடிக்கை.

அவன் மீண்டும் ஒரு முறை, "நீ எனக்குக் கிடைத்துள்ளாய்," என்று கூறினான். அவளும் முன்பைப்போலவே, "ஆமாம், ரிச்சர்டு," என்றாள்.

பின் அவன் அவளுடைய காலடியில் தரையில் உட்கார்ந்தான்.

"நான் கடுமையாகச் சோர்வடைந்துள்ளேன். என்ன மாதிரியான ஒரு நாள் இது. நீ மட்டும் என் அருகே இல்லாதிருந்தால் நான் என்ன செய்ய வேண்டும் என்பதை நான் அறிந்திருந்திருக்க மாட்டேன். என்ன இருந்தாலும், மனைவி என்றால் மனைவிதான். ஒருவனுக்கு மனைவியைப்போல வேறு ஓர் உறவு வராது."

அவள் இதற்குப் பதிலேதும் பேசவில்லை. அதை ஆமோதிக்கும் விதமாகத் தன் தலையை மட்டும் ஆட்டினாள்.

அவன் அவளுடைய மடியில் தலை வைத்துக் கொண்டு, ஒரு குழந்தையைப்போல ஆசுவாசப் பெருமூச்சுவிட்டான்.

தியோவுக்கு மீண்டும் மனத்தில் சந்தேகம் உதித்தது: 'இவர் என்னிடமிருந்து எதையோ மறைக்கிறார். அது என்னவாக

இருக்கும்?'

ஒரு தாய் தன் குழந்தையின் தலையை வருடிக் கொடுப்பதுபோல அவளுடைய கை இயந்திரத்தனமாக அவனுடைய தலையை வருடிக் கொண்டிருந்தது.

ரிச்சர்டு முனகினான்: "இப்போது நீ இங்கு இருப்பதால் எல்லாம் சரியாகிவிடும். நீ என்னைக் கைவிட மாட்டாய்."

அவனுடைய சுவாசம் மெதுவாகவும் சீராகவும் ஆனது. அவன் தூங்கிப் போனான். ஆனாலும் அவளுடைய கை தொடர்ந்து அவனுடைய தலையைக் கோதிவிட்டுக் கொண்டே இருந்தது.

ஆனால் அவளுடைய கண்கள் அவளுக்கு முன்னால் இருந்த இருட்டைத் தொடர்ந்து வெறித்துக் கொண்டிருந்தன. அவள் குறிப்பாக எதையும் பார்த்துக் கொண்டிருக்கவில்லை.

* * *

மூன்று நாட்கள் கழித்து அவர்கள் இருவரும் தங்கள் வீட்டின் வரவேற்பறையில் இருந்தனர்.

"ரிச்சர்டு, நீங்கள் என்னிடம் எல்லாவற்றையும் ஒளிவுமறைவில்லாமல் சொல்லிவிடுவது நல்லது என்று உங்களுக்குத் தோன்றவில்லையா?" என்று தியோ கேட்டாள்.

ரிச்சர்டு அவளை உற்றுப் பார்த்து வழிந்தான்.

"நீ எந்த அர்த்தத்தில் அப்படிக் கூறுகிறாய் என்று எனக்குத் தெரியவில்லை," என்று கூறி அவன் அவளுடைய கேள்வியை மழுங்கடிக்கப் பார்த்தான்.

"உண்மையிலேயே உங்களுக்குத் தெரியவில்லையா?"

அவன் அவளை நோக்கித் திரும்பினான்.

"சில நுணுக்கங்கள் இருக்கின்றன என்பது உண்மைதான்."

"எனக்கு எல்லாம் தெரிந்தாக வேண்டும். குறிப்பாக, நான் உங்களுக்கு உதவ வேண்டும் என்றால்!"

அவன் அவளை விநோதமாகப் பார்த்தான்.

"நீ எனக்கு உதவ வேண்டும் என்று நான் விரும்புவதாக நீ எதை வைத்துக் கற்பனை செய்து கொண்டிருக்கிறாய்?"

அதைக் கேட்டுத் தியோ அதிர்ச்சியடைந்தாள்.

"ரிச்சர்டு, நான் உங்களுடைய மனைவி."

அவன் திடீரென்று புன்னகைத்தான். அவனுடைய பழைய, கவர்ச்சிகரமான, அலட்டிக் கொள்ளாத புன்னகை அது.

"நீ என் மனைவி மட்டும் அல்லள். நீ அழகான தோற்றம் கொண்டவளும்கூட. அவலட்சணமான பெண்களை என்னால் ஒருக்காலும் சகித்துக் கொள்ள முடியாது."

அவன் மீண்டும் அந்த அறையின் குறுக்கும் நெடுக்குமாக நடக்கத் தொடங்கினான். அவன் கவலைப்படத் தொடங்கினால் அவன் இப்படிச் செய்வது வாடிக்கை.

"ஒருவிதத்தில் உன் சந்தேகம் சரிதான். அதை நான் மறுக்க மாட்டேன். ஒரு விஷயம் இருக்கிறது."

அவன் பாதியில் நிறுத்தினான்.

"சொல்லுங்கள்."

"இதுபோன்ற விஷயங்களைப் பெண்களிடம் விளக்குவது மிகவும் கடினம். அவர்களால் சரியாகப் புரிந்து கொள்ள முடியாது."

தியோ மௌனம் சாதித்தாள்.

"சட்டம் என்பது வேறு. சரியா, தவறா என்பது முற்றிலும் வேறு. நான் செய்கின்ற ஒரு காரியம் சரியானதாகவும் நேர்மையானதாகவும் இருக்கக்கூடும். ஆனால், சட்டம் அதை அதே கண்ணோட்டத்தில் பார்க்காமல் போகலாம். பத்துக்கு ஒன்பது முறை எல்லாமே சரியாகப் போகும். ஆனால், பத்தாவது முறை அது சிக்கலில் முடியக்கூடும்."

தியோவுக்குப் புரியத் துவங்கியது. அவள் தனக்குள் இப்படி நினைத்துக் கொண்டாள்: 'இது எனக்கு ஏன் வியப்பு ஏற்படுத்தவில்லை? இவர் நேர்மையானவர் அல்லர் என்பதை ஒருவேளை நான் ஆழ்மனரீதியாக அறிந்து வைத்திருந்தேனோ?'

ரிச்சர்டு தொடர்ந்து பேசினான். அவன் விஷயங்களைத் தேவைக்கு அதிகமாக நீட்டி முழக்கினான். மொத்த விஷயமும் தென்னாப்பிரிக்காவில் இருந்த ஒரு பெரிய நிலப் பகுதியைப் பற்றியது. ரிச்சர்டு துல்லியமாக என்னென்ன தில்லுமுல்லுகளைச் செய்திருந்தான் என்பதை அறிந்து கொள்வதில் தியோவுக்கு ஆர்வம் இருக்கவில்லை. அறநெறிரீதியாக எல்லாம் நியாயமாகவும் வெளிப்படையாகவும் செய்யப்பட்டிருந்ததாக ரிச்சர்டு அவளுக்கு உறுதியளித்தான். ஆனால், சட்டபூர்வமாக? அங்கு அவன் மாட்டிக் கொண்டான். அவன்மீது ஒரு குற்றவியல் வழக்கு தொடரப்படுவதற்கான முகாந்திரம் அங்கு இருந்தது.

ரிச்சர்டு பேசிக் கொண்டிருந்தபோது அவ்வப்போது அவளை ஓரக்கண்ணால் நோட்டம் விட்டான். அவன் பதற்றமாகவும் அசௌகரியமாகவும் இருந்தான். கையும் களவுமாகப் பிடிபட்டுள்ள ஒரு குழந்தை தான் அந்தக் காரியத்தைச் செய்ததற்கான காரணத்தை விவரிப்பதுபோல இருந்தது அவனுடைய விளக்கம். இறுதியில் அவன் நிலை குலைந்து உடைந்து போனான். ஒரு கணத்தில் தியோவின் கண்களிலிருந்து வெளிப்பட்ட வெறுப்பு

அதைத் தூண்டியிருந்திருக்கலாம். அவன் கணப்படுப்புக்கு அருகேயிருந்த ஒரு நாற்காலியில் அமர்ந்து தன் தலையைத் தன் கைகளுக்குள் புதைத்துக் கொண்டான்.

இறுதியில், "தியோ, இதுதான் நடந்தது. இது குறித்து நீ என்ன செய்யப் போகிறாய்?" என்று கேட்டான்.

அவள் உடனே எழுந்து அவனருகே சென்று தரையில் மண்டியிட்டு அமர்ந்து, தன் முகத்தை அவனுடைய முகத்திற்கு அருகே கொண்டு சென்றாள்.

"என்ன செய்யப்பட வேண்டும்? நம்மால் என்ன செய்ய முடியும்?" என்று கேட்டாள்.

அவன் அவளை அணைத்துக் கொண்டான்.

"நீ உண்மையாகத்தான் கேட்கிறாயா? இப்போதும் நீ என்னுடன் தொடர்ந்து இருக்கப் போகிறாயா?"

"ஆமாம். அதிலென்ன சந்தேகம்?"

இதனால் நெகிழ்ந்து போன அவன், தன்னையும் மீறி உண்மையாகப் பேசத் துவங்கினான். "நான் ஒரு திருடன், தியோ. பூசி மெழுகாமல் சொல்ல வேண்டுமென்றால், நான் ஒரு திருடன்."

"அப்படியானால், நான் ஒரு திருடனின் மனைவி. ஒன்று, நாம் சேர்ந்து நீந்திக் கரை சேர்வோம் அல்லது சேர்ந்து மூழ்குவோம்."

அவர்கள் இருவருமே சிறிது நேரம் அமைதியாக இருந்தனர். பின்னர் ரிச்சர்டு தன்னுடைய வழக்கமான உற்சாகமான மனநிலைக்குத் திரும்பினான்.

"தியோ, என்னிடம் ஒரு திட்டம் இருக்கிறது. அதைப் பற்றிப் பின்னர் பேசலாம். இரவு உணவுக்கான வேளை வந்துவிட்டது. நாம் வேறு உடை மாற்றிக் கொண்டு சாப்பாட்டு அறைக்குச் செல்லலாம். உன் உடலைக் கவ்விப் பிடித்தாற்போல இருக்கும் வெளிர் மஞ்சள் நிற ஆடையை அணிந்து வா."

தியோ யோசனையோடு தன் புருவங்களை உயர்த்தினாள்.

"வீட்டுக்குள் உட்கார்ந்து சாப்பிடுவதற்காகவா அந்த ஆடை?"

"ஆமாம். எனக்கு அந்த ஆடை மிகவும் பிடிக்கும். அதை அணிந்து என்னை உற்சாகப்படுத்து."

சிறிது நேரத்தில் தியோ அந்த ஆடையை அணிந்து வந்தாள். அந்த ஆடையின் முதுகுப் பகுதி அபாயகரமான அளவுக்கு இறங்கியிருந்தது. தியோவின் பிரகாசமான வெண்ணிறக் கழுத்தையும் தோள்களையும் வெளிப்படுத்துவதற்கு அதைவிடச் சிறந்ததோர் ஆடை இருக்க முடியாது. அவள் இப்போது உண்மையிலேயே ஒரு மேக்னோலியா மலரைப்போல மிகவும்

கவர்ச்சிகரமாக இருந்தாள்.

ரிச்சர்டின் கண்கள் அவளை அளவெடுத்து அங்கீகரித்தன. “நீ இந்த ஆடையில் ஒரு தேவதைபோல இருக்கிறாய்.”

அவர்கள் இருவரும் சாப்பிட அமர்ந்தனர். அந்த நேரம் முழுவதும் ரிச்சர்டு பதற்றமாக இருந்தான், ஒன்றுமில்லாததற்குச் சிரித்துக் கொண்டும் ஜோக்கடித்துக் கொண்டும் இருந்தான். பல சமயங்களில், அவர்கள் பேசிக் கொண்டிருந்த விஷயங்களிலிருந்து அவன் விலகிச் சென்றான். அப்போதெல்லாம், தியோ மீண்டும் அவனை விஷயத்திற்கு இழுத்து வர வேண்டியிருந்தது. ஆனாலும் அவன் மீண்டும் மீண்டும் அதையே செய்தான்.

சாப்பிட்டு முடித்ததும் அவள் படுக்கையறைக்குச் செல்ல முயன்றபோது, ரிச்சர்டு விஷயத்திற்கு வந்தான்.

“உடனே போய்விடாதே. உன்னிடம் நான் ஒரு விஷயம் சொல்ல வேண்டும்.”

தியோ மீண்டும் உட்கார்ந்தாள்.

அவன் படுவேகமாகப் பேசத் துவங்கினான். “தியோ, சில ஆவணங்கள், சொத்துகளை விற்பதற்கு அரசு நியமிக்கின்ற வழக்கறிஞரின் கையில் எக்காரணம் கொண்டும் கிடைத்துவிடக்கூடாது.”

“அப்படியென்றால், அந்த ஆவணங்களை நீங்கள் அழித்துவிடப் போகிறீர்களா?” என்று தியோ திகைப்புடன் கேட்டாள்.

ரிச்சர்டின் முகம் கோணியது.

“அவை என் கைக்குக் கிடைத்தால்தானே என்னால் அவற்றை அழிக்க முடியும்? அதுதான் இங்குப் பிரச்சனையே.”

“அந்த ஆவணங்கள் யாரிடம் இருக்கின்றன?”

“உனக்கும் எனக்கும் தெரிந்த ஒருவனிடம் இருக்கின்றன.”

“அது யார்?”

“வின்சென்ட் ஈஸ்டன்.”

தியோவிடமிருந்து ஒரு மெல்லிய வியப்பொலி கிளம்பியது. அதை அவள் திறமையாக அடக்கிக் கொண்டாள். ஆனாலும் அதை ரிச்சர்டு கவனித்துவிட்டான்.

“அவனுக்கு என்னுடைய தொழில் தொடர்பான சில இரகசியங்கள் தெரியும் என்று நான் முதலிலிருந்தே சந்தேகப்பட்டு வந்தேன். அதனால் நான் அவனை இங்கு அடிக்கடி வரவழைத்தேன். அவனிடம் நல்ல விதமாக நடந்து கொள்ளுமாறு உன்னிடம்கூட நான் கூறியிருந்தது உனக்கு நினைவிருக்கலாம்.”

“எனக்கு நினைவிருக்கிறது.”

"ஆனால் எந்தக் காரணத்தினாலேயோ என்னால் அவனுடன் தோழமையாக இருக்க முடியவில்லை. அது எதனால் என்று எனக்குத் தெரியாது. ஆனால், அவனுக்கு உன்னைப் பிடிக்கும். அவனுக்கு உன்னை நன்றாகவே பிடிக்கும் என்றுகூட நான் சொல்வேன்."

தியோ ஒரு தெளிவான குரலில், "ஆமாம். அவருக்கு என்னைப் பிடிக்கும்," என்று கூறினாள்.

"ஓ!" என்று ரிச்சர்டு அதைப் பாராட்டும் விதமாகக் கூறினான். "நல்லது. நான் எதை நோக்கிப் போய்க் கொண்டிருக்கிறேன் என்பதை உன்னால் புரிந்து கொள்ள முடிகிறதா? நீ வின்சென்டிடம் சென்று அந்த ஆவணங்களைக் கேட்டால் அவன் முடியாது என்று சொல்ல மாட்டான். இவ்வளவு அழகான ஒரு பெண் ஒரு கோரிக்கையை முன்வைத்தால் அதை எந்த ஆண்மகனால் மறுக்க முடியும்?"

"என்னால் அதைச் செய்ய முடியாது," என்று தியோ அவசர அவசரமாகக் கூறினாள்.

"அபத்தமாகப் பேசாதே."

"இந்தப் பேச்சுக்கே இடமில்லை."

ரிச்சர்டின் முகம் சிவக்கத் துவங்கியது. அவன் கடும் கோபத்தில் இருந்ததை அவளால் உணர முடிந்தது.

"உனக்கு என்னுடைய நிலைமை உண்மையிலேயே புரிந்திருக்கிறதா என்று எனக்கு சந்தேகமாக இருக்கிறது. அந்த ஆவணங்கள் அவர்கள் கைக்குக் கிடைத்தால் நான் கம்பி எண்ண வேண்டி வரும். அந்த அவமானத்தை என்னால் தாங்கிக் கொள்ள முடியாது."

"வின்சென்ட் ஈஸ்டன் இந்த ஆவணங்களைக் கண்டிப்பாக உங்களுக்கு எதிராகப் பயன்படுத்த மாட்டார் என்பது எனக்கு உறுதியாகத் தெரியும்."

"அதுவல்ல இங்குப் பிரச்சனை. தன்னிடமுள்ள ஆவணங்களைக் கொண்டு என்னை மாட்டிவிட முடியும் என்பதை அவன் உணராமல் இருக்கலாம். அவை என்னுடைய மற்றத் தில்லுமுல்லுகளோடு சேர்ந்து கொள்ளும்போதுதான் பிரச்சனை விசுவரூபமெடுக்கும். இது குறித்த விபரங்களுக்குள் செல்ல நான் விரும்பவில்லை. தான் என்ன செய்து கொண்டிருக்கிறோம் என்பதை அறியாமலேயே அவன் என்னை நாசமாக்கிவிடுவான். அதற்கு முன் அவற்றை நான் கைப்பற்றியாக வேண்டும்."

"அதை உங்களாலேயே செய்துவிட முடியும். அவருக்கு ஒரு கடிதம் எழுதுங்கள்."

"அது வேலைக்கு ஆகாது. இதுதான் நமக்கு இருக்கின்ற

ஒரே நம்பிக்கை. நீதான் என் துருப்புச் சீட்டு. நீ என் மனைவி. நீ எனக்கு உதவி செய்தாக வேண்டும். இப்போது நீ வின்சென்டிடம் போ–"

"இன்று முடியாது. நாளை வேண்டுமானால் பார்க்கலாம்."

"தியோ, உனக்கு நிலைமையின் தீவிரம் புரியவில்லை. நாளைவரை தள்ளிப்போட்டால், அதற்குள் காலம் கடந்துவிடக்கூடும். இப்போதே சென்று உன்னால் வின்சென்டைச் சந்திக்க முடியும் என்றால் நல்லது," என்று கூறிய ரிச்சர்டு, அவள் முகம் கோணியதைப் பார்த்ததும், "எனக்குப் புரிகிறது. இது சரியான செயல் அல்ல என்பது எனக்குப் புரிகிறது. ஆனால், இது இப்போது வாழ்வா-சாவா போராட்டத்தில் வந்து நிற்கிறது. எனக்கு உதவுவதற்காக என்ன வேண்டுமானாலும் செய்யத் தயார் என்று நீதானே கூறினாய்?" என்றான்.

"ஆமாம், சொன்னேன். ஆனால் இதை என்னால் செய்ய முடியாது. அதற்கு என்னிடம் வலுவான காரணங்கள் இருக்கின்றன."

"தியோ, இது மிகத் தீவிரமான பிரச்சனை. இங்கே பார்," என்று கூறிய ரிச்சர்டு, அங்கிருந்த மேசையின் இழுப்பறையைத் திறந்து அதற்குள் இருந்த ஒரு கைத்துப்பாக்கியை வெளியே எடுத்தான். அதில் ஒளிந்திருந்த நாடகத்தனம் அவளுடைய கண்களில் படாமல் போனது.

"ஒன்று, நீ இதைச் செய்ய வேண்டும். அல்லது என்னை நானே சுட்டுக் கொண்டு என்னை மாய்த்துக் கொள்ள வேண்டும். எக்காரணம் கொண்டும் நான் அவர்கள் கைகளில் சிக்க மாட்டேன். நான் சொன்னதுபோல உன்னால் செய்ய முடியவில்லை என்றால், காலையில் நீ என்னைப் பிணமாகத்தான் பார்ப்பாய். இது சத்தியம்."

"ரிச்சர்டு, நீங்கள் அந்த அளவுக்கெல்லாம் போக வேண்டாம்," என்று தியோ கூச்சலிட்டாள்.

"அப்படியானால், எனக்கு உதவு."

அவன் அந்தக் கைத்துப்பாக்கியை அந்த மேசையில் வீசிவிட்டு அவளருகே மண்டியிட்டான். "நீ என்னைக் காதலித்தால், என்னைக் காதலித்திருந்தால், எனக்காக இதைச் செய். எனக்கு உன்னை விட்டால் வேறு நாதியில்லை."

இப்படியே அவன் தொடர்ந்து மன்றாடிக் கொண்டிருந்தான். இறுதியில், "சரி, செய்கிறேன்," என்ற வார்த்தைகள் அவளுடைய வாயிலிருந்து வெளிவந்தன.

ரிச்சர்டு அவளை வாசலுக்கு அழைத்துச் சென்று ஒரு வாடகைக்காரில் ஏற்றி அனுப்பி வைத்தான்.

* * *

“தியோ!”

வின்சென்ட் நம்ப முடியாத ஆச்சரியத்தோடும் மகிழ்ச்சியோடும் துள்ளியெழுந்தான். அவள் அந்த அறையின் வாசற்கதவருகே நின்று கொண்டிருந்தாள். அவளுடைய ஆடை அவளைக் கவ்விப் பிடித்திருந்தது. இதற்கு முன்பு ஒருபோதும் அவள் இவ்வளவு கவர்ச்சியாகக் காட்சியளித்திருக்கவில்லை என்று வின்சென்ட் நினைத்துக் கொண்டான்.

“நீ நிஜமாகவே திரும்பி வந்துவிட்டாயா?”

அவளை நோக்கி வேகமாக நகரத் துவங்கியவனை அவள் தன் கையின் மூலம் சைகை செய்து தடுத்து நிறுத்தினாள்.

“வின்சென்ட், விஷயம் நீ நினைப்பதுபோல இல்லை.”

அவள் ஒரு மென்மையான குரலில் வேகவேகமாகப் பேசினாள்.

“நான் இங்கு என் கணவர் அனுப்பி வந்துள்ளேன். உன்னிடம் இருக்கின்ற சில ஆவணங்கள் தனக்குத் தீங்கு விளைவிக்கக்கூடும் என்று அவர் நினைக்கிறார். அவற்றை என்னிடம் கொடுக்குமாறு கேட்கவே நான் இங்கு வந்துள்ளேன்.”

வின்சென்ட் தான் நின்ற இடத்திலேயே ஆணியடித்தாற்போல நின்று கொண்டு அவளை வெறித்துப் பார்த்தான். பிறகு அவன் ஒரு சிறிய சிரிப்பை உதிர்த்தான்.

“ஓ, இப்போது புரிகிறது. அன்று, ஹாப்சன், ஜெக்கில் மற்றும் லூகாஸ் என்ற பெயரை நான் எங்கோ கேட்டிருந்ததுபோல எனக்குத் தோன்றியது. எங்கே என்பதை அப்போது என்னால் நினைவுகூர முடியவில்லை. அந்த நிறுவனத்தோடு உன்னுடைய கணவனுக்குத் தொடர்பு இருந்தது என்பது எனக்குத் தெரியாது. அந்த நிறுவனத்தில் கொஞ்ச காலமாகவே சில தவறுகள் நிகழ்ந்து வந்துள்ளன. அவற்றைக் கண்டுபிடிப்பதற்காக நியமிக்கப்பட்டவன்தான் நான். அங்கு நான் சில தில்லுமுல்லுகளைக் கண்டுபிடித்தேன். ஆனால், அந்த நிறுவனத்தின் உச்சியில் இருக்கும் நபரை நான் ஒருபோதும் சந்தேகப்படவே இல்லை.”

தியோ எதுவும் பேசவில்லை. வின்சென்ட் அவளை ஆர்வக்குறுகுறுப்புடன் பார்த்தான்.

“தியோ, இது உனக்கு எந்த வித்தியாசத்தையும் ஏற்படுத்தவில்லையா?” என்று கேட்ட வின்சென்ட், சிறிது தயக்கத்திற்குப் பிறகு, “நான் நேரடியாகவே கேட்கிறேன். உன் கணவன் முறைகேடான விஷயங்களில் ஈடுபட்டுள்ளான்

என்பது உன்னிடம் எந்த பாதிப்பையும் ஏற்படுத்தவில்லையா?" என்று கேட்டான்.

தியோ இல்லையென்று தலையாட்டினாள்.

"உன்னை என்னால் புரிந்து கொள்ளவே முடியவில்லை," என்று கூறி ஒரு லேசான மௌனம் காத்த வின்சென்ட், "இங்கு ஓரிரு நிமிடங்கள் காத்திரு. நான் போய் அந்த ஆவணங்களை எடுத்து வருகிறேன்," என்று கூறினான்.

தியோ அங்கிருந்த ஒரு நாற்காலியில் உட்கார்ந்தாள். வின்சென்ட் அருகிலிருந்த ஓர் அறைக்குச் சென்றான். அவன் சிறிது நேரத்தில் திரும்பி வந்து அவளிடம் சில ஆவணங்கள் அடங்கிய ஒரு தொகுப்பைக் கொடுத்தான்.

"நன்றி," என்று கூறிய தியோ, "உன்னிடம் தீப்பெட்டி இருக்கிறதா?" என்று கேட்டாள்.

அவன் கொடுத்தத் தீப்பெட்டியை வாங்கிக் கொண்டு, அந்த ஆவணங்களை அங்கிருந்த கணப்படுப்பினுள் தூக்கிப் போட்டு, அந்த அடுப்பின் அருகே மண்டியிட்டு அமர்ந்து கொண்டு அவள் அவற்றைக் கொளுத்தினாள். அவை எரிந்து சாம்பலாகும்வரை அவள் பார்த்துக் கொண்டிருந்தாள். பின்னர் அவள் எழுந்தாள்.

"நன்றி, வின்சென்ட்."

"அதெல்லாம் தேவையில்லை," என்று ஓர் அந்நியரிடம் கூறுவதுபோல அவன் கூறினான். "வா, உனக்கு ஒரு வாடகைக்கார் ஏற்பாடு செய்து தருகிறேன்."

அவன் அவளை ஒரு வாடகைக்காரில் ஏற்றி அனுப்பி வைத்துவிட்டு, அவள் போவதையே பார்த்துக் கொண்டிருந்தான். இது ஒரு விநோதமான சந்திப்பு. இந்த முறை அவர்கள் இருவரும் ஒருவரையொருவர் நேருக்கு நேர் பார்த்துக் கொள்ளக்கூட முயலவில்லை. இந்த விவகாரம் இப்படி முடிவுக்கு வந்திருந்தது. விரைவில் அவன் தன் சொந்த நாட்டுக்குப் புறப்பட்டுச் செல்வான், இதை மறக்க முயல்வான்.

தான் போக விரும்பிய இடத்தைத் தியோ அந்தக் கார் ஓட்டுநரிடம் தெரிவித்தாள். அவள் நேராகத் தன் வீட்டுக்குச் செல்ல விரும்பவில்லை. தன்னை ஆசுவாசப்படுத்திக் கொள்ள அவளுக்கு அவகாசம் தேவைப்பட்டது. வின்சென்டை மீண்டும் பார்த்தது அவளைப் பயங்கரமாக உலுக்கியிருந்தது. அவள் ஒருவழியாகத் தன்னைத் தேற்றிக் கொண்டாள். அவளுக்குத் தன் கணவன்மீது இருந்த காதல் சுத்தமாகக் காணாமல் போயிருந்தது. ஆனால் அவன்மீதான விசுவாசம் இன்னும் மிச்சமிருந்தது. அவன் இப்போது வீழ்ந்து கிடந்தான். இந்த நேரத்தில் அவள் அவனுக்கு உறுதுணையாக இருந்தாக

வேண்டும். அவன் என்னென்ன தகிடுதத்தங்களையெல்லாம் செய்திருந்தாலும், அவன் அவளை நேசித்தான். அவனுடைய குற்றங்கள் இந்தச் சமுதாயத்திற்கு எதிரானவை, ஆனால் அவளுக்கு எதிரானவை அல்ல.

அந்த வாடகைக்கார், லண்டனின் மற்றொரு பகுதியான ஹாம்ப்ஸ்டெட்டின் அகன்ற தெருக்களின் வழியாக அங்குமிங்கும் சுற்றி வந்து கொண்டிருந்தது. அது ஒரு பெரிய புல்வெளிப் பகுதியை அடைந்தபோது, அதிலிருந்து வீசிய குளிரான காற்று, தியோவின் கன்னங்களில் பட்டு அவளுக்குப் புத்துணர்ச்சியூட்டியது. இப்போது அவள் தன்னை முழுமையாகத் தன்னுடைய கட்டுப்பாட்டுக்குள் கொண்டு வந்திருந்தாள். அடுத்து அவள் அந்தக் காரைத் தன் வீட்டுக்கு விடச் சொன்னாள்.

அவள் தன் வீட்டை அடைந்தபோது, ரிச்சர்டு வரவேற்பறைக்கு ஓடி வந்தான்.

"ஏன் இவ்வளவு நேரம்?" என்று அவன் வினவினான்.

"அவ்வளவு நேரமா ஆகிவிட்டது?"

"ஆமாம். நீண்ட நேரம் ஆகிவிட்டது. எல்லாம் சுமூகமாக முடிந்ததா?"

அவன் அவளைப் பின்தொடர்ந்து சென்றான். அவனுடைய கண்களில் ஒருவிதமான கபடத்தனம் நிழலாடியது. அவனுடைய கைகள் நடுங்கிக் கொண்டிருந்தன.

"எல்லாம் சுமூகமாக முடிந்ததா?" என்று அவன் மீண்டும் கேட்டான்.

"ஆமாம். நான் என் கைகளாலேயே அந்த ஆவணங்களை எரித்துவிட்டேன்."

"ஓ!"

அவள் படிப்பறைக்குள் நுழைந்து அங்கிருந்த ஒரு பெரிய நாற்காலியில் அமர்ந்தாள். அவளுடைய முகம் வெளுத்துப் போயிருந்தது. அவளுடைய மொத்த உடலும் அதீதக் களைப்பால் துவண்டிருந்தது. அவள் தனக்குத் தானே இவ்வாறு நினைத்துக் கொண்டாள்: 'இப்போது நேராகப் படுக்கச் சென்றுவிட்டு, அதற்குப் பிறகு ஒருபோதும் விழித்தெழாமல் இருந்துவிட்டால் எவ்வளவு நன்றாக இருக்கும்!'

ரிச்சர்டு அவளையே அவதானித்துக் கொண்டிருந்தான். அவனுடைய ஓரப்பார்வை திருட்டுத்தனமாக அவள்மீது விழுவதும் விலகுவதுமாக இருந்தது. ஆனால் தியோ அதைக் கவனிக்கவில்லை. அதைக் கவனிக்கும் நிலையை அவள் கடந்துவிட்டிருந்தாள்.

"எல்லாம் சுமூகமாகச் சென்றதா?"

"நான்தான் ஏற்கனவே சொல்லிவிட்டேனே."

"அவை சரியான ஆவணங்கள்தாம் என்பது உனக்குத் தெரியுமா? அவற்றை நீ பார்த்தாயா?"

"இல்லை."

"அப்படியானால்?"

"எனக்கு உறுதியாகத் தெரியும். ரிச்சர்டு, இதற்கு மேல் என்னைத் தொந்தரவு செய்யாதீர்கள். இன்று இரவு இதற்கு மேல் என்னால் தாங்கிக் கொள்ள முடியாது."

ரிச்சர்டு பதற்றத்துடன் அசைந்தான்.

"எனக்குப் புரிகிறது."

அவன் படபடப்புடன் அந்த அறையைச் சுற்றி வந்தான். பின் அவளருகே வந்து அவளுடைய தோள்மீது கை வைத்தான். அவள் அதனை வேகமாகத் தட்டிவிட்டாள்.

"என்னைத் தொடாதீர்கள்," என்று கூறிவிட்டு அவள் சிரிக்க முயன்றாள். "என்னை மன்னித்துவிடுங்கள். நான் உணர்ச்சிவசப்பட்ட நிலையில் இருக்கிறேன். என்னைத் தொந்தரவு செய்யாதீர்கள்."

"எனக்குப் புரிகிறது."

பின் அவன் மீண்டும் அந்த அறையில் குறுக்கும் நெடுக்குமாக நடக்கத் துவங்கினான்.

பின் திடீரென்று, "என்னை மன்னித்துவிடு," என்று அவன் கத்தினான்.

"எதற்காக?" என்று அவள் திடுக்கிட்டுக் கேட்டாள்.

"உன்னை இந்த இராத்திரி நேரத்தில் அங்கு நான் அனுப்பி வைத்திருந்திருக்கக்கூடாது. அங்கு நீ – நீ – அசௌகரியத்திற்கு ஆளாக நேரிடும் என்று நான் கனவில்கூட நினைக்கவில்லை."

"அசௌகரியமா?" என்று கூறி தியோ சிரித்தாள். அந்த வார்த்தை அவளுக்கு வேடிக்கையாக இருந்தது. "அதை உங்களால் புரிந்து கொள்ள முடியாது, ரிச்சர்டு. அதை உங்களால் புரிந்து கொள்ளவே முடியாது."

"எதை என்னால் புரிந்து கொள்ள முடியாது?"

அவள் தீவிரமாகத் தனக்கு முன்னால் வெறித்துப் பார்த்துக் கொண்டே, "இந்த இரவுக்கு நான் கொடுத்திருக்கின்ற விலையை!" என்றாள்.

"அடக் கடவுளே! தியோ! நீ அதைச் செய்தாயா? எனக்காக அதைச் செய்தாயா? அந்த மிருகம்! தியோ, இதை நான் எதிர்பார்க்கவே இல்லை. இதை என்னால் ஊகித்திருக்கவும் முடியாது. ஐயோ! கடவுளே!"

இப்போது அவன் அவள் முன்னால் மண்டியிட்டு அமர்ந்தான், ஏதேதோ பிதற்றினான். அவள் அவன் பக்கம்

திரும்பி ஒரு இலேசான வியப்புடன் அவனை உற்று நோக்கினாள். இறுதியில், அவனுடைய வார்த்தைகள் அவளுடைய கவனத்தை ஈர்க்கத் துவங்கியதுபோலத் தெரிந்தன.

"தியோ, நான் ஒருபோதும்–"

"நீங்கள் ஒருபோதும் என்ன?"

அவளுடைய வார்த்தைகள் அவனை உலுக்கின.

"நீங்கள் ஒருபோதும் என்ன? அதைச் சொல்லுங்கள்."

"தியோ, நாம் அதைப் பற்றிப் பேச வேண்டாம். அதைப் பற்றித் தெரிந்து கொள்ள நான் விரும்பவில்லை. அதைப் பற்றிச் சிந்திக்கக்கூட நான் விரும்பவில்லை."

அவள் அவனை வெறித்துப் பார்த்தாள். இப்போது அவள் கொட்டக் கொட்ட விழித்திருந்தாள். அவளுடைய உடலின் ஒவ்வோர் அங்கமும் விழிப்புடன் இருந்தது. இறுதியில் அவளுடைய வார்த்தைகள் தெளிவாகவும் துல்லியமாகவும் ஒலித்தன:

"அங்கு என்ன நடந்தது என்று நீங்கள் நினைத்துக் கொண்டிருக்கிறீர்கள்?"

"அது நடக்கவில்லை என்று வைத்துக் கொள்ளலாம், தியோ!"

அவன் என்ன கூற வந்தான் என்ற உண்மை மெதுவாக அவளுக்குப் புலப்படும்வரை அவள் அவனைத் தொடர்ந்து வெறித்துப் பார்த்துக் கொண்டிருந்தாள்.

"நீங்கள் அப்படியா நினைத்துவிட்டீர்கள்?"

"நான் அதைப் பற்றிப் பேச விரும்பவில்லை."

அவள் அவனை இடைமறித்துப் பேசினாள். "வின்சென்ட் ஈஸ்டன் அந்த ஆவணங்களுக்கு ஒரு விலையைக் கேட்டார் என்றும், அதை நான் கொடுத்துவிட்டேன் என்றும் நீங்கள் நினைத்துக் கொண்டிருக்கிறீர்களா?"

"அவன் அப்படிப்பட்டவன் என்று நான் கனவிலும் நினைத்ததில்லை," என்று ரிச்சர்டு கூறினான். ஆனால் அவனுடைய குரல் பலவீனமாக ஒலித்தது. அதை அவன் கூறிய விதம் நம்புகிறாற்போலவும் இருக்கவில்லை.

* * *

"அப்படித்தானே நினைத்திருந்தீர்கள்?" என்று கூறிவிட்டு, தியோ அவனை உற்று நோக்கினாள். அவன் தன் கண்களைத் தாழ்த்திக் கொண்டான். "இந்த ஆடையை அணிந்து கொள்ளும்படி இன்று மாலையில் நீங்கள் ஏன் என்னை

வற்புறுத்தினீர்கள்? இரவு வேளையில் என்னை நீங்கள் ஏன் தனியாக அங்கு அனுப்பி வைத்தீர்கள்? அவருக்கு என் மேல் ஓர் ஈர்ப்பு உண்டு என்பதை நீங்கள் அறிவீர்கள். நீங்கள் உங்களைக் காப்பாற்றிக் கொள்ள விரும்பினீர்கள். அதற்கு எந்த விலையை வேண்டுமானாலும் கொடுக்க நீங்கள் தயாராக இருந்தீர்கள். அதற்கு நான் என்னுடைய கற்பையே இழக்க வேண்டியிருந்தாலும் அது உங்களுக்கு ஒரு பொருட்டல்ல."

பின் அவள் தன் இருக்கையிலிருந்து எழுந்தாள்.

"இப்போது எனக்கு எல்லாம் விளங்குகிறது. இப்படி நடப்பதற்கு ஒரு சாத்தியக்கூறு இருந்ததை முதலிலிருந்தே நீங்கள் உணர்ந்திருந்தீர்கள். ஆனால் அது எந்தவிதத்திலும் உங்களைத் தடுத்து நிறுத்தவில்லை."

"தியோ–"

"இதை உங்களால் மறுக்க முடியாது, ரிச்சர்டு. உங்களைப் பற்றி நான் தெரிந்து கொண்டிருக்க வேண்டிய அனைத்தையும் நான் பல ஆண்டுகளாகத் தெரிந்து வைத்திருந்ததாக நான் நினைத்திருந்தேன். இந்த உலகத்தைப் பொறுத்தவரை நீங்கள் நேர்மையானவராக இருக்கவில்லை என்பதை நான் அறிந்திருந்தேன். ஆனால், நீங்கள் என்னிடம் நேர்மையாக நடந்து கொண்டிருந்தீர்கள் என்று இந்நாள்வரை நான் நம்பிக் கொண்டிருந்தேன்."

"தியோ–"

"இப்போது நான் கூறிக் கொண்டிருப்பவற்றை உங்களால் மறுக்க முடியுமா?"

ரிச்சர்டு தன்னுடைய இயல்பையும் மீறி மௌனமாக இருந்தான்.

"ரிச்சர்டு, நான் உங்களிடம் ஒரு விஷயத்தைச் சொல்லியாக வேண்டும். மூன்று நாட்களுக்கு முன்பு, அந்தப் பேரிடி உங்கள்மீது வந்து விழுந்த அன்று, நான் கிராமப்புறத்திற்குச் சென்றிருந்ததாக நம் வீட்டுப் பணியாட்கள் உங்களிடம் கூறினர், இல்லையா? அது முழு உண்மையல்ல. நான் வின்சென்டுடன் ஓடிப் போயிருந்தேன்."

ரிச்சர்டு ஏதோ முனகினான். தியோ தன் கையை உயர்த்தி அவனை நிறுத்தினாள்.

"பொறுங்கள். நாங்கள் அப்போது டோவரில் இருந்தோம். அப்போது நான் மாலைப் பத்திரிகை ஒன்றைப் பார்த்தேன். என்ன நடந்திருந்தது என்பதை நான் புரிந்து கொண்டேன். உடனே நான் அங்கிருந்து ஓடோடி வந்துவிட்டேன்."

அவள் சிறிது நிறுத்தினாள்.

ரிச்சர்டு அவளுடைய மணிக்கட்டைப் பிடித்தான்.

அவனுடைய கண்கள் அவளுக்குள் ஊடுருவின.

"நீ சரியான நேரத்தில்தான் திரும்பி வந்துள்ளாய்."

தியோ கசப்பான சிரிப்பு ஒன்றை உதிர்த்தாள்.

"ஆமாம், ரிச்சர்டு. நான் திரும்பி வந்திருக்கிறேன். நீங்கள் சொல்வதுபோல சரியான நேரத்தில்!"

ரிச்சர்டு அவளைப் பிடித்திருந்த கையை விலக்கிக் கொண்டு கணப்படுப்பு அருகே போய் நின்றான். அவனுடைய தலை பின்னால் சாய்ந்திருந்தது. அந்தக் கோணத்தில் அவன் வசீகரமாக இருந்தான். பிரபுத்துவத் தோரணையில் இருந்தான் என்றுகூடச் சொல்லலாம்.

"என்னால் உன்னை மன்னித்துவிட முடியும்," என்றான் ரிச்சர்டு.

"ஆனால், என்னால் முடியாது."

அந்த வார்த்தைகள் அவளுடைய வாயிலிருந்து தெள்ளத்தெளிவாக வெளிவந்தன. அந்த அமைதியான அறையில் திடீரென்று ஒரு வெடிகுண்டு வீசியெறியப்பட்டது போன்ற விளைவை அந்த வார்த்தைகள் ஏற்படுத்தின. ரிச்சர்டு முன்னே நகர முயற்சித்தான். அவன் அவளை வெறித்துப் பார்த்தான்.

"நீ – நீ இப்போது என்ன சொன்னாய்?"

"என்னால் உங்களை மன்னிக்க முடியாது என்று சொன்னேன். உங்களை விட்டுவிட்டு வேறு ஒருவனுடன் ஓடிப் போக முயன்றதன் மூலம் நான் ஒரு பாவம் செய்திருந்தேன். உடல்ரீதியாக அல்ல, மனரீதியாக! நோக்கத்தின் அடிப்படையிலும் நான் பாவம் செய்திருந்தேன். நான் பாவம் செய்திருந்தாலும் அதைக் காதலின் ஊடாகச் செய்திருந்தேன். திருமணம் ஆன புதிதிலிருந்தே நீங்கள் நம் மணவாழ்க்கைக்கு விசுவாசமாக இருக்கவில்லை. அது எனக்குத் தெரியும். ஆனால், நான் உங்களை மன்னித்திருந்தேன். ஏனெனில், நீங்கள் என்மீது காட்டிய காதலை நான் உண்மையிலேயே நம்பினேன். ஆனால், இன்று இரவு நீங்கள் செய்த காரியம் முற்றிலும் வேறுபட்டது. அது ஒரு கேவலமான காரியம், ரிச்சர்டு! எந்தப் பெண்ணும் மன்னிக்கக்கூடாத ஒன்று அது. உங்களுக்குப் பாதுகாப்பைப் பெற்றுக் கொள்வதற்காக நீங்கள் என்னை விற்றுவிட்டீர்கள்."

அவள் தன் அங்கியைக் கையில் எடுத்துக் கொண்டு வாசலை நோக்கித் திரும்பினாள்.

"தியோ!" என்று ரிச்சர்டு தடுமாறியபடி அழைத்தான். "நீ எங்கே போகிறாய்?"

அவள் லேசாகத் திரும்பி அவனைப் பார்த்தாள்.

“வாழ்க்கைக்கு நாம் எல்லோருமே ஒரு விலையைக் கொடுத்தாக வேண்டியிருக்கிறது. என்னுடைய தனிமையை நான் என்னுடைய பாவத்திற்கான விலையாக அர்ப்பணிக்கப் போகிறேன். உங்களைப் பொறுத்தவரை, நீங்கள் நேசித்த ஒன்றை நீங்கள் பணயம் வைத்து ஆடினீர்கள். அதை நீங்கள் இழந்துவிட்டீர்கள்!”

“நீ எங்கே போகப் போகிறாய்?”

அவள் பெருமூச்செறிந்தாள்.

“என் சுதந்திரத்தை நோக்கி. இங்கு என்னைக் கட்டிப் போட எதுவுமில்லை.”

வாசற்கதவு சாத்தப்பட்டச் சத்தம் அவனுக்குக் கேட்டது. நெடுநேரம் ஆகியிருந்ததா? அல்லது சில கணங்கள் மட்டுமே கழிந்திருந்தனவா? அந்தச் சன்னலுக்கு வெளியை ஏதோ படபடத்துத் தரையிறங்கியது. மிருதுவான, சுகந்தம் வீசிய மேக்னோலியா மலரின் கடைசி இதழ் அது.

காதல் துப்பறிவாளர்கள்

சட்டர்துவைத் தன்னுடைய விருந்தோம்பி கர்னல் மெல்ரோஸை யோசனையுடன் உற்று நோக்கிக் கொண்டிருந்தார். அவர்கள் இருவருக்கும் இடையேயான நட்பு சற்று விநோதமானது. மெல்ரோஸ் இங்கிலாந்தின் கிராமப் பகுதியைச் சேர்ந்த ஒரு கனவான். வேட்டையாடுதல் என்றால் அவருக்கு உயிர். கட்டாயத்தின் காரணமாக அவர் லண்டனில் இருக்க நேர்ந்தபோதெல்லாம் அவர் அதை அழுது கொண்டே செய்வார். ஆனால், சட்டர்துவைத் ஒரு நகர்ப்புறப் பறவை. பிரெஞ்சு சமையல் கலை, பெண்களின் ஆடைகள், மேல்தட்டு வர்க்கத்தினர் குறித்த சமீபத்திய கிசுகிசுக்கள் ஆகியவற்றில் ஆர்வம் கொண்டவர் அவர். அவருக்கு எல்லாவற்றையும்விட மிக அதிகமாகப் பிடித்த விஷயம் மனிதர்களின் இயல்புகளை அவதானிப்பதுதான்.

மெல்ரோஸுக்குத் தன் அண்டைவீட்டாரின் விவகாரங்களில் எள்ளளவுகூட ஆர்வம் கிடையாது. அதேபோல, உணர்ச்சிகளின் வெளிப்பாடுகளையும் அவர் இரசிக்கவில்லை. இவர்கள் இருவரும் நண்பர்களாக இருந்ததற்குக் காரணம், அவர்களுடைய தந்தையர் நெருங்கிய நண்பர்களாக இருந்ததுதான். மேலும், புதுப் பணக்காரர்கள் குறித்து அவர்கள் இருவருக்குமே நல்ல அபிப்பிராயம் கிடையாது.

அப்போது மணி சுமார் ஏழரை இருக்கும். அவர்கள் இருவரும் மெல்ரோஸின் சௌகரியமான படிப்பறையில் அமர்ந்திருந்தனர். முந்தைய குளிர்காலத்தின்போது தான் வேட்டையாடிச் சுட்டுக் கொன்றிருந்த விலங்குகளைப் பற்றி மெல்ரோஸ் உற்சாகமாகப் பேசிக் கொண்டிருந்தார்.

சட்டர்துவைத்துக்கு வேட்டை பற்றிய ஞானம் எதுவும் கிடையாது.

திடீரென்று அலறிய தொலைபேசி மெல்ரோஸின் பேச்சை இடைமறித்தது. அவர் தன் மேசைக்குச் சென்று தொலைபேசியைக் கையிலெடுத்தார்.

"ஹலோ! ஆமாம். நான் கர்னல் மெல்ரோஸ்தான் பேசுகிறேன். என்ன விஷயம்?" அவருடைய தோரணை மாறியது, அவர் மிடுக்காக நிமிர்ந்து நின்றார், அவருடைய குரல் அதிகாரத் தொனியுடன் ஒலித்தது. அவரிடமிருந்த வேட்டையாடி சட்டென்று விலகிக் கொண்டார். மாறாக, அப்பகுதியின் சட்ட ஒழுங்கு அதிகாரி அங்கு உதயமானார்.

மறுமுனையில் கூறப்பட்டச் செய்தியை அவர் ஒரு சில கணங்கள் கேட்டுக் கொண்டிருந்தார். பிறகு, "சரி கர்ட்டிஸ், நான் உடனே அங்கு வருகிறேன்," என்று கூறி அவர் தன் உரையாடலை முடித்துக் கொண்டார். அவர் தொலைபேசியை வைத்துவிட்டு சட்டர்துவைத்தின் பக்கம் திரும்பினார். "சர் ஜேம்ஸ் டுவைட்டன் அவருடைய படிப்பறையில் கொலை செய்யப்பட்ட நிலையில் கண்டுபிடிக்கப்பட்டுள்ளார்," என்று அறிவித்தார்.

"என்ன?"

அதைக் கேட்டு சட்டர்துவைத் திடுக்கிட்டார். அதே சமயம், ஒருவித ஆர்வக்குறுகுறுப்பும் அவரிடம் ஏற்பட்டது.

"சட்டர்துவைத், நான் உடனடியாக ஆல்டர்வேக்குச் சென்றாக வேண்டும். நீங்களும் என்னுடன் வருகிறீர்களா?" என்று மெல்ரோஸ் கேட்டார்.

மெல்ரோஸ் அந்தக் கிராமப் பகுதியின் காவல்துறைத் தலைவர் என்பது அப்போது சட்டர்துவைத்துக்கு ஞாபகம் வந்தது.

"நான் உங்களுடைய வேலைக்கு இடைஞ்சலாக–" என்று சட்டர்துவைத் இழுத்தார்.

"எந்த இடைஞ்சலும் இல்லை. தொலைபேசியில் அழைத்தவர் காவல் ஆய்வாளர் கர்ட்டிஸ். அவர் நல்லவர், நேர்மையானவர். ஆனால், மூளை மட்டும் கிடையாது. நீங்கள் என்னுடன் வந்தால் நான் மகிழ்ச்சியடைவேன். இது பிரச்சனைக்குரிய ஒன்றாக மாறப் போகிறது என்று எனக்குத் தோன்றுகிறது."

"அவர்கள் கொலைகாரனைப் பிடித்துவிட்டார்களா?"

"இல்லை," என்று மட்டும் கூறி மெல்ரோஸ் நிறுத்திக் கொண்டார்.

தேர்ச்சி பெற்றிருந்த சட்டர்துவைத்தின் காதுகள்,

மெல்ரோஸின் சுருக்கமான பதிலுக்குப் பின்னால், சொல்லப்படாத சில விஷயங்கள் தொக்கி நின்றதைக் கண்டுகொண்டன. ஜேம்ஸைப் பற்றித் தனக்குத் தெரிந்த விஷயங்களை சட்டர்துவைத் தன் மனத்திற்குள் அசைபோடத் துவங்கினார்.

அறுபதை நெருங்கிக் கொண்டிருந்த ஜேம்ஸ் ஓர் ஆடம்பரப் பிரியர், நயமற்ற முறையில் நடந்து கொண்டவர், எளிதாக எதிரிகளை உருவாக்கிக் கொண்டவர். அவர் ஒரு வடிகட்டிய கஞ்சர்.

அடுத்து, சட்டர்துவைத்தின் மனம், ஜேம்ஸின் மனைவி லாராவின் பக்கம் திரும்பியது. வயதில் அவள் மிகவும் இளையவள். அவள் ஒல்லியாக இருந்தாள். அவளுடைய தலைமுடி செம்பொன் நிறத்தில் இருந்தது. அவளைப் பற்றி எண்ணற்றக் கிசுகிசுக்களும் வதந்திகளும் உலா வந்து கொண்டிருந்தன. அதன் காரணமாகத்தான் மெல்ரோஸ் வருத்தமாக இருந்திருக்க வேண்டும். தறிகெட்டு ஓடிக் கொண்டிருந்த தன் மனக்குதிரைக்கு சட்டர்துவைத் அத்துடன் கடிவாளம் போட்டுவிட்டார்.

ஐந்து நிமிடங்கள் கழித்து, சட்டர்துவைத், ஒரே ஒரு வரிசை இருக்கைகளை மட்டுமே கொண்டிருந்த மெல்ரோஸின் பெரிய காரில் அவருக்கு அருகே உட்கார்ந்திருந்தார். கார் அந்த இரவின் ஊடாகப் பறக்கத் துவங்கியது.

மெல்ரோஸ் அதிகமாகப் பேச மாட்டார். அவர்கள் சுமார் ஒன்றரை மைல் தூரம் சென்ற பிறகுதான் அவர் தன் வாயைத் திறந்தார். “உங்களுக்கு அவர்களைத் தெரியும்தானே?” என்று அவர் திடீரென்று கேட்டார்.

“டுவைட்டன் தம்பதியரைப் பற்றிக் கேட்கிறீர்களா? ஆமாம். எனக்கு அவர்களைப் பற்றி எல்லாம் தெரியும்.” சட்டர்துவைத்துக்குத் தெரியாதவர்கள் என்று யார்தான் இருந்தார்கள்? “ஜேம்ஸை நான் ஒரு முறை பார்த்திருக்கிறேன். லாராவைப் பல முறை நான் பார்த்திருக்கிறேன்.”

“ஒயிலான பெண்மணி,” என்றார் மெல்ரோஸ்.

“அழகானவளும்கூட!”

“நீங்கள் அப்படியா நினைக்கிறீர்கள்?

“ஆமாம். அவள் ஒரு சகலகலாவல்லி. நன்கொடை திரட்டுவதற்காக நடத்தப்படும் நாடகங்களில் அவள் நடித்துள்ளாள். கடந்த வசந்தகாலத்தில் நடைபெற்ற ஒரு நிகழ்ச்சிக்கு நானும் போயிருந்தேன். அசர வைக்கின்ற நடிப்பு!”

மெல்ரோஸ் திடீரென்று தன் காரை ஒரு பக்கமாக ஒடித்துத் திருப்பியதால் சட்டர்துவைத்தின் பேச்சு ஒரு கணம்

தடைபட்டது.

பிறகு அவர் தொடர்ந்தார். "ஜேம்ஸ் விஷம் வைத்துக் கொல்லப்பட்டாரா?"

மெல்ரோஸ் ஆர்வக் குறுகுறுப்புடன் அவரை ஓரக்கண்ணால் பார்த்தார். "ஏன் அப்படிக் கேட்கிறீர்கள்?"

"எனக்குத் தெரியாது. கேட்க வேண்டும்போலத் தோன்றியது, அதனால் கேட்டேன்."

"இல்லை. அவர் தலையில் பலமாகத் தாக்கப்பட்டதால் கொல்லப்பட்டார்."

"முனை மழுங்கிய ஒரு பொருளாலா?"

"சட்டர்துவைத், துப்பறியும் கதைகளில் வருகின்ற துப்பறிவாளர்கள்போலப் பேசாதீர்கள். வெண்கலச் சிலை ஒன்றால் அவர் தாக்கப்பட்டிருக்கிறார்."

"ஓ!" என்று கூறிய சட்டர்துவைத், அதற்குப் பிறகு மௌனமாகிவிட்டார்.

ஓரிரு நிமிடங்களுக்குப் பிறகு, "பால் டெலாங்குவா என்ற நபரைப் பற்றி உங்களுக்குத் தெரியுமா?" என்று மெல்ரோஸ் கேட்டார்.

"தெரியும். வசீகரமான இளைஞன்."

"பெண்கள் அப்படிக் கருதக்கூடும்."

"உங்களுக்கு அவனைப் பிடிக்காதா?"

"பிடிக்காது."

"குதிரையேற்றத்தில் அவன் வல்லவன் என்பதால் உங்களுக்கு அவனைப் பிடிக்கும் என்று நான் நினைத்திருந்தேன்."

"குதிரைமீது குரங்கு வித்தைகள் காட்டுபவன் அவன்."

சட்டர்துவைத் தன் உதடுகளில் அரும்பிய ஒரு புன்னகையை மறைத்துக் கொண்டார். மெல்ரோஸ் ஒரு கடைந்தெடுத்த ஆங்கிலேயர்.

"டெலாங்குவா இந்தப் பகுதியில்தான் வசித்து வருகிறானா?" என்று சட்டர்துவைத் கேட்டார்.

"அவன் ஜேம்ஸின் வீட்டில்தான் வசித்து வந்தான். ஒரு வாரத்திற்கு முன்பு ஜேம்ஸ் அவனைத் தன் வீட்டிலிருந்து விரட்டிவிட்டுவிட்டதாக ஒரு வதந்தி உலவிக் கொண்டிருக்கிறது."

"என்ன காரணம்?"

"அவன் லாராவுடன் சல்லாபமாக இருந்ததை அவர் பார்த்துவிட்டாராம்," என்று கூறிய மெல்ரோஸ், திடீரென்று, "இது என்ன இழவு?" என்று கத்தினார்.

அதைத் தொடர்ந்து அவர்கள் பயணித்தக் கார் சடாரென்று திரும்பி எதன்மீதோ மோதியது.

“இங்கிலாந்திலுள்ள ஆபத்தான சாலைகளில் இதுவும் ஒன்று. இங்கு ஏகப்பட்டக் குறுக்குச் சாலைகள் உண்டு,” என்று மெல்ரோஸ் கூறினார். “நாம் முக்கியச் சாலையில் வந்து கொண்டிருக்கிறோம். சிறிய குறுக்குச் சாலையிலிருந்து முக்கியச் சாலைக்குள் நுழைகின்றபோது அவன்தான் ஹாரன் அடித்திருக்க வேண்டும். நம்முடைய காருக்கு ஏற்பட்டுள்ளதைவிட அவனுடைய காருக்குத்தான் அதிகச் சேதம் ஏற்பட்டுள்ளது என்று நான் நினைக்கிறேன்.”

மெல்ரோஸ் தன் காரிலிருந்து இறங்கினார். அந்த மற்றொரு காரிலிருந்தும் ஒருவர் இறங்கினார். அவர்கள் இருவரும் பேசிக் கொண்டிருந்தது சட்டர்துவைத்தின் காதில் அரைகுறையாக விழுந்தது.

அந்த அந்நியர், “இது முற்றிலும் என் தவறுதான்,” என்று கூறினார். “எனக்கு இந்தப் பகுதியைப் பற்றி அவ்வளவாகத் தெரியாது. அதோடு, ஒரு முக்கியச் சாலை குறுக்கே வரவிருப்பதை அறிவிக்கின்ற அறிவிப்புப் பலகை எதையும் வழியில் நான் பார்க்கவில்லை.”

இதனால் மெல்ரோஸ் உருகிப் போனார். இருவரும் அந்த அந்நியரின் காரின் அடிபட்டப் பகுதியைக் குனிந்து பார்த்துக் கொண்டிருந்தனர். அதை ஏற்கனவே அந்தக் காரின் ஓட்டுநர் ஆராய்ந்து கொண்டிருந்தார். அவர்களுடைய உரையாடல் அந்தக் காரை எப்படிப் பழுது பார்க்கலாம் என்பதைச் சுற்றி வட்டமிட்டது.

“அரைமணி நேரத்திற்குள் சரி செய்துவிடலாம்,” என்று கூறிய அந்த அந்நியர், “இனியும் நான் உங்களைத் தாமதப்படுத்த விரும்பவில்லை. நல்லவேளையாக உங்களுடைய கார் அதிகச் சேதத்திற்கு உள்ளாகாமல் தப்பிவிட்டது,” என்றார்.

“அது உண்மைதான்–” என்று துவக்கிய மெல்ரோஸின் பேச்சு சட்டர்துவைத்தால் தடைபட்டது.

காரிலிருந்து பரபரப்புடன் குதித்து ஓடி வந்த சட்டர்துவைத் அந்த அந்நியரின் கையை இதமாகப் பற்றினார்.

“நான் உங்களுடைய குரலை அடையாளம் கண்டுகொண்டேன். இங்கு உங்களைச் சந்திப்பேன் என்று நான் சிறிதும் எதிர்பார்க்கவில்லை.”

மெல்ரோஸ் ஒரு கேள்விக்குறியுடன் சட்டர்துவைத்தை நோக்கினார்.

உடனே சட்டர்துவைத், “மெல்ரோஸ், இது ஹார்லி குயின்,” என்று அந்த அந்நியரை அறிமுகம் செய்து வைத்தார். “நான் உங்களிடம் குயினைப் பற்றிப் பல முறை கூறியிருந்தது உங்களுக்கு நினைவிருக்கலாம்.”

அப்படி எதுவும் மெல்ரோஸின் நினைவுக்கு வரவில்லை. ஆனாலும் நாகரிகம் கருதி அவர் அதை ஆமோதித்து மென்மையாகத் தலையாட்டினார்.

“குயின், உங்களைப் பார்த்து வெகுநாட்கள் ஆகிவிட்டன,” என்று சட்டர்துவைத் கூறினார்.

“ஆமாம், உண்மைதான்.”

“உங்களுடைய கார் சரியாகின்றவரை உங்களை இப்படியே விட்டுவிட்டுச் செல்வது சரியாக இருக்காது. அதனால், நீங்களும் எங்களுடன் வாருங்கள்,” என்று அவரை அழைத்த சட்டர்துவைத், மெல்ரோஸின் பக்கம் திரும்பி, “நம் காரில் இவருக்கு இடம் இருக்கிறதுதானே?” என்று கேட்டார்.

“நாம் வந்த வேலையை முதலில் பார்க்கலாம்,” என்றார் மெல்ரோஸ்.

சட்டர்துவைத் நிலையாக ஓரிடத்தில் நின்றார். அவருடைய மனத்தில் பல்வேறு விதமான யோசனைகள் வந்து போயின. அவர் பெரிதும் உற்சாகமடைந்திருந்தார்.

சட்டர்துவைத் குயினைப் பார்த்து, “நான் முன்பே யோசித்திருக்க வேண்டும். உங்களுடைய விஷயத்தில் எதுவுமே எதேச்சையாக நிகழ்வதில்லை. நாம் இங்குச் சந்தித்ததுகூட ஒரு தற்செயலான நிகழ்வு அல்ல,” என்றார்.

மெல்ரோஸ் சட்டர்துவைத்தை வியப்புடன் பார்த்தார். சட்டர்துவைத் மெல்ரோஸின் கையைப் பிடித்து அவரை ஓர் ஓரமாக அழைத்துச் சென்றார்.

“தற்கொலை செய்து கொண்ட நம்முடைய நண்பர் டெரிக் கேப்பலைப் பற்றி நான் உங்களிடம் சொல்லியிருக்கிறேன், இல்லையா? அவர் ஏன் தற்கொலை செய்து கொண்டார் என்ற வினாவுக்கு நாமெல்லாம் விடை கிடைக்காமல் வெகுநாட்கள் தவித்தோம், இல்லையா? குயின்தான் அந்த மர்மத்தைத் திரைவிலக்கினார். அதேபோல, அவர் பல புதிரான விஷயங்களுக்கு விடை கண்டுள்ளார். நாம் தேடிக் கொண்டிருக்கின்ற விஷயத்திற்கான விடை நம் கண்முன்னாலேயே இருக்கும். அதை நாம் பார்த்திருக்க மாட்டோம். அதை நமக்குக் குயின் திரைவிலக்கிக் காட்டுவார். ஓர் அபாரமான மனிதர் அவர்.”

“சட்டர்துவைத், என்னை நீங்கள் வெட்கப்பட வைக்கிறீர்கள்,” என்று குயின் சிரித்துக் கொண்டே கூறினார். “எனக்குத் தெரிந்தவரை, இந்தக் கண்டுபிடிப்புகளை மேற்கொண்டது நானல்லன், நீங்கள்தாம்.”

“நீங்கள் அந்தச் சமயத்தில் அங்கு இருந்ததுதான் அதற்குக் காரணம்,” என்று சட்டர்துவைத் உறுதியாகக் கூறினார்.

இலேசாகச் செருமிய மெல்ரோஸ், “இனியும் நாம் காலம் தாழ்த்தக்கூடாது. நாம் கிளம்பலாம்,” என்று கூறிவிட்டுத் தன் வண்டியின் ஓட்டுநர் இருக்கையில் ஏறி அமர்ந்தார்.

குயினை உடனழைத்துச் செல்வதில் அவருக்கு விருப்பம் இருக்கவில்லை என்றாலும், அதை மறுப்பதற்கு அவரிடம் நியாயமான காரணங்கள் எதுவும் இருக்கவில்லை.

காரில் குயினை முதலில் ஏறிக் கொள்ளுமாறு கூறிய சட்டர்துவைத், கடைசியாக ஏறி ஒரு சன்னலோரம் அமர்ந்து கொண்டார். கார் பெரிதாக இருந்ததால், அவர்கள் ஒருவரையொருவர் இடித்துக் கொண்டு அமர வேண்டிய நெருக்கடி ஏற்படவில்லை.

சகஜமாக இருக்க முயன்ற மெல்ரோஸ், குயினிடம், “அப்படியானால், உங்களுக்குக் குற்றங்களின்மீது ஆர்வம் உண்டு என்று சொல்லுங்கள்,” என்று கூறினார்.

“அப்படிச் சொல்லிவிட முடியாது.”

“அப்படியானால், உங்களுக்கு எதில் ஆர்வம் உண்டு என்று கூறுங்கள்.”

அதைக் கேட்டுக் குயின் புன்னகைத்தார். “சட்டர்துவைத்தையே கேளுங்கள். மனிதர்களை அவதானிப்பதில் அவர் ஒரு சூரப்புலி.”

“நான் சொல்வது ஒருவேளை தவறாக இருக்கலாம். குயினுக்குக் காதலர்கள்மீதுதான் ஆர்வம் அதிகம்,” என்று சட்டர்துவைத் கூறினார்.

அதை அவர் சிறிது சங்கோஜத்துடன்தான் சொன்னார்.

மெல்ரோஸ், “கடவுளே!” என்று அதிர்ந்து போய்க் கூறினார்.

‘சட்டர்துவைத்தின் இந்த நண்பர் கொஞ்சம் விநோதமான பேர்வழியாக இருப்பார்போல!’ என்று அவர் நினைத்துக் கொண்டார். பின் தன் அருகேயிருந்த குயினை அவர் ஓரக்கண்ணால் பார்த்தார். ‘இவர் ஒரு சாதாரணமான நபராகத்தான் தெரிகிறார். கொஞ்சம் கருப்பாக இருக்கிறார். ஆனால், ஒரு வெளிநாட்டுக்காரரர்போலத் தெரியவில்லை.’

சட்டர்துவைத் குயினிடம், “நாங்கள் இப்போது ஒரு கொலை விசாரணை விஷயமாகச் சென்று கொண்டிருக்கிறோம். அதைப் பற்றிய விபரங்களை நான் உங்களிடம் கூறுகிறேன்,” என்றார்.

சட்டர்துவைத் சுமார் பத்து நிமிடங்கள் பேசினார். ஏழாம் ஹென்ரியின் காலத்திலிருந்தே இருந்து வந்திருந்த ஆல்டர்வே ஊரைப் பற்றி அவர் குயினுக்கு விவரித்தார். அடுத்து அவர் ஜேம்ஸ் டுவைட்டனின் மூதாதையரைப் பற்றி எடுத்துக் கூறினார். அந்தப் பகுதியில் ஏகப்பட்ட நிலத்திற்குச்

சொந்தக்காரர்களாக இருந்த டுவைட்டன் பரம்பரையினர் உள்ளூர் மக்களைச் சுரண்டி ஏகப்பட்டப் பணத்தைச் சேர்ந்திருந்த கதையையும் அவர் கூறினார்.

ஒருவழியாகத் தன் கதையை முடித்த சட்டர்துவைத், குயினின் பாராட்டு வார்த்தைகளுக்காகக் காத்திருந்தார். அவை உடனே வந்தன.

குயின் சட்டர்துவைத்திடம், “நீங்கள் ஒரு கலைஞர்,” என்று கூறினார்.

அவர்களுடைய கார் ஒரு வீட்டின் முன்னால் போய் நின்றது. படிக்கட்டிலிருந்த ஒரு காவலர் ஓடோடி வந்தார்.

“வணக்கம், சார். கர்ட்டிஸ் உங்களுக்காகப் படிப்பறையில் காத்துக் கொண்டிருக்கிறார்.”

“சரி,” என்று கூறிவிட்டு மெல்ரோஸ் அந்தப் படிகளில் ஏறி வீட்டுக்குள் நுழைந்தார். மற்ற இருவரும் அவரைப் பின்தொடர்ந்தனர். அவர்கள் ஒரு பெரிய ஹாலைக் கடந்து சென்றபோது, வயதான பட்லர் ஒருவர் பயத்துடன் ஒரு கதவின் அருகே நின்று கொண்டிருந்தார்.

மெல்ரோஸ் அவரை நோக்கித் தலையசைத்துவிட்டு, “என்ன மைல்ஸ், இப்படி ஆகிவிட்டது?” என்று விசாரித்தார்.

“என்னால் நம்பவே முடியவில்லை, சார். என் எஜமானருக்கு இப்படி ஒரு நிலை ஏற்படும் என்று நான் ஒருபோதும் நினைக்கவே இல்லை.”

“சரி, நான் உங்களிடம் பிறகு பேசுகிறேன்,” என்று மெல்ரோஸ் அவரைக் கத்தரித்துவிட்டார்.

மெல்ரோஸ் படிப்பறையை நோக்கிச் சென்றார். அங்கு நின்று கொண்டிருந்த கர்ட்டிஸ், மெல்ரோஸைக் கண்டதும் மரியாதையுடன் வணக்கம் தெரிவித்தார்.

“மிகவும் கொடூரமாக இருக்கிறது. கொலைக்குப் பயன்படுத்தப்பட்ட ஆயுதத்தில் கைரேகைகள் எதுவும் இல்லை. விபரம் அறிந்தவர்கள்தான் இதைச் செய்திருக்க வேண்டும்.”

அங்கிருந்த பெரிய எழுத்து மேசையில் சரிந்தாற்போலக் கிடந்த உருவத்தைப் பார்த்த சட்டர்துவைத் மறுகணம் தன் முகத்தை வேறு பக்கம் திருப்பிக் கொண்டார். ஜேம்ஸ் பின்னாலிருந்து தாக்கப்பட்டிருந்தார். அடித்த அடியில் மண்டையோடு முற்றிலுமாகச் சிதைந்திருந்தது. அது பார்க்கச் சகிக்காத காட்சியாக இருந்தது.

கொலைக்குப் பயன்படுத்தப்பட்ட ஆயுதமான அந்த இரண்டடி உயர வெண்கலச் சிலை தரையில் கிடந்தது. அதன் அடிப்பகுதி இரத்தக்கறை படிந்தும் ஈரமாகவும் இருந்தது. சட்டர்துவைத் ஆர்வத்துடன் அச்சிலையருகே குனிந்து

பார்த்தார்.

"இது ஒரு வீனஸ் சிலை," என்று அவர் மென்மையாகக் கூறினார். "அப்படியானால், அவர் காதல் தேவதையால் தாக்கப்பட்டிருக்கிறார்."

தான் அசைபோடுவதற்குத் தனக்குக் கவிதாபூர்வமான கருப்பொருள் ஒன்று கிடைத்திருந்தது குறித்து சட்டர்துவைத் மகிழ்ச்சியடைந்திருந்தார்.

"இந்த அறையிலுள்ள சன்னல்கள் அனைத்தும் மூடப்பட்டு உட்பக்கமாகத் தாழிடப்பட்டுள்ளன," என்று கூறிவிட்டு, கர்ட்டிஸ் ஓர் அர்த்தபூர்வமான இடைவெளி விட்டார்.

மெல்ரோஸ் தயக்கத்துடன், "அப்படியானால், இது உள்குத்து வேலையாகத்தான் இருக்க வேண்டும். பார்க்கலாம்," என்றார்.

ஜேம்ஸ் ஒரு கோல்ஃப் ஆட்டக்காரருக்குரிய ஆடையை அணிந்திருந்தார். அங்கிருந்த ஒரு பெரிய சோபாவின்மீது கோல்ஃப் மட்டைகள் அடங்கிய ஒரு பை கிடந்தது.

மெல்ரோஸின் பார்வை நிலைத்த இடத்தை நோட்டமிட்டக் கர்ட்டிஸ் இவ்வாறு கூறினார்: "ஜேம்ஸ் கோல்ஃப் விளையாடிவிட்டு மாலை 5.15 மணிக்குத்தான் வீடு திரும்பியிருக்கிறார். தன் பட்லர் கொண்டு வந்து கொடுத்தத் தேநீரை அவர் அருந்தியிருக்கிறார். பின்னர் அவருடைய தனிப்பட்ட உதவியாளன் ஜென்னிங்ஸ், வீட்டில் இருந்தபோது ஜேம்ஸ் அணிந்த மிருதுவான செருப்புகளை அவரிடம் கொண்டு வந்து கொடுத்திருக்கிறான். ஜென்னிங்ஸ்தான் அவரை உயிருடன் பார்த்தக் கடைசி நபராக இருக்க வேண்டும்."

மெல்ரோஸ் தலையாட்டிவிட்டு, தன் கவனத்தை மீண்டும் அந்த எழுத்து மேசைமீது திருப்பினார்.

அதன் மேல் இருந்த பல பொருட்கள் கவிழ்ந்தும் உடைந்தும் கிடந்தன. அதில் தனித்துவமாகத் தெரிந்தது ஒரு பெரிய கடிகாரம். அது அந்த மேசையின் நடுவில் ஒரு பக்கமாகச் சரிந்து கிடந்தது.

கர்ட்டிஸ் லேசாகச் செருமினார்.

"இது நமக்கு வாய்த்துள்ள அதிர்ஷ்டம் என்றுதான் நாம் கூற வேண்டும்," என்று அவர் கூறினார். "இந்தக் கடிகாரம் 6.30 மணியில் நின்று போயிருக்கிறது. அதுதான் குற்றம் நடைபெற்ற நேரம். இது நமக்கு மிகவும் வசதியாக அமைந்துள்ளது."

மெல்ரோஸ் அந்தக் கடிகாரத்தையே வெறித்துப் பார்த்தார்.

"கர்ட்டிஸ், இது நமக்கு மிகவும் வசதியாக அமைந்துள்ளது என்று நீங்கள் குறிப்பிட்டது உண்மைதான். பொதுவாக

இவ்வளவு வசதியாகக் காரியங்கள் நிகழ்வதில்லை," என்று மெல்ரோஸ் கூறினார்.

மெல்ரோஸ் தன்னுடன் வந்திருந்த மற்ற இருவரையும் ஏறிட்டுப் பார்த்தார். அவருடைய கண்கள் குயினின் கண்களைப் பார்த்து இறைஞ்சின.

"கடிகாரங்கள் இங்கே விழுந்து கிடப்பதுபோலச் சாய்வதில்லை என்று நீங்கள் கூறுகிறீர்களா?" என்று குயின் கேட்டார்.

மெல்ரோஸ் ஒரு கணம் குயினை உற்றுப் பார்த்தார். பின் அவர் தன் பார்வையை அந்தக் கடிகாரத்தின்மீது திருப்பினார். தன் கௌரவத்தைப் பறி கொடுத்திருந்த அது பரிதாபமாகக் காட்சியளித்தது. மெல்ரோஸ் அதை அதன் கால்களில் மீண்டும் நிமிர்த்தி வைத்தார். பின் அவர் அந்த மேசையின்மீது பலமாகக் குத்தினார். அந்தக் கடிகாரம் ஆடியது, ஆனால் சாயவில்லை. மெல்ரோஸ் இன்னும் பலமாக அந்த மேசையின்மீது குத்தினார். விழ மனமில்லாமல் விழுவதுபோல அந்தக் கடிகாரம் மல்லாந்து விழுந்தது.

"எத்தனை மணிக்கு இச்சம்பவம் கண்டுபிடிக்கப்பட்டது?" என்று மெல்ரோஸ் கேட்டார்.

"சார், சுமார் ஏழு மணிக்கு," என்று கர்ட்டிஸ் பதிலளித்தார்.

"இதை யார் கண்டுபிடித்தது?"

"பட்லர்."

"அந்த முதியவரைக் கூட்டி வாருங்கள். அவரை விசாரிக்கலாம்," என்றார் மெல்ரோஸ். "லாரா எங்கே இருக்கிறாள்?"

"படுத்திருக்கிறாள். அவள் யாரையும் பார்க்க விரும்பவில்லை என்று அவளுடைய பணிப்பெண் ஜேன் கூறினாள்."

மெல்ரோஸ் தலையை ஆட்டினார். கர்ட்டிஸ் பட்லரைக் கூப்பிடுவதற்காகச் சென்றார். குயின் யோசனையுடன் அந்தக் கணப்படுப்பையே பார்த்துக் கொண்டிருந்தார். சட்டர்துவைத்தும் தன் பார்வையை அங்குத் திருப்பினார். ஓரிரு நிமிடங்களுக்குப் பிறகு, அந்தக் கணப்படுப்பின் கம்பியின் மேல் ஏதோ ஒரு பொருள் மின்னியதை அவர் பார்த்தார். அதை அவர் வெளியே எடுத்தார். அது ஒரு வளைவான வடிவிலிருந்த ஒரு கண்ணாடித் துண்டு.

அப்போது உள்ளே நுழைந்த பட்லர், "என்னைக் கூப்பிட்டு அனுப்பினீர்களா?" என்று கேட்டார். இப்போதும் அவருடைய குரல் நடுக்கத்தோடும் உறுதியற்றும் இருந்தது. சட்டர்துவைத் அந்தக் கண்ணாடித் துண்டைத் தன்னுடைய கோட்டுப் பாக்கெட்டுக்குள் போட்டுக் கொண்டு அந்த பட்லரை

நோக்கித் திரும்பினார்.

அந்த பட்லர் அந்த அறையின் வாசலில் நின்று கொண்டிருந்தார்.

"உட்காருங்கள்," என்று மெல்ரோஸ் கனிவுடன் கூறினார். "நீங்கள் இன்னும் நடுங்கிக் கொண்டிருக்கிறீர்கள். இது உங்களுக்கு ஒரு பேரதிர்ச்சியாக இருந்திருக்கும், இல்லையா?"

"ஆமாம், சார்."

"நான் உங்களைச் சீக்கிரமாக அனுப்பிவிடுகிறேன். உங்கள் எஜமானர் மாலை 5 மணியளவில் வீடு திரும்பினார், அப்படித்தானே?"

"ஆமாம், சார். உடனே தேநீர் கொண்டுவரும்படி அவர் என்னிடம் கேட்டார். அதை நான் கொண்டுவந்து கொடுத்தேன். பின்னர் நான் காலியான கோப்பைகளை எடுக்க வந்தபோது, ஜென்னிங்ஸைத் தன் அறைக்கு அனுப்பும்படி அவர் என்னிடம் கூறினார்."

"அப்போது மணி என்ன இருக்கும்?"

"6.10."

"சரி."

"நான் ஜென்னிங்ஸுக்குத் தகவல் அனுப்பினேன். அந்த அறையின் சன்னல்களை மூடுவதற்காக நான் அங்கு ஏழு மணிக்குச் சென்றபோதுதான்–"

மெல்ரோஸ் அவரை இடைமறித்துப் பேசினார்: "நீங்கள் அந்த விபரங்களுக்குள் போக வேண்டாம். ஆனால், அங்கு நீங்கள் எதையும் தொடவில்லையே?"

"இல்லை, சார். நான் என்னால் முடிந்த அளவு விரைவாக ஓடிச் சென்று தொலைபேசியில் காவல் நிலையத்தை அழைத்தேன்."

"அதற்குப் பிறகு?"

"எஜமானியம்மாவின் பணிப்பெண்ணான ஜேனிடம் விஷயத்தைக் கூறி, அதை எஜமானியம்மாவிடம் தெரிவிக்கும்படி நான் அவளிடம் கேட்டுக் கொண்டேன்."

"நீங்கள் உங்களுடைய எஜமானியம்மாவை இந்த மாலை நேரம் பூராவும் பார்க்கவில்லையா?" என்று எதேச்சையாகக் கேட்பதுபோல மெல்ரோஸ் அந்த முதிய பட்லரிடம் கேட்டார். ஆனால், மெல்ரோஸின் வார்த்தைகளுக்குப் பின்னால் ஒருவிதமான பதற்றம் இருந்ததைப்போல சட்டர்துவைத்திற்குப் பட்டது.

"நான் அவரைப் பார்க்கவில்லை. இந்தச் செயல் நடைபெற்றதிலிருந்து எஜமானியம்மா தன் படுக்கையிலேயே விழுந்து கிடக்கிறார்."

"அதற்கு முன்பு நீங்கள் அவரைப் பார்த்தீர்களா?"

அந்தக் கேள்வி திடீரென்று வந்து விழுந்தது. பட்லர் அதற்குப் பதிலளிப்பதற்கு முன்பு சிறிது தயங்கியதை அந்த அறையிலிருந்தவர்கள் அனைவரும் கவனித்தனர்.

"அவர் மாடியிலிருந்து இறங்கி வந்து கொண்டிருந்ததை நான் பார்த்தேன்."

"அவர் இந்த அறைக்குள் வந்தாரா?"

அந்த பட்லர் என்ன பதில் சொல்லவிருந்தார் என்று தெரிந்து கொள்வதற்காக சட்டர்துவைத் மூச்சைப் பிடித்துக் கொண்டு காத்திருந்தார்.

"ஆமாம்."

"அப்போது மணி என்ன இருக்கும்?"

அப்போது அந்த அறையில் ஊசியைக் கீழே போட்டால்கூட அதன் சத்தம் கேட்கும் அளவுக்கு ஓர் ஆழமான அமைதி நிலவியது. தன்னுடைய பதில் எப்பேற்பட்டத் தாக்கம் ஏற்படுத்தக்கூடும் என்பதை அந்த பட்லர் அறிந்திருந்தாரா என்று சட்டர்துவைத் யோசித்தார்.

"6.30 மணிக்கு, சார்."

மெல்ரோஸ் ஒரு முறை ஆழமாக மூச்சை உள்ளே இழுத்தார். "இது போதும். நீங்கள் போகலாம். போய் ஜென்னிங்ஸை இங்கு அனுப்பி வையுங்கள்."

ஜென்னிங்ஸ் தாமதமின்றி அங்கு வந்தான். அவனுடைய முகம் ஒடுங்கிப் போயிருந்தது. அவனிடம் ஒரு கபடத்தனமும் இரகசியப் போக்கும் நிலவின.

தான் கண்டுபிடிக்கப்பட மாட்டோம் என்பது உறுதியாகத் தெரிந்தால் தயங்காமல் தன் எஜமானரைக் கொல்லக்கூடிய ஒரு நபர்போல அவன் தோன்றியதாக சட்டர்துவைத் கருதினார்.

மெல்ரோஸின் கேள்விகளுக்கு அவன் அளித்துக் கொண்டிருந்த பதில்களை அவர் உன்னிப்பாகக் கேட்டுக் கொண்டிருந்தார். ஆனால் அவனுடைய விளக்கங்கள் நேரடியானவையாகவே இருந்தன. அவன் ஜேம்ஸின் மிருதுவான செருப்புகளைக் கொண்டு வந்து அவரிடம் கொடுத்துவிட்டு, அவருடைய காலணிகளை எடுத்துச் சென்றிருந்தான்.

"பிறகு நீ என்ன செய்தாய்?" என்று மெல்ரோஸ் கேட்டார்.

"நான் மேற்பார்வையாளரின் அறைக்குச் சென்றுவிட்டேன், சார்."

"நீ உன் எஜமானரைவிட்டு அகன்றபோது மணி என்ன இருக்கும்?"

"6.15 இருக்கும், சார்."

"6.30 மணிக்கு நீ எங்கு இருந்தாய்?"

"நான் மேற்பார்வையாளரின் அறையில் இருந்தேன்."

மெல்ரோஸ் ஒரு தலையாட்டுதலின் மூலம் அவனைப் போகச் சொன்னார். பின் ஒரு கேள்விக்குறியுடன் அவர் கர்ட்டிஸைப் பார்த்தார்.

"அவன் கூறியது சரிதான், சார். நான் அதைச் சரிபார்த்துவிட்டேன். அவன் 6.20 மணியிலிருந்து 7 மணிவரை மேற்பார்வையாளரின் அறையில்தான் இருந்திருக்கிறான்."

"அப்படியானால், அவனைச் சந்தேகிக்க முடியாது," என்று மெல்ரோஸ் கூறினார். அவர் அதைச் சற்று வருத்தத்துடன் கூறியதுபோல இருந்தது. "மேலும், கொலைக்கான நோக்கமும் அவனிடம் இல்லை."

அவர்கள் ஒருவரையொருவர் பார்த்துக் கொண்டனர்.

அந்த அறையின் கதவு தட்டப்பட்டச் சத்தம் கேட்டது.

மெல்ரோஸ், "உள்ளே வரலாம்," என்றார்.

பயந்து போயிருந்த ஜேன் அந்த அறைக் கதவைத் திறந்து கொண்டு உள்ளே வந்தாள்.

"கர்னல் மெல்ரோஸ் இங்கு வந்திருப்பதை என் எஜமானியம்மா கேள்விப்பட்டுள்ளார். அவர் கர்னலைச் சந்திக்க விரும்புகிறார்."

"நானே வருகிறேன். அவருடைய அறைக்கான வழியைக் காட்டு."

ஆனால், ஒரு கை அந்தப் பணிப்பெண்ணை ஓரமாகத் தள்ளியது. வாசற்கதவருகே லாரா தோன்றினாள். அவள் ஒரு வேற்றுக்கிரகத்திலிருந்து வந்திருந்தவள்போலக் காணப்பட்டாள்.

அவள் நீல நிறத்தில், உடலைக் கவ்வியபடி வடிவமைக்கப்பட்டிருந்த ஓர் ஆடையை அணிந்திருந்தாள். தான் தனித்துவமாக இருக்க வேண்டும் என்பதற்காக அவள் தன் தலைமுடியை ஒருபோதும் வெட்டிக் கொண்டதே இல்லை. அவள் தன் கூந்தலைப் பின்னால் தள்ளி, கழுத்தோரம் அதில் ஒரு சிறு முடிச்சு போட்டிருந்தாள். அவளுடைய கைகள் முழுவதுமாக வெளியே தெரிந்தன.

அந்தக் கைகளில் ஒன்று, அவள் கீழே விழுந்துவிடாமல் இருப்பதற்காக அந்தக் கதவின் நிலைப்படியைப் பற்றியிருந்தது. மற்றொரு கை ஒரு புத்தகத்தைப் பிடித்திருந்தது. பழங்கால இத்தாலிய ஓவியங்களில் இடம் பெற்றிருந்த மடோனாவைப்போல அவள் இருந்ததாக சட்டர்துவைத்துக்குத் தோன்றியது.

அவள் சிறிது தள்ளாடியபடி அங்கேயே நின்று கொண்டிருந்தாள். மெல்ரோஸ் எழுந்து வேகமாக அவளருகே சென்றார்.

"நான் உங்களிடம் ஒரு விஷயத்தைக் கூற வந்துள்ளேன்," என்றாள் அவள்.

லாராவின் குரல் மென்மையாகவும், அதே நேரத்தில் உறுதியாகவும் இருந்தது. அந்தக் காட்சியில் தோன்றிய நாடகத்தனத்தால் ஈர்க்கப்பட்டிருந்த சட்டர்துவைத், எதார்த்தத்தை மறந்துவிட்டிருந்தார்.

"இப்படி வாருங்கள், லாரா," என்று கூறிய மெல்ரோஸ், அவள்மீது ஒரு கை போட்டு அவளைத் தாங்கிப் பிடித்துக் கொண்டு மற்றொரு சிறிய அறைக்கு அவளை அழைத்துச் சென்றார். குயினும் சட்டர்துவைத்தும் அவரைப் பின்தொடர்ந்து அங்கே சென்றனர். அவள் அங்கிருந்த ஒரு வசதியான சோபாவில் அமர்ந்தாள். அவளுடைய இமைகள் மூடிக் கொண்டன. அவர்கள் மூவரும் அவளையே பார்த்துக் கொண்டிருந்தனர். திடீரென்று அவள் தன் கண்களைத் திறந்து அமைதியாகப் பேசினாள்.

"நான்தான் ஜேம்ஸைக் கொன்றேன். அதை உங்களிடம் சொல்வதற்காகத்தான் இங்கு வந்தேன்."

அங்கு ஒரு கணம் வேதனைமிக்க ஒரு மௌனம் நிலவியது. சட்டர்துவைத்தின் இதயம் ஒரு நிமிடம் துடிக்க மறந்தது.

"லாரா, நீங்கள் கடும் அதிர்ச்சியில இருக்கிறீர்கள். அதனால்தான் நீங்கள் என்ன சொல்லிக் கொண்டிருக்கிறீர்கள் என்பதன் தீவிரம் புரியாமல் நீங்கள் பேசிக் கொண்டிருக்கிறீர்கள் என்று நான் நினைக்கிறேன்," என்றார் மெல்ரோஸ்.

வாய்ப்பு இருந்தபோதே லாரா பின்வாங்கிக் கொள்ளவிருந்தாளா என்று பார்ப்பதற்காக சட்டர்துவைத் மூச்சைப் பிடித்துக் கொண்டு காத்துக் கொண்டிருந்தார்.

"நான் என்ன சொல்லிக் கொண்டிருக்கிறேன் என்பதை நான் துல்லியமாக அறிந்துள்ளேன். ஜேம்ஸைச் சுட்டுக் கொன்றது நான்தான்."

அந்த அறையில் இருந்தவர்களில் இரண்டு பேர் அதிர்ச்சியில் வாயடைத்துப் போயினர். மூன்றாமவர் அலட்டிக் கொள்ளாமல் அமைதியாக இருந்தார்.

லாரா சற்று முன்னோக்கிக் குனிந்து, "உங்களுக்கு இன்னுமா புரியவில்லை? மேலேயிருந்து இறங்கி வந்து நான்தான் அவரைச் சுட்டேன். அதை நான் ஒத்துக் கொள்கிறேன்," என்றாள்.

அவளுடைய கையிலிருந்த புத்தகம் கீழே விழுந்தது. கடித உறைகளைக் கிழிக்கப் பயன்படுத்தப்படுகின்ற ஒரு கத்தி அதனுள்

இருந்தது. அதன் கைப்பிடியில் ஒரு குத்துவாளைப்போலக் கற்கள் பதிக்கப்பட்டிருந்தன. சட்டர்துவைத் குனிந்து அதை எடுத்து அங்கிருந்த மேசைமீது வைத்தார். அப்போது, 'இது ஓர் ஆபத்தான விளையாட்டுப் பொருள். இதைக் கொண்டு ஒருவரைக் கொலைகூடச் செய்ய முடியும்,' என்று அவர் நினைத்துக் கொண்டார்.

"இப்போது நீங்கள் என்ன செய்யப் போகிறீர்கள்? என்னைக் கைது செய்து கூட்டிச் செல்லப் போகிறீர்களா?" என்று லாரா பொறுமையிழந்து கேட்டாள்.

என்ன சொல்வதென்று தெரியாமல் மெல்ரோஸ் விழித்தார். இறுதியில், "நீங்கள் இப்போது என்னிடம் சொல்லியுள்ளது மிகவும் தீவிரமான ஒரு விஷயம். நான் ஏற்பாடுகளைச் செய்து முடிப்பதுவரை, நீங்கள் உங்களுடைய அறையில் இருங்கள்," என்று அவர் கூறினார்.

லாரா தலையாட்டிவிட்டு எழுந்தாள். இப்போது அவள் ஓரளவு தெளிவாக இருந்தாள்.

அவள் அந்த அறையின் கதவருகே சென்றபோது, குயின் அவளிடம், "அந்தக் கைத்துப்பாக்கியை என்ன செய்தீர்கள்?" என்று கேட்டார்.

அவளுடைய முகத்தில் ஒரு கணம் பதற்றம் தோன்றி மறைந்தது. "நான் அதைத் தரையில் வீசினேன்... இல்லையில்லை, அதை நான் சன்னல் வழியாக வெளியே வீசியெறிந்தேன் என்று நினைக்கிறேன்... எனக்குச் சரியாக நினைவில்லை. அது எங்கு இருந்தால் என்ன? நான் என்ன செய்து கொண்டிருந்தேன் என்பது குறித்தப் பிரக்ஞைகூட அப்போது எனக்கு இருக்கவில்லை. அது முக்கியமில்லை, அப்படித்தானே?"

"அது முக்கியமில்லை என்றுதான் நான் நினைக்கிறேன்," என்றார் குயின்.

அவள் குயினைக் குழப்பத்துடன் பார்த்தாள். அதில் ஓர் எச்சரிக்கை இழையோடியது. பின் அவள் தன் தலையைச் சிலுப்பிக் கொண்டு அந்த அறையிலிருந்து அதிகாரத்துடன் வெளியேறினாள். சட்டர்துவைத் வேகமாக அவள் பின்னால் சென்றார். அவள் எந்நேரத்திலும் மயங்கி விழக்கூடும் என்று அவர் நினைத்தார். ஆனால், அவர் வெளியே வருவதற்குள் அவள் மாடிப்படிகளில் பாதி தூரம் ஏறியிருந்தாள். முன்பு அவளிடம் தென்பட்ட பலவீனத்தின் சுவடு அப்போது முற்றிலுமாகக் காணாமல் போயிருந்தது. ஜேன் மாடிப்படியருகே நின்று கொண்டிருந்தாள். அவளுடைய முகத்தில் பயம் அப்பியிருந்தது.

சட்டர்துவைத் அவளிடம் அதிகாரத்துடன், "போய் உன்னுடைய எஜமானியம்மாவைக் கவனித்துக் கொள்," என்று கூறினார்.

ஜேன் மாடிப்படிகளில் ஏறத் துவங்கினாள்.

"சார், அவர்கள் அவரைச் சந்தேகிக்கவில்லைதானே?" என்று ஜேன் சட்டர்துவைத்திடம் கேட்டாள்.

"யாரைச் சந்தேகிக்கவில்லை?"

"ஜென்னிங்ஸை, சார். அவர் ஓர் ஈ, எறும்புக்குக்கூட ஊறு விளைவிக்க மாட்டார்."

"என்ன சொன்னாய்? ஜென்னிங்ஸா? அவனை நாங்கள் சந்தேகப்படவில்லை. போதுமா? இப்போது போய் உன் எஜமானியம்மாவைக் கவனித்துக் கொள்."

"சரி, சார்."

அந்தப் பெண் படிகளில் ஏறி ஓடினாள். சட்டர்துவைத் தன் சகாக்கள் இருந்த அறைக்குத் திரும்பிச் சென்றார்.

அவர் அந்த அறைக்குள் நுழைந்தபோது மெல்ரோஸ் பேசிக் கொண்டிருந்தார். "எனக்குத் தலை சுற்றுகிறது. இந்த விவகாரம் ஓர் இடியாப்பச் சிக்கலாக மாறிக் கொண்டிருக்கிறது. நாவல்களில் வருகின்ற கதாநாயகிகள் மேற்கொள்கின்ற அபத்தமான காரியங்களைப்போல அல்லவா இது இருக்கிறது?"

"ஆமாம். இது எதார்த்தம்போலத் தோன்றவில்லை. நாடகத்தில் வருகின்ற ஒரு காட்சியைப்போல இருக்கிறது," என்று சட்டர்துவைத் அதை ஒப்புக் கொண்டார்.

குயினும் அதை ஆமோதித்துத் தலையசைத்தார். பின் அவர் சட்டர்துவைத்தைப் பார்த்து, "நீங்கள்தான் நாடகப் பிரியராயிற்றே! ஒரு நல்ல நடிப்பைப் பார்த்தாலேயே உங்களுக்குத் தெரிந்துவிடும், இல்லையா?" என்று கேட்டார்.

சட்டர்துவைத் அவரை வெறித்துப் பார்த்தார்.

சிறிது நேரம் நிலவிய மௌனத்தில், தொலைதூரத்திலிருந்து ஏதோ ஒரு சத்தம் அவர்களுக்குக் கேட்டது.

"அது துப்பாக்கி வெடித்தச் சத்தம்போல இருக்கிறது. இந்தச் சத்தம்தான் அவளுக்குக் கேட்டிருக்க வேண்டும். அது என்ன என்று பார்ப்பதற்காக அவள் இறங்கிச் சென்றிருக்கலாம். அவள் அந்த உடலுக்கு அருகே செல்லாமல் இருந்திருக்கலாம். ஆனால், டெலாங்குவாதான் ஜேம்ஸைச் சுட்டுக் கொன்றிருக்க வேண்டும் என்ற முடிவுக்கு அவள் வந்திருக்கலாம்," என்று மெல்ரோஸ் தன் அபிப்பிராயத்தைக் கூறினார்.

அப்போது வாசலில் அந்த முதிய பட்லர் தோன்றினார். "டெலாங்குவா, சார்!" என்று மன்னிப்புக் கேட்கும் விதத்தில் அவர் பேசினார்.

"நீங்கள் என்ன சொல்கிறீர்கள்?" என்று மெல்ரோஸ் கேட்டார்.

"பால் டெலாங்குவா இங்கே வந்திருக்கிறார். அவர் உங்களிடம் பேச விரும்புகிறார்."

மெல்ரோஸ் தன் இருக்கையில் சாய்ந்து அமர்ந்து கொண்டு, "அவரை உள்ளே அனுப்புங்கள்," என்று கூறினார்.

ஒரு கணம் கழித்து டெலாங்குவா அந்த அறையின் நிலைப்படியின் அருகே தோன்றினான். அவனிடம் ஆங்கிலேயத்தனம் இருக்கவில்லை. மாறாக, அவன் ஒரு சகலகலாவல்லவனைப்போலத் தோன்றினான்.

"மாலை வணக்கம், கனவான்களே!" என்று கூறிய அவன், நாடகத்தனமாகத் தன் உடலை வளைத்து அவர்களைப் பார்த்து வணங்கினான்.

"டெலாங்குவா, நீ எதற்காக இங்கு வந்திருக்கிறாய் என்று எனக்குத் தெரியாது. அதற்கும் இங்கு நடைபெற்றுள்ள சம்பவத்திற்கும் எந்தத் தொடர்பும் இல்லையென்றால்–"

டெலாங்குவா அவரை இடைமறித்தான். "நான் வந்ததே அதைப் பற்றிக் கூறத்தான்."

"என்ன சொல்கிறாய்?"

"ஜேம்ஸைக் கொன்றதற்காக நான் உங்களிடம் சரணடைய வந்துள்ளேன்."

"நீ என்ன பேசுகிறாய் என்று அறிந்துதான் பேசிக் கொண்டிருக்கிறாயா?"

"ஆமாம்."

அந்த இளைஞனின் கண்கள் அந்த அறையிலிருந்த மேசையின்மீது இலயித்தன.

"எனக்குப் புரியவில்லை–"

"நான் ஏன் வலிய வந்து சரணடைய விரும்புகிறேன் என்பது உங்களுக்குப் புரியவில்லை, அப்படித்தானே? குற்றவுணர்வு என்று வைத்துக் கொள்ளுங்கள். அல்லது உங்களுக்குப் பிடித்த எதை வேண்டுமானாலும் அதற்குக் காரணமாக வைத்துக் கொள்ளுங்கள். நான் என் கையாலேயே ஜேம்ஸைக் குத்திக் கொன்றேன். அதை என்னால் உறுதியாகக் கூற முடியும்," என்று கூறியவன், அந்த மேசையில் கிடந்த, காகித உறைகளைக் கிழிப்பதற்கான கத்தியைச் சுட்டிக்காட்டி, "கொலைக்குப் பயன்படுத்தப்பட்ட ஆயுதம் அதுதான். லாரா அதை ஒரு புத்தகத்திற்குள் வைத்திருந்தாள். அதை நான் எடுத்துக் கொண்டேன்," என்று கூறினான்.

மெல்ரோஸ் அந்தக் கத்தியை அவனிடம் தூக்கிக் காட்டி, "இதைக் கொண்டு நீ ஜேம்ஸைக் குத்திக் கொன்றதாக நீ

ஒத்துக் கொள்கிறாய், அப்படித்தானே?" என்று கேட்டார்.

"ஆமாம். நான் அந்த அறையின் சன்னல் வழியாகத் திருட்டுத்தனமாக அந்த அறைக்குள் நுழைந்தேன். ஜேம்ஸ் எனக்கு முதுகைக் காட்டியவாறு அமர்ந்திருந்தார். அதனால் காரியம் கமுக்கமாக முடிந்துவிட்டது. நான் வந்த வழியே திரும்பிவிட்டேன்."

"அதாவது, அதே சன்னலின் வழியாக?"

"ஆமாம்."

"அது எப்போது நிகழ்ந்தது?"

டெலாங்குவா தயங்கினான். "ஒரு நிமிடம் பொறுங்கள். யோசித்துப் பார்க்கிறேன். நான் இந்த வீட்டு மேற்பார்வையாளருடன் பேசிக் கொண்டிருந்தபோது மணி 6.15. நான் இந்த அறைக்குள் இருந்தபோது தேவாலயத்தின் மணியோசை கேட்டது. அதனால் அப்போது மணி 6.30 இருக்கலாம்."

மெல்ரோஸின் முகத்தில் ஒரு புன்னகை படர்ந்தது.

"நீ கூறியது சரிதான். 6.30 என்பது சரி. நீ ஒருவேளை அதைப் பற்றிக் கேள்விப்பட்டிருந்திருக்கலாம். ஆனால், ஒட்டுமொத்தத்தில் இது ஒரு விசித்திரமான கொலை."

"ஏன் அப்படிச் சொல்கிறீர்கள்?"

"இந்தக் கொலையைத் தாங்கள்தான் செய்திருந்ததாகப் பலர் கூறிக் கொண்டிருக்கின்றனர்."

டெலாங்குவா ஆழமாக மூச்சை உள்ளே இழுத்தது அங்கிருந்தவர்களுக்குக் கேட்டது.

அவன் தன்னுடைய தடுமாற்றமான குரலை மறைத்துக் கொண்டு, "இந்தக் கொலையைத் தாங்கள்தான் செய்ததாக வேறு யாரெல்லாம் கூறியுள்ளனர்?" என்று கேட்டான்.

"லாரா."

டெலாங்குவா தன் தலையைப் பக்கவாட்டில் திருப்பிக் கொண்டு வலுக்கட்டாயமாக ஒரு சிரிப்பை உதிர்த்தான். "இந்த நிலையில் லாரா உணர்ச்சிவசப்பட்டு எதையாவது உளறிக் கொண்டிருப்பது சகஜம்தான். நான் உங்கள் நிலையில் இருந்தால், அதைத் தீவிரமாக எடுத்துக் கொள்ள மாட்டேன்."

"நான் அதைத் தீவிரமாக எடுத்துக் கொள்வேன் என்று நான் நினைக்கவில்லை. அதோடு, இந்தக் கொலையில் மற்றொரு விநோதமான அம்சமும் இருக்கிறது."

"அது என்ன?"

"தான் ஜேம்ஸைச் சுட்டுக் கொன்றதாக லாரா வாக்குமூலம் கொடுத்திருக்கிறார். நீ ஜேம்ஸைக் கத்தியால் குத்திக் கொன்றதாக நீ கூறிக் கொண்டிருக்கிறாய். உங்கள்

இருவருடைய அதிர்ஷ்டம், ஜேம்ஸ் இந்த இரண்டு வழிகளிலும் கொல்லப்படவில்லை. அவருடைய மண்டையோடு உடைகின்ற அளவுக்கு அவர் பலமாகத் தாக்கப்பட்டுள்ளார்."

"கடவுளே! ஒரு பெண்ணால் கண்டிப்பாக அப்படிச் செய்திருக்க முடியாதே–"

டெலாங்குவா பாதியில் நிறுத்திவிட்டுத் தன் உதட்டைக் கடித்துக் கொண்டான். மெல்ரோஸின் உதட்டில் அரும்பியும் அரும்பாலும் ஒரு புன்னகை படர்ந்தது.

"நான் அதைப் பற்றிப் படித்திருக்கிறேன், ஆனால் நிஜத்தில் அவ்வாறு நிகழ்ந்து நான் பார்த்ததில்லை," என்று மெல்ரோஸ் கூறினார்.

"என்ன சொல்கிறீர்கள்?"

"இரண்டு முட்டாள்கள், ஒரு கொலையை மற்றவர் செய்திருக்க வேண்டும் என்று கருதிக் கொண்டு, தாங்கள்தான் அதைச் செய்ததாக வாக்குமூலம் அளிக்கின்றனர். இப்போது நாம் எல்லாவற்றையும் முதலிலிருந்து துவக்கியாக வேண்டும்."

"ஜென்னிங்ஸ்!" என்று சட்டர்துவைத் கத்தினார். "ஜேன் சற்று முன்புதான் கூறினாள். அப்போது அதை நான் கண்டுகொள்ளவில்லை." தன் எண்ணங்களை ஒரு கோர்வையாக்கிக் கொள்வதற்காக அவர் சிறிது இடைவெளி விட்டார். "நாம் ஜென்னிங்ஸை சந்தேகப்பட்டுக் கொண்டிருப்பதாக நினைத்து ஜேன் பயந்திருக்கக்கூடும். கொலைக்கான நோக்கம் அவனுக்கு ஏதாவது இருந்திருக்க வேண்டும். அது அவளுக்குத் தெரிந்திருக்கிறது. நமக்குத் தெரியவில்லை."

அதைக் கேட்டு மெல்ரோஸின் புருவங்கள் உயர்ந்தன. பின் அவர் அழைப்புமணியை அழுத்தினார். அதைக் கேட்டு அங்கு வந்த பட்லரிடம், "லாராவை இங்கு வரச் சொல்லுங்கள்," என்று அவர் கூறினார்.

அவள் வரும்வரை அவர்கள் மௌனம் காத்தனர். அந்த அறையில் டெலாங்குவா இருந்ததைப் பார்த்தவுடன் அதிர்ச்சியடைந்த லாரா, தான் கீழே விழுந்துவிடாமல் இருப்பதற்காகத் தன் கையை முன்னே நீட்டினாள். மெல்ரோஸ் உடனடியாக அவளுடைய உதவிக்கு விரைந்தார்.

"ஒன்றும் பிரச்சனையில்லை. நீங்கள் கவலைப்படத் தேவையில்லை."

"எனக்கு ஒன்றும் புரியவில்லை. டெலாங்குவா ஏன் இங்கு இருக்கிறார்?"

டெலாங்குவா அவளை நோக்கி வந்தான். "லாரா, நீ ஏன் அப்படிச் செய்தாய்?"

“எப்படி?”

“எனக்குத் தெரியும். நீ அதை எனக்காகத்தான் செய்துள்ளாய். ஓ! லாரா, அன்பே!”

மெல்ரோஸ் செருமினார். இந்த உணர்ச்சிவசப்படுகின்ற விவகாரங்களையும், அதன் விளைவாக ஏற்படுகின்ற நாடகத்தனத்தையும் அவர் வெறுத்தார்.

“லாரா, நீங்களும் டெலாங்குவாவும் அதிர்ஷ்டவசமாகத் தப்பியிருக்கிறீர்கள். நீங்கள் இங்கிருந்து சென்ற பிறகு, டெலாங்குவா இங்கு வந்து, அந்தக் கொலையைத் தான்தான் செய்ததாக வாக்குமூலம் கொடுத்தார். பயப்படாதீர்கள். டெலாங்குவா இதைச் செய்யவில்லை. ஆனால், எங்களுக்கு உண்மை தெரிந்தாக வேண்டும். இனியும் எங்களுக்குப் போக்குக் காட்டிக் கொண்டிருக்கின்ற வேலையெல்லாம் வேண்டாம். நீங்கள் அந்த அறைக்கு 6.30 மணிக்குச் சென்றதாக பட்லர் சொன்னார். அது உண்மையா?”

லாரா டெலாங்குவாவைப் பார்த்தாள். அவன் தலையசைத்தான்.

மெல்ரோஸ் மீண்டும், “லாரா, உண்மையில் என்ன நடந்தது என்பது எங்களுக்குத் தெரிய வேண்டும்,” என்று கேட்டுக் கொண்டார்.

அவள் ஒரு முறை ஆழமாக மூச்சை உள்ளே இழுத்தாள். “நான் எல்லாவற்றையும் சொல்லிவிடுகிறேன்.”

அவள் தன் நாற்காலியில் நன்றாகச் சாய்ந்து உட்கார்ந்து கொண்டாள். உன்னிப்பாகக் கேட்பதற்காக சட்டர்துவைத் சிறிது முன்னால் வந்தார்.

“நான் 6.30 மணிக்குக் கீழே வந்தது உண்மைதான். நான் படிப்பறைக்குச் சென்று அதன் கதவைத் திறந்தேன். அங்கு நான் பார்த்தக் காட்சி–”

அவள் நிறுத்திக் கொண்டு எச்சில் விழுங்கினாள். சட்டர்துவைத் முன்னே குனிந்து அவளை ஊக்குவிக்கும் விதமாக அவளைத் தட்டிக் கொடுத்தார்.

“அங்கு நீங்கள் எதைப் பார்த்தீர்கள்?” என்று சட்டர்துவைத் கேட்டார்.

“அங்கிருந்த எழுத்து மேசையில் என் கணவர் சரிந்து கிடந்தார். அவருடைய தலையையும் – அதிலிருந்து இரத்தத்தையும் நான் பார்த்தேன் – ஓ!”

அவள் தன் கைகளில் தன் முகத்தைப் புதைத்துக் கொண்டாள்.

“உடனே, டெலாங்குவாதான் உங்களுடைய கணவரைச் சுட்டுக் கொன்றிருக்க வேண்டும் என்று நீங்கள்

நினைத்துவிட்டீர்கள், அப்படித்தானே?"

லாரா அதை ஆமோதித்துத் தலையசைத்தாள். "டெலாங்குவா, என்னை மன்னித்துவிடு. நீ ஜேம்ஸைக் கொல்லப் போவதாக நீ ஏற்கனவே சொல்லியிருந்தாய், இல்லையா?"

"ஆமாம். அவரை ஒரு நாயைச் சுடுவதுபோலச் சுட்டுவிடுவேன் என்று நான் கூறியிருந்தேன். அது உண்மைதான். ஜேம்ஸ் உன்னைக் கேவலமாக நடத்திக் கொண்டிருந்தார் என்பதை நான் அறிந்தபோது நான் அப்படிச் சொன்னேன்."

மெல்ரோஸ் தன் வேலையில் குறியாக இருந்தார்.

"லாரா, அதற்குப் பிறகு நீங்கள் மாடிக்குச் சென்றுவிட்டீர்கள். நீங்கள் பார்த்ததை நீங்கள் யாரிடமும் கூறவில்லை. நீங்கள் அப்படிச் செய்ததற்கான காரணத்தைப் பற்றி எனக்கு அக்கறையில்லை. நீங்கள் ஜேம்ஸின் உடலுக்கு அருகே சென்றீர்களா அல்லது அங்குள்ள எதையாவது தொட்டீர்களா?"

அதைக் கேட்டு அவளுடைய உடல் நடுங்கியது.

"இல்லையில்லை... நான் நேராக என் அறைக்கு ஓடிவிட்டேன்."

"ஓ, அப்படியா? அப்போது எத்தனை மணி என்று உங்களுக்குத் தெரியுமா?"

"நான் என் படுக்கையறைக்குச் சென்றபோது மணி 6.30."

"அப்படியானால், 6.25 மணிக்கு முன்பே ஜேம்ஸ் இறந்துவிட்டார்," என்று கூறிய மெல்ரோஸ், அங்கிருந்த மற்றவர்களைப் பார்த்தார்.

"அப்படியானால், அந்த உடைந்த கடிகாரம்? அது ஒரு நாடகம். நமக்கு அது குறித்து முதலிலிருந்தே சந்தேகம் இருந்தது. ஒரு கடிகாரத்தின் முட்களை நகர்த்தி வைப்பது மிகவும் எளிதான காரியம். ஆனால், கொலைகாரன் அந்தக் கடிகாரத்தைப் பக்கவாட்டில் சாய்த்து வைத்ததன் மூலம் தவறு செய்துவிட்டான். அப்படியானால், இதை பட்லர் அல்லது ஜென்னிங்ஸ் ஆகிய இருவரில் ஒருவர்தான் செய்திருக்க வேண்டும். இதை அந்த பட்லர் செய்திருக்க முடியாது என்று நான் நம்புகிறேன். லாரா, ஜென்னிங்ஸுக்கு உங்களுடைய கணவர்மீது ஏதாவது வெறுப்பு இருந்ததா என்று சொல்லுங்கள்."

லாரா தன் முகத்தைத் தன் கைகளிலிருந்து நிமிர்த்தினாள். "அதை வெறுப்பு என்று சொல்ல முடியாது. ஆனால் அவனை வேலையிலிருந்து நீக்கிவிட்டிருப்பதாக ஜேம்ஸ் இன்று காலையில்தான் என்னிடம் கூறினார். அவன்

அவரிடமிருந்து சிறிது சிறிதாகத் திருடிக் கொண்டிருந்ததை அவர் கண்டுபிடித்திருந்தார்."

"ஓ! இப்போது புரிகிறது. அப்படி அவன் திருட்டுக் குற்றம் சாட்டப்பட்டு வேலையிலிருந்து தூக்கி எறியப்பட்டிருந்தால் அவனுக்கு வேறு வேலை கிடைப்பது குதிரைக் கொம்பாக ஆகியிருந்திருக்கும். அவனுக்கு அது ஒரு பெரிய பிரச்சனைதான்."

லாரா அவரிடம், "சற்று முன்பு நீங்கள் ஏதோ ஒரு கடிகாரத்தைப் பற்றிக் கூறினீர்களே? அதைக் கேட்டபோது எனக்கு ஒரு யோசனை தோன்றியது. ஜேம்ஸ் கோல்ஃப் விளையாடச் செல்கின்றபோது, பாக்கெட்டில் வைத்துக் கொள்ளத்தக்கச் சிறிய கோல்ஃப் கடிகாரம் ஒன்றைத் தன்னுடன் எடுத்துச் செல்வது வழக்கம். அவர் அந்த மேசையில் விழுந்தபோது அதுவும் உடைந்திருக்கலாம். அப்படி நேர்ந்திருந்தால், கொலை நடந்த நேரத்தை உங்களால் துல்லியமாகத் தெரிந்து கொள்ள முடியும்," என்று கூறினாள்.

"இது ஒரு நல்ல யோசனைதான்," என்று மெல்ரோஸ் தெரிவித்தார். "கர்ட்டிஸ்!"

கர்ட்டிஸ் தலையாட்டிவிட்டு அந்த அறையைவிட்டு அகன்றார். ஒரு நிமிடம் கழித்து அவர் அங்குத் திரும்பி வந்தபோது, அவருடைய கையில் ஒரு சிறிய கோல்ஃப் கடிகாரம் இருந்தது.

அதை அவர் மெல்ரோஸிடம் கொடுத்துவிட்டு, "இதனால் பயன் இருக்குமா என்று தெரியாது. பொதுவாக இவை உறுதியாகச் செய்யப்பட்டிருக்கும்," என்று கூறினார்.

மெல்ரோஸ் அதைத் தன் காதுக்கு அருகே கொண்டு சென்றார்.

"இது நின்றுவிட்டது," என்று அவர் அறிவித்தார்.

அவர் தன் பெருவிரலால் அதை அழுத்தினார். அதன் மூடி படாரென்று திறந்தது. அதற்குள் இருந்த கண்ணாடி குறுக்காக உடைந்திருந்தது.

"ஆகா!" என்று மெல்ரோஸ் மகிழ்ச்சிக் கூச்சலிட்டார்.

அதன் முட்கள் சரியாக 6.15 மணியைக் காட்டிக் கொண்டிருந்தன.

* * *

அப்போது மணி இரவு 9.30. மெல்ரோஸின் வீட்டில் அமர்ந்திருந்த அந்த மூன்று பேரும் அப்போதுதான் இரவு உணவை முடித்திருந்தனர்.

"இந்த ஒயின் பிரமாதமாக இருக்கிறது," என்று சட்டர்துவைத் கூறினார். அவர்தான் எல்லோரையும்விட அதிக உற்சாகமாக இருந்தார்.

"குயின், இதை உங்களால் மறுக்க முடியாது. தங்களுடைய கழுத்தில் தாங்களே தூக்குக் கயிற்றைக் மாட்டிக் கொள்ளத் தயாராக இருந்த காதலர் இருவரைக் காப்பாற்றுவதற்காகத்தான் நீங்கள் இன்று இரவு அங்கு வந்திருந்தீர்கள்."

"நானா? இன்று இரவு நான் எதுவும் செய்திருக்கவில்லை," என்றார் குயின்.

"இந்த விவகாரம் பெரிய அளவுக்கு ஊசலாடிக் கொண்டிருந்தது. நீங்கள் வராமல் இருந்திருந்தால் அது எந்தப் பக்கமும் சாய்ந்திருக்கலாம். லாரா முதலில், 'நான்தான் அவரைக் கொன்றேன்,' என்று கூறியபோது நான் ஆடிப் போய்விட்டேன். அதைப் போன்ற ஒரு காட்சியை நான் மேடையில்கூடப் பார்த்ததில்லை," என்றார் சட்டர்துவைத்.

"இதில் நான் உங்களோடு ஒத்துப் போகிறேன்," என்றார் குயின்.

"இப்படிப்பட்டக் காரியங்கள் புதினங்களில் மட்டும்தான் நடைபெறும் என்றுதான் நான் இதுவரை நினைத்துக் கொண்டிருந்தேன்," என்று இருபதாவது முறையாக மெல்ரோஸ் கூறினார்.

"அப்படியா சொல்கிறீர்கள்?" என்று குயின் கேட்டார்.

மெல்ரோஸ் அவரை உற்றுப் பார்த்தார். "அதிலென்ன சந்தேகம்? இன்று இரவு அதுதானே நடந்தது?"

திடீரென்று சட்டர்துவைத் இடையில் புகுந்தார். "லாராவின் நடிப்பு அபாரம். ஆனால், அவள் ஒரு தவறு செய்துவிட்டாள். தன்னுடைய கணவர் துப்பாக்கியால் சுடப்பட்டிருந்தார் என்ற முடிவுக்கு அவள் அவசரப்பட்டுத் தாவிவிட்டாள். அதேபோல, டெலாங்குவாவும் ஒரு முட்டாள். நம்முன் இருந்த மேசையில் ஒரு கத்தி கிடந்தது என்பதை வைத்து, ஜேம்ஸ் கத்தியால்தான் குத்திக் கொல்லப்பட்டிருக்க வேண்டும் என்ற முடிவுக்கு அவன் அவசரப்பட்டு வந்துவிட்டான். நம்மைப் பார்க்க வந்தபோது லாரா அதைத் தன்னுடன் கொண்டு வந்தது ஒரு தற்செயலான விஷயம்."

"அது தற்செயலானதா?"

"அவர்கள் இருவருமே தாங்கள்தான் ஜேம்ஸைக் கொன்றோம் என்று வெறுமனே கூறி, அதன் விபரங்களுக்குள் செல்லாமல் இருந்திருந்தால் என்ன நடந்திருக்கும்?" என்று சட்டர்துவைத் கேட்டார்.

"அவர்களுடைய வாக்குமூலங்கள் நம்பப்பட்டிருந்திருக்கும்,"

என்று குயின் ஒரு விநோதமான புன்னகையுடன் கூறினார்.

"மொத்த விவகாரமுமே ஒரு புதினத்தில் வருவதுபோலத்தான் இருக்கிறது," என்றார் மெல்ரோஸ்.

"ஒரு புதினத்திலிருந்துதான் அவர்களுக்கு அந்த யோசனை வந்திருக்க வேண்டும் என்று நான் நினைக்கிறேன்," என்றார் குயின்.

"இருக்கலாம்," என்று சட்டர்துவைத் ஒத்துக் கொண்டார். "ஒருவர் படித்திருக்கும் விஷயங்கள் விநோதமான வழிகளில் ஒருவரின் நினைவுக்கு வரும். மேசையில் சரிந்து கிடந்த, நின்று போயிருந்த அந்தக் கடிகாரத்தை நாம் முதலிலேயே சந்தேகித்தோம். ஒரு கடிகாரம் அல்லது கைக்கடிகாரத்தின் முட்களை முன்னே அல்லது பின்னே திருப்பி வைப்பது ஒன்றும் கடினமான காரியமல்ல என்பதை ஒருவர் மறக்கக்கூடாது."

குயின் அதை ஆமோதித்ததுபோலத் தலையாட்டிவிட்டு, "முன்னே," என்று கூறிச் சிறிது இடைவெளி விட்டுவிட்டு, "அல்லது பின்னே," என்று சட்டர்துவைத் கூறிய வார்த்தைகளையே மீண்டும் கூறினார்.

அவருடைய குரலில் எதையோ ஊக்குவிக்கின்ற ஒரு தொனி இருந்தது. அவருடைய கண்கள் சட்டர்துவைத்தின்மீது நிலைத்தன.

"கடிகாரத்தின் முட்கள் முன்னே திருப்பி வைக்கப்பட்டிருந்தன. அதை நாம் அறிவோம்," என்றார் சட்டர்துவைத்.

"உண்மையிலேயே அந்தக் கடிகாரத்தின் முட்கள் முன்னே திருப்பி வைக்கப்பட்டிருந்தனவா?" என்று குயின் கேட்டார்.

சட்டர்துவைத் குயினை வெறித்துப் பார்த்தார். "நீங்கள் என்ன சொல்ல வருகிறீர்கள்? கோல்ஃப் கடிகாரத்தின் முட்கள்தான் பின்னே திருப்பி வைக்கப்பட்டிருந்தன என்று நீங்கள் சொல்ல வருகிறீர்களா? அது சாத்தியமே இல்லை. ஒருவர் எதற்காக அப்படிச் செய்ய வேண்டும்?"

"சாத்தியமற்றதாக இருக்க வேண்டிய அவசியமில்லை," என்றார் குயின்.

"நீங்கள் சொல்வது அபத்தமாக இருக்கிறது. அப்படி வைப்பதால் யாருக்கு என்ன இலாபம்?" என்று சட்டர்துவைத் கேட்டார்.

"அந்த நேரத்தில் தான் வேறு ஒருவருடன் இருந்ததாக நிரூபிக்க முயல்கின்ற ஒருவருக்கு அது இலாபமாக இருக்கும்," என்றார் குயின்.

"அடக் கடவுளே! அந்த நேரத்தில்தான் தான் வீட்டு மேற்பார்வையாளருடன் பேசிக் கொண்டிருந்ததாக

டெலாங்குவா கூறினான்," என்று மெல்ரோஸ் கத்தினார்.

"அதை அவன் அழுத்தமாக வேறு குறிப்பிட்டான்," என்றார் சட்டர்துவைத்.

அவர்கள் ஒருவரையொருவர் பார்த்துக் கொண்டனர். தங்கள் கால்களுக்குக் கீழே இருந்த நிலம் நழுவிக் கொண்டிருந்தது போன்ற உணர்வு அவர்களுக்கு ஏற்பட்டது. தகவல்கள் சுற்றி வந்து தம்முடைய வேறு முகங்களைக் காட்டத் துவங்கின. குயினின் புன்னகை தவழ்ந்த முகம் அதில் நடுநாயகமாக வீற்றிருந்தது.

"அப்படியெனில்," என்று மெல்ரோஸ் தொடங்கினார். "அப்படியெனில்–"

படுவேகமாகச் சிந்திக்கின்ற திறன் பெற்றிருந்த சட்டர்துவைத் அந்த வாக்கியத்தைப் பூர்த்தி செய்தார். "எல்லாவற்றையுமே நாம் தலைகீழாகப் பார்த்திருக்கிறோம். இங்கு, செய்யாத குற்றத்திற்காக வேறொருவனை மாட்டிவிடுவதற்கு ஒரு சதி நடந்துள்ளது. ஆனால், அது ஜென்னிங்ஸை மாட்டிவிடுவதற்கான சதி. அப்படியானால், அவர்கள் இருவரும் எதற்காகத் தாங்கள்தான் அந்தக் குற்றத்தைச் செய்திருந்ததாக ஒப்புக் கொள்ள வேண்டும்?"

குயின் அதை விளக்கினார். "அதுவரை உங்களுடைய சந்தேக வளையத்திற்குள் அவர்கள் இருவரும்கூட இருந்தனர்தானே? மெல்ரோஸ், இதைப் பற்றி நீங்கள் என்ன சொன்னீர்கள்? ஒரு புதினத்தில் வருவதுபோல என்றுதானே? அதிலிருந்துதான் அவர்கள் இருவரும் தங்களுடைய திட்டத்திற்கான யோசனையைப் பெற்றிருக்க வேண்டும். அப்பாவியான கதாநாயகனும் கதாநாயகியும் அப்படித்தானே செய்வார்கள்? அவர்களுடைய அந்த ஒப்புதல் வாக்குமூலம் காரணமாகத்தானே நீங்கள் அவர்களை அப்பாவிகள் என்று எண்ணினீர்கள்? சட்டர்துவைத் முதலிலிருந்தே இது ஒரு மேடை நாடகம்போல இருந்ததாகக் கூறிக் கொண்டிருந்தார். நீங்கள் இருவர் கூறியதும் சரிதான். அவர்கள் இருவரும் உங்களிடம் வேண்டுமென்றே சந்தேகத்திற்கு இடமளிக்கின்ற கதைகளைக் கூறியிருந்தனர். அவர்கள் உங்களை நம்ப வைக்க வேண்டும் என்று நினைத்திருந்தால், வேறு கதையைச் சொல்லியிருந்திருப்பார்கள்."

"என் மனத்தில் வேறொரு கேள்வியும் தோன்றியது. அந்த அறையின் சன்னல்களை மூடுவதற்காக ஏழு மணிக்கு தான் அங்குச் சென்றதாக பட்லர் கூறினார். அப்படியானால், அந்தச் சன்னல்கள் திறந்திருக்கும் என்று அவர் எதிர்பார்த்திருந்திருக்க வேண்டும்," என்று சட்டர்துவைத் கூறினார்.

“டெலாங்குவா அந்தச் சன்னல்களில் ஒன்றின் வழியாகத்தான் அந்த அறைக்குள் வந்திருக்கிறான்,” என்று குயின் கூறினார். “ஒரே அடியில் அவன் ஜேம்ஸைக் கொன்றிருக்கிறான். அதற்குப் பிறகு, லாராவும் அவனும், மேற்கொண்டு ஆக வேண்டிய காரியங்களைப் பார்த்திருக்கின்றனர்–”

தான் விட்ட இடத்திலிருந்து தொடர்வதற்கு சட்டர்துவைத்தை ஊக்குவிக்கும் விதத்தில் குயின் சட்டர்துவத்தை உற்றுப் பார்த்தார். சட்டர்துவைத்தும் சிறிது தயக்கத்திற்குப் பிறகு பேசத் துவங்கினார்.

“அவர்கள் அந்தக் கடிகாரத்தை உடைத்து அந்த மேசையில் சாய்த்து வைத்திருக்கின்றனர். அவர்கள் கோல்ஃப் கடிகாரத்தையும் உடைத்து அதன் நேரத்தையும் மாற்றியுள்ளனர். பிறகு, டெலாங்குவா தான் வந்த அதே சன்னல் வழியாக வெளியேறியிருக்கிறான். அவன் வெளியேறிய பிறகு அந்தச் சன்னலை லாரா மூடித் தாழிட்டிருக்கிறாள். ஆனால், எனக்கு ஒரு விஷயம் மட்டும் புரியவில்லை. அவர்கள் எதற்காக கோல்ஃப் கடிகாரத்தை உடைக்க வேண்டும்? மேசைக் கடிகாரத்தின் முட்களை மட்டும் மாற்றி வைத்தால் போதாதா?”

“கடிகாரத்தில் தில்லுமுல்லு செய்வது பல இடங்களில் நடப்பதால் அதை எவரும் பெரிதாக எடுத்துக் கொள்ள மாட்டார்கள்,” என்றார் குயின்.

“ஆனால் அந்த கோல்ஃப் கடிகார விவகாரம் கொஞ்சம் அதிகபட்சமானதுதான். அதிர்ஷ்டவசமாக நாம் கோல்ஃப் கடிகாரத்தைக் கண்டுபிடித்திருந்தோம்,” என்று சட்டர்துவைத் கூறினார்.

“இல்லை, இல்லை. அது லாரா தானாக நம்மிடம் கூறிய விஷயம் என்பது உங்களுக்கு நினைவிருக்கலாம்,” என்றார் குயின்.

சட்டர்துவைத் குயினை வியப்புடன் பார்த்தார்.

“ஜேம்ஸை ஜென்னிங்ஸ் கொன்றிருந்தால், அவன் கோல்ஃப் கடிகாரத்தை அலட்சியப்படுத்தியிருக்க மாட்டான். அவனைப் போன்ற தனிப்பட்ட உதவியாளர்களுக்குத் தங்களுடைய எஜமானர்கள் தங்களுடைய பாக்கெட்டுகளில் எதை வைத்திருப்பர் என்பது நன்றாகவே தெரியும். அவன் மேசைக் கடிகாரத்தை மாற்றியிருந்தால், கண்டிப்பாக கோல்ஃப் கடிகாரத்தையும் மாற்றியிருந்திருப்பான். லாராவுக்கும் டெலாங்குவாவுக்கும் மனித இயல்பைப் பற்றி சட்டர்துவைத் அளவுக்குத் தெரிந்திருக்கவில்லை.”

அதை மறுப்பதைப்போல சட்டர்துவைத் தன் தலையை

ஆட்டினார்.

அவர் குயினைப் பார்த்து, "ஒரு விஷயத்தில் நான் கோட்டை விட்டுவிட்டேன். அந்தக் காதலர்களைக் காப்பாற்றுவதற்காகத்தான் நீங்கள் அங்கு வந்திருந்தீர்கள் என்று நான் தப்புக் கணக்குப் போட்டுவிட்டேன்," என்றார்.

"இல்லை, சட்டர்துவைத். உங்களுடைய கணக்குச் சரிதான்," என்று குயின் கூறினார். "நான் இரண்டு காதலர்களைக் காப்பாற்றத்தான் அங்கு வந்தேன். ஆனால், அவர்கள் லாராவும் டெலாங்குவாவும் அல்லர். அது அந்த மற்றொரு ஜோடி. சட்டர்துவைத், நீங்கள் ஒருவேளை ஜேனைச் சரியாகக் கவனிக்காமல் இருந்திருக்கலாம். அவள் கவர்ச்சிகரமான ஆடை அணியாமல் இருந்ததோ அல்லது நாடகத்தனமாக நடந்து கொள்ளாமல் இருந்ததோ அதற்குக் காரணமாக இருந்திருக்கலாம். ஆனால், அவள் உண்மையில் ஒரு வசீகரமான பெண். அவள் ஜென்னிங்ஸை மனப்பூர்வமாக் காதலிக்கிறாள் என்பது என் எண்ணம். உங்கள் இருவரில் ஒருவரால் ஜென்னிங்ஸைத் தூக்குக் கயிற்றிலிருந்து காப்பாற்ற முடியும் என்று நான் நம்புகிறேன்."

"அவனைக் காப்பாற்றுவதற்கு அவனுக்குச் சாதகமாக எங்களிடம் எந்த ஆதாரமும் இல்லை," என்று மெல்ரோஸ் ஒரு கனத்த இதயத்துடன் கூறினார்.

"ஆனால், சட்டர்துவைத்திடம் இருக்கிறது," என்று குயின் புன்னகைத்தபடி கூறினார்.

"என்னிடமா?" என்று சட்டர்துவைத் அதிர்ந்து போய்க் கேட்டார்.

குயின் தொடர்ந்தார். "ஜேம்ஸின் உடல் மேசையின்மீது மோதியதால் அவருடைய பாக்கெட்டிலிருந்த கோல்ஃப் கடிகாரம் உடையவில்லை என்பதற்கான ஆதாரம் உங்களிடம் இருக்கிறது, சட்டர்துவைத். அந்தக் கடிகாரத்தின் மேல்பகுதியைத் திறக்காமல் அதை எவராலும் உடைக்க முடியாது. நீங்கள் வேண்டுமானால் முயற்சி செய்து பாருங்கள். யாரோ ஒருவர் அந்தக் கோல்ஃப் கடிகாரத்தை ஜேம்ஸின் பாக்கெட்டிலிருந்து வெளியே எடுத்து, அதன் மூடியைத் திறந்து, அதன் முட்களைத் திருப்பி வைத்துவிட்டு, அதை உடைத்திருக்கின்றனர். பின்னர் அதை மூடி, மறுபடியும் அவருடைய பாக்கெட்டிலேயே வைத்துள்ளனர். ஆனால், அந்தக் கோல்ஃப் கடிகாரத்தின் கண்ணாடித் துண்டுகளில் ஒன்று தெறித்துக் கீழே விழுந்திருந்ததை அந்த நபர் கவனித்திருக்கவில்லை."

"ஆகா!" என்று சட்டர்துவைத் உற்சாகமாகக் கத்தினார்.

அவருடைய கை அவருடைய கோட்டுப் பாக்கெட்டிற்குள் வேகமாக நுழைந்து, வளைந்த நிலையிலிருந்த ஒரு சிறு கண்ணாடித் துண்டை வெளியே எடுத்தது.

அது சட்டர்துவைத்தின் கணம்.

“இதைக் கொண்டு ஓர் அப்பாவியைத் தூக்குக் கயிற்றிலிருந்து என்னால் காப்பாற்றிவிட முடியும்,” என்று சட்டர்துவைத் பெருமையுடன் கூறினார்.

அகதாவின் இளமைக்காலக் காதல்கள்

என் இளமைக்காலத்தில் நான் இரண்டு முறை கிட்டத்தட்டத் திருமணம் செய்து கொள்வதிலிருந்து தப்பித்திருந்தேன். நான் தப்பித்திருந்தேன் என்று சொல்வதற்குக் காரணம், இப்போது திரும்பிப் பார்க்கின்றபோது, அவை திருமணத்தில் முடிந்திருந்தால் கண்டிப்பாக அவை சீரழிவில் போய்த்தான் முடிந்திருக்கும் என்பதை என்னால் பார்க்க முடிவதுதான்.

முதலாவதை 'ஓர் இளம் பெண்ணின் துடிப்பான காதல்' என்று அழைக்கலாம். அப்போது நான் ரால்ஸ்டன் பேட்ரிக்ஸுடன் தங்கியிருந்தேன். நானும் கான்ஸ்டன்ஸும் 'ஆஸ்ப்ஸ்' என்ற ஓரிடத்திற்குச் சென்றிருந்தபோது, அவனைச் சந்திக்க ஒரு செம்பழுப்பு நிறக் குதிரையில் வந்திருந்த ஒருவனை அவன் எனக்கு அறிமுகப்படுத்தி வைத்தான். அவன் பெயர் சார்லஸ். அவனுக்கு சுமார் முப்பத்தைந்து வயது இருக்கலாம். அவன் பிரிட்டன் இராணுவத்தின் குதிரைப்படையில் ஒரு மேஜராகப் பணியாற்றி வந்தான். அவன் ஒவ்வோர் ஆண்டும் வேட்டையாடுவதற்காக வார்விக்சயர் என்ற பகுதிக்கு வந்து கொண்டிருந்தான். அன்று மாலையே, மாறுவேடம் அணிந்து நடனமாடுகின்ற ஒரு நிகழ்ச்சியில் நான் சார்லஸை மீண்டும் சந்தித்தேன். அந்த நிகழ்ச்சிக்கு நான் 'எலைன்' என்ற பிரபல புதினக் கதாநாயகியைப்போல ஆடை அணிந்து சென்றிருந்தேன். அது ஓர் அழகான ஆடை (அதை நான் இப்போதும் வைத்திருக்கிறேன். அதற்குள் நான் எப்படி நுழைந்தேன் என்று இன்றும் நான் வியந்து கொண்டிருக்கிறேன்). நான் அந்தப் பகுதியில் தங்கியிருந்த சமயத்தில் சார்லஸை நான் பல முறை சந்தித்தேன். நாங்கள் இருவரும் விடைபெற்றுக் கொண்டபோது, சில காலம் கழித்து

மீண்டும் சந்திக்கலாம் என்று கூறிப் பிரிந்தோம். பின்னர் ஒருவேளை டேவன்ஷயர் பகுதிக்குத் தான் வரக்கூடும் என்று சார்லஸ் என்னிடம் அப்போது குறிப்பிட்டான்.

நான் வீட்டுக்குத் திரும்பி மூன்று அல்லது நான்கு நாட்களுக்குப் பிறகு எனக்கு ஒரு பார்சல் வந்தது. அதில் வெள்ளி முலாம் பூசப்பட்டிருந்த ஒரு சிறிய பெட்டி இருந்தது. அதற்குள் இவ்வாறு எழுதப்பட்டிருந்தது: 'ஆஸ்ப்ஸ்.' அதையடுத்து ஒரு தேதி. கீழே, 'எலைனுக்கு.' ஆஸ்ப்ஸில்தான் நாங்கள் சந்தித்திருந்தோம். அந்தத் தேதி, நாங்கள் முதன்முதலாகச் சந்தித்திருந்த தேதி. அதற்குள் ஒரு கடிதமும் இருந்தது. அதற்கு அடுத்த வாரம் அவன் டேவன்ஷயருக்கு வருகின்றபோது, எங்களுடைய வீட்டுக்கு வரத் திட்டமிட்டிருந்ததாக சார்லஸ் அதில் குறிப்பிட்டிருந்தான்.

திருமணத்தை நோக்கிப் பயணித்த எங்களுடைய மின்னல்வேகக் காதல் பயணத்தின் தொடக்கம் அது. அதைத் தொடர்ந்து அவனிடமிருந்து பெட்டி பெட்டியாகப் பூக்களும் வண்டி வண்டியாக விதவிதமான சாக்லெட்டுகளும் அஞ்சலில் வந்தன. எப்போதாவது புத்தகங்களும் வந்தன. நான் இந்த உறவு குறித்து மிகவும் உற்சாகமடைந்திருந்தேன். அவன் எங்களுடைய வீட்டுக்கு மேலும் இரண்டு முறை வந்தான். மூன்றாவது முறை வந்தபோது, தன்னைத் திருமணம் செய்து கொள்ளும்படி சார்லஸ் என்னிடம் கேட்டான். என்னைப் பார்த்தக் கணத்திலேயே என்மீது காதலில் விழுந்துவிட்டதாக அவன் தெரிவித்தான். தனக்கு வருகின்ற திருமண முன்மொழிவுகளை அவற்றின் தகுதியின் அடிப்படையில் ஒருவர் தரவரிசைப்படுத்தினால், அந்த வரிசையில் இது எளிதாக முதலிடத்தைப் பிடித்திருக்கும். அவனுடைய உத்திகளால் நான் வசீகரிக்கப்பட்டிருந்தேன். என் கால்கள் நிலத்தில் பதியவில்லை. பெண்கள் விஷயத்தில் அவன் மிகவும் அனுபவசாலியாக இருந்தான். அவர்களிடமிருந்து எத்தகைய எதிர்வினைகளைப் பெற வேண்டும் என்பதில் அவன் மாமன்னனாகத் திகழ்ந்தான். அவனை என்னுடைய 'இராஜகுமாரனாக' வரித்துக் கொள்ள நான் தயாராக இருந்தேன். ஆனாலும் . . . ஆமாம். 'ஆனாலும்' என்ற கேள்விக்குறி அங்கே தொக்கி நின்றது. சார்லஸ் என் முன்னால் நின்று கொண்டு, நான் எவ்வளவு அற்புதமானவள் என்று என்னிடம் கூறியபோது, என்னை அவன் எவ்வளவு தூரம் காதலித்தான் என்று பிரகடனம் செய்தபோது, நான் எந்த அளவுக்கு வடிவானதொரு சுந்தரி என்று புகழ்ந்தபோது, என்னை மகிழ்ச்சிப்படுத்துவதற்கு அவன் தன் வாழ்நாளையே

அர்ப்பணிக்கத் தயாராக இருந்ததாக மார்தட்டியபோது, அவனுடைய கைகள் நடுங்கின, குரல் தடுமாறியது. அச்சமயத்தில் நான் அப்படியே சொக்கிப் போனேன். ஆனாலும், அவன் என்னிடமிருந்து பிரிந்து சென்ற பிறகு, அவன் என்னுடன் இல்லாதிருந்த சமயத்தில் அவனைப் பற்றி நான் யோசித்தபோது என்னிடம் எந்தவிதமான உணர்வுகளும் தோன்றவில்லை. அவனை மீண்டும் பார்க்க நான் ஏங்கிக் கொண்டிருக்கவில்லை. அவன் என்னிடம் நயமாக நடந்து கொண்டிருந்தான் என்ற உணர்வு மட்டும்தான் என்னிடம் இருந்தது. இந்த இருவேறுபட்ட மனநிலைகளுக்கும் நான் தாவிக் கொண்டிருந்தது எனக்கே ஒரு புதிராக இருந்தது. நீங்கள் ஒருவரைக் காதலிக்கிறீர்கள் என்பதை எப்படி உங்களால் சொல்ல முடியும்? அந்த நபர் உங்கள் அருகில் இருக்கின்றபோது உங்களுக்கு வானத்தில் பறக்கின்ற உணர்வு இருக்கிறது; ஆனால் அவர் உங்களுடன் இல்லாதிருக்கின்றபோது அவரைப் பற்றிய நினைப்பே உங்களிடம் இல்லை. அப்படிப்பட்டச் சமயத்தில் உங்களுடைய நிஜமான உணர்வு எது?

* * *

சார்லஸ் என்னைக் காதலித்தான் என்பதைத் தவிர, எங்களுக்கு இடையே பேசுவதற்குப் பொதுவான வேறு எந்த விஷயமும் இருக்கவில்லை. அவன் தன் காதலைப் பற்றிப் பேசாதிருந்த சமயங்களில் எல்லாம் எங்களுக்கு இடையே ஓர் அசௌகரியமான மௌனம் மட்டுமே நிலவியது. அதையடுத்து அவன் சென்றுவிடுவான். நான் மோட்டுவளையைப் பார்த்துக் கொண்டு யோசித்துக் கொண்டிருப்பேன். நான் என்ன செய்ய விரும்புகிறேன்? நான் அவனைத் திருமணம் செய்து கொள்ள ஆசைப்படுகிறேனா? பின் அவனிடமிருந்து ஒரு கடிதம் வரும். அவனுடைய கடிதங்கள் காதல் இரசம் சொட்டச் சொட்ட இருந்தன என்பதில் சந்தேகம் கிடையாது. எந்தவொரு பெண்ணும் பெற ஏங்கிக் கொண்டிருக்கும் காதல் மடல்களாக அவை இருக்கும். நான் அவற்றில் என்னை மூழ்கடித்துக் கொண்டேன். அவற்றை மீண்டும் மீண்டும் படித்தேன். அவற்றைப் போற்றிப் பாதுகாத்தேன். இறுதியில், இதுதான் காதல் என்ற முடிவுக்கு நான் வந்தேன். அடுத்துச் சார்லஸ் வருவான். நான் பரவசமடைவேன். நிலத்தின்மீது கால் பதியாது நடப்பேன். ஆனால், அதே சமயம், இது சரியில்லை என்ற உணர்வு என் மனத்தின் அடியில் ஓடிக் கொண்டிருக்கும். இறுதியில் என் அம்மா இதற்கு ஒரு பரிந்துரையை வழங்கினார்.

நாங்கள் இருவரும் ஆறு மாதங்கள் ஒருவரையொருவர் பார்த்துக் கொள்ளாமல் இருக்க வேண்டும் என்றும், அந்த ஆறு மாத காலத்தின் முடிவில் நான் என்னுடைய உறுதியான தீர்மானத்தை எடுத்துக் கொள்ளலாம் என்றும் அவர் கூறினார். அதை நாங்கள் கடைபிடித்தோம். அந்தக் காலகட்டத்தில் எங்களுக்கு இடையே கடிதப் போக்குவரத்திற்கும் அனுமதி கிடையாது. அது நல்லதோர் ஏற்பாடாகத்தான் அமைந்தது. இல்லையெனில், கடிதங்களில் சொட்டிக் கொண்டிருந்த காதல் இரசத்தில் என்னை நான் இழந்திருந்திருப்பேன்.

ஆறு மாதங்கள் நிறைவடைந்தவுடன் சார்லஸிடமிருந்து எனக்கு ஒரு தந்தி வந்தது. அதில் இவ்வாறு குறிப்பிடப்பட்டிருந்தது: "இதற்கு மேல் என்னால் பொறுத்துக் கொள்ள முடியாது. என்னை நீ திருமணம் செய்து கொள்கிறாயா? சரி அல்லது முடியாது என்ற இரண்டு பதில்களில் ஒன்றைக் கூறிவிடு." அப்போது எனக்கு இலேசான காய்ச்சல் இருந்ததால் நான் வீட்டில் ஓய்வெடுத்துக் கொண்டிருந்தேன். என் அம்மா அந்தத் தந்தியை என்னிடம் கொண்டுவந்தார். நான் அதைப் படித்தேன். பதில் தந்தி அனுப்புவதற்கான பணத்தையும் சார்லஸ் ஏற்கனவே கட்டியிருந்தான். நான் ஒரு பென்சிலை எடுத்து அதில் 'முடியாது' என்ற வார்த்தையை எழுதினேன். அதை எழுதியவுடனேயே நான் பெரும் நிம்மதியை உணர்ந்தேன். நான் ஒரு விஷயத்தைத் தீர்மானித்திருந்தேன். சீசா விளையாட்டுபோல இனியும் என் உணர்ச்சிகள் எனக்கு அசௌகரியத்தை ஏற்படுத்தும் விதத்தில் மேலும் கீழுமாக மாறி மாறி ஊசலாடிக் கொண்டிருக்க வேண்டியதில்லை.

* * *

அதற்கு அடுத்த நான்கைந்து மாதங்களுக்கு வாழ்க்கை எனக்கு இருண்டு கிடந்தது. முதன்முறையாக, நான் செய்த காரியங்கள் எனக்கு சலிப்பு ஏற்படுத்தின. நான் ஒரு பெரிய தவறு செய்துவிட்டேனோ என்றுகூட நான் நினைக்கத் துவங்கினேன். அச்சமயத்தில்தான் வில்ஃபிரெட் பைரி என் வாழ்க்கைக்குள் மீண்டும் நுழைந்தான்.

வில்ஃபிரெட்டின் பெற்றோரான மார்ட்டின் பைரியும் லிலியன் பைரியும் என் அப்பாவுக்கு நெருங்கிய நண்பர்கள். நான் அவனைச் சிறுவயதில் பார்த்திருந்தேன். அதற்குப் பிறகு அவனை நான் வெகு காலமாகப் பார்த்திருக்கவில்லை. இங்கிலாந்துக் கடற்படையில் பணியாற்றி வந்த அவன் ஒரு நீர்மூழ்கிக் கப்பலில் வேலை பார்த்தான். நாங்கள்

வசித்து வந்த இடத்திற்கு அருகே இருந்த துறைமுகத்திற்கு அவனுடைய கப்பல் வந்தபோது, பல ஆண்டுகளுக்குப் பிறகு அவன் எங்களைப் பார்க்க வந்தான். இப்போது வளர்ந்து வாலிபனாகியிருந்த அவனை முதன்முறை பார்த்த உடனேயே நானும் அவனும் நெருங்கிய நண்பர்களாகிவிட்டோம். என் வாழ்க்கையில் எனக்கு மிகவும் பிடித்தமான நபர்களில் அவனும் ஒருவன். பின் அவன் அடிக்கடி எங்கள் வீட்டுக்கு வரத் துவங்கினான். அடுத்த இரண்டு மாதங்களுக்குள் அதிகாரபூர்வமற்ற முறையில் எங்களுக்கு நிச்சயதார்த்தம் நடைபெற்றிருந்தது.

சார்லஸ் விவகாரத்திற்குப் பிறகு எனக்குக் கிடைத்திருந்த நல்லதோர் ஆறுதலாக வில்ஃபிரெட் விளங்கினான். நாங்கள் புத்தகங்களைச் சேர்ந்து படித்தோம், அவற்றைப் பற்றி விவாதித்தோம். ஒருவருக்கொருவர் பேசிக் கொள்ள எங்களுக்குப் பல விஷயங்கள் இருந்தன. அவனோடு இருப்பது எனக்கு மிகவும் இயல்பாக இருந்தது. நான் அவனைக் கிட்டத்தட்ட ஒரு சகோதரனைப்போலக் கருதிக் கொண்டிருந்தேன் என்பது எனக்கு உறைக்கவில்லை. எங்களுடைய திருமணம் கச்சிதமான ஒன்றாக இருக்கும் என்ற கண்ணோட்டம் எங்கள் இருவரின் குடும்பத்தாருக்கும் இருந்தது. வில்ஃபிரெட்டுக்குக் கப்பற்படையில் ஒரு பிரகாசமான வாய்ப்பு இருந்தது. எங்கள் இருவருடைய அப்பாக்களும் நெருங்கிய நண்பர்கள். எங்களுடைய அம்மாக்களும் ஒருவரோடு ஒருவர் நன்றாக ஒத்துப் போயினர். என் அம்மாவுக்கு வில்ஃபிரெட்டைப் பிடித்திருந்தது. வில்ஃபிரெட்டின் அம்மாவுக்கு என்னைப் பிடித்திருந்தது. எதிலும் குறைச்சல் இருக்கவில்லை.

தங்களுடைய வீரர்கள் இளமையில் திருமணம் செய்து கொள்வதைக் கப்பற்படை ஊக்குவிப்பதில்லை. அதனால், இன்னும் இரண்டு ஆண்டுகள் கழித்து எங்களுடைய திருமணத்தை வைத்துக் கொள்ளலாம் என்று முடிவானது. ஒரு கடலாடியை மணமுடிக்கின்ற யோசனை எனக்குப் பிடித்திருந்தது. அவன் உள்நாட்டில் இருக்கும்போது, துறைமுக நகரங்களில் எங்களால் வசிக்க முடியும். அவன் வெளிநாட்டுக்குச் செல்கின்றபோது, ஓடோடி அம்மா வீட்டுக்கு வந்துவிடலாம். காரியங்கள் இதைவிடச் சிறப்பாக நடைபெற்றுவிட முடியாது.

வில்ஃபிரெட்டைத் திருமணம் செய்து கொண்டால் என் வாழ்க்கை சலிப்புமிக்கதாக மாறிவிடும் என்ற யோசனை எனக்குள் இருந்ததை நீண்டகாலத்திற்கு நான்

வெளிப்படையாக ஒப்புக் கொள்ளாமல் இருந்தேன். எனக்கு அவனைப் பிடித்திருந்தது. அவன் இருக்கின்ற அதே வீட்டில் நானும் வசித்தால் நான் மகிழ்ச்சியாகவே இருப்பேன். ஆனால், எங்களுடைய திருமணம் குறித்து என்னிடம் சுத்தமாக எந்தவிதமான பரவச உணர்வும் இருக்கவில்லை.

* * *

பின் ஒரு நாள், வில்ஃபிரெட், போர்ட்ஸ்மவுத் என்ற இடத்திலிருந்து என்னைத் தொலைபேசியில் அழைத்தான். தென்னமெரிக்காவிலுள்ள பொக்கிஷங்களைக் கண்டுபிடிப்பதற்காகக் கடற்படை ஒரு குழுவினரை அனுப்ப உத்தேசித்திருந்தது. அதில் கலந்து கொள்வதற்கு அவனுக்கு ஒரு வாய்ப்புக் கிட்டியிருந்தது. அதற்காக அவன் தன் விடுப்பு நாட்களைத் தியாகம் செய்ய வேண்டியிருக்கும். அவனால் என்னைப் பார்க்க வர முடியாது. அதனால் அவன் யோசித்தான். என்னைப் பார்க்க வராமல் அவன் அங்குச் சென்றால் நான் அவனைப் பற்றித் தவறாக நினைத்துவிடுவேனோ என்று அவன் பயந்தான். அவனுக்கு அதுபோன்ற ஒரு வாய்ப்பு மீண்டும் கிடைப்பது கடினம்.

எனக்கு அது குறித்துத் துளிகூடத் தயக்கம் இருக்கவில்லை. நான் சுயநலமற்று நடந்து கொண்டேன். அது ஓர் அருமையான வாய்ப்பு என்பதால் அவன் அங்குச் செல்ல வேண்டும் என்று நான் அவனைக் கேட்டுக் கொண்டேன். அதற்காக அவன் என்னைக் கொண்டாடினான். என்னை ஆயிரத்தில் ஒருத்தி என்று அவன் வர்ணித்தான். அங்குச் செல்வதற்கு முன்பு அவன் எனக்கு ஒரு கடிதம் எழுதிவிட்டுச் சென்றான்.

உண்மையில் நான் ஆயிரத்தில் ஒருத்தி அல்லள். தன்னைப் பற்றிய உண்மையைக் கண்டுபிடித்திருந்த ஒருத்தி, அவ்வளவே. அதோடு, என்னைப் பற்றிய உண்மை குறித்து அவமான உணர்வு கொண்டிருந்த ஒருத்தியாகவும் நான் இருந்தேன். அவன் அங்குச் சென்ற மறுநாள் நான் என் மனத்திலிருந்து ஒரு பெரும் பாரத்தை இறக்கி வைத்திருந்ததுபோல நான் உணர்ந்தேன்.

“நீ ஏன் திடீரென்று இவ்வளவு மகிழ்ச்சியாக இருக்கிறாய்?” என்று என் அம்மா சந்தேகத்துடன் கேட்டார்.

“அம்மா, நான் சொல்லப் போவதைக் கேட்டுக் கலக்கம் அடைந்துவிடாதீர்கள். வில்ஃபிரெட் கிளம்பிச் சென்றது குறித்துத்தான் நான் இவ்வளவு மகிழ்ச்சியாக இருக்கிறேன்.”

பாவம் என் அம்மா. அவருடைய முகம் தொங்கிப்

போயிற்று. அப்போது நான் நன்றியில்லாதவளாகவும் கொடூரமானவளாகவும் உணர்ந்ததுபோல வேறு எப்போதும் நான் உணர்ந்ததில்லை. நாங்கள் இருவரும் ஒருவரோடு ஒருவர் நெருக்கமாகப் பழகிக் கொண்டிருந்தது குறித்து என் அம்மா மிகவும் மகிழ்ச்சி அடைந்திருந்தார். என் அம்மாவைக் குஷிப்படுத்துவதற்காக அந்தத் திருமணத்திற்கு ஒத்துக் கொள்ளலாமா என்றுகூட நான் யோசித்தேன். நல்லவேளையாக உணர்ச்சி வேகத்தில் எதையும் செய்கின்ற இரகமாக நான் இருக்கவில்லை என்பதால் நான் தப்பித்தேன்.

* * *

அவன் திரும்பி வருகின்றபோது அவனுக்குக் கிடைக்கின்ற விதத்தில் நான் அவனுக்கு ஒரு கடிதம் எழுதியிருந்தேன். எனக்கு அவனை மிகவும் பிடிக்கும் என்றாலும், வாழ்க்கை முழுவதும் ஒன்றாகச் சேர்ந்து பயணிப்பதற்கான காதல் உணர்வு எனக்கு அவன்மீது இல்லை என்று அதில் நான் குறிப்பிட்டிருந்தேன். அதனால் என்னை மன்னித்துவிடும்படி நான் கோரியிருந்தேன். அவன் என்னுடைய சிந்தனைப் போக்கை ஏற்றுக் கொள்ளவில்லை என்றாலும், என்னுடைய தீர்மானத்தை மதித்து ஏற்றுக் கொண்டான். அடிக்கடி நேரில் வந்து என்னைப் பார்ப்பதைத் தன்னால் தாங்கிக் கொள்ள முடியாது என்று கூறிய அவன், நாங்கள் எங்களுடைய நட்பை என்றென்றைக்கும் தொடர வேண்டும் என்று பரிந்துரைத்தான். இப்போது நினைத்துப் பார்க்கின்றபோது, என்னுடைய தீர்மானத்தால் அவனும் நிம்மதி அடைந்திருந்தானோ என்று நினைக்கத் தோன்றுகிறது. அப்படி இருக்க வாய்ப்பில்லை என்றும் நான் நினைத்தேன். ஆனால், என் பிரிவு அவனுடைய இதயத்தைக் கூறு போடவெல்லாம் இல்லை. அவன் ஓர் அதிர்ஷ்டசாலி என்றே நான் நினைக்கிறேன். அவன் எனக்கு ஒரு நல்ல கணவனாக அமைந்திருப்பான். நானும் அவனை மகிழ்ச்சிப்படுத்தியிருப்பேன். ஆனால், நான் இல்லாமல் அவன் இன்னும் மேம்படுவான் என்று அப்போது நான் நினைத்தேன். சில மாதங்களில் அது உண்மையாயிற்று. மூன்றே மாதங்களில் அவன் வேறு ஒரு பெண்மீது வெறித்தனமான காதல் கொண்டான். விரைவில் அவர்கள் திருமணம் புரிந்து கொண்டு ஆறு குழந்தைகளைப் பெற்றெடுத்தனர். அவன் விஷயத்தில் இதைவிட மேம்பட்டத் திருப்தி எனக்கு இருக்க முடியாது.

சார்லஸைப் பொறுத்தவரை, மூன்று ஆண்டுகளுக்குப்

பிறகு அவன் ஓர் அழகான பெண்ணைத் திருமணம் செய்து கொண்டான். அவளுடைய வயது பதினெட்டு!

சார்லஸையும் வில்ஃபிரெட்டையும் திருமணம் செய்து கொள்ள மறுத்ததன் மூலம், உண்மையில் நான் அவர்கள் இருவருக்கும் பேருதவி புரிந்திருந்தேன்!

PSV குமாரசாமி

மொழிபெயர்ப்பாளர்

இவர் ஒரு கவிஞர். மொழிபெயர்ப்பாளர். சுற்றுச்சூழல் ஆர்வலர். மலையேற்றப் பயிற்றுவிப்பாளர். புகைப்படம் எடுப்பதில் அலாதி ஆர்வம் உடையவர். ஊர் சுற்றுவதில் ஏக விருப்பமுடையவர். இவரது பல்லாண்டுகால மொழிபெயர்ப்பு அனுபவத்தில் எண்பதுக்கும் மேற்பட்ட நூல்கள், எண்ணற்றக் கட்டுரைகள் மற்றும் கவிதைகள் வெளிவந்துள்ளன. இலக்கியம், சுயமுன்னேற்றம், சுற்றுச்சூழல், பொருளாதாரம், அறிவியல் போன்ற பல்வேறு துறைகள் தொடர்பான நூல்கள் அவற்றில் அடங்கும்.

ரோன்டா பைர்னின் உலகப் புகழ்பெற்ற நூலான 'இரகசியம்', டோனி ஜோசஃபின் 'ஆதி இந்தியர்கள்', ஸ்டீபன் ஹாக்கிங்கின் 'ஆழமான கேள்விகள் அறிவார்ந்த பதில்கள்' போன்றவை இவருடைய மொழியாக்கத்தில் வெளிவந்துள்ள நூல்களில் குறிப்பிடத்தக்கவை.

இவர் தன் மனைவி திருமதி நாகலட்சுமி சண்முகம் அவர்களுடனும் தன் மகன்கள் இருவருடனும் தற்போது மும்பையில் வசித்து வருகிறார்.

அகதா கிறிஸ்டி

நூலாசிரியர்

1890 ஆம் ஆண்டில் இங்கிலாந்தில் பிறந்த அகதா கிறிஸ்டி, முதலாம் உலகப் போரின்போது எழுதத் தொடங்கி, தன் வாழ்நாளில் 100 நாவல்கள், நாடகங்கள், மற்றும் சிறுகதைத் தொகுப்புகளை எழுதினார். 1976 இல் அவர் இறக்கும்வரை அவர் தொடர்ந்து எழுதிக் கொண்டே இருந்தார். அவருடைய படைப்புகள் அவருக்குப் பெரும் புகழையும் பாராட்டுகளையும் பெற்றுக் கொடுத்தன.

இன்றுவரை அவருடைய நூல்கள் உலக அளவில் ஆங்கிலத்தில் 100 கோடியும், 100 அந்நிய மொழிகளில் இன்னொரு 100 கோடியும் விற்பனையாகியுள்ளன. ஹெர்கியூல் புவாரோ, மிஸ் மார்ப்பிள் ஆகிய அவருடைய கதாபாத்திரங்களின் பெயர்கள் உலகம் நெடுகிலும் பரிச்சயமானபோதிலும், இந்த 'மர்மக் கதைகளின் மகாராணி' தன்னுடைய நெருங்கிய நண்பர்களுக்குத் தவிர மற்ற அனைவருக்கும் புரியாத ஒரு புதிராகவே விளங்கினார்.

உயிருக்கு உலை வைத்தக் கள்ளக்காதல்